'Teach Yourself Simple Steps to Positive Living'
या इंग्रजी पुस्तकाचा अनुवाद

सकारात्मक जगण्याचा सहज मार्ग

जेनी हेअर

अनुवाद
सचिन रायलवार

मेहता पब्लिशिंग हाऊस

TEACH YOURSELF SIMPLE STEPS TO POSITIVE LIVING
BY JENNY HARE

First Published in UK 2011 by Hodder Education,
part of Hachette Livre UK 338 Euston Road,
London, NW 1 3BH
www.hoddereducation.co.uk
Translated into Marathi Language by Sachin Rayalwar

सकारात्मक जगण्याचा सहज मार्ग । मार्गदर्शनपर

अनुवाद : सचिन रायलवार
author@mehtapublishinghouse.com

प्रकाशक : सुनील अनिल मेहता, मेहता पब्लिशिंग हाऊस,
१९४१, सदाशिव पेठ, माडीवाले कॉलनी, पुणे ४११०३०

मुद्रक : ट्रिनिटी ॲकॅडमी फॉर कॉर्पोरेट ट्रेनिंग लिमिटेड

मुखपृष्ठ : मेहता पब्लिशिंग हाऊस

प्रथमावृत्ती : ऑगस्ट, २०२१

किंमत : ₹ ३२०

P Book ISBN 9789391151256

E Book ISBN 9789391151454

E Books available on : amazonkindle Apple Books Google Play Books

---

लेखकाविषयी

'सिंपल स्टेप्स टू पॉझिटिव्ह लिव्हिंग' हे पुस्तक लिहितानाचा माझा वेळ अत्यंत स्फूर्तिदायक, आनंददायी आणि विचारांना खत-पाणी घालणारा राहिलेला आहे. हे पुस्तक लिहावयास बसले, भलेही त्या त्या वेळेस माझी मन:स्थिती वा परिस्थिती कशी का असेना, मात्र प्रत्येक वेळी माझ्या अवतीभोवती सकारात्मकतेचा ओघ वाहण्यास सुरवात झाली.

आपली मन:स्थिती खालावलेली असेल, अशा वेळी जर आपली विचारसरणी सकारात्मक आणि विवेकपूर्ण ठेवली तर या खालावलेल्या मन:स्थितीतून आपण बाहेर येऊ शकतो. ज्या वेळी सर्व काही ठीक असतं अशा वेळी या सकारात्मकतेमुळे आपल्या आनंदामध्ये भरच पडते.

जसजशी वर्षं मागं पडली आहेत तसतशी मला या गोष्टीची अधिकाधिक जाणीव झालेली आहे, की आपण कोणत्याही परिस्थितीत असलो, तरी जाणीवपूर्वक सकारात्मकतेने विचार करू शकतो. ज्या क्षणी आपण हे सकारात्मक पाऊल उचलतो त्याच क्षणापासून एका विशिष्ट प्रकारच्या सकारात्मक ऊर्जेचा ओघ वाहण्यास सुरुवात होते आणि त्याबरोबरच प्रेम, धैर्य, विवेकपूर्ण विचार आणि सकारात्मकता यांसारखे इतर विशेष गुणही आपल्याला जाणवू लागतात.

नेहमीच सकारात्मकतेनं विचार करणं हे माझ्यासाठी भलेही सवयीचं असलं तरीही मी कधी कधी नकारात्मकतेने वेढले जाते. विशेषत:, त्या वेळी, जेव्हा मी दुखावले जाते वा मला एखाद्या प्रिय व्यक्तीच्या वियोगाचा सामना करावा लागतो; मात्र अशा नकारात्मक (पडत्या) काळातही मी सकारात्मकतेच्या प्रकाश मार्गाकडं दुर्लक्ष होऊ देत नाही. मला त्या वेळी हे निश्चितपणे माहीत असतं की

त्यासाठी केवळ सकारात्मकतेच्या त्या प्रकाशानं माझं मन आतून-बाहेरून उजळून निघू द्यावं लागतं. सकारात्मकतेनं विचार करावा लागतो. मग माझं सर्व काही सुरळीतपणे पार पडतं.

भले, काहीही असो. आपल्या मनातील सकारात्मकतेमुळे आपल्याला आयुष्यातील चांगुलपणा आणि आयुष्यरूपी चमत्कारा (वरदाना)चा आनंद उपभोगता येतो – जो चमत्कार एवढा गुंतागुंतीचा, असाधारण, एवढा चांगुलपणाने, सौंदर्य आणि प्रेमाने ओतप्रोत भरलेला आहे.

माझ्या सकारात्मकतेच्या या प्रवासा (अनुभवा)मध्ये तुम्हाला सहभागी करून घेताना, या स्वानुभवामुळे तुमच्यातील सकारात्मकता वाढवायला तुम्ही सक्षम व्हाल, अशी मला आशा वाटते. ही निरंतर चालणारी प्रक्रिया असली तरी ती आनंददायी आहे.

प्रस्तावना

चमत्कार व उत्साहाची जाणीव. दररोज प्रोत्साहित करणारी नवी स्थिती; आशा व क्षमतांनी भरलेले आयुष्य. आपण लहान असताना असे आयुष्य बहुतांश वेळा जगतो. त्यानंतरही पुन्हा आपण जर नशीबवान असू, तर आपण प्रेमात पडतो. आपल्या संपूर्ण आयुष्यामध्ये समाधानाच्या व आनंदाच्या काही क्षणी, तसेच चमत्काराच्या व विस्मयाच्या क्षणांमध्ये जी जाणीव आपल्याला होत राहते, ती जाणीव जवळजवळ दररोज अनुभवणे, खूपच विस्मयकारी नसते काय? सर्व काही चांगलेच आहे किंवा होईल अशी उत्साहपूर्ण, निश्चल व आत्मविश्वासात्मक भावना निर्माण होताना आपण याची जाणीव ठेवू की, कोणत्याही नकारात्मक भावनेला आपण रोखू शकू आणि त्यातून आपला मार्ग शोधू शकू.

अशी ही सुखद वाटणारी सकारात्मकता हा आपल्या जिवंत असण्याच्या अवस्थेचा एक नैसर्गिक भाग आहे. परंतु निराशा व दुःखे, दडपण व ताणतणाव यांचा सामना आपल्याला अटळपणे करावाच लागतो, ज्यामुळे आपले नैसर्गिक समाधान दडपले जाते किंवा आपल्याला नैराश्याच्या विविध अवस्थांचा अनुभव घ्यावा लागतो. एवढेच काय, आपला आत्मविश्वास, आशावादीपणा व उत्साह यांना दडपून टाकण्याचे शिक्षणही इतरांकडून आपल्याला नकळतच मिळते. कोणत्याही प्रकारे आयुष्य नेहमीच आपल्या कल्पनेप्रमाणे असेलच असे नाही.

पण आनंदाची बाब ही आहे की, असे असूनही सकारात्मकतेच्या प्रकाशामध्ये आपण आपले आयुष्य जगू शकतो व सकारात्मकतेच्या विस्मयकारी शक्तीचा आपण प्रत्यय घेऊ शकतो. भलेही तुमचे वय काही का असेना, भले तुम्ही कोणत्याही परिस्थितीला सामोरे गेले असाल, भविष्यात भलेही काही का घडेना, आयुष्य खूपच चांगले, खऱ्या अर्थी चांगले असू शकते.

अर्थात मी एखादी जादूची कांडी फिरवणार नाही व हे पुस्तक वाचल्याने तुमच्या आयुष्यामध्ये बदल घडून येईल असे वचनही मी देणार नाही. याचे उघड कारण

हे आहे की, तुमच्या आयुष्यात बदल घडवून आणणे हे तुमच्यावर अवलंबून आहे. मात्र मला जे काही माहीत आहे व जे तुम्हाला मार्ग दाखवेल व दिशा देईल, असे सर्व काही मी तुम्हाला सांगणार आहे – प्रकाशाचा व प्रेमाचा हा तो रस्ता आहे जिथे उत्साह मात करतो आणि जिंकतो व तुमच्यामध्ये अंगभूत असलेल्या क्षमतांना धैर्याची साथ मिळून तुम्ही भीतीवर सकारात्मकरीत्या विजय मिळवू शकता.

अस्तित्वाची ती अशी अवस्था होय, जिथे आनंदीपणा हा तुमचा स्थायीभाव बनतो. मग तुमच्या आयुष्यात भलेही काही घडत असो वा काही घडत नसो, तुम्हाला प्रेमाची जाणीव अवश्य होते आणि मी तुम्हाला वचन देऊ शकते की, तो प्रवास करायचे एकदा ठरवल्यानंतर तुम्ही जर सकारात्मकरीत्या जगू लागलात- आणि तेही सकरात्मकतेने जगण्याचे केवळ ढोंग न करता, खऱ्या-खऱ्या अर्थी मन, शरीर व आत्म्याने सकारात्मक वागाल, तर तुम्ही आतापर्यंत स्वतःला जाणले आहे त्यापेक्षा अधिक चांगल्या रीतीने तुम्ही स्वतःला जाणाल व तुम्ही खरेच जी चांगली व्यक्ती आहात, अशा स्वतःच्या व्यक्तित्वावर तुम्ही प्रेम करू लागाल. ज्या इच्छित स्थळी असण्याची तुम्हाला नेहमीच ओढ होती ती जागा सापडली, असे तुम्हाला वाटू लागेल. या विस्मयकारी जगातील तुमचे उद्दिष्ट आणि इथे असण्यातील खोलवर समाधान, यांची तुम्हाला जाणीव होईल. चांगल्या व वाईट अशा सर्व वेळी तुमच्या आयुष्यातील प्रत्येक मौल्यवान क्षणाचे महत्त्व तुम्ही जाणाल.

तुम्हाला घरात असल्याचा आनंद मिळेल. घरात स्वतःबरोबर- आणि तुमच्या निकटच्या वातावरणात, तुमच्या नातेसंबंधात आणि तुमच्या स्थानिक समाजात आणि एकूणच संपूर्ण जगात. तेव्हा तुम्हाला जाणवेल की, तुम्हीही इथे महत्त्वाचे आहात आणि हे जे काही जग आहे किंवा त्याहूनही जे काही भव्य आहे, त्याविषयी तुमचे काहीही विचार व धारणा असल्या तरी तुम्हाला त्या रहस्याची व प्रेमाच्या शक्तीची जाणीव होईल.

ही तुमची व्यक्तिगत स्वरूपाची, तुमचे आयुष्य व तुमच्या सकारात्मक सामर्थ्याची हकिगत होय. हा भावनिक, मानसिक व आध्यात्मिक शक्तीचा संयोग तुमच्यासाठी अद्वितीय आहे, जो तुम्हाला आधार देतो आणि तुमच्यातील नैसर्गिक क्षमता, तुमचे व्यक्तिमत्त्व आणि तुमच्यातील अंगभूत सौंदर्य यांच्या माध्यमातून आनंदाच्या सर्व छटा तुमच्यासमोर उलगडतो.

मला तुम्हाला केवळ सकारात्मकतेतील आनंदच दाखवायचा नाही, तर सर्व प्रकारे तुम्ही त्याचा स्वतः अनुभव घ्यावा, अशी माझी इच्छा आहे. तुम्हाला प्रत्येक प्रकरणातून- कदाचित प्रत्येक पानामधून असे काही आढळेल, जे तुमच्याशी प्रत्यक्ष संवाद साधेल. तुम्ही ते संपूर्ण वाचू शकाल किंवा कोठूनही वाचू शकाल. मला असे आढळले की, जी पुस्तके माझ्यासाठी मार्गदर्शक ठरली आहेत, ती मला कोणत्याही पानापासून माहिती देऊ शकतात आणि अनपेक्षितरीत्या किंवा कुणास ठाऊक आपल्याला जे अद्याप माहीत नाही त्याकडे आपण आकर्षित झालो असू- अशा माझ्या आयुष्यातील नेमक्या त्या क्षणी खूप उपयोगाचे व सकारात्मक असे काही तरी गवसते. मला आशा वाटते की, या पुस्तकामुळे तुमच्या बाबतीतही तसेच होईल. ज्या उत्कटतेने व कळकळीने मी हे पुस्तक लिहीत आहे, त्यातील ऊर्जा आणि प्रेम तुम्हाला जाणवेल व ते तुमच्यापर्यंत पोहोचेल, अशी मी आशा करते.

हे पुस्तक वाचणाऱ्या कोणलाही जर असे वाटत असेल की, त्याच्या आयुष्यातून आशारूपी प्रकाश निघून गेला आहे किंवा मंदावला आहे, त्यांच्यासाठी मी आशा करते की या प्रेरणादायी पुस्तकाच्या माध्यमातून आशारूपी प्रकाशाची किरणे त्यांच्यापर्यंत पोहोचतील. माझ्या बाबतीत असे कित्येकदा घडले आहे. मला तुमच्याविषयी सहानुभूती वाटते व तुम्ही सकारात्मकतेचे अस्तित्व जसे समजून घ्याल, तसा मी तुमचा उत्साह वाढवणार आहे. तुमच्यापैकी जे लोक आधीच खूप सकारात्मक आहेत व आयुष्याचा आनंद घेत आहेत, त्यांच्याबाबत मी अशी आशा करते की, ते या आनंदाचा पूर्णपणे अनुभव घेतील व या चमत्काराची सातत्याने पुनरावृत्ती करतील.

आपण सर्वांनीच चमकावे, ही माझी इच्छा आहे. मेरियन विल्यम्स यांनी लिहिल्याप्रमाणे व नेल्सन मंडेलांनी ज्याची पुनरावृत्ती केली आहे त्याप्रमाणे, ‘आपण सर्वांनी चमकावे, हीच आपल्याकडून अपेक्षा आहे.’

सकारात्मक राहण्याने आपल्याला नेमके तेच करता येते. चला, तर त्याची सुरुवात करू या.

तुमच्यामध्ये अनेक क्षमता व प्रेमाचे साठे दडलेले आहेत. त्यांचा पुरेपूर वापर करा व तुमचे आयुष्य व हे जग यांना केवळ सुरेखच नव्हे, तर एक आनंददायी, सुंदर व सकारात्मकरीत्या अद्भुत अशी जागा बनवू या.

तुमच्या स्वतःच्या पद्धतीने चमका!

अनुक्रमणिका

१

दृष्टिकोन!

या प्रकरणात तुम्ही सकारात्मकतेला जेव्हा आपलेसे कराल तेव्हा तुम्ही :

- *सकारात्मक दृष्टिकोन निवडण्याच्या तुमच्या क्षमता ओळखाल.*
- *एका सर्वसमावेशक व स्वच्छ दृष्टिकोनातून तुम्ही तुमचे संबंध व त्याविषयीची समज यांचा विकास कराल.*
- *तुमची सकारात्मकता दर्शवण्यासाठी आणि वाढवण्यासाठी तुम्ही तुमच्या देहबोलीचा वापर कराल.*
- *एखाद्या प्रसंगी तटस्थ राहायचे की सक्रिय बनायचे, हा निर्णय तुम्ही सकारात्मकरीत्या घ्याल.*
- *तुमच्या सळसळत्या उत्साहाने तुम्ही स्वतःच्या व इतरांच्या आयुष्यांना स्पर्श कराल.*
- *सकारात्मकतेला तुम्ही स्वतःचा मार्गदर्शक बनवाल.*
- *दररोजचे छोटे-मोठे आनंद तुम्ही साजरे करू शकाल.*
- *तुमच्या व्यक्तिगत दृष्टिकोनातील घटकांचा तुम्ही आढावा घ्याल.*
- *तुमच्या ऊर्जेला चालना देऊन त्या ऊर्जेला तुम्ही इतरांच्या पातळीपर्यंत न्याल.*
- *तुम्ही तुमच्या कामावर प्रेम कराल.*
- *अपयशाचे रूपांतर तुम्ही यशामध्ये कराल.*
- *इतरांच्या नकारात्मकतेला तुम्ही विरोध कराल.*
- *तुम्ही तुमच्या आयुष्याचा प्रवास मोकळ्या मनाने, सकारात्मकतेने कराल व सौंदर्य, आश्चर्य व प्रेम यांच्याप्रती तुम्ही नेहमीच जागरूक राहाल.*

सर्वच गोष्टींची सुरुवात एका सकारात्मक दृष्टिकोनाने होते. सकारात्मक विचार

करा व एका क्षणात तुम्हाला सकारात्मक वाटू लागते. आनंदी दृष्टिकोन व भरपूर चैतन्य यासाठी सकारात्मक दृष्टिकोन ही एक मोठी प्रेरक शक्ती असते. त्यामुळे आयुष्याचा एक नवा मार्ग तुमच्यासाठी खुला होतो, अशी एक पद्धत तुम्हाला माहीत होते; जी तुमच्यासाठी योग्य असू शकते. तुमचे व्यक्तिमत्त्व भले कोणत्याही प्रकारचे का असेना, सकारात्मकता तुमच्या व्यक्तिमत्त्वाला पूरकच ठरते. तुम्ही ठरवाल तेवढे तुमचे आयुष्य शांतही असू शकते किंवा तुमची इच्छा असेल तर ते खूपच व्यस्त व कटकटीचेही असू शकते; ते सर्वस्वी तुमच्यावर अवलंबून आहे.

कितीही निराशाजनक परिस्थिती असली तरीही तुमच्यासाठी सकारात्मकता नेहमीच असते. जेव्हा तुम्ही सकारात्मक दृष्टिकोन स्वीकारता, तेव्हा तुम्ही सर्व प्रकारच्या सकारात्मक बाबींना तुमच्या आयुष्यात निमंत्रित करता. त्या वेळेला सुखकारक वाटणाऱ्या प्रेम, समाधान व आशावाद यांसारख्या भावना तुम्हाला विशेषत्वाने व अधिक सखोलरीत्या जाणवतात. तसेच तुम्हाला हेसुद्धा जाणवते की, ज्या गोष्टी करण्याची व त्यांना तुमच्या आयुष्याचा एक भाग बनवण्याची तुम्हाला नेहमीच इच्छा होती, त्यांपैकी अनेक गोष्टी आता तुम्ही करू शकाल. थोडक्यात काय, तर तुम्ही तुमचे काम व तुमचा फुरसतीचा वेळ, अशा दोहोंचा आनंद घ्याल. या सर्वांचा पुष्कळसा संबंध चैतन्याशी आहे. सकारात्मकतेमध्ये स्वतःची अशी एक अंतर्भूत शक्ती असते व सकारात्मक दृष्टिकोन बाळगून तुम्ही त्या चैतन्याला स्वतःमध्ये प्रवाहित करत असता आणि स्वतःच्या उत्साहाला ताजेतवाने ठेवत असता.

सकारात्मक दृष्टिकोन ही एक प्रखर, उत्साहवर्धक प्रेमळपणा व तेज यांनी भरलेली शक्ती असते व प्रत्येक दिवसाच्या प्रत्येक क्षणाला ती तुमची जीवनपद्धती असू शकते.

सकारात्मक दृष्टिकोन निवडा

आपण जे काही करू ते सकारात्मकरीत्या करण्याचे आपण ठरवू शकतो. आपल्याबाबत काहीही झाले तरीही, त्याला शक्य तेवढ्या सकारात्मकरीत्या प्रतिसाद देणे आपल्या हातात असते. सकारात्मक राहाणे ही अस्तित्वाची अशी अवस्था होय, ज्यामुळे आपल्या व्यक्तिमत्त्वातून शक्तीचा संचार होतो व आपल्याला आपले आयुष्य पूर्णत्वाने जगता येते.

सकारात्मक दृष्टिकोन अंगीकारल्याने आपल्या आयुष्यावर असाधारण असा अनुकूल प्रभाव पडतो. त्यासाठी आपल्या दृष्टिकोनामध्ये केवळ थोडासा बदल

घडवावा लागतो. अशी एक छोटीशी झेप, जी प्रत्येक वेळेला चांगली वाटते व तुम्ही जसजसा अधिक सराव कराल, तसतशी ती झेप अधिकाधिक सोपी वाटते.

आपण आपल्या आयुष्यातील प्रत्येक अनुभवाला भावनिकरीत्या, तार्किकदृष्ट्या प्रतिसाद देतो व या दोहोंचे प्रतिबिंब उमटेल अशा रीतीने आपण वागतो. आयुष्याच्या पहिल्या दिवसापासून आपल्या प्रतिक्रिया या आपल्या पालकांकडून व काळजी घेणाऱ्या इतर व्यक्तींकडून नियंत्रित केल्या जातात. त्यांना जे चांगले वा वाईट; सुरक्षित किंवा धोकादायक वाटते, ते आपण त्यांच्याकडून शिकतो. आपल्यापैकी बहुतांश जण बालपणीच हे शिकतात की स्मितहास्य करणे, हसणे व आयुष्याचा आनंद घेणे हे योग्य आहे. या सर्वच गोष्टी आपल्याला नैसर्गिकरीत्या जमतात. एखादे लहान मूल किंवा बालक याच्या तोंडून निघणाऱ्या स्मितहास्याचा विचार करा- जगातील सर्वाधिक विस्मयकारी अशा चांगल्या आवाजांपैकी व दृश्यांपैकी ते एक होय- केवळ आनंदस्वरूप!

अर्थात, एक प्रौढ या नात्याने सकारात्मक मनःस्थिती असणे, हीसुद्धा एक खूप मोठी गोष्ट असते व जर आपण आपले संपूर्ण आयुष्य सकारात्मकरीत्या जगण्याचे ठरवले तर ती तशीच असेल. आपल्या मार्गावरील प्रत्येक पाऊल हे सकारात्मक असेल. ही निवड आपण करू शकतो. लहान मुले सहजगत्या जशी निवड करतात तशीच आपणही करू शकतो.

आपल्याला या आयुष्यरूपी शाळेत पुष्कळ वेळा नकारात्मक बनण्याचे वा वागण्याचे शिक्षण मिळाले असेल. काही जणांना दुर्दैवाने सर्वच वेळ केवळ असेच शिक्षण मिळाले असेल, तरी ते इथे फारसे महत्त्वाचे नाही. याचे कारण हे आहे की, आता तुम्ही स्वतःच तुमच्या आयुष्याचे महत्त्वाचे हितचिंतक, प्रेरणा, गुरू, मार्गदर्शक आहात. त्यासाठी तुम्ही कोणाचे अनुकरण करण्याची गरज नाही. कारण की, कशा रीतीने प्रतिक्रिया द्यावी, वागावे व विचार करावा याविषयी निवड करण्याचे स्वातंत्र्य तुमच्याकडे आहे. तुमच्याबाबत जे काही घडते त्याकडे पाहण्याचा दृष्टिकोन तुम्ही ठरवू शकता. तुम्ही पुन्हा एकदा सकारात्मकतेला तुमच्या अस्तित्वाची सहजप्रवृत्ती बनवू शकता. सकारात्मक दृष्टिकोन बाळगणे, हा निवडीचा निर्विवाद अधिकार आहे. त्यामुळे तुमची व्यक्तिगत शक्ती प्रवाहित होईल व तुमच्या आयुष्यात आनंद येईल, जो तुमच्या आयुष्याला प्रकाशाने व्यापून टाकेल.

अर्थात एखादा मुखवटा घालून वावरणे किंवा तुम्ही जे नाहीत त्याचे ढोंग करणे म्हणजे सकारात्मक वागणे नव्हे. एखाद्या गोष्टीचा आपल्यावर पडणारा भावनिक प्रभाव नोंदवण्याची व आपल्या वागणुकीमध्ये आवश्यक बदल करण्याची क्षमता आपणा सर्वांमध्येच असते. केवळ ही गोष्ट जाणून घेणे, हीच आपल्याला

सक्षम करणारी मोठी गोष्ट आहे. याचे कारण असे की, जर तुम्ही सकारात्मकरीत्या वागण्याचे ठरवले असेल, तर तुम्हाला आपोआपच अधिक सकारात्मक वाटेल.

या गोष्टीची जाणीव होण्यासाठी केवळ एक क्षणभरच थांबा- तुम्हाला यानंतर नकारात्मक गोष्टींच्या आक्रमकपणाला बळी पडावे लागणार नाही व तर्कनिष्ठरीत्या राहण्याची शक्ती व तुमचे संतुलन नियंत्रणात ठेवण्याची ताकद तुमच्याकडे असेल.

सकारात्मकतेमुळे तुम्हाला तुमच्यातील शक्तीच्या व राखीव सामर्थ्याच्या साठ्यांपर्यंत पोहोचता येते. ते साठे नेहमीच काठोकाठ भरून ठेवता येतात, नेहमी चैतन्यमय स्वरूपात राहता येते आणि हेच तर प्रेम व समाधानाची शाश्वती देणारे जीवन आहे.

सकारात्मकता व त्याच्या हातात हात घालून असलेले समाधान यांना काही जण एखाद्या पवित्र भांड्यासारखे समजतात- अशी गोष्ट ज्याच्या शोधात तुम्ही तुमचे संपूर्ण आयुष्य घालवू शकाल व तरीही तुम्ही ती गोष्ट क्वचितच मिळवू शकाल. पण सकारात्मकता ही काही हातातून निसटून जाणारी गोष्ट नव्हे. सकारात्मकता तर थेट तुमच्यासमोर या क्षणीही आहे व नेहमीच राहील. प्रत्येक क्षणामध्ये ती तुमच्या निवडीची बाब असेल. अर्थात, सकारात्मक राहणे हे आव्हानात्मकही आहे; कारण की त्यासाठी तुमचे लक्ष व निर्धारही हवा. ती बाब खूपच उत्कंठावर्धकही आहे, कारण त्यामुळे सर्व प्रकारच्या संभाव्य संधींचे दरवाजे उघडतात, आधी शोध न घेतलेल्या क्षमता दिसतात व जो चांगुलपणा व तुमच्या सभोवतालचे सर्व प्रकारचे प्रेम ज्याची तुम्हाला कदाचित आधी जाणीव नसेल, त्याची तुम्हाला नव्याने जाणीव होते. परंतु सकारात्मक राहणे अवघड नाही. खरे सांगायचे झाल्यास एकदा का तुम्हाला सकारात्मक विचार करण्याची सवय लागली की, नकारात्मक दृष्टिकोन बाळगण्यापेक्षा ते खूपच सोपे वाटते. तुम्ही सकारात्मक दृष्टिकोन निवडू शकता, हे जाणण्याच्या पाच पायऱ्या आहेत :

१) कसे वागावे याचे स्वातंत्र्य तुमच्याजवळ आहे हे लक्षात ठेवा.
२) विचारांना थोडा विराम द्या.
३) खोलवर व दीर्घ श्वास घ्या.
४) स्वतःला विचारा : मी यावर कशी प्रतिक्रिया व्यक्त करणार आहे? या बाबतीतील सकारात्मक दृष्टिकोन कोणता आहे?
५) आता स्वतःला विचारा : पुढे जाण्याचा सकारात्मक मार्ग कोणता आहे?

अनेक वर्षांपासून नकारात्मक विचार करणे, हीच एक योग्य आणि संभाव्य शक्यता आपल्याला माहिती होती. अशा वेळी सकारात्मकरीत्या विचार करताना

तुम्ही कशी प्रतिक्रिया व्यक्त करावी, याचे स्वातंत्र्य तुमच्याकडे आहे, ही एक मोठी आव्हानात्मक बाब लक्षात घेण्याजोगी आहे. इतर गोष्टी सहजपणेच घडतात. या सर्वच गोष्टींनी तुमच्या मनात एक सुखद भावना निर्माण होते, याचे कारण तुमच्या आयुष्यावर तुमचा ताबा असणे, तुमचे अस्तित्व व तुमची सकारात्मकता यामध्येच मुळात समाधान दडलेले असते.

सद्य परिस्थितीत जर घटना तुमच्या मनाप्रमाणे घडत नसतील किंवा त्या घटना निराशाजनक वाटत असतील, तरीही सकारात्मक दृष्टिकोन अंगीकारल्याने तुम्हाला परिस्थितीशी जुळवून घेणे सोपे जाईल, ज्यामुळे तुम्हाला आयुष्य अधिक चांगले वाटेल. मात्र ती प्रक्रिया तिथेच थांबत नाही. सकारात्मकरीत्या विचार करण्याचा प्रभाव तुमच्या मनःस्थितीवर, तुमच्या वागण्यावर, गोष्टींकडे तुम्ही ज्या दृष्टिकोनातून पाहून बोलता व कृती करता, या सर्वच गोष्टींवर पडेल. याचा प्रभाव इतर लोकांवर व तुमच्या आसपासच्या जगावर- अगदी या क्षणीसुद्धा होऊ शकतो. तुम्हाला जी उभारी यातून मिळणार आहे, त्याचा अनुभव घेण्यासाठी व घटनांना तुमच्या बाजूने प्रभावित करण्यासाठी तुम्हाला केवळ प्रयत्न करण्याची गरज असते.

महत्त्वाची गोष्ट ही आहे की, सकारात्मकतेमधील शक्तीचा तुम्ही अनुभव घेऊ शकाल, तिला पाहू शकाल, तिचा वापर करू शकाल व स्वतःसाठी तुम्ही त्या शक्तीला दिमाखाने व आनंदाने, अगदी या क्षणी शोधू शकाल.

जर तुम्हाला आयुष्यात काही प्रमाणात संघर्षाचा सामना करावा लागत असेल, आयुष्य उघडपणे निराशाजनक किंवा तुम्हाला अपेक्षित असेल तेवढ्या प्रमाणात गमतीशीर वाटत नसेल, अशा परिस्थितीत तुम्हाला सकारात्मकता ही एखाद्या रहस्यभेदासारखी वाटेल. सकारात्मकरीत्या विचार करण्याने तुमची व्यक्तिगत ऊर्जा वरील सर्व नकारात्मक गोष्टींवर मात करेल व तुमच्या आयुष्याचे रूपांतर एका चांगल्या, उत्कंठावर्धक, अधिक आरामशीर व अनेक लक्षवेधक संधींमध्ये होईल, ही कल्पनाच मुळात पुष्कळ लोकांसाठी विस्मयकारक असेल. खरे सांगायचे झाल्यास, ही शक्ती ज्या रीतीने काम करते, ती पद्धत मला अजूनही अचंब्यात पाडते. आपली व्यक्तिगत शक्ती नेहमीच अस्तित्वात असते व आपल्यातील काही अंशच आयुष्याच्या सुखदायी अनुभवाला पुनरुज्जीवित करताना आपल्या दैनंदिन अडचणींशी जुळवून घेण्यात आपल्याला मदत करत असतो. केवळ सकारात्मक दृष्टिकोन स्वीकारून आपण ही शक्ती प्रवाहित करतो व ती शक्ती आपल्या संपूर्ण आयुष्यात संचार करते.

नीट स्मरणात राहाव्यात म्हणून, तुमची दृष्टी जिथे वारंवार पडते तिथे पुढील काही गोष्टी लिहून ठेवा –

✓ सकारात्मक दृष्टिकोन स्वीकारण्याची क्षमता माझ्यामध्ये अंगभूतच आहे.

✓ सकारात्मकतेमुळे विधायकरीत्या वागणे सरळ-सोपे होते.

✓ मी माझी सकारात्मक ऊर्जा ओळखू शकतो, जिचा मी वापर करू शकतो व जिचा उपयोग मी माझे आयुष्य प्रकाशाने उजळून टाकण्यासाठी करू शकतो.

तुम्ही जी ऊर्जा निर्माण कराल, मग ती भलेही शांत असो वा उत्तेजित स्वरूपाची, खालच्या पातळीवरील, समाधानी वा उत्कट- तुम्ही जे काही कराल- तुमचे काम, नातेसंबंध, जीवनशैली व तुमचा फुरसतीचा वेळ त्या सर्वांना ती ऊर्जा प्रभावित करते. परिणामस्वरूप सर्वच गोष्टी अधिक आनंददायक बनतात किंवा जर तुम्ही वाईट काळातून चालला असाल तर तो तुमचा काळ किमान काही अंशी सुसह्य होईल.

जर तुम्हाला निराश वाटत असेल तर तुमच्या शक्तीला चालना देण्यासाठी व तुमच्या समाधानाच्या पातळीला पंख देण्यासाठी सकारात्मक राहण्याच्या अनेक पद्धती आहेत. या रस्त्यावर तुमचे आयुष्य अधिक सकारात्मक करण्याच्या व तुम्ही जसे आहात त्यामध्ये सुधारणा करण्याच्या तुमच्या स्वतःच्या अशा इतरही पद्धती तुम्हाला आढळतील. या सर्व पद्धती सकारात्मक दृष्टिकोनाला आपलेसे करण्याच्या प्रबळ इच्छेवर आधारित आहेत.

तुमचा आताचा अंगवळणी पडलेला दृष्टिकोन बदलून पाहा

सकारात्मक दृष्टिकोन अंगीकारणे एकदा का तुमच्या अंगवळणी पडले की, मग तुम्ही बघाल की इतर कौशल्यासारखे सकारात्मक विचार करणेसुद्धा सुखदरीत्या व सहजपणे तुमच्या सवयीचा एक भाग बनेल. तुम्ही वाचायला कधी शिकलात ते तुम्हाला आठवते काय? सर्वप्रथम तुम्हाला मुळाक्षरांशी झगडावे लागायचे. नंतर तुम्हाला अचानक कळले की तुम्ही शब्दही एकत्रितपणे वाचू शकता व त्यानंतर लवकरच तुम्ही वाक्ये वाचू लागलात आणि त्यानंतर अर्थ समजण्यासाठी तुम्हाला चित्राकडे पाहण्याची गरजच उरली नाही. काही काळासाठी तुम्ही मोठ्याने वाचण्याचा सराव केलात व नंतर तुम्हाला आढळले की, तुम्हाला मोठ्याने वाचण्याची गरज नाही; तुम्ही मनातल्या मनात वाचायला शिकला आहात.

सकारात्मक विचार करण्याची सवय तुम्हाला नवी असेल तर तीसुद्धा (वर दिलेल्या वाचण्याच्या सवयीसारखी) त्याच पद्धतीने आत्मसात केली जाते. फक्त फरक एवढाच आहे की, या वेळी तुम्हाला एका नव्या मुळाक्षराशी व भाषेशी झगडावे लागणार नाही, तर तुम्ही अगदी आत्ता- या क्षणी 'हो, मी सकारात्मक विचार करण्याचा प्रयत्न करणार आहे, यात गमावण्यासारखे काय आहे?' असे

म्हणूनही सुरुवात करू शकता. त्यानंतर कोणत्याही प्रकारचा अविश्वास तुमच्या मनात असेल तर तो उडवून लावा व त्या प्रवाहासोबत वाहत जा. तुमच्या मनःस्थितीला अधिक सकारात्मक करण्याची तयारी दाखवून या संपूर्ण प्रक्रियेचा आनंद घ्या.

आयुष्यातील अडचणी व समस्यांवर मात करण्यात तुम्हाला मदत करण्यामध्ये सकारात्मक दृष्टिकोन हा एक उत्कृष्ट सोबती आहे, ज्याची जबरदस्त ऊर्जा ही नेहमीच तुमच्यापाशी असेल. जेव्हा आयुष्यात फारसे काही घडत नसते, तेव्हा सकारात्मकता तुम्हाला आनंदी राहण्याची व जीवनाचा आनंद घेण्याची आठवण करून देते. जेव्हा सर्व काही खऱ्या अर्थी चांगले चाललेले असते, तेव्हा आनंदाची सर्वोच्च पातळी गाठण्यात तुम्हाला सकारात्मकतेची मदत होते आणि सकारात्मकतेचे हे स्वरूप मुळातच आनंददायी व आकर्षक आहे. तुम्ही त्याचा जेवढा अधिक सराव कराल, तेवढेच त्याचे स्वरूप तुम्हाला अधिक मनोहारी व मोहित करणारे वाटेल. कोणीतरी एके दिवशी टोमणा मारला की सकारात्मकता ही चॉकलेटसारखी व्यसनात पडणारी गोष्ट आहे; कारण त्यामुळे तुम्हाला खूऽऽपच चांगले वाटते. ते ऐकून मला हसायला आले व ते खरेही आहे!

संबंध सुधारा

एकमेकांसोबत चांगले जमते, अशा शांत लोकांसोबत तुम्ही असता तेव्हा छान वाटते, नाही का? खरे तर याचा संबंध सकारात्मकतेशी आहे व आपल्या विविध संबंधांमध्ये; म्हणजेच व्यक्तिगत, सामाजिक, कामाच्या ठिकाणी सकारात्मक दृष्टिकोन बाळगण्याचा उपाय म्हणजे एक संतुलित व स्पष्ट असा दृष्टिकोन बाळगणे, हा होय!

आपणापैकी बहुतांश जण एखादी गोष्ट बहुतांश वेळा स्वच्छपणे पाहू शकत नाहीत. आपले किंवा इतरांचे व्यवस्थित चाललेले नाही, असे आपल्याला वाटते. खऱ्या किंवा काल्पनिक अशा अपमानावर आपण एक तर पेटून उठतो किंवा मनातल्या मनात कुढत बसतो. आपल्या हातून काही गोंधळ झाला असल्यास किंवा आपण तसा गोंधळ घातला आहे असे कोणाकडून दर्शवले गेल्यास, आपण एकतर नैराश्याच्या भावनेमध्ये बुडून जातो किंवा स्वतःला कमी लेखतो. आपले प्रियजन किंवा इतर यांच्यावर लपूनछपून टीका करण्यातून आपण त्यांच्यावर छुपे वार करण्यात निष्णात बनतो. तेव्हा आपल्याला ही जाणीव पूर्णपणे असते की, आपण त्यांच्यावर अन्याय करत आहोत. आपण उघडपणे व आक्रमकरीत्या केलेले अपमानही तेवढेच घातक असतात, जेव्हा आपण परिस्थितीकडे योग्य दृष्टिकोनातून पाहत नसतो- आपण अन्याय करणारे असो वा अन्यायाला बळी पडलेले असो-

तेव्हा आपण ते लपवण्याचा भले कितीही प्रयत्न केला तरी नकारात्मक दृष्टिकोन आपण पूर्णतः अंगीकारलेला असतो.

एक विपर्यस्त नकारात्मक दृष्टिकोन हा व्यक्तिगत सकारात्मक सामर्थ्याचा सर्वांत मोठा एकमेव शत्रू आहे. असा नकारात्मक दृष्टिकोन सकारात्मक दृष्टिकोनाला संपूर्णपणे उद्ध्वस्त करू शकतो किंवा एका क्षणात, दीर्घ संघर्षामध्ये त्याला नाहीसे करू शकतो.

स्वतःच्या किंवा इतरांच्या नकारात्मक दृष्टिकोनाला यापुढे बळी न पडण्याचा निर्णय घेऊन तुम्ही अगदी या क्षणापासून तुमच्या आयुष्याप्रती सकारात्मक दृष्टिकोन अंगीकारू शकता. पुढे दिलेल्या दृष्टिकोन चाचणीच्या आधारे प्रयत्न करून पाहा :

या क्षणी तुमची अधोगती करणाऱ्या एखाद्या गोष्टीचा विचार करा; काहीतरी फुटकळ किंवा महत्त्वाचे असे ते काहीही असू शकेल. आता स्वतःला काही प्रश्न विचारा –

- मी या बाबतीत विसंगत वागतो आहे का?
- माझ्यावर किंवा परिस्थितीवर एखाद्या व्यक्तीचा नकारात्मक प्रभाव आहे का?
- मी स्वतःला फसवत आहे का? किंवा इतर लोक मला फसवत आहेत का?
- विश्वाच्या या अफाट पसाऱ्यामध्ये ही गोष्ट खरेच महत्त्वाची आहे का?
- एखादा दिवस, आठवडा, महिना किंवा एखादे वर्ष यानंतर ही गोष्ट तेवढीच महत्त्वाची असेल का?

तुमच्या उत्तराविषयी विचार करा, नंतर पुढीलप्रमाणे करा-

- ✓ तुम्ही त्या समस्येबद्दल टोकाचा विचार करत आहात का, ते पाहा.
- ✓ मानसिकदृष्ट्या त्यापासून दूर जा, जेणेकरून तुम्ही त्या बाबीकडे व्यवस्थित पाहू शकाल.
- ✓ त्या प्रश्नाकडे सर्व दृष्टिकोनांतून पाहा व प्रत्येक वेळी त्यामुळे त्या प्रश्नाबाबतचे तुमचे विचार बदलतात का, ते पाहा.
- ✓ तुमचे कोणते दृष्टिकोन सर्वाधिक योग्य आहेत किंवा सद्य परिस्थितीत तडजोड करण्याची आवश्यकता आहे का, ते स्वतःला विचारा.
- ✓ आता स्वतःला विचारा- पुढे जाण्यासाठी योग्य व सकारात्मक पाऊल कोणते असेल?

आता तुम्हाला कसे वाटते आहे, ते पाहा. मोकळे झाल्यासारखे, उत्तम वाटते

आहे ना? छान, जर तुम्हाला अजूनही निराश किंवा परिस्थितीबद्दल आपण अगतिक असल्याचे वाटत असेल तर तेसुद्धा ठीकच आहे; कारण की नव्या सवयीला सरावाची आवश्यकता असते. 'होय, ते पटण्यासारखे आहे व त्यामुळे मला चांगले वाटत आहे. आता मी त्याचा जरूर विचार करेन,' असा विचार करून सकारात्मक विचारांना चालना द्या.

एक स्पष्ट, व्यापक दृष्टिकोन आणि एक सकारात्मक दृष्टिकोन यांच्या एकत्रीकरणातून तुम्हाला सर्व प्रकारच्या परिस्थितीशी विधायकरीत्या सामना करण्याचा एक अत्यंत प्रभावी मार्ग सापडतो. सोबतच तुम्ही या बाबतीत किती समर्थ आहात ते तुम्ही ओळखता, तसेच संदर्भहीन भीती व दडपण अशा कोणत्याही भावनेपासून तुम्ही मुक्त राहू शकता.

आता तुम्ही त्या परिस्थितीच्या अगदी केंद्रस्थानी असून, तुमच्याकडे स्पष्ट असा सर्वसमावेशक दृष्टिकोन आहे व परिस्थिती हाताळण्यासाठी जर काही करण्यासारखे असेल तर ते तुम्ही आता ठरवू शकता. पुष्कळदा असेही होते की, परिस्थितीकडे केवळ योग्य दृष्टिकोनातून पाहिल्यानंतर तुम्हाला जाणीव होते की, खरे तर काहीच करण्याची आवश्यकता नाही. तुमच्या सहभागाशिवाय सर्व काही ठीक होईल किंवा कदाचित तुम्ही त्यामध्ये न पडता अगदी शांत राहिलात तर लवकरच सर्व काही पूर्ववत होईल. याउलट, जर काही करणे आवश्यक असल्याचे तुमच्या लक्षात आले, तर नेमका सर्वोत्तम मार्ग कोणता आहे, ते तुम्हाला तुमच्या संतुलित स्थितीमुळे कळेल.

परिस्थितीचा तुम्हाला संतुलित व योग्य अंदाज आहे, त्याविषयी समाधान बाळगा. परिस्थितीकडे स्वच्छ दृष्टिकोनातून पाहिल्यामुळे तुम्हाला चांगले वाटेल. सद्य परिस्थितीत जाणीवपूर्वकरीत्या सकारात्मक दृष्टिकोन अंगीकारल्याने सध्या जे सर्वोत्तम शक्य आहे व परिस्थिती हाताळण्याचा जो सर्वोत्तम मार्ग तुम्हाला ज्ञात आहे, तोच तुम्ही हाताळत आहात या जाणिवेने तुमच्या मनामध्ये आत्मविश्वास निर्माण होईल.

स्पष्टपणे सांगायचे झाल्यास परिस्थितीचा सकारात्मक व संतुलित आढावा घेतल्यामुळे, सर्वप्रथम आपल्याला त्या अतार्किक भावना बाजूला ठेवता येतात, ज्यांच्यामुळे आपल्याला पुष्कळदा नकारात्मक किंवा खूपच दुःखी वाटत असते. यामुळे परिस्थिती व्यवस्थितरीत्या हाताळण्यासाठी योग्य प्रतिक्रियांना दिशा देणे आपल्याला शक्य होते.

अशा सकारात्मक रीतीने परिस्थितीकडे पाहिल्यामुळे घटनांकडे आपण कसे पाहतो व घटनांचा कसा अर्थ काढतो- भलेही त्या आपल्या आयुष्यातील किरकोळ गोष्टी असोत वा मोठ्या घटना- त्याकडे बघण्याची आपली दृष्टी बदलते. त्यामुळे

सकारात्मक राहणे व विचार करणे हे सोपे, तसेच सरळ बनते व ज्यामुळे आपल्याला विशेष वाटेल तो हा भाग आहे- त्यामुळे सकारात्मक ऊर्जेचा प्रवाह सुरू होतो- स्वतःची व इतरांची प्रगती करण्यासाठी, चांगले व प्रभावीपणे वागण्यासाठी, खऱ्या अर्थी आयुष्य जगण्यासाठी व आयुष्यावर पूर्णपणे प्रेम करण्यासाठी तुमच्या व्यक्तिगत शक्तीचा वापर होतो.

आपल्याकडे असलेल्या आणखी एका क्षमतेमुळे आपल्याला एखादा दृष्टिकोन चांगल्या रीतीने समजून घेता येतो व ती क्षमता म्हणजे स्पष्ट दृष्टिकोन. यामध्ये परिस्थितीची उमज, जाणीव, विवेकबुद्धी व महत्त्वाचे म्हणजे संवेदनशीलता यांचा समावेश होतो. आपण सर्वांनी या गोष्टी अमलात आणल्या तर आपण हे जग कसे बदलू शकतो, त्याचा विचार करा. मात्र त्याची सुरुवात स्वतःपासून करा व त्याबाबत स्वतः निष्णात बना. पुष्कळदा असे होते की, आपण एखाद्या परिस्थितीत अडकलेलो असतो व परिस्थिती योग्य रीतीने समजून घेण्याअगोदरच आपण तत्काळ प्रतिक्रिया व्यक्त करतो. सर्व प्रकारच्या परिस्थितींमध्ये नेहमी असेच घडते. मी ज्या महिलेला मार्गदर्शन करत होते, त्या घटनेतील नातेसंबंधांचे उदाहरण मी पुढे देत आहे.

ती महिला तिच्या मित्राकडे जेवणासाठी गेली होती. त्याने तिच्याकडे पाहून तिची दखल घेतली, तेव्हा तिच्या बाबतीत त्याच्या वागण्यामध्ये तिला काहीसा थंडपणा जाणवला. या तुटक वागण्याचा संबंध स्वतःशीच आहे, असे वाटून तिला अचानक काळजी वाटू लागली. त्याच्या वाढत्या तुटकपणाच्या वागण्याकडे दुर्लक्ष करण्याचा बनाव करून तिने त्याला आपल्या बाजूने वळवण्याचा प्रयत्न केला, त्याच वेळी ती त्याला शांत करण्याचाही आटोकाट प्रयत्न करत होती. परंतु त्याने एक उपहासात्मक शेरा मारल्यानंतर मात्र तिला त्यातले काहीतरी खटकले व ती गप्प झाली. तिच्यातला हा बदल त्याला जाणवला व तो तिच्याशी खरेच खूपच चांगला वागू लागला. शेवटी तर तिच्याशी प्रणय करण्याचाही त्याने प्रयत्न केला. त्या वेळी तिने माघार घेतली व त्याच्या वागणुकीबाबत तिने पुढील शब्दांत त्याला जाब विचारला, "तू माझ्याशी अत्यंत वाईट रीतीने वागत आहेस. अशा परिस्थितीत मी तुझ्याशी प्रेमभावनेने वागावे अशी अपेक्षा तू कसा काय ठेवू शकतोस?" त्यावर तो म्हणाला की तो तिच्याशी वाईट वागत नव्हता, तर तिने केवळ तशी कल्पना केली होती. तेव्हा त्याचा निरोप घेऊन भावनाशून्य अवस्थेत ती तिथून निघून गेली.

आम्ही जेव्हा झाल्या प्रकाराची सविस्तर चर्चा केली तेव्हा त्या प्रसंगात घाबरून जाऊन व अतिसंवेदनशीलतेने ती जे वागली होती, त्याऐवजी तिने सकारात्मक दृष्टिकोन ठेवला असता तर ती कशी वागली असती, याविषयी आम्ही विचार केला.

तिच्या प्रियकराच्या मनःस्थितीचा तिच्याशी काहीच संबंध नव्हता, हे तिच्या लक्षात आले असते. नकारात्मकता बाजूला ठेवून नंतर तिने त्याच्या कलाने घेतले असते किंवा त्याचे काय बिनसले आहे, हे ती हळुवारपणे व सहानुभूतीने विचारू शकली असती व त्याविषयी बोलण्याबाबत तिने त्याचे मन वळवले असते.

यांपैकी कोणत्याही पद्धतीने वागून तिला स्वतःची टोकाची प्रतिक्रिया टाळता आली असती. तिला हेदेखील जाणवले होते की, तिच्या या टोकाच्या वागण्याचा संबंध त्याच्या वागण्याशी फारसा नव्हता, तर तिच्या पूर्वीच्या प्रियकराच्या चंचल वागणुकीची स्मृती त्यामुळे चाळवली गेली होती.

त्यांनी एकमेकांविषयी जी मते घाईघाईत बनवली होती, त्याविषयी बोलायला आवडेल का, असे तिने नंतर त्याला विचारले. दुर्दैवाने त्याने त्याविषयी बोलण्यास नकार दिला व त्यानंतर त्यांनी त्यांचे नाते संपवले; कारण प्रश्नांविषयी बोलण्यास किंवा नकारात्मक मनःस्थितीशी लढण्यामध्ये तिची मदत घेण्यास तो तयार नव्हता, "आम्ही कुठल्याही रीतीने आमची कोणतीही समस्या सोडवू शकलो नसतो," ती म्हणाली. मला हे सांगण्यास आनंद वाटतो की, तेव्हापासून जो सकारात्मक दृष्टिकोन ती विकसित करत आहे, त्याला तिच्या नव्या जोडीदाराकडून चांगला प्रतिसाद मिळत आहे व त्याचे स्वागतही होत आहे. जर एखाद्या वेळी ती किंवा ते दोघेही हळवे बनले किंवा त्यांच्यामध्ये काही मतभेद जरी झाले तरी तसे का झाले यामागील कारण ते दोघे जाणून घेतात. याविषयी त्यांची उमज, जाणीव व संवेदनशीलता यांचा मेळ घालून केवळ त्यांच्या दोघांच्या संबंधांबद्दलच नव्हे, तर त्यांच्या भूतकाळातील घटनांचा त्यांच्यावर जो परिणाम आहे, त्याचाही विचार ते दोघे एकत्र येऊन करतात.

हे सर्व वेळखाऊ व कठीण वाटते; मात्र खरे तर तसे वाटण्याची गरज नाही. त्याला चांगल्या गृहव्यवस्थापनासारखे समजा. आवश्यक तेव्हा थोड्याशा सकारात्मकतेने याकडे लक्ष दिल्यास सर्व प्रकारचे संबंध सुखद होतात. त्यासाठी तुम्हाला फक्त एवढेच करायचे आहे –

- ✓ पुन्हा एकदा थोडे मागे हटा.
- ✓ संपूर्ण गोष्टीकडे व्यापक दृष्टिकोनातून व संपूर्णत्वाने पाहा.
- ✓ तुमच्या सर्व संवेदना जागरूक असल्याची जाणीव करून घ्या.
- ✓ आता तुम्हाला कसे वाटते व कसे दिसेल?
- ✓ या निरीक्षणातून तुम्हाला जो अर्थबोध होतो त्याचे पुनरवलोकन करा.

तुम्हाला जाणवेल की घाबरण्याची काहीच गरज नाही. तुम्ही स्वतःच स्वतःला

घाबरवले आहे. अशा वेळी तुमच्या अंतःस्फूर्तीला त्या परिस्थितीमध्ये कार्यान्वित करा, सकारात्मकरीत्या विचार करा व स्वतःला पुन्हा विचारा : 'मी काही करण्याची किंवा बोलण्याची खरेच गरज आहे का?' स्वतःशी संवाद साधा (यासाठी केवळ एक क्षणच लागतो) व मग करावयाची योग्य गोष्ट कोणती ते तुम्ही जाणाल. तुमच्या सकारात्मक दृष्टिकोनाने तुम्ही सबळ बनल्यामुळे परिस्थितीला समजून घेण्याची असाधारण क्षमता तुमच्या मनामध्ये येते व वागण्याची सर्वोत्तम पद्धत शोधण्यात तुमचे मन तुम्हाला मदत करते.

परिस्थितीची उमज व परिस्थितीकडे पाहण्याचा दृष्टिकोन या गोष्टी एकत्रितरीत्या तुम्हाला आत्मविश्वास देतात व सकारात्मक ऊर्जेचा प्रवाह तुमच्या अंतरंगातून वाहत असल्याची तुम्हाला जाणीव होते. असे होण्यामागे कदाचित तुमची देहबोली व प्रतिक्रिया या बाबी असतील किंवा ही ऊर्जा इतरांना प्रभावित करत असेल; परंतु सर्वसाधारणपणे तुम्हाला असे जाणवेल की, यामुळे प्रत्येक जण तणावमुक्त होतो व एकूणच सर्व वातावरण खेळीमेळीचे होते.

हे लक्षात आणून देण्यासाठी या परिस्थितीत मी एका क्षणाकरता बदल करू इच्छिते. तुम्ही इतर लोकांसोबत होतात त्या वेळी तुम्हाला नकारात्मक वाटले व त्यामुळे तुम्ही नकारात्मकरीत्या वागलात, असे जेव्हा अगदी अलीकडे घडले होते, त्या परिस्थितीचा विचार करा. तुम्ही उघडपणे काही नकारात्मकच केले असले पाहिजे असेही नाही. उदाहरणार्थ, कदाचित तुम्ही इतरांपासून थोड्या वेळापुरते अलिप्त व सर्व उद्दिष्टांबाबत संपूर्णपणे वेगळे झाला असाल. आता यामुळे जी शृंखला सुरू झाली तिचा विचार करा. त्यांना तुमची नकारात्मकता जाणवली असावी व त्यामुळे ते तुमच्याप्रती नकारात्मक बनले असावेत किंवा कदाचित त्यांना त्यांच्या नकारात्मकतेचा अंदाज बांधता आला नसावा व त्यांना आतून नकारात्मक वाटले असावे. त्यामुळे प्रत्येकाची मनःस्थिती खराब झाली व यामधून तुम्ही स्वतःची अशी प्रतिमा तयार केली की तुम्हाला त्यांच्यासोबत राहायचे नव्हते व कदाचित तुम्हाला ते लोक फारसे आवडले नव्हते. समान गोष्टी परस्परांकडे आकर्षिल्या जातात, त्याप्रमाणे नावड ही नावडीला आकर्षित करते.

ही परिस्थिती याहून वेगळी कशी असू शकली असती, याचा विचार करा. तुम्ही जर सकारात्मक मनःस्थितीत राहिला असतात व सर्वोत्तम काय आहे याचा विचार करण्यासाठी एक क्षण घालवला असतात तर, काय घडले असते? खरे पाहता, कधीकधी माघार घेणे हेसुद्धा एक सकारात्मक पाऊल असते; परंतु ते तोपर्यंतच जोपर्यंत तुम्ही नकारात्मक बचाव किंवा वेदनेपासून प्रभावित न होता सकारात्मक राहू शकता. जर इतरांना तुमच्यामुळे मनःस्ताप झाला तर ती तुमची निष्क्रिय आक्रमकता ठरते.

सकारात्मकतेची ऊर्जा ही प्रखर, चांगली व खातरीशीर असते; ती कोणत्याही प्रकारे हेतुपुरस्सररीत्या आक्रमक नसते.

सकारात्मक राहणे ही एक निरंतर चालणारी प्रक्रिया असते. तुम्ही सातत्याने त्या अवस्थेत असता. जेव्हा तुम्हाला सकारात्मक राहणे कठीण वाटते, सकारात्मक राहायचे आहे हे लक्षात ठेवणे कठीण जाते, तेव्हा धीर सोडू नका. त्याचा सातत्याने सराव करा व असे करत राहिल्याने भलेही काही वेळा तुम्हाला असे वाटेल की तुम्ही एक पाऊल पुढे व एक किंवा दोन पावले मागे चाललात, तरी तुम्ही खरे तर प्रगतिपथावरच आहात, याविषयी खातरी बाळगा. सकारात्मकतेचे स्वरूप हे असे असते. सकारात्मकतेला तुमच्या आयुष्यात फुलण्याची व तुम्हाला सक्षम करण्याची अगदी लहानशी संधी द्या व ती गोष्ट तुमच्या आयुष्याला खरेच सक्षम करेल.

माझे वडील हे न्यायी व विचारी व्यक्ती होते व इतरांच्या प्रती सहवेदना कशी बाळगायची व इतरांच्या दृष्टिकोनातून परिस्थितीकडे कसे पाहायचे, हे त्यांनी मला व माझ्या बहिणीला दाखवून दिले. त्यामुळे एका व्यापक दृष्टिकोनातून परिस्थितीकडे पाहणे हा माझ्या व्यक्तिमत्त्वाचा एक भागच बनला. परिणामस्वरूप, अडीअडचणीत सापडलेल्या लोकांना सल्ला देण्याच्या माझ्या या कामामध्ये व माझ्या एकंदर आयुष्यात मला याची मदतच झाली आहे. आपण सर्वच जण ते काम करू शकतो, तुम्हीही हे करू शकता. प्रयत्न करून पाहा व तुमच्या नकारात्मक ऊर्मीला बाजूला ठेवून तुम्ही सकारात्मकरीत्या वागाल तेव्हा तुम्हाला किती चांगले वाटते ते पाहा. असे वागल्याने तुमच्या व्यक्तिगत सामर्थ्याने बिकट परिस्थितीला तुम्ही कशी कलाटणी देऊ शकता, ते तुम्हाला दिसेल.

तुमची देहबोली सकारात्मकरीत्या वापरा

तुम्ही तुमच्या मनावर जे नियंत्रण ठेवता, त्याची सांगड जेव्हा तुम्ही तुमच्या देहबोलीशी घालता, तेव्हा त्याचा प्रभाव अधिकच वाढतो. हे विनासायास घडते की ठरवून केले जाते ते तितकेसे महत्त्वाचे नाही. तुम्ही वर सांगितलेला क्रम जसा पार पाडाल तसे डोके हलवून तुमची शरीरस्थिती बदलून देहबोलीला सकारात्मक साथ द्या : खांदे पाडा, सरळ उभे राहा किंवा बसा. तुम्हाला आत्मविश्वासपूर्ण, योग्य व सकारात्मक वाटते आहे असे दर्शवा व तुमच्या मनात व दृश्य वागणुकीत तशी भावना जागवा. असे केल्याने तुम्हाला किती चांगले वाटते, याचा अनुभव घ्या.

आम्ही एकदा फिरण्यासाठी जेव्हा बाहेर गेलो होतो व काही बातम्यांबाबत खूपच नकारात्मक मनःस्थितीमध्ये होतो, तेव्हा माझी भाची ॲमी मला म्हणाली,

"जेनी मावशी तुझ्या सोलार प्लेक्सस व चेतासंस्थेकडे लक्ष दे."

तेव्हा आम्ही परस्परांच्या देहबोलीकडे पाहिले व आम्हाला जाणवले की, आम्ही दुःखी चेहऱ्यांनी, पडलेल्या खांद्यांनी, पाय घासत चाललो होतो व आमच्या नजरा खाली पाहत होत्या. आम्ही तत्काळ ताठ उभे राहिलो, आम्ही आमची मस्तके वर उचलली व पुढे निघालो. पुन्हा एकदा एकमेकींकडे पाहून आम्ही हसलो. आम्हाला पुन्हा एकदा छान वाटले व आम्ही चांगल्या दिसू लागलो.

मला जेव्हा कधी ही घटना आठवते, त्या वेळी मला अगदी तसेच ताजेतवाने वाटते. मी जसे हे लिहीत आहे, तशी मी माझ्या खुर्चीत माझी स्थिती बदलली व ताठ बसले. मी माझ्या सद्यःस्थितीविषयी विचार केला- मला सकारात्मक वाटत होते का व मी स्वच्छ दृष्टिकोन बाळगू शकत होते का? तुम्हाला मी ज्या सूचना दिल्या, त्यांच्याकडे पाहता मला असे वाटले की, त्या योग्य आहेत, खऱ्या आहेत. व त्या योग्य असल्याचे मी जाणून असल्याने, माझ्या स्वतःच्या आयुष्यात आणि जो कोणी सकारात्मक दृष्टिकोन बाळगेल, त्या प्रत्येकासाठी ती गोष्ट खरेच सर्व वेळ उपयोगाची आहे. देहबोलीमुळे मला स्वतःचा सकारात्मक व तार्किकदृष्ट्या योग्य दृष्टिकोन अंगीकारता आला.

एक लहानसे उदाहरण आहे; परंतु जीवनाच्या प्रत्येक बाबतीत ते लागू पडते. तुम्हाला जेव्हा कधी काही अंशी नैराश्यपूर्ण किंवा उदासीन वाटत असेल, तेव्हा तुम्ही वर सांगितलेल्या कृती पार पाडा व तुमची सकारात्मकता तुमच्या देहबोलीतून व्यक्त करा. ती जाणीव चांगली वाटते, नाही का?

शारीरिक, मानसिक व भावनिकदृष्ट्या स्वतःवर लक्ष केंद्रित करण्यामुळे त्याचा इतरांवर जो चांगला प्रभाव पडतो, त्याचीही दखल घ्या. आपण स्वतःवर लक्ष केंद्रित करतो तेव्हा आपल्या देहबोलीबाबत मला एका सुज्ञ माणसाने सल्ला दिला, ती व्यक्ती मार्क रशिद होय. तो एक गुणवान अश्वपाल व लेखक आहे. एका प्रशिक्षणादरम्यान शिकवत असताना त्याने ही गोष्ट माझ्या ध्यानात आणून दिली. तुमच्या शरीरमध्यावर म्हणजे तुमच्या छातीच्या सापळ्याच्या अगदी खाली जो सोलार प्लेक्सस असतो, त्यावर लक्ष केंद्रित करून तुम्ही स्वतःचे चित्त स्थिर करता, स्वतःला बळकट बनवता व स्वतःचा आत्मविश्वास वाढवता. घोड्यांना ते तत्काळ जाणवते व तुमच्या आसपास असताना तुम्ही एखाद्या अल्फासारखे वागत आहात याने ते आनंदून जातात; कारण असे वागून 'अल्फा' सारखे वागण्याच्या अपेक्षेच्या दडपणातून तुम्ही त्यांना मोकळे करता. औत्सुक्याची बाब ही आहे की, केवळ घोडेच नव्हे, तर इतरही अनेक प्राणी आत्मविश्वासाने पूर्ण व ज्यामुळे प्रसन्न वाटेल अशा देहबोलीची दखल घेतात. अशी देहबोली त्यांना आवडते व अशा देहबोलीचा ते आदरही करतात. तसेच लोकांबाबतही अशी सकारात्मक देहबोली

खूप चांगली छाप पाडते. (या भागातील नेतृत्वावरील दुसऱ्या प्रकरणात मी यावर पुन्हा चर्चा करणार आहे.)

जेव्हा आयुष्यात कोणते ना कोणते दुःख असते, तेव्हा सकारात्मक राहणे कठीण असते, याची मला जाणीव आहे; परंतु अगदी एका क्षणापुरते का होईना, तुम्ही सकारात्मक मनःस्थिती टिकवून ठेवू शकलात, तर सकारात्मक दृष्टिकोन किंवा मार्ग बाळगणे हे किती सोपे आहे, याची तुम्हाला तत्क्षणी जाणीव होते. पुनःपुन्हा तुम्हाला त्याचा अनुभव येईल.

नकारात्मक भावनांमध्ये वाहून जाण्याऐवजी एक साधी युक्ती तुम्हाला करता येईल, ती म्हणजे विचारांची दखल घ्या व त्यांच्याशी लढण्याचा प्रयत्न करण्याऐवजी केवळ क्षणभर त्यांच्याकडे निरखून पाहा. एका मोठ्या लाटेला थोपवण्याचे दृश्यच आता माझ्या डोळ्यांसमोर तरळत आहे! परंतु ते तसे नाही. त्यासाठी तुम्हाला खूप सामर्थ्य व इच्छाशक्ती यांची आवश्यकता भासणार नाही. नकारात्मक प्रतिक्रियांच्या क्षणिक विळख्यातून तुमची सुटका करून घेण्यासाठी तुमच्याभोवती जे काय घडत आहे, त्याची केवळ दखल घेणे एवढेच आवश्यक असते. खरे तर तसे करणे खूपच विस्मयकारक असते, कारण एका क्षणातच सर्व तणाव निवळतो. त्यासाठी तुम्हाला केवळ एवढेच करायचे आहे-

- ✓ थांबा. घाबरून जाऊ नका व अचानक काही कृती करू नका.
- ✓ शांतपणे बसा.
- ✓ हळूहळू व खोलवर श्वास घ्या.
- ✓ परिस्थितीचा प्रभावीरीत्या सामना करण्यासाठी तुम्ही कोणती सकारात्मक पावले उचलू शकता, याचा विचार करा.
- ✓ तत्काळ अधिक सकारात्मक वाटण्याच्या भावनेने आनंदी व्हा व त्या भावनेची दखल घ्या.
- ✓ तुम्ही जे पहिले पाऊल ताबडतोब उचलू शकता, त्याचा निर्णय घ्या.
- ✓ परिस्थिती तुम्ही उत्तमरीत्या हाताळू शकता व तुम्ही तसे कराल हे जाणून तणावमुक्त व्हा.

तटस्थ राहायचे की सक्रिय राहायचे ते ठरवा

काही वेळा केवळ स्तब्ध राहणे हेच सकारात्मक पाऊल असते. पुष्कळदा कोणतीच कृती करणे आवश्यक नसते. अशा वेळी तटस्थ राहणे हेच सुज्ञपणाचे ठरते. कोणत्याही परिस्थितीमध्ये तुम्ही क्षणभरात घेऊ शकाल अशा काही

निर्णयांपैकी हा एक निर्णय असा असतो. यांपैकी दोन्ही बाबी सकारात्मक असतात व कोणतीही एक बाब त्या परिस्थितीच्या संदर्भात उत्कृष्ट ठरते. चांगला व स्वच्छ दृष्टिकोन बाळगल्याने त्या परिस्थितीमध्ये सर्वोत्कृष्ट काय आहे, ते तुम्हाला जाणवेल.

काहीही न बोलता शांत केव्हा राहायचे याची जाणीव होणे, हा आयुष्यातील माझा सर्वांत मोठा धडा होता. खरे तर या बाबतीत माझी नैसर्गिक प्रतिक्रिया ही धडकपणे उडी घेणे, बोलणे व सल्ला देणे ही असते. परंतु मी हे शिकले आहे की जेव्हा लोकांनी एखाद्या बाबतीत मत बनवलेले असते, तेव्हा सल्ला देणे ही बाब आत्यंतिक चीड आणणारी असू शकते... त्यामुळे आपल्याला जोपर्यंत विचारले जात नाही तोपर्यंत शांत बसणे, हाच पुष्कळदा सर्वोत्तम मार्ग असतो. एखाद्या परिस्थितीचा संपूर्णपणे ताबा घेण्याची एखाद्याची टोकाची प्रवृत्ती हीसुद्धा तेवढीच चीड आणणारी असते.

पुष्कळदा आपली अगदी खोलवरची गरज ही असते की, आपले कोणीतरी नीटपणे व मनःपूर्वक ऐकून घ्यावे, शांतपणे व सहानुभूतीपूर्वक समजून घ्यावे.

अर्थात आपापली मते व माहिती यांची इतरांसोबत देवाणघेवाण करणे हेसुद्धा पुष्कळ वेळा योग्य असते व युक्तिवाद करणे ही गोष्टही ठीक असते. फक्त त्या-त्या वेळी एवढेच पाहायचे असते की, व्यक्तीच्या खोलवर मनात नेमके काय चालले आहे व त्या क्षणासाठी नेमके काय करायला हवे, हे समजण्यासाठी एक क्षणभराची स्तब्धता आवश्यक असते. त्यावरून तुमचा पुढील मार्ग ठरत असतो. तुम्ही निष्क्रियपणे किंवा सक्रियपणे इतरांना पाठिंबा देणार आहात किंवा निष्क्रियपणे किंवा सक्रियपणे पुढाकार घेणार आहात, हे त्यावरून ठरणार असते.

या बाबतीत पुन्हा एकदा माझ्या वडिलांचा दृष्टिकोन स्वीकारून 'जोपर्यंत तुम्ही एखाद्या व्यक्तीच्या मनात शिरत नाही, तोपर्यंत त्यांच्या मनात नेमके काय चालले आहे, हे तुम्हाला कळणार नाही' या तत्त्वाचा अंगीकार करा. पुढच्या वेळी तुम्ही जेव्हा अशा एखाद्या व्यक्तीला भेटाल जी खिन्न/निराश वाटते, तेव्हा तुमचे विचार व मते तत्काळ व्यक्त करू नका. त्याऐवजी

- ✓ थोडे थांबा.
- ✓ त्यांच्या मनःस्थितीचा व देहबोलीचा अंदाज घ्या.
- ✓ ते काय म्हणत आहेत, ते ऐकून घ्या.
- ✓ ते जिथे बसले किंवा उभे आहेत, तिथे तुम्ही स्वतः असल्याची कल्पना करा व त्यांना काय वाटत असेल व त्यांच्या आसपासच्या जगाकडे व परिस्थितीकडे

ते कोणत्या दृष्टिकोनातून पाहत असतील याची कल्पना करा व त्यांच्या दृष्टिकोनातून परिस्थिती समजून घेण्याचा प्रयत्न करा.

- ✓ त्यांना बोलण्यासाठी थोडा वेळ द्या.
- ✓ जर ते बोलू इच्छित नसतील तर मधले शांततेचे क्षण भरून काढण्यासाठी घाई करण्याची आवश्यकता नाही. खरे तर अशा वेळी शांततेमुळे आपल्याला इतरांना जाणून व समजून घेण्यास वेळ मिळतो व अशा क्षणांमध्ये तुम्ही एकमेकांना अधिक चांगल्या प्रकारे जाणून घ्याल.
- ✓ मनातल्या मनात किंवा तुमच्या स्नेहपूर्ण हावभावांनी त्यांच्याशी सकारात्मकतेने व समजूतदारपणे वागा.
- ✓ जेव्हा तुम्ही कोणालाही भेटता तेव्हा तुमचा सकारात्मक दृष्टिकोन पुढीलप्रमाणे नेहमीच वापरात आणा.
- ✓ त्यांच्याकडे पाहून प्रेमाने स्मितहास्य करा व त्यांना अभिवादन करा. ते कसे आहेत, हे जाणून घेण्यासाठी एखाद्या क्षणाचा वेळ द्या.
- ✓ यासाठी तुम्हाला खूप प्रयत्न करण्याची अजिबात आवश्यकता नाही. तुम्हाला केवळ काय वाटते ते पाहा व नंतर तुमच्या भावना बाजूला ठेवा.
- ✓ ते नेमके कसे आहेत याचा तुम्हाला आपोआप व अगदी सहजपणे अंदाज येईल.
- ✓ तो अंदाज घ्या. तो जवळजवळ शंभर टक्के बरोबर असण्याची शक्यता आहे.

ती प्रक्रिया कशी उजळून टाकणारी असते ते पाहून तुम्हाला आश्चर्य वाटेल व लवकरच त्या ओघात तुम्ही ती प्रक्रिया विनासायास करू लागाल. जेव्हा लोकांना कमकुवतपणाची जाणीव होत असते किंवा ते तुमच्या वैरभावाची प्रतिक्रिया म्हणून त्यांच्या स्वतःच्या वैरभावापोटी टोकाची प्रतिक्रिया देतात, तेव्हा तुमच्या हातून ज्या संभाव्य चुका होऊ शकतात त्यापासून ही गोष्ट तुम्हाला वाचवते. त्याऐवजी निरनिराळी परिस्थिती व संबंध यांच्यामध्ये सहजता आणण्यात सकारात्मक दृष्टिकोनाची तुम्हाला मदत होते. तुमच्या सकारात्मक दृष्टिकोनामुळे तुमच्या संपर्कात येणाऱ्या लोकांचा दृष्टिकोनही कसा सकारात्मक होत आहे, याचा आनंद घ्या. इतरांसोबतचे तुमचे सर्व संबंध अधिक स्नेहाचे व एकूणच अधिक सुखकारक होतील.

तुमच्या खळखळत्या उत्साहाने आयुष्यांना स्पर्श करा

सकारात्मकरीत्या विचार करणे व वागणे हे एवढे उत्साहवर्धक आहे की, ते आपल्या स्वतःच्या आयुष्यात कसे काम करते व सोबतच इतरांच्या आयुष्यावर

कसा प्रभाव टाकते, ते आपण पाहू शकतो.

इतर लोक जे टोकाचे औदासीन्य किंवा शंकेखोर वृत्ती बाळगतात, ती तुम्ही अर्थातच एका रात्रीत पूर्णपणे बदलू शकणार नाही किंवा अगदी थोडीही बदलू शकणार नाही. मात्र आयुष्य वाटते तेवढे कंटाळवाणे किंवा त्यांना वाटते तेवढे भयंकर नाही, असा विचार करण्यास तुम्ही इतरांना प्रवृत्त करू शकता किंवा किमानपक्षी विचारांची काही बीजे तुम्ही पसरू शकता, जी कधी तरी विचारांना खाद्य पुरवतील.

मात्र, पुष्कळदा तुम्हाला आढळेल की, लोक आयुष्य व सकारात्मकता यांबाबत अगोदरच उत्साही असतात किंवा तुमचा उत्साह आणि कुतूहल याने ते एवढे स्तिमित होतात की, तुमच्यासोबत बोलण्यास व विचारांची देवाणघेवाण करण्यासाठी ते प्रेरित होतात. कुठल्या का रीतीने, तुमची सकारात्मक ऊर्जा त्यांच्या ऊर्जेसोबत जोडली जाईल व तुम्ही त्यांच्यासोबत उत्कृष्ट संबंध निर्माण करू शकाल व तुमच्यामध्ये कदाचित उत्कृष्ट संवादही होईल.

या असाधारणरीत्या जटिल, सुंदर जगाविषयी कंटाळलेपणा किंवा निरुत्साही वाटणे, हा सर्वांसारखे बनण्याच्या त्या कंटाळवाण्या यंत्रणेचा एक भाग आहे, ज्यामधून आपल्याला जावे लागते. जसजसे आपण मोठे होतो, नावीन्यपूर्ण गोष्टींकडे लक्ष देण्यासाठी शिक्षकांकडे क्वचितच वेळ असतो. याचे कारण त्यांना वाटते की, त्यांनी त्यांच्या विद्यार्थ्यांकडून परीक्षेची तयारी करून घ्यायला हवी, ज्यासाठी खूपच मर्यादित अभ्यासक्रमावर त्यांना नेहमी लक्ष केंद्रित करावे लागते. पालक त्यांच्या दैनंदिन आयुष्यातील पुष्कळच बाबींची जुळवाजुळव करण्यात व्यस्त असतात. त्यामुळे आश्चर्य, चौकसपणा किंवा आविष्करण प्रवृत्ती यांची दखल घेण्यासाठीही त्यांच्याकडे फारसा वेळ नसतो. किशोरवयीन व तरुण लोक तर सध्या प्रचलित असलेल्या फॅशनवरच लक्ष केंद्रित करतात आणि जीवनाच्या कोणत्याही टप्प्यावर या जगातील गूढतेविषयीची आपली उत्सुकता कमी झाल्याचे आपल्याला जाणवते.

परंतु तुम्ही तो उत्साह तुमच्या स्वतःच्या व इतरांच्या आयुष्यातही परत आणू शकता. इथे आपण एक साधे व थोडे वैचित्र्यपूर्ण उदाहरण पाहू या.

माझा वॉल्टरशी परिचय होण्यापूर्वी माझ्या या सुज्ञ मित्राकडे ग्रामीण जीवनाच्या माहितीचा खजिना होता व धुराच्या रेषांचा वेध घेण्याची त्याला आवड निर्माण झाली. त्याच्या उत्कट इच्छांविषयी बोलण्याची त्याला आवड आहे व त्यामुळे अर्थातच त्याच्या अगदी उत्कट निरीक्षणांविषयी तो त्याच्या मित्रांसोबत बोलत असतो. उदाहरणार्थ, त्या क्षणी तशा धुरांच्या किती रेषा होत्या, त्या कोणत्या दिशेने चालल्या होत्या, त्यांच्या अंतिम ठिकाणांविषयीचे अंदाज इत्यादी. त्यांच्याविषयीच्या

विस्मित करणाऱ्या असाधारण बाबींमुळे तो त्यांच्याकडे आकर्षित झाला होता. धुरांच्या या रेषांबाबत त्याच्यासारखेच इतरांना कुतूहल असेल असे त्याला वाटे व पुष्कळदा ते खरेही होते.

त्याचे मित्रसुद्धा आकाशाचे निरीक्षण करत असत व सूर्योदयाच्या पांढऱ्या किंवा सूर्यास्ताच्या गुलाबी रंगांवर ते काहीतरी शेरा देत असत. अशा प्रकारे वॉल्टर व त्यांच्यामध्ये काहीतरी समान होते व हा त्यांच्यासाठी बोलण्यासारखा आवडीचा मुद्दा होता.

परंतु एके दिवशी औदासीन्यामध्ये बुडालेला एक जण जो धुरांच्या रेषांमागील चमत्कार किंवा माझ्या मित्राचा निरागस उत्साह व त्यामुळे त्याच्या बहुतेकांशी होणाऱ्या चैतन्यपूर्ण चर्चांमागील चमत्कार यांना ओळखू शकला नाही. त्यामुळे वॉल्टरच्या उत्साहामुळे तो रागावला व तुटक रीतीने बोलून गेला, 'कृपया हे सगळं थांबवा!'

यामुळे वॉल्टर मात्र उद्ध्वस्त झाला. त्याने बाष्परेषांविषयी केवळ बोलणेच थांबवले नाही, तर आकाशाकडे पाहणेही थांबवले.

माझा वॉल्टरशी परिचय झाल्यानंतर काही काळाने मला ही हकिगत कळली. मला स्वतःला आकाशाकडे पाहण्याची खूप आवड आहे व वॉल्टरसारखेच संपूर्ण आकाशात विहरणाऱ्या बाष्परेषांचा वेध घेणे मला नेहमी आवडत आले आहे. एक दयाळू आत्मा, मी विचार केला व संध्याकाळी जेव्हा बारा रेषा सूर्यास्तामध्ये क्षितिजावर- मला वाटते- अमेरिकेच्या दिशेने विरघळत होत्या, तेव्हा माझ्या आसपास वॉल्टर आहे का ते मी पाहिले व त्याच्याकडे निर्देश केला. परंतु त्याला तर वर बघण्याचीही इच्छा नव्हती व त्याने विषय बदलला. त्या माणसाच्या शेऱ्याने त्याचे मन किती नकारात्मक झाले होते! तेव्हा एक उत्कंठावर्धक गोष्ट घडली- सकारात्मक शक्ती पुष्कळदा अशा रीतीनेच काम करते. बाष्परेषांच्या या हकिगतीचा सुखद शेवट मी तुम्हाला सांगू शकत नाही- अगदी या दिवसापर्यंत वॉल्टर केवळ तक्रार करतो व त्या बाष्परेषांचे मी जर गुणगान करू लागले तर तो त्याच्या पायांकडे पाहतो! परंतु माझा उत्साह व लहान मुलासारखी असलेली उत्सुकता व चौकसपणा यांची तार कुठेतरी वॉल्टरशी जुळली व लवकरच त्याला कोड्यात टाकणाऱ्या इतर गोष्टींमध्ये तो मला सहभागी करून घेऊ लागला व मीही त्याला. अशा रीतीने अनेक पिढ्यांना जोडणाऱ्या एका अत्यंत घनिष्ठ मैत्रीची सुरुवात झाली. वॉल्टर हा खरे तर आनंदाचा एक अमोल ठेवा आहे. आमच्यातील सर्वोत्कृष्ट होते ते व्यक्त करण्यासाठी आवश्यकता होती ती केवळ सकारात्मकतेची.

ज्या चमत्कृतिपूर्ण गोष्टी तुम्ही तुमच्या आसपास पाहता किंवा ज्याविषयी वाचता किंवा टीव्हीवर पाहता त्याविषयी 'वा! ते पाहा!' असा उत्साहपूर्ण व

औत्सुक्यपूर्ण दृष्टिकोन विकसित करा. त्यामुळे तुम्ही स्वतःचे व इतरांचे आयुष्य उजळवून टाकणाऱ्या औत्सुक्याला प्रवाहित कराल. काही लोकांना या गोष्टी कळत नाहीत, हा अनुभव जसा वॉल्टरला आला तसाच कदाचित तुम्हालाही येईल. परंतु तुमच्या उत्साहाने रोमांचित झालेले पुष्कळ लोक स्वतःही प्रोत्साहित होतील व त्यांची सकारात्मक शक्ती तुमच्या शक्तीबरोबर उजळेल.

पुन्हा एकदा मी सांगू इच्छिते की, या सर्वांचा संबंध सकारात्मक दृष्टिकोन बाळगण्याशी आहे. सोबत तुमच्या उसळणाऱ्या ऊर्जेचा इतरांच्या ऊर्जेशी कसा मेळ घातला जातो व त्यामुळे त्यांची सकारात्मकता कशी प्रवाहित होते, त्याच्याशीही याचा संबंध आहे.

आज तुम्ही असे किती वेळेस करू शकता ते पाहा. अगदी आपल्या दैनंदिन आयुष्यात तुम्ही पाहिलेले काहीतरी छान, विचित्र किंवा मनोरंजक असेल ज्याकडे तुम्ही सुपर मार्केटच्या सुरक्षारक्षकाचेही लक्ष वेधू शकाल किंवा तुमचा मित्र किंवा सहकारी याच्यासोबत तुम्ही आध्यात्मिक विषयावर केलेले संभाषणही असेल. आपल्या विश्वासारख्या या शक्यता अमर्याद आहेत, ज्याची तुलना या सकारात्मक शक्तीशी आपण करू शकतो जिचा शोध घेण्याचा आपण प्रयत्न केल्यास ती आपल्याला गवसते.

'दररोज काही तरी नवीन शिका' ही जुनी म्हण खरे तर व्यक्तिगत पातळीवरील एक खूप महत्त्वाची प्रेरक शक्ती आहे. एखाद्या आवश्यक किंवा उपयोगी गोष्टीवर लक्ष केंद्रित केल्यामुळे आपला मेंदू सक्रिय व निरोगी राहतो व त्याच वेळी सकारात्मक वाटण्याची भावना आपल्यामध्ये जागृत करण्यातही त्याची मदत होते.

माझी मैत्रीण नवा संगणक व एक नवीन फोटो एडिटिंग प्रणाली यांच्या अनुभवातून खूप काही शिकली आहे. तिला ज्या संगणकाची व फोटो एडिटिंग प्रणालीची माहिती होती व जे वापरणे तिला आवडायचे, ते सर्व बदलण्याची कल्पनासुद्धा तिला आवडत नव्हती. मात्र तिचा संगणक हळूहळू नादुरुस्त व खूप जुनाही झाला होता त्यामुळे तो टाकून देण्याचा ती विचार करत होती. तिचा संगणक चालू करताना प्रत्येक वेळी ज्या मनस्तापाला तिला सामोरे जावे लागत होते व प्रत्येक वेळी नवीन पद्धतीने गोष्टी कराव्या लागत होत्या, त्यामुळे तिला संताप येत असे. या बाबतीत मदत मिळवण्यासाठी तिने तिच्या तंत्रज्ञ मित्रांना अनेक वेळा ई-मेलही पाठवला होता. मात्र तिच्या मदतीला लगेच कुणी येऊ न शकल्यामुळे येणाऱ्या सर्व अडथळ्यांवर शेवटी तिची तिनेच मात केली.

"तुला माहीत आहे का?" तिने मला अलीकडेच विचारले, "प्रत्येक वेळेस जेव्हा मला काहीतरी नवीन शिकायला मिळाले तेव्हा तो आनंद काही औरच होता.

मला असे वाटत होते की, मी जणू काही हिमालयावरच चढाई केली आहे! ती जाणीव एवढी छान का वाटते?''

आम्हाला वाटले की त्यामागील कारण असे असावे की, तिने त्या अडचणी व उपायांनाही एक प्रकारे आपलेसे केले होते. स्मितहास्य करून ती उद्‌गारली, ''माझा जुना संगणक टाकून देण्याची मी कधी हिंमत करेन, असे मला कधीच वाटले नव्हते कारण तो संगणक कित्येक वर्षांपासून माझा विश्वासू सहकारी होता. मला वाटते की मी खूपच घाबरटपणे व चिंताग्रस्तरीत्या वागले होते; मात्र मी ते करून दाखवले आहे. सरतेशेवटी माझ्या नव्या संगणकावर काम करायला मला आवडते आहे. हा नवा संगणक खूपच वेगवान आहे – खरेच खूप छान.''

माझ्या या मैत्रिणीसारख्या अतांत्रिक व्यक्तींबाबत ही खूपच मोठी झेप होती; मात्र तुम्ही जेव्हा काहीतरी नवे शिकता तेव्हा तुम्हाला हीच समाधानाची व आनंदाची जाणीव होते. त्याचे कारण असे आहे की, आव्हाने व नवनवीन ज्ञान यांच्यामुळे आपल्या मनाच्या कक्षा रुंदावतात.

सकारात्मकतेला तुमचा मार्गदर्शक बनू द्या

मला इथे हे स्पष्ट करायचे आहे की, सकारात्मक दृष्टिकोन स्वीकारणे म्हणजे मुखवटा धारण करणे किंवा आनंदात असल्याचे ढोंग करणे नव्हे किंवा दुःख लपवणे किंवा खोटे आयुष्य जगणे हासुद्धा याचा अर्थ नव्हे. सकारात्मकता म्हणजे खरे तर गोष्टींकडे एका सकारात्मक दृष्टीने पाहणे व स्वतःला त्या दिशेने जाण्यास प्रवृत्त करणे होय. तुमच्या अंतर्मनातील दिवा उजळवण्यासारखाच परिणाम यातून मिळतो. तुलनात्मकरीत्या एखाद्या चांगल्या दिवशी तुम्ही चांगल्या विचारांनी उजळून निघता. एखाद्या फारशा चांगल्या नसलेल्या किंवा अगदी वाईट दिवशी, सकारात्मकता ही प्रकाशाच्या त्या किरणासारखी असते, जी निराशेच्या अंधकारातून मार्ग शोधण्यासाठी तुम्हाला मदत करते. पुष्कळदा सकारात्मक दृष्टिकोन स्वीकारण्याचा शोध घेण्याच्या क्रियेमधूनच तुम्हाला सकारात्मक वाटू लागते व काहीशा अज्ञात रीतीने सकारात्मकता स्वेच्छेनेच पुढे मार्गक्रमण करू लागते.

एका क्षणी तुम्हाला श्रांत व उदासीन वाटते तेव्हा तुम्हाला वाटते की, किमान त्या क्षणापुरते तरी सर्व काही थांबवून थोडा वेळ स्तब्ध व्हावे. जेव्हा अचानक तुमचा मित्र तुम्हाला सहजच फोन करतो व म्हणतो, 'अरे, तुला अमुक-अमुक गोष्ट करायला आवडेल का?' अशा वेळी तुमच्यामध्ये तत्काळ उत्साह संचारल्याचा व खूप आनंदी वाटल्याचा अनुभव तुम्ही कदाचित घेतला असेल. एका क्षणी तुम्हाला श्रांत व दुःखी वाटते, तर दुसऱ्या क्षणी एखाद्या गोष्टीमध्ये झोकून द्यावेसे तुम्हाला

वाटते.

एका क्षणात तुमचा दृष्टिकोन कसा बदलू शकतो, हे तुम्हाला यावरून सांकेतिकरीत्या कळते. परंतु मोठी गोष्ट ही आहे की, नकारात्मकतेहून सकारात्मकतेकडे वाटचाल करण्यासाठी तुम्हाला कोणत्याही त्रयस्थाच्या मदतीची आवश्यकता नसते. तुमच्या दृष्टिकोनामध्ये आमूलाग्र बदल तुम्ही स्वतःच घडवून आणू शकता. कित्येक वेळा तर तुम्ही एखाद्या गोष्टीच्या बाबतीत सकारात्मक धोरण ठेवणार आहात, हा निर्धारही यासाठी पुरेसा असतो किंवा तुमच्या सकारात्मक शक्तीला पुन्हा चालना देण्यासाठी अक्षरशः असंख्य अशा उपायांपैकी कोणताही उपाय तुम्ही वापरू शकता. तुम्हाला या पुस्तकामध्ये असे उपाय सर्वच ठिकाणी आढळतील. या सर्वांना एकदाच विचारात घेणे हे त्यांच्या संख्येमुळे शक्य होणार नाही; तुम्हाला ते जसे-जसे माहीत होत जातील, तसतसा तुम्ही त्यांचा वापर करू शकाल.

दररोजच्या छोट्या आनंदांचा उपभोग घ्या

खरे तर आनंद मिळवण्याच्या अनेक संधी आपल्या प्रत्येक दिवसामध्ये सामावलेल्या असतात; परंतु एखाद्या स्वयंचलित वैमानिकासारखा- म्हणजेच समाधान व आनंद मिळवण्याची आपली जी सद्यःस्थिती आहे त्याची जाणीव न ठेवता- आपण आपला पुष्कळसा वेळ वाया घालवतो. त्यामुळे आनंद मिळवण्याच्या या क्षमतेकडे आपले पुष्कळदा दुर्लक्ष होते व ही शक्ती न वापरता तशीच सुप्त राहते.

ती शक्ती ओळखणे व चालना देणे यासाठी आवश्यकता असते ती केवळ त्याकडे लक्ष देण्याची. तुम्ही त्याकडे जसे लक्ष द्याल, तसे दररोजच्या आयुष्यातील आनंदाची जाणीव तुम्हाला होईल. नंतर हळूहळू एक सक्रिय सकारात्मक दृष्टिकोन तुम्ही विकसित करू शकाल. व्यापक दृष्टिकोनातून आपले कल्याण करण्यासाठी ही एक अगदी छोटी सुरुवात असते.

उदाहरणार्थ, आयुष्याच्या संभाव्य आनंदांपैकी ज्याकडे आपले पुष्कळदा दुर्लक्ष होते, अशा बाबीकडे आता आपण बघू या. आपण आपल्या आयुष्याचा साधारण एक तृतीयांश भाग झोपेत घालवतो. परंतु बहुतांश लोक दररोजची एक उत्तम सुखाची गोष्ट या दृष्टीने याकडे न पाहता केवळ आवश्यकतेची एक बाब म्हणून याकडे पाहतात. हा दृष्टिकोन बदला व वर्तमानाचा आनंद घेण्याच्या या साध्या क्रियेने हा भाग तुमच्या आयुष्याचा एक सकारात्मक आनंददायी भाग बनवा.

○ आज रात्री तुम्ही जेव्हा झोपायला जाल व उद्या सकाळी जेव्हा तुम्ही उठाल किंवा केव्हाही तुम्ही जर जागे झालात तर इकडच्यातिकडच्या गोष्टींबद्दल

विचार करण्याऐवजी, व्यर्थ चिंता करण्याऐवजी किंवा पुन्हा झोपी जाण्याचा प्रयत्न करण्याऐवजी, अंथरुणात असण्याबद्दल तुम्हाला कसे वाटते आहे, त्यावर ठळकपणे लक्ष केंद्रित करा.

○ तुमच्या बिछान्याचा सुखदपणा, अंथरुणाचा स्पर्श, उबदारपणा व सुरक्षिततेची भावना यांची नोंद घ्या.
○ तिथे केवळ पडून राहण्याच्या अनुभवाचा आनंद घ्या व कृतज्ञतेने तुमचे मन ओतप्रोत भरू द्या.

पश्चिमेकडील आम्ही सर्वच जण एवढे भाग्यवान आहोत, जेणेकरून असे साधेसाधे आनंद आम्हाला सहजपणे उपलब्ध आहेत. असे असताना त्या आनंदांना व आमच्याकडील सर्व चांगल्या गोष्टींना कमी लेखण्याची हिंमत आम्ही कशी करू शकतो? या चांगल्या गोष्टींबद्दल कृतज्ञता बाळगण्याने केवळ चांगली व सुखद भावना जोपासली जाते असे नव्हे, तर कृतज्ञता बाळगल्याने उर्वरित जगाला उच्च जीवनशैली प्राप्त करून देण्यासाठी मदत करण्याबाबत आपल्याला प्रोत्साहन मिळते. यावर आणखी विस्ताराने आपण पाचव्या प्रकरणात चर्चा करू.

चांगल्या अनुभवांवर लक्ष केंद्रित करणे, हे मुळात चांगले असते व त्याशिवाय या चांगल्या अनुभवांमुळे आपल्या चिंता व आपले मनोविकार यांना आपण एका योग्य दृष्टिकोनातून पाहू शकतो. सोबतच खऱ्या त्रासांपासून आपल्याला काही प्रमाणात सुटका करून घेता येऊ शकते व त्यांच्याशी आपण सामना करू शकतो. या चांगल्या गोष्टींना गृहित न धरल्यान, आपल्या चांगल्या नशिबाची आपल्याला जाणीव होते व त्याबाबतच्या कृतज्ञतेमुळे मनात आभाराची भावना निर्माण होते.

आयुष्यातील चांगल्या गोष्टी, वरदाने आपण जसे ओळखू व त्यांचा जसा उपभोग घेऊ, तसे आयुष्यातील किरकोळ त्रास आपण यथायोग्य दृष्टिकोनातून पाहू शकतो. आयुष्यातील सर्वच चांगल्या गोष्टींबाबत आनंदी राहा व इतरांनाही त्यांच्याकडे असलेल्या चांगल्या गोष्टी ओळखण्यासाठी व त्यांचा आनंद घेण्यासाठी शक्य होईल ती मदत करा.

तुमचा व्यक्तिगत दृष्टिकोन तपासा

पुढच्या वेळी तुमची मनःस्थिती कोणत्याही दृश्य कारणाशिवाय खराब असल्याचे तुम्हाला आढळेल तेव्हा मनात डोकावून पाहा! शक्यता अशी आहे की, त्यामागे

अनेकविध कारणे असतील. तुमची मनःस्थिती व दृष्टिकोन यासाठी अनेक बाबी कारणीभूत असतात, ज्यामध्ये तुमच्या शरीरातील संप्रेरकांमधील चढउतार, तुमची जनुकीय जडणघडण व पूर्वानुभवामुळे बनलेले तुमचे पूर्वग्रह यासोबतच त्या वेळची तर्कसंगती व कारणे, भावना व विचार या बाबींचाही समावेश होतो. हे सर्वच घटक तुमचा दृष्टिकोन घडवण्यात अहमहमिकेने महत्त्वाची भूमिका बजावू पाहतात.

असे जरी असले तरीही ते घटक तुमच्यावर नियंत्रण करत नाहीत. तुम्ही जसे आहात व तुम्ही स्वतःकडे, इतरांकडे व एकंदरीतच या जगाकडे ज्या प्रकारे पाहता, त्या दृष्टिकोनाचे खऱ्या अर्थी तुम्हीच शिल्पकार ठरू शकता. तुमच्या दृष्टिकोनाची जडणघडण करणाऱ्या घटकांकडे पाहा व तुम्ही त्या प्रत्येक घटकाचा पृथकरीत्या विचार करू शकता व एकूणच तो दृष्टिकोन आवश्यकता वाटल्यास स्वीकारू शकता, त्यात आवश्यक ते बदल करू शकता किंवा दृढपणे नाकारूसुद्धा शकता. त्यासाठी पुढील पद्धती वाचा.

- ✓ तुमच्या दृष्टिकोनातील नकारात्मकतेची नोंद घ्या.
- ✓ त्याच्याकडे तटस्थपणे पाह, जेणेकरून तुम्ही त्याचा योग्य अंदाज घेऊ शकाल.
- ✓ तुमच्या मनातील उघडउघड पूर्वग्रह व समज काढून टाका.
- ✓ तुमच्या भावना व विचार यांचा आढावा घ्या. ते अनुभव म्हणून उपयोगी आहेत का, याचा विचार करा.
- ✓ त्यानंतर तुमची सर्व तर्कसंगती व बुद्धिमत्ता पणाला लावून परिस्थितीचे मूल्यमापन करा, त्या परिस्थितीला लागू होईल असा सकारात्मक दृष्टिकोन बाळगा व तसे वागा.

असे वागल्याने तुम्ही तुमच्या मनामध्ये नकारात्मकतेला थारा देणार नाही. त्याऐवजी सकारात्मकतेने विचार करण्याची प्रेरणा स्वतःला द्याल.

जिथे सावधानता बाळगण्याचे उघड उघड कारण आहे किंवा 'नाही' म्हणण्याची गरज आहे किंवा दूर जाणे (किंवा पळणेसुद्धा!) आवश्यक आहे, अशा वेळी तुम्ही आंधळेपणाने केवळ 'होयबा' बना, असे मला इथे म्हणायचे नाही.

'संकटाच्या वेळी जो मनुष्य शांत राहतो, त्याने परिस्थितीच्या वास्तवाकडे उघडपणे दुर्लक्ष केले आहे,' ही म्हण मला आवडते.

सावधानता व भीती बाळगणे या गोष्टी आपल्या सुरक्षिततेसाठी आहेत व त्याकडे दुर्लक्ष केल्यास आपल्याला काही तरी धोका होऊ शकतो. काही वेळा 'नाही' म्हणणे ही सकारात्मक गोष्ट असते व परिस्थितीशी लढणे वा पळून जाणे

हीसुद्धा सर्वोत्तम रणनीती असू शकते. परंतु कोणत्याही परिस्थितीत सकारात्मक दृष्टिकोन तुमच्या वागणुकीवर प्रभाव टाकतो व तो तुमचे व्यक्तिगत सामर्थ्य, साधनसंपन्नता व प्रभावीपणा प्रवाहित करतो, ज्यामुळे तुम्ही त्या परिस्थितीला व्यावहारिकरीत्या व तुमच्या सर्व आंतरिक सामर्थ्यांनिशी हाताळू शकता.

इतरांच्या शक्तीला तुमच्या शक्तीच्या माध्यमातून चालना द्या

आपल्यातील शक्ती इतरांच्या ऊर्जेवर कशी परिणाम करते ते पाहणे, ही एक गुंगवून टाकणारी गोष्ट आहे.

या गोष्टीचा तुम्ही स्वतःच पडताळा घ्या.

तुम्ही जेव्हा एखाद्या खोलीत प्रवेश करता- भले तिथे एक किंवा अनेक जण असतील- अशा वेळी तुमचा त्या वेळचा दृष्टिकोन जाणीवपूर्वकरीत्या तपासा व तुमचे अस्तित्व इतरांच्या अस्तित्वाशी कसे मेळ खाते, ते जाणून घ्या. यासाठी काही वेळा प्रयत्न केल्यानंतर तुम्हाला लवकरच जाणवेल की, तुमची सध्याची मनःस्थिती त्या खोलीतील वातावरणावर कसा प्रभाव टाकते व कदाचित इतरांकडून सारखाच प्रतिसाद मिळवते.

एखाद्या उत्साहाने ओतप्रोत भरलेल्या प्रेमळ वासरासारखे तुम्हीही समाधानाने वावरा. अशा वेळी तुमच्या भोवतालच्या लोकांच्या आयुष्यात काही भयंकर घडलेले नसेल तर तुम्हाला अशा मनःस्थितीत पाहून त्यांनाही आनंद होईल. त्यांना पाहून तुम्हाला उघड उघड जो आनंद झाला आहे, तो पाहून त्यांना अत्यानंद होईल व तुमची चांगली मनःस्थिती पाहून सर्वसाधारणपणे त्यांनाही प्रोत्साहित वाटेल.

याउलट तुम्ही दुःखाने, रागाने वावरा व भीतीच्या भावनेमुळे त्यांची मनःस्थिती अगदी दृश्य पातळीवर कशी खालावते, ते तुम्हाला जाणवेल.

तुम्ही पुढच्या वेळी एखाद्या सामाजिक कार्यक्रमात जाल तेव्हा या गोष्टीचा अनुभव घेऊन पाहा; अर्थात इथे तुमचा इतरांवर व तेथील वातावरणावर अगदी थेट असा प्रभाव पडणार नाही. परंतु तुम्ही जो दृष्टिकोन घेऊन तिथे जाता, त्याचा प्रभाव त्या सामाजिक कार्यक्रमातील किंवा समारंभातील तुमच्या अनुभवांवर प्रामुख्याने पडेल.

मी खरे तर अंतर्मुख व बहिर्मुख अशा दोन्ही स्वभावांचे मिश्रण आहे. मात्र जेव्हा लोकांच्या एका मोठ्या समुदायाला मी सामोरी जाते, तेव्हा मी प्रामुख्याने अंतर्मुख असते. समारंभाला जाणे व तिथे छोटेखानी संभाषण करणे, या गोष्टींना मी घाबरत असे. त्यावर मी असे समर्थन करत असे की, मी जर तिथे कोणाला चांगले ओळखत नसेन तर माझ्याशी बोलण्यास कुणीही उत्सुक नसेल. नंतर काही वर्षांपूर्वी मी माझ्या बहिणीसोबत संध्याकाळच्या वाढदिवसाच्या एका मोठ्या कार्यक्रमाला गेले होते

आणि माझी बहीण जरी त्या ठिकाणी माझ्यापेक्षा कमी जणांना ओळखत होती, तरी लोकांशी ओळखी करत ती ज्या रीतीने इकडून तिकडे फिरत होती व तिच्या चटपटीत हालचालींनी ते जसे मोहित होत होते व तिच्याशी परिचय करून घेताना त्यांना जो आनंद होत होता, ते पाहून माझे मनोरंजन झाले. अर्थात माझासुद्धा तिथला वेळ तिथे असलेल्या माझ्या मित्रांशी बोलण्यात चांगला गेला. मात्र नंतर तिचा इतरांसोबत वावरण्यातील सहजपणा व जादुई प्रभाव याचा विचार केल्यावर तसे करणे मला शक्य आहे का, यावर मी विचार केला.

अर्थात तिचा सामाजिक करिष्मा मी आपलासा केला, असा दावा मी करू शकणार नाही; मात्र 'नव्या लोकांना भेटण्याचा आनंद मी घेणार आहे व त्यामध्ये घाबरण्यासारखे काहीच नाही,' या मी नव्याने अंगीकारलेल्या सामाजिक दृष्टिकोनाने ज्यांना मी कधी काळी घाबरत असे, त्या घटनांप्रतीचा माझा दृष्टिकोन मात्र मी पूर्णपणे बदलून टाकला आहे. नवीन लोकांना भेटण्यासोबतच माझ्या जुन्या मित्रांशी बोलणे मला आवडते व मी भलेही घोळक्याच्या केंद्रस्थानी असो वा नसो, मी सहजपणे वावरते. इतरांना त्यांच्या स्वतःविषयी व एकूणच सोबत असण्याच्या या अनुभवाविषयी छान वाटण्यात मी माझ्या विलक्षण बहिणीसारखीच भूमिका किती वेळा बजावू शकते, या अवस्थेचा मी सर्वाधिक आनंद घेते.

वास्तविक पाहता, हे शंभर टक्के आपल्या दृष्टिकोनाशीच संबंधित असते. तुम्ही बहिर्मुख राहण्याचे व कोणालाही भेटून आनंदी होण्याचे ठरवा व ते न चुकता तुमच्या मोहक व मैत्रीपूर्ण वागणुकीला नक्कीच प्रतिसाद देतील (जर त्यांची मने पूर्वकल्पना व पूर्वग्रहांनी ग्रासलेली नसतील तर). नवीन लोकांना भेटण्याबद्दल तुमच्या मनात जी जळमटे साठलेली आहेत, त्याविषयी किंवा आपापसात आधीपासूनच मिसळलेल्या एखाद्या गटात उशिरा येण्याविषयी विचार करण्याऐवजी ही पद्धत खरेच खूप चांगली आहे व अशा रीतीने तुमचा वेळ चांगला जाईल, हे तुमच्या लक्षात येईल.

तुमच्या कामावर प्रेम करा

सकारात्मक दृष्टिकोनामुळे जिथे बदल घडून येतो ते ठिकाण म्हणजे तुमच्या कामाचे ठिकाण होय.

नाखुशीने केलेले कोणतेही काम तुमच्यासाठी व तुमच्या आसपासच्या लोकांसाठी एक शिक्षाच बनते. त्याकडे वेगळ्या दृष्टिकोनातून पाहा व अशा रीतीने सर्वाधिक रुक्ष, कंटाळवाणी कामेही समाधानकारक बनतात व समाधान मिळवण्याच्या सर्व प्रकारच्या संधी तुम्हाला त्यांच्यामार्फत मिळतात.

याविषयी थोडा विचार करा : घरी किंवा कामाच्या ठिकाणी तुम्ही एखाद्याला एखादे काम अगदी (त्या व्यक्तीच्या) अनिच्छेने, त्याविषयी उघड उघड दुःखीपणा व अगदी नाराजीची भावना दिसत असतानाही करावयास भाग पाडले होते का? ती गोष्ट त्या व्यक्तीला कशी वाटली असेल व त्याबद्दल तुम्हाला काय वाटले, त्याविषयी केवळ काही क्षण चिंतन करा.

आता ही परिस्थिती बदला व ज्या लोकांसोबत तुम्ही काम करता किंवा तुम्ही त्यांना जी कामे सांगता, ती उत्साहपूर्ण व आनंददायी असतात, अशा परिस्थितीची कल्पना करा.

यामध्ये किती मोठा फरक आहे, हो ना? नंतरच्या परिस्थितीमध्ये तेथील कामाचे वातावरण चांगले बनते. प्रत्येक जण समाधानी असतो व करावयाचे कामसुद्धा अगदी चांगल्या रीतीने पार पाडले जाण्याची शक्यता खूप जास्त असते. प्रत्येकाचा उत्साह उच्च पातळीवर असतो; कारण सकारात्मक वातावरणामध्ये तो सहजपणे प्रवाहित होतो व त्या दिवशीनंतर तुम्ही ज्या लोकांना भेटाल, त्या प्रत्येक व्यक्तीला तो प्रभाव जाणवेल.

ते बरोबरही आहे. केवळ दृष्टिकोनात बदल घडवल्याने जर कामाचा अनुभव सुखद बनणार असेल तर एखादे काम सक्तीने केल्यासारखे करण्यात काय हशील?

अर्थात मला या गोष्टीची जाणीव आहे की, पुष्कळ जण अशा कामांमध्ये कार्यरत असतात, ज्याचे स्वरूप व ज्यामधील अंतर्भूत गोष्टी या मुळातच फार उत्कंठावर्धक व आकर्षक नसतात. एवढेच नव्हे, तर कदाचित त्या गोष्टी करणे कठीण किंवा अगदी अप्रियही असू शकते. अशा वेळी केवळ सकारात्मक विचार करण्याने ते काम आनंददायी बनणार नाही; मात्र सकारात्मक राहिल्याने तुमचा त्या कामाचा अनुभव खूप चांगला बनू शकतो.

मला या गोष्टीची जाणीव अशा एका व्यक्तीकडून झाली जी माझ्याकडे समुपदेशनासाठी आली होती. ज्या कामाचा ती व्यक्ती अनेक वर्षांपासून तिरस्कार करत होती, ते काम तिने गमावले होते. जे काम त्याला अप्रिय वाटत होते, ते काम त्याच्याकडून हिरावले गेल्यामुळे त्याला चुकल्याचुकल्यासारखे वाटत होते. "मी असे म्हणू शकणार नाही की, ते काम आनंददायी होते," तो म्हणाला, "परंतु मी माझ्या तिथल्या दैनंदिनीला व तिथल्या मित्रांना मुकलो आहे."

त्याला हेसुद्धा जाणवले की, कामाच्या मोबदल्यात जो पगार तो घरी आणत असे त्यातून व आपल्याकडे काम आहे या भावनेमधून त्याला समाधान मिळत असे. तो दुसरी नोकरी मिळवण्याचा प्रयत्न करत होता. तेव्हा त्याच्या बिघडलेल्या स्व-प्रतिमेमध्ये सुधारणा करण्यासाठी आम्ही पुष्कळ मेहनत घेतली. मात्र बाहेर स्पर्धा

तीव्र होती व त्यामुळे नकाराची पत्रे येतच राहिली. "मला जर पुन्हा नोकरी मिळाली," तो म्हणाला, "तर मी अशी तक्रार कधीच करणार नाही. या गोष्टी किती मोलाच्या आहेत, ते मला आता जाणवते आहे."

मधल्या काळात त्याने त्याचा दृष्टिकोन बदलण्याचे व शक्य त्या रीतीने इतरांना विनामोबदला तत्त्वावर मदत करण्याचे ठरवले. लवकरच त्याची आर्थिक गरज भागेल इतपत पैसा तो कमावू लागला. तो आणखी कामे घेऊ लागला, कारण की आपण कुणाच्या तरी उपयोगी पडतो आहोत, या जाणिवेमुळे त्याला समाधान मिळत होते. तो मला भेटायला पुन्हा आला, तेव्हा त्याला सल्लामसलतीची गरज होती म्हणून नव्हे, तर त्याचे काय चालले आहे त्याविषयी मला सांगावयाचे होते म्हणून तो आला होता. "हे चमत्कारिक आहे," तो म्हणाला, "आज मी जे काम करतो आहे, यांपैकी बरेचसे काम मी पूर्वी गमावलेल्या कामामधील वाईट परिस्थितीहूनही अधिक वाईट असले तरीही मी त्यामधून निभावून नेतो आहे व नंतरही मला खूपच समाधान लाभते. आधीच्या नोकरीमध्ये असताना कामाप्रती मी जर हाच दृष्टिकोन ठेवला असता, तर त्याने किती मोठा फरक पडला असता, ते मी सांगू शकत नाही. लोक माझ्याशी किती चांगले वागत आहेत; पूर्वी कधीही मिळाली नव्हती तेवढी प्रशंसा मला मागील काही महिन्यांमध्ये मिळाली आहे. आता मला जाणवले आहे की, याचा पुष्कळसा संबंध माझ्या आनंदी स्वभावाशी आहे."

तुमची कारकीर्द किंवा नोकरी यामध्ये बदल करण्याची तुम्हाला खरेच गरज आहे, हे जरी तुम्हाला माहीत असले तरी तुमच्या सध्याच्या जागी तुम्ही तुमची मनःस्थिती सकारात्मक ठेवून योग्य संधीची वाट तुम्ही पाहू शकता. जेव्हा तुम्ही सकारात्मकरीत्या नियोजन करता, प्रत्येक टप्प्यावर तुमच्या स्वप्नांना सत्यात उतरवण्याचा प्रयत्न करता व सोबतच तुमचे काम व कामाचे ठिकाण यांना अधिक उत्तम बनवण्याचा प्रयत्न करता, अशा वेळी तुमची सकारात्मक शक्ती तुम्हाला चांगल्या संधी शोधण्यासाठी मदत करेल व तुम्ही ज्या मार्गावर चालू इच्छिता त्यावर मार्गक्रमण करण्याची संधी तुम्हाला उपलब्ध होईल. यासाठी प्रेरित होण्याकरता तुम्ही बरेच काही करू शकता; त्यासाठी आठवे प्रकरण पाहा.

अपयश यशामध्ये परिवर्तित करा

जर आपण अपयशी झाल्यानंतर तिथेच प्रयत्न सोडून दिला तर आपल्यापैकी प्रत्येक जण कुठे असेल? पुष्कळसे शोध व नवनव्या गोष्टी मुळात तेव्हा अस्तित्वात आल्या जेव्हा त्याच्या शोधकांनी अपयश स्वीकारले नाही- मग भलेही त्यांच्या कल्पना सुरुवातीला प्रत्यक्षात उतरू शकल्या नसल्या तरीही. मात्र अपयश आल्यानंतरही

ते थेट कामाला लागले व नव्या रेखाटनांचा विचार करण्यात व त्यावर काम करण्यात ते लगेच मग्न झाले. आज ज्या सामाजिक रणनीती खरेच यशस्वीरीत्या काम करत आहेत, त्या यशस्वी झाल्या आहेत केवळ असंख्य अपयशांचा सामना केल्यानंतरच. व्यक्तिगत पातळीवर विचार करता, नात्यामधील तथाकथित अपयशातून बाहेर पडण्याचा बहुतांश वेळी सर्वांत सकारात्मक मार्ग म्हणजे त्या नात्यातून बाहेर पडणे हा असतो, ज्यामधून दोन्ही व्यक्तींना स्वतःविषयी भरपूर शिकायला मिळते व भावी साथीदाराशी जुळवून घेणेही सोपे जाते.

कोणतेही अपयश हे काहीतरी शिकवणारे, शुद्धीकरण करणारे असू शकते. कारण यामुळे अव्यवहार्य कल्पना व व्यक्तिगत गुणांचे शुद्धीकरण केले जाते. अधिक चांगला प्रयत्न केल्याने आपल्या जखमा चांगल्या होतात. आपण शिकतो व स्वतःला पुढे ढकलतो आणि अधिक चांगले करण्यासाठी आपण प्रयत्नांची पराकाष्ठा करतो. असे करत असताना आपण अपयशाला यशामध्ये परावर्तित करतो.

तर मग, यापुढे स्वतःला दोष देत बसणे किंवा स्वतःची लाज वाटून घेणे यामध्ये तुमची शक्ती वाया घालवू नका. तुम्ही जर वाईटरीत्या वागला असाल तर तुमच्या वागणुकीत पूर्णपणे दुरुस्ती करा व पुढे चालू लागा. तुमच्या चुकांची पुनरावृत्ती होणार नाही यासाठी भरपूर प्रयत्न करा. भले तुम्ही कोणतेही काम करा- मग ते तुमचे काम फुरसतीचा वेळ किंवा तुमचे कौटुंबिक आयुष्य यांपैकी कशाविषयी का असेना- यामध्ये यशस्वी होण्यासाठी अधिक जोमाने प्रयत्न करा.

जरी एखादे काम अयशस्वी झाले असले तरीही नव्या कल्पनांवर कल्पकतेने काम करण्यास सुरुवात करा. त्यामधील नवनव्या गोष्टींमध्ये स्वारस्य घ्या व डोळे उघडे ठेवून काम करा; गरज पडेल तेवढ्या वेळा पुनःपुन्हा उमेदीने प्रयत्न करा. या मार्गावर मार्गक्रमणा करताना तुम्हाला नवी दृष्टी प्राप्त होईल, नव्या कल्पना सुचतील, तुम्हाला सातत्याने प्रेरणा मिळेल व तुमच्या कौशल्यामध्ये भरच पडेल व सर्जनशीलतेमध्ये सातत्याने वाढच होत राहील.

कोणतीही चूक झाल्यास वा अपयश आल्यास सकारात्मकरीत्या विचार करा व संधीचा विचार करा; नेहमी किमान एक तरी संधी असते, पुष्कळदा तर अनेक संधी असतात.

इतरांच्या नकारात्मकतेला अवश्य विरोध करा

आपण जेव्हा सकारात्मक असतो, तेव्हा लोक किती वेळा त्यांची नकारात्मकता किती निरनिराळ्या रीतीने सोबत आणतात, ते पाहणे मनोरंजक असते.

तुम्हाला शक्य होईल तेवढा अधिकाधिक वेळ अशाच लोकांसोबत राहा जे

तुमचा धीर वाढवतील. या रीतीने तुम्ही सर्वच जण सकारात्मकतेचा अंगीकार कराल, परस्परांना प्रेरणा द्याल व परस्परांना मजबूत आधार देऊन आनंद मिळवाल. अशा लोकांच्या सहवासाला जपा ज्यांची विनोदबुद्धी, खेळकर स्वभाव, सर्जनशीलता व उत्साह हे साधारणपणे तुमच्या गुणांशी जुळतात. जे लोक सध्या किंवा कायमच दुःखात आहेत, त्यांना तुमचा वेळ देणे व त्यांच्यावर शक्ती खर्च करणे हे स्वागतार्ह व दयाळूपणाचे असले तरीही असे करणे भावनिकदृष्ट्या थकवणारे असते. अर्थात इतरांची काळजी घेत राहा व त्यांच्याशी सहानुभूतीने वागा; मात्र त्यासाठी वेळेची मर्यादा ठरवून घ्या. ज्या लोकांचे मन, शरीर किंवा आत्मा त्रासलेला आहे, अशा लोकांशी संबंध येणारे समुपदेशक, डॉक्टर्स, परिचारिका व तत्सम व्यावसायिक यांच्याप्रमाणे त्यांची दुःखं किंवा चिंता यांचे ओझे स्वतःवर न लादण्यास शिका. स्वतःची शक्ती राखून ठेवणे, हे त्यांच्यासाठी व सोबतच तुमच्यासाठीही सकारात्मक आहे. कारण त्यांना पुढच्या वेळी जेव्हा तुमची गरज भासेल तेव्हा थकून न जाता व त्यांना न टाळता तुमचा वेळ व शक्ती तुम्ही त्यांच्यावर खर्च करू शकता.

सकारात्मकतेने विचार करणे व जगणे या तुमच्या पद्धतीला बाकीचे लोक पोकळ मानसशास्त्रीय बडबड समजून यापासून तुम्हाला परावृत्त करण्याचा प्रयत्नही करू शकतात. इतर लोक त्याकडे दुर्लक्ष करतात, कारण की त्यांनी विवेकपूर्ण उपचारपद्धतीवर आधारित सकारात्मकतेवर लिहिली गेलेली अनेक पुस्तके वाचलेली असतात. त्यामुळे यामध्ये मेहनत करावी लागेल, असे त्यांना वाटत असते. वास्तवात असे काहीही नसते.

निश्चितच सकारात्मकता ही एखाद्या जादूसारखी किंवा एखाद्या स्वर्गीय गोष्टीसारखी वाटू शकते; कारण त्यामुळे तुमचे आयुष्य संपूर्णपणे बदलते. मात्र वस्तुस्थिती ही आहे की, सकारात्मकता तुम्हाला आकर्षित करते व तुमच्या जीवनविषयक अनुभवांमध्ये त्यामुळे पुष्कळच सुधारणा होते.

सकारात्मकतेमध्ये आयुष्य बदलून टाकणारी शक्ती असते, जी मी माझ्या संपूर्ण आयुष्यामध्ये कार्यरत असलेली अनुभवतो. मला खातरी आहे की, वैज्ञानिक सकारात्मक विचार टिकवून ठेवण्याचे परिणाम शोधून काढतील व सर्व चांगल्या परिस्थितीमध्ये ती शक्ती कोणत्या रीतीने काम करते, ते नेमकेपणाने समजावून सांगतील.

सकारात्मकता ही तुमच्या दैनंदिन आयुष्याची एक नियमित जीवनपद्धती बनल्यानंतर एक-दोन प्रसंगांत तुम्ही नकारात्मकतेमध्येही आनंद मानाल, हेसुद्धा संभाव्य आहे. हे काहीसे धूम्रपान सोडून देण्यासारखे आहे. अशी एखादी व्यक्ती, जी तिच्या मैत्रिणीसोबत एखाद्या सिगारेटचा आनंद घेत असे, ती व्यक्ती कधी-कधी या वास्तवामुळे दुःखी होऊ शकते की, ती आता धूम्रपान करत नाही! तुमचा

सकारात्मक दृष्टिकोन व शक्ती यामुळे नकारात्मक लोकांनाही त्यांच्या नकारात्मकतेविषयी प्रश्न पडेल. समाधान व आनंद यांचा दरवाजा त्यांच्यासाठीही खुला आहे, केवळ एवढेच लक्षात ठेवा.

नकारात्मकतेची जिथे आवश्यकता नाही, पण नकारात्मक राहणे जिथे सुज्ञपणाचे आहे, तिथे सकारात्मकता धोक्याची असते, असेही लोक तुम्हाला सांगतील. कारण अशी सकारात्मकता व्यक्तीला काही बाबतीत दृष्टिहीन बनवते, असे त्यांना वाटते. एखाद्या कृतीच्या सर्वाधिक वाईट संभाव्य परिणामाबाबत सतर्क व जागरूक राहण्यामुळे तुम्ही त्याच्या परिणामांपासून स्वतःचा बचाव करू शकता, असे त्यांना म्हणायचे असते. अगदी खरे आहे. मात्र सावधानपणाचा दृष्टिकोन बाळगणे, हीच मुळात नकारात्मकता आहे, असा युक्तिवाद मी करेन. जेव्हा सतर्कता भावनातिरेकाने नव्हे तर योग्य रीतीने वापरली जाते, तेव्हा ती खूपच सकारात्मक आणि अतिशय उत्तमरीत्या तर्कसंगत असते. जेव्हा तुम्ही सकारात्मक दृष्टिकोन बाळगता, तेव्हा तुम्ही धूर्तपणे वागत नाही असा त्याचा अर्थ नसतो. खरे तर सकारात्मकता धूर्त राहण्यास प्रोत्साहन देते व जिथे 'नाही' म्हणणे किंवा गोष्टींचा कंटाळा येणे योग्य असते, अशा वेळी ते पूर्णपणे सकारात्मक असते.

टीव्हीवरील कार्यक्रमांमध्ये दाखवल्या जाणाऱ्या तक्रारखोर वृद्ध स्त्री-पुरुषांच्या माध्यमातून उपहासात्मक विनोद करणाऱ्या विनोदवीरांनी व आपल्याला हसवणाऱ्या लोकांनी केलेले नकारात्मक विनोद ही मौजमजेची बाब आहे, या गोष्टीकडे काही जण निर्देश करतात. हे खरे आहे की, प्रसंगी नकारात्मक विनोद हा मजेचा भाग असू शकतो; मात्र हे लक्षात घेतले पाहिजे की, असा आनंद हा केवळ क्षणिक असतो व सुरुवातीचे भारावलेले क्षण ओसरल्यानंतर येणारे नैराश्य खूप अधिक असू शकते. हरतऱ्हेने मनाला आनंद देणाऱ्या, मनःस्थिती उंचावणाऱ्या सकारात्मकतेमधील आनंदीपणा, प्रसन्नतेची भावना व अधिक काळ टिकणाऱ्या समाधानामध्ये जो आनंद दडलेला असतो, तसा आनंद अशा उपहासात्मक विनोदामध्ये सापडू शकत नाही, ही वस्तुस्थिती आहे.

आयुष्याचे मार्गक्रमण सकारात्मकतेने करा

प्रत्येक व्यक्ती व परिस्थितीमधील चांगुलपणाचा शोध घेणाऱ्या सकारात्मकतेचा बराच मोठा भाग हा अर्धा रिकामा ग्लास पाहण्याऐवजी अर्धा ग्लास भरलेला आहे, असे मानणाऱ्या दृष्टिकोनात आहे.

हे लक्षात ठेवा की, अगदी टोकाच्या निराशाजनक परिस्थितीरूपी अंधारामध्येही चांगुलपणा प्रखरतेने चमकतो. युद्ध वार्ताहर कॅटी ॲडीला असे पुष्कळदा आढळले

व त्याविषयी तिने 'द काइंडनेस ऑफ स्ट्रेन्जर्स' या पुस्तकात लिहिले आहे. बहुसंख्य लोकांमध्ये सकारात्मकता व दयाळूपणा टिकून राहतो.

जीवन भले तुम्हाला कोणत्याही परिस्थितीत ठेवो; तुम्ही मात्र या जीवनप्रवासादरम्यान मनमोकळेपणा, सकारात्मकता व आशावादी दृष्टिकोन बाळगा. तुमचे डोळे आपल्या आश्चर्यकारक सृष्टीतील अचंबित करणारी सर्व सहृदयता व सौंदर्य यांच्याप्रती खुले असू द्या. त्यामधून तुम्हाला समाधानाचे वरदान मिळेल व सोबतच निखळ आनंद व उल्हास यांचा मुक्त शिडकावाही तुम्हाला यामधून मिळेल.

सकारात्मकतेचा अनुभव छान वाटतो.

दोन कैद्यांनी गजाआड दूरवर पाहिले,
एकाला चिखल दिसला तर दुसऱ्याला तारे.

प्रत्येक गोष्टीत आशा शोधणारी व्यक्ती बना व त्यामुळे तुमचे संपूर्ण आयुष्यच उजळून निघेल.

– फ्रेड्रिक लँगब्रिज

२

जसे आहात तसे वागा व स्वतःवर प्रेम करा

या प्रकरणामध्ये तुम्ही सकारात्मकतेला पुढील प्रकारे आपलेसे कराल जेव्हा–

- *तुम्ही स्वतःच्या खऱ्या अस्मितेला (स्वत्वाला) ओळखाल व स्वतःवर प्रेम कराल.*
- *नैसर्गिकरीत्या वागण्याबद्दल तुम्हाला वाटणाऱ्या भीतीवर मात कराल.*
- *तुम्हीही महत्त्वाचे आहात हे जाणून घ्याल.*
- *तुम्ही स्वतःला ओळखाल.*
- *विश्वाच्या या विराट रचनेमध्ये स्वतःच्या अस्तित्वाला व भूमिकेला तुम्ही जाणाल.*
- *तुमच्यातील सकारात्मक शक्तीशी स्वतःला जोडून घेण्याचे तुम्ही ठरवाल.*
- *सकारात्मकतेमध्ये तुमचा आत्मा जी भूमिका पार पाडतो, ती ओळखून घ्याल.*
- *स्वजाणीव व स्वतःविषयी वाटणारी आवड याविषयी आत्मविश्वास जागृत कराल.*
- *तुम्ही निसर्गदत्त नेता बनाल.*
- *आयुष्य शांतपणे जगाल व दैनंदिन कटकटी व चिंता यांचा त्याग कराल.*
- *सकारात्मकतेच्या माध्यमातून चांगुलपणाची जाणीव जागवाल.*
- *साधेपणा व शांतता यांचा आनंद घ्याल.*

स्वतःला जाणणे, आपण स्वतः खरेच जसे आहोत तसे वागणे व स्वतःवर प्रेम करणे या सर्वांमधून एक आंतरिक सत्य, संतुलन व समाधानाची जाणीव वाढीला लागते. स्वतःवर प्रेम करणे म्हणजे स्वकेंद्रितता किंवा स्वतःच्या प्रेमामध्ये

बुडून जाणे असते का? नाही, मुळीच नाही! तुम्ही जे वैशिष्ट्यपूर्ण रूप घेऊन जन्मलात व नंतरच्या वर्षांमध्ये ते जसे विकसित झाले आहे, त्याचा स्वीकार करून व तुम्ही ज्या रीतीने विकसित होत आहात व बदलत आहात, त्याच्याशी प्रामाणिक राहून तुम्ही स्वतःमधील क्षमतांच्या अनुरूप स्वतःचा विकास करण्यास स्वतःला सक्षम करता व सोबतच तुम्ही आयुष्यावरही प्रेम करू लागता. आत्मप्रशंसा व प्रोत्साहन यांमधून केवळ सकारात्मक भावनाच प्रबळ होते असे नाही, तर या बाबींचे उद्दिष्टच मुळात हे असते की, तुम्ही अत्युत्तम बनू शकता. ते तुम्ही बनावे, तुमच्या वचनांना तुम्ही जागावे व उद्दिष्टे पूर्ण करावीत. मग तुमचे तेज इतरांपर्यंत पोहोचेल व त्यांचाही त्यामधून विकास होईल.

जेव्हा तुम्ही स्वतःशी प्रामाणिक असता, तेव्हा तुमच्या आसपासचा प्रत्येक जण तुमच्या खरेपणाला ओळखतो व तोसुद्धा तुमच्यासारखाच तणावमुक्त होतो. आपल्याला जेव्हा आपली आंतरिक शक्ती, क्षमता व सामर्थ्य यांची जाणीव असते, तेव्हा आपण अंतर्बाह्य आत्मविश्वासपूर्ण असतो. तुमच्या व्यक्तिगत सामर्थ्याची जाणीव ही तुम्हाला तुमच्या आयुष्याचा अर्थ व उद्दिष्टाचा शोध घेण्यात मदत करते व त्याचसोबत स्वेच्छेने बदल घडवण्यात व बदलांचा सामना करण्यात ती जाणीव तुम्हाला मदत करते.

तुमच्या खऱ्या अस्मिता जाणा व स्वतःवर प्रेम करा

स्वतःशी प्रामाणिक राहणे व स्वतःवर प्रेम करणे यामुळे केवळ सकारात्मक वाटते असे नाही, तर जीवन जगण्यासाठीही ती सर्वाधिक सोपी गोष्ट आहे. आपल्यापैकी बरेच जण त्यांच्या प्रौढपणाच्या आयुष्यातील सुरुवातीची काही वर्षे मुखवटा घालून व इतरांना आपण जसे असावे असे वाटते किंवा आपण कसे असायला हवे असे आपल्याला वाटते, त्याप्रमाणे वागतो. मात्र त्यामुळे आपल्याला खरे समाधान क्वचितच मिळते व आपण सातत्याने प्रयत्न करत असल्यामुळे यामध्ये आपली खूप शक्ती खर्च होते. जेव्हा लोक थकल्याची तक्रार करतात व त्या वेळी ते जेव्हा स्वतःच्या अस्मितेचा शोध घेतात, तेव्हा प्रामाणिक बनण्याकडे त्यांचा ओढा असतो. त्या वेळी त्यांना आयुष्याचा खरा अर्थ उमगतो व ते त्या उद्दिष्टाला जागतात. मात्र जर ते असे करू शकले नाहीत, तर त्यांनी स्वतःची जी प्रतिमा बनवली आहे, त्या प्रतिमेच्या चौकटीमध्ये ते बंदी बनून जातात व त्या प्रतिमेशी जुळवून घेण्यासाठी त्यांचा संघर्ष अविरतपणे सुरूच राहतो.

एखाद्या व्यक्तीला ती नेमकी कोठे होती व तिच्या सध्याच्या ठिकाणी

कशी पोहोचली हे नक्की माहीत असल्याशिवाय, ती सध्या कोणत्या दिशेने चालली आहे हे त्या व्यक्तीला कळूच शकत नाही.

–माया अँजेलू

मुखवटा घालून वावरण्यातील जे अवघडलेपण असते, ते पुष्कळदा त्यांच्या मनात खोलवर सुप्त अवस्थेतच राहते. स्वतःशी प्रामाणिक राहण्याची केवळ आशाच त्यांच्या मनात राहते व त्या स्वरूपात ती आधी व्यक्त होते. पुन्हापुन्हा येणारे नैराश्य किंवा खूप काळापासून असणारे अनारोग्य या स्वरूपात कदाचित ते व्यक्त होत राहते आणि त्यानंतर अशी वेळ येते, जेव्हा ती व्यक्ती आणखी ताण सहन करू शकत नाही. मग त्या व्यक्तीला जाणवते की तिने आता बदलले पाहिजे. त्या वेळी स्वतःच्या खऱ्या अस्मितेप्रत पोहोचण्याचा मार्ग व्यक्तीला कसाबसा सापडतो.

आयुष्य बदलून टाकणारी ही एक संक्रमणावस्था असते. त्यानंतर तुमच्यातील सकारात्मक शक्तीचा प्रवाह अविरतपणे वाहू लागतो. त्यामुळे तुम्हाला अधिक आशादायी, प्रेरित वाटते व तुम्ही आयुष्यातील आनंदाच्या तालावर नाचण्यास व गाण्यास सिद्ध होता.

स्वतःची अस्मिता जाणणे, ही एक खूपच औत्सुक्याची बाब होय. तुम्ही आता जिथे पोहोचला आहात, तिथे तुम्ही कसे पोहोचलात हे जाणण्यासाठी समुपदेशनाचे माध्यम खूपच उपयोगी ठरू शकते; परंतु तुमच्या भूतकाळाचा वेध तुम्ही स्वतःही घेऊ शकता. आणि स्वतःमध्ये बदल घडवण्यासाठी तुम्हाला आयुष्याच्या मध्यात, आधीच्या किंवा नंतरच्या आयुष्यात येणाऱ्या संकटाची वाट पाहण्याची आवश्यकता नाही. तुमचे मन खुले करण्यासाठी खूप वर्षे, महिने किंवा आठवडे घालवण्याचीही गरज नाही. या क्षणापासूनच तुम्ही स्वतःच्या स्वभावानुसार वागू शकता. तुम्ही या क्षणापासूनच चमकू शकता.

हे परिवर्तन एखाद्या चमत्कारासारखे वाटते, कारण जशी तुम्ही तुमची आंतरिक शक्ती प्रवाहित करता, तशी तुमच्यातील नैसर्गिक शक्ती विनासायास उफाळून येते. त्यानंतर तुम्ही तुमच्या व्यक्तिमत्त्वानुसार तुमच्यातील गुणांचा व तुमच्या उद्दिष्टाचा मुक्त आविष्कार करण्यासाठी साशंकतेने किंवा जोमाने जाऊ शकता. तुम्ही कोणत्याही मार्गाने गेलात तरी निर्मळ, तसेच बालसुलभ अशी औत्सुक्य व समाधानाची भावना या प्रवासात तुमची साथसंगत करते.

एका अर्थी हा एक चमत्कारच असतो, ज्यामधून तुम्ही स्वतःचे शुद्धीकरण घडवून आणू शकता. अशा शुद्धीकरणाच्या माध्यमातून तुम्ही तुमचे खरे स्वरूप ओळखता. परिणामस्वरूप तुम्हाला खऱ्या समाधानाची प्राप्ती होते. ही प्रक्रिया

चैतन्याने भारलेली असते आणि तुम्ही त्या प्रक्रियेमधून पुन्हापुन्हा जाऊ शकता. व हळूहळू तुम्हाला योग्य वाटतील अशा पद्धती तुम्ही शिकू शकता. अशा रीतीने तुमच्या व्यक्तिगत सामर्थ्याचा पुरेपूर वापर करून सकारात्मकरीत्या जगण्याच्या जीवनपद्धतीचा तुम्ही अंगीकार करू शकता.

स्वतःच्या स्वभावानुसार वागताना वाटणाऱ्या भीतीवर उपाय करा

या समाजरचनेत सामावले जाण्यासाठी आपल्या पालकांच्या वा इतरांच्या अपेक्षांनुरूप प्रतिमा आपण सर्वच जण बाळगत असतो. खरे तर ही प्रतिमा बदलणे हे मुळात सोपे आहे; कारण आपण आपल्या स्वभावाप्रमाणे वागावे, ही आपली प्रवृत्ती असते. असे असतानाही सुरुवातीला या बदलाला तुम्ही स्वतःच विरोध करता, असे तुम्हाला आढळेल. बदलाच्या भीतीपोटी जन्मणारी गोंधळाची भावना, तो बदल टाळण्याची क्रिया व त्यामधून जन्माला येणारा राग, ही लक्षणे सामान्य आहेत. त्यावर मात करण्याची एक उपयुक्त पद्धत पुढे दिली आहे :

- ✓ ती लक्षणे मान्य करा. उदाहरणार्थ, मी तक्रारखोर झाल्यासारखे मला वाटत आहे; कारण मी इतक्या वर्षांपासून जपलेली माझी प्रतिमा हरवून बसेन की काय, अशी भीती मला वाटते. ही भीती जाणून घेतल्याने मनात साठलेल्या नकारात्मकतेचा निचरा होतो व त्यामुळे तुमच्या मनावरील ताण तत्काळ कमी होतो.
- ✓ असे असतानाही तुम्हाला तुमचे विचार काही अंशी विस्कळित वाटू शकतात. तुम्हाला अजून काही अंशी कमकुवत वाटते, त्याचे हे लक्षण आहे व ते एका अर्थी चांगलेही आहे. आपला दुबळेपणा जाणून घेण्याने आपल्यासमोर जी कोणती आव्हाने येतील, त्यांच्यातून तार्किकरीत्या मार्ग काढण्याची आपली तयारी होते व एका सुज्ञ, तसेच यथायोग्य दृष्टिकोनामधून आपण धीराने व आत्मविश्वासाने कृती करतो.
- ✓ स्वतःमधील कमकुवतपणा ओळखण्याची तयारी दर्शवणे, हे स्वतःच्या स्वभावानुसार वागण्याच्या दिशेने एक मोठे पाऊल आहे. त्यामुळे तुमच्या भावना दडपून टाकण्याऐवजी तुम्हाला त्या सुरक्षितरीत्या, सच्चेपणाने व विधायकरीत्या व्यक्त करता येतात. दडपलेल्या नकारात्मक भावना वाढू शकतात व विकृत रूप धारण करू शकतात. उदाहरणार्थ साध्या, निरोगी रागाचा भडका उडू शकतो व तो संतापाच्या किंवा शरमेच्या भावनेमध्ये परावर्तित होऊ शकतो. या नकारात्मक भावनांचा सकारात्मकरीत्या सामना

केल्यास वैफल्याची भावना कमी होते व तुम्हाला जाणवते की, या भावनांवर तुम्ही सहजरीत्या नियंत्रण मिळवू शकता.

- ✓ तुमच्या मूळ स्वभावानुसार वागण्याचे विस्मरण होऊ देऊ नका व सकारात्मकरीत्या जगा.
- ✓ तुमच्या मूळ स्वभावानुसार वागण्याने तुम्हाला जे स्वातंत्र्य व जो आनंद प्राप्त होणार आहे, तो ध्यानात ठेवा व त्या ध्येयाप्रत पोहोचा.
- ✓ तुमच्या अंतरंगामधून मुक्तपणे संचार करणाऱ्या सकारात्मकतेच्या शक्तीचा अनुभव घ्या.

तुम्हीसुद्धा महत्त्वाचे आहात ही जाणीव ठेवा

तुम्ही निष्प्रभ आहात, ही भावना तुमच्या मनात असल्यास समाधानाची व वरचढपणाची भावना मनात बाळगणे, ही अगदी अशक्यप्राय गोष्ट असते. हल्ली प्रसिद्धीवर जो अतिरिक्त भर दिला जातो, कदाचित त्यामुळे या विश्वाच्या सामाजिक समुदायाचा आपण एक गौण भाग असल्याची भावना आश्चर्यकारकरीत्या सर्वप्रचलित आहे. अगदी ते लोकही जे प्रसिद्ध आहेत किंवा ज्यांचे हजारो 'ई-मित्र' आहेत ते खरे कोण आहेत किंवा त्यांचे नेमके उद्दिष्ट काय आहे, याची त्यांनाही कदाचित खऱ्या अर्थी जाणीव नसेल, असे वाटते.

तुम्हीही महत्त्वाचे आहात, ही जाणीव एखाद्या गौरवशाली अनुभूतीसारखी वाटू शकते. भलेही तुम्हाला आपण कितीही साधारण, अकार्यक्षम किंवा सामान्य आहोत असे वाटत असले तरीही, तुम्ही महत्त्वाचे जरूर आहात. तुम्ही महत्त्वाचे आहात- खूप महत्त्वाचे आहात, ही जाणीव बाळगणे हा उद्धटपणाचा किंवा आत्मप्रौढीचा भाग नव्हे; तर ती तुमच्या स्वतंत्र व्यक्तिमत्त्वाची जाण आहे व तुमचा प्रभाव व तुम्ही जो प्रभाव टाकू शकाल त्याच्याशी याचा संबंध आहे. याचे कारण तुम्ही या विश्वाचा एक घटक आहात व या जगात जे जीवन व प्रेम आहे, त्याचाही तुम्ही एक अंश आहात.

तुमच्या मताला इथे किंमत आहे. तुमच्या मतावर तुमचा वैशिष्ट्यपूर्ण असा ठसा आहे. आपल्यातील बहुतेक जण खूप महत्त्वाची वा प्रभावी भूमिका भलेही बजावत नसू , तरीही आपण सर्वच जण आपले योगदान देऊ शकतो. उदाहरणार्थ, एखाद्या निवडणुकीमध्ये प्रत्येक मत महत्त्वाचे असते व आणीबाणीच्या परिस्थितीत एखाद्या निवडणुकीमध्ये केवळ एक मतही निर्णायक ठरू शकते. तुमचे सकारात्मक योगदान- मग ते भले कितीही क्षुल्लक का वाटेना- त्याचे सर्वांच्या कल्याणामध्ये योगदान असते. तुमच्या मनात येणारा प्रत्येक विचार व तुम्ही हाती घेतलेली प्रत्येक

कृती यांचा प्रभाव कोणत्या ना कोणत्या स्वरूपात पडत असतो व त्याची दखलही घेतली जाते- भलेही तसे वाटत नसले तरीही.

तुमच्या योगदानामुळे फरक पडतो. कदाचित महत्त्वाचा फरक!

तुम्हाला तुमच्या प्रभावाची जाणीव धक्का न बसता, आश्चर्यकारकरीत्या झाली का? त्यामुळे आपल्यापैकी प्रत्येकाने आपल्या स्थानाचा, आपल्या वैशिष्ट्यपूर्ण कार्याचा उपयोग हा सकारात्मकरीत्या परिणामकारक करण्यासाठी व आपल्या अस्तित्वाचा आदर करण्यासाठी, तसेच त्याची काळजी घेण्यासाठी करावा, हे महत्त्वाचे आहे.

स्वतःची अस्मिता ओळखा

'परंतु मी तर स्वतःला ओळखत नाही,' असे तुम्ही कदाचित म्हणत असाल. पुष्कळ लोकांनाही असेच वाटते. खरे तर तुमचे जे स्वत्व आहे, त्याला मात्र स्वतःची खूप चांगली जाण असते. गोष्ट केवळ एवढीच असते की, तुम्ही त्याकडे दीर्घ काळापासून दुर्लक्ष करत आलेले असता, ज्यामुळे तुमच्या स्वत्वाचा तुम्हाला विसर पडलेला असतो. मात्र खरे तर तुमचे स्वत्व हे तुम्ही त्याची दखल घ्यावी, त्याविषयी चिंतन करावे व त्यावर कृती करावी, अशी अपेक्षा करत असते.

तुम्ही जेव्हा स्वतःला जाणून घ्याल, तेव्हा तुम्हाला खूप हलके वाटेल; कारण ज्या क्षणी आपण आपल्या बाबतीतील या सर्वाधिक महत्त्वाच्या बाबीशी जोडले जातो, तेव्हा आपल्या मनातील नैराश्य किंवा गोंधळाची भावना नाहीशी होते. आपण जेव्हा आपल्या स्वत्वाकडे मोकळ्या मनाने, प्रामाणिकपणे व स्वतःविषयी हृदयात प्रेम ठेवून पाहतो तेव्हा आपली आयुष्ये उजळून निघतात व आपल्या जीवनाचा व्यक्तिगत अर्थ उघड होतो.

अर्थात आपले खरेखुरे व्यक्तित्व व आयुष्याचे खरे उद्दिष्ट या आपल्यासाठी सर्वाधिक महत्त्वाच्या बाबींवर लक्ष केंद्रित करण्याकडे दुर्लक्ष करणे, हा आपल्या दैनंदिन व्यवहारामधील किंवा असंवेदनशीलतेमधील सर्वाधिक सोपा पर्याय असतो. मात्र तुमच्या स्वत्वाच्या गरजांकडे दुर्लक्ष करणे नुकसानकारक असते व तुम्ही तसेच दुर्लक्ष करत राहिलात तर, ते अक्षरशः तुमच्या आत्म्याचा नाश करू शकते. तुमचे खरेखुरे व्यक्तिमत्त्व ओळखणे व तुमच्यासाठी असलेला मार्ग निवडणे, हे खरे तर खूप सोपे असते. त्यासाठी तुम्हाला एवढेच ठरवायचे असते की, तुम्ही या क्षणाला मनाने इथे हजर राहाणार आहात व म्हणणार आहात, "माझ्याकडे अधिक दुर्लक्ष करण्यामुळे जी वेदना मला होते, ती मला यापुढे सहन करायची नाही. माझ्या आयुष्याचा जो खरा अर्थ आहे, त्याचा सामना करण्यासाठी, मला ज्या प्रकारची

व्यक्ती बनावयाचे आहे व मी खरोखर जसा आहे तसे बनण्यासाठी मी सिद्ध आहे.''

दचकून जाऊ नका. तुमच्या ज्या जबाबदाऱ्या व कर्तव्ये आहेत त्याचा त्याग तुम्ही करावयाचा आहे, असा याचा अर्थ होत नाही. तुम्ही जसे या सत्याला आपलेसे करण्यात सुरुवात कराल, तसे तुमच्यावर प्रेम करणाऱ्या लोकांना तुमचा आत्मविश्वास व खरे समाधान जाणवल्यावाचून राहणार नाही व ज्या रीतीने तुम्ही प्रगती करणार आहात व जी तुमची नियती आहे त्यासाठी ते लोक तुम्हाला वाव किंवा उत्तेजन देतील. काही लोकांसाठी हे थोडे अधिक कठीण असेल. तुमच्या व्यक्तिमत्त्वामधील या सुप्त व उघड उघड बदलांमुळे ते तुमचा द्वेषही करतील. मात्र तो त्यांचा प्रश्न आहे. जसजसा वेळ जाईल तसे या लोकांनाही ज्यातून खरा आनंद मिळतो तो आयुष्याचा अर्थ सापडेल, अशी आपण आशा करू या. तुमच्या प्रगतीमध्ये अडसर आणण्याने त्यांना कोणतीही मदत होणार नाही. केवळ त्यांचे सध्याचे वैफल्य टिकवून ठेवण्यात याची मदत (?) होईल.

तुमच्या स्वभावानुसार वागा- अगदी तुमच्यातील सर्वोत्तम गुणांप्रमाणे. तुमचा जो खरा स्वभाव आहे तसे अर्थपूर्ण व पुष्कळदा तुम्ही जसे असता तसे आनंदमय राहा. जगातील सौंदर्य व तुमच्यातील चैतन्याकडे पुरेपूर लक्ष पुरवा. असे केल्याने तुमचे आयुष्य अकल्पनीयरीत्या संपन्न होईल.

या जगड्व्याळ विश्वामधील तुमची भूमिका ओळखा

कामात आपण खरेच खूपच मग्न राहू शकतो. पुष्कळ जण तर एकांताला एकटेपणा समजून त्याला नेमकेपणाने टाळतात! परंतु ज्या प्रत्येक व्यक्तीला स्वतःच्या अंतरंगात डोकावून बघायचे आहे, स्वतःला व स्वतःच्या आयुष्यामध्ये जो अर्थ दडलेला आहे, तो जाणून घ्यायचा आहे, अशा प्रत्येकाला ते रहस्य जाणून घेण्यासाठी थोड्या एकांताची गरज असते. खरे तर व्यक्तिगत विकासासाठी स्वतःला भरपूर वेळ देणे हे चांगले असले तरीही खरे सांगायचे झाल्यास आपल्यापैकी बहुतांश जणांना दैनंदिन उपक्रमांमधून असा वेळ काढता येणे शक्य नसते. परंतु सुदैवाने आपले मन, आत्मा व शरीर यांच्या वैशिष्ट्यपूर्ण मिलापाचा जो आनंद असतो, तो आपण आपल्या दिवसभराच्या वा केवळ काही मिनिटांच्या वेळेमध्येही मिळवू शकतो.

आता आणि नंतरही या वेळरूपी महासागरामध्ये या सकारात्मक जाणिवेचा अनुभव घेण्याची अगदी तत्काळची पद्धत म्हणजे हा साधा व्यायाम करणे होय. त्यामधून तुमची शक्ती प्रवाहित होते, तुम्हाला वर्तमानकाळामध्ये राहण्यास मदत होते व तुमच्या निखालस स्वत्वाशी तुम्ही स्वतःला जोडू शकता.

तुम्ही भलेही कुठेही असा, तुम्ही एकटे असा वा गर्दीने भरलेल्या एका रेल्वेगाडीमध्ये असा, त्याने काहीही फरक पडत नाही. स्वतःच्या व्यक्तिमत्त्वाशी जोडले गेल्याच्या भौतिक व सकारात्मक भावनेचा अनुभव घ्या.

- ✓ ताठ बसा.
- ✓ तुमचे खांद्याचे व मानेचे स्नायू ताणा.
- ✓ 'मी स्वतःच्या स्वभावाप्रमाणे वागत आहे आणि ही भावना चांगली आहे,' असे स्वतःशी म्हणा.
- ✓ भलेही तुमच्या आयुष्यात आता काहीही का चालले असेना, या क्षणी जो आयुष्यरूपी मौल्यवान ठेवा तुमच्याकडे आहे, त्याचे महत्त्व खऱ्या अर्थी जाणून घ्या.
- ✓ आता तुमचे लक्ष तुमची पाठ, हात, खांदे व मान यांवर केंद्रित करा.
- ✓ यामधून प्रवाहित असलेल्या ऊर्जेचा अनुभव घ्या.
- ✓ आता स्मित करा (जर तुम्ही एकांतात असाल तर मोठे स्मित करा व चारचौघांमध्ये असाल तर हलकेसे स्मित करा!)

शारीरिक व मानसिक अवस्थेचा खरेपणा व स्वस्वीकृती तपासून पाहण्याचा हा एक सोपा मार्ग आहे. यामुळे तुमची व्यक्तिगत ऊर्जा तुमच्या जीवनातील सर्व क्षेत्रांमध्ये प्रवाहित होते. कंटाळलेपणाची जाणीव होत असेल किंवा जोम हवा असेल किंवा आधार व स्वतः योग्य असल्याचे मनोबल हवे असेल, तेव्हा ही जाणीव स्वतःमध्ये जागृत करण्यासाठी काही क्षणांचा वेळ या अवस्थेत घालवा. जेव्हा तुम्हाला विश्रांती घ्यायची असते, खेळावयाचे असते, स्वतःला शांत ठेवायचे वा ध्यानधारणा करावयाची असते, त्या वेळी या पद्धतीमधून तुमचा ताण सहजपणे घालवता येतो.

तुमच्या सकारात्मक शक्तीशी नाळ जोडून घ्या

आपल्या सकारात्मक शक्तीशी नाळ जोडणे एवढे सोपे असेल तर मग आपण पुष्कळदा त्याकडे दुर्लक्ष का करतो?

सकारात्मकता हा असा एक पर्याय आहे, जो केवळ तुमच्या निवडण्यावरच अवलंबून असतो; परंतु त्यासाठी तुम्हाला तो पर्याय निवडावा लागतो व तो निर्णय घेणे तुमच्या हातात असते, तुम्हाला तो निर्णय मनःपूर्वक घ्यावा लागतो.

कोणत्याही क्षमतेसारखेच या गोष्टीचे सवयीमध्ये रूपांतर होण्यासाठी व ती

गोष्ट तुमच्या आयुष्याचा एक भाग बनण्यासाठी त्याचा वापर व सराव करण्याची आवश्यकता असते. जेव्हा तुम्ही सकारात्मकता प्रत्यक्ष वापरात आणता, तेव्हा तुम्हाला जाणवते की, ते खरेच किती सोपे आहे व तुम्ही त्या शक्तीशी बहुतांश वेळा स्वतःची नाळ का जोडून घेतली नाही, त्याविषयी तुम्हाला आश्चर्य वाटेल. पुष्कळ क्षमता व कौशल्ये यांसारखेच तुमची सकारात्मक शक्ती प्रवाहित करणे व तिचा मुक्त प्रवाह चालू ठेवणे, ही एक सातत्यपूर्ण निवड असते.

तुम्ही हे पुस्तक वाचण्याचा निर्णय घेतला आहे, म्हणून तुम्हाला आधीच अगदी खोल पातळीवर हे माहीत आहे की, सकारात्मकरीत्या जगण्याने छान वाटेल व तुम्ही अशी आशा करता की तुमच्या मार्गातील, तुमच्या आयुष्यातील तो एक सातत्यपूर्ण निर्णय असेल. परंतु आपल्याला करायला आवडतात; मात्र आपण अनाकलनीयरीत्या ज्या गोष्टी करायचे पुष्कळ वेळा टाळतो किंवा त्या गोष्टी न करण्यासाठी एकानंतर एक अशा सबबी शोधतो, तसे सकारात्मकरीत्या जगणे आपण टाळत राहतो.

औत्सुक्याची बाब ही आहे की, तुमच्या पूर्वीच्या कलागुणांमध्ये पुन्हा स्वारस्य घेऊन तुमच्या नेहमीच्या सकारात्मकतेच्या सवयी तुम्ही समृद्ध करू शकता. असे करण्यात तुमचा जो उत्साह ओसंडून वाहील, त्यामुळे तुमच्या स्वास्थ्याचे तुम्ही याआधी न वापरलेले प्रवाह मोकळे होतील व तुमची सकारात्मक ऊर्जा पुन्हा एकदा जोमाने वाहू लागेल.

ॲन ही माझ्याकडे समुपदेशनासाठी आलेली क्लाएंट होती. ती पियानो खूप छान वाजवत असे. मात्र गेली कित्येक वर्षे तिने बोर्डला साधा स्पर्शही केलेला नाही, या गोष्टीचा तिला खूप खेद वाटत होता. तिने मला सांगितले की, एके काळी तिच्या मनाला ओढ लावणारे संगीत व तिचे संगीताविषयीचे प्रेम यांच्याशी नाते तुटल्यामुळे तिच्या मनाला धक्का लागला होता.

''त्याचे उत्तर काय असेल?'' मी मृदूपणे तिला विचारले.

''पुनश्च सुरुवात करणे... परंतु मध्ये एवढा वेळ निघून गेल्यानंतर मी पुन्हा पियानो वाजवू शकेन किंवा नाही...'' तिच्या उत्साहाची ठिणगी मंदावली.

''तुम्हाला पियानो वाजवणे जमेल- मनातल्या मनात? सूर, पियानोचा स्पर्श तुम्हाला आठवतो का?'' तिने त्या प्रश्नावर लक्ष केंद्रित केले व तिने तिच्या मनात प्रयत्न केला तेव्हा तिचे हात त्याप्रमाणे हलल्याचे मी पाहिले. तिची देहबोली बदलली; ती अचानक अधिक आत्मविश्वासपूर्ण व जोमदार वाटली.

''हो, मी करू शकते. यापूर्वी मी तसा विचार करण्याची हिंमतही केली नसती.''

''पुढील पायरी काय असेल?''

माझ्या या आव्हानावर तिने एक मोठे स्मितहास्य केले. ''पियानोचे झाकण

काढणे व खरोखर पियानो वाजवण्याचा प्रयत्न करणे.''

परंतु मी जेव्हा प्रेमळपणे माझी मान हलवली, तेव्हा स्वतःसमोर आपण कोणते आव्हान ठेवत आहोत, त्याची जाणीव होऊन व त्याला घाबरून तिने पुन्हा एकदा स्पष्टपणे जाणवेल अशा रीतीने त्या कल्पनेपासून पळ काढला.

"तुमच्यासाठी आता काय शक्य असेल?'' मी विचारले.

तिने विचार केला, धीर गोळा केला व ती म्हणाली, "कदाचित मी केवळ काही स्केल्स वाजवून पाहू शकेन...''

"ते छान होईल,'' मी म्हटले, "एकानंतर एक नोट वाजवून पाहा.''

आमच्या पुढच्या बैठकीत तिने मला सांगितले की तिने सकाळपर्यंत पियानो वाजवण्याची टाळाटाळ केली. मात्र एकदा तिची बोटे पियानोच्या की-बोर्डवर चालू लागली, तसा तिला त्यामध्ये खूपच आनंद मिळू लागला- अगदी तिच्या अपेक्षेहूनही जास्त. तिचे डोळे चमकत होते व ती खूश दिसत होती. चिंतेमुळे तिचा चेहरा आक्रसलेला असायचा, तो आता जाणवला नाही.

सराव करण्यासाठी थोडा वेळ मिळावा अशी योजना आम्ही तिच्या दिनक्रमात आखली. आता तिच्या वाढत्या सकारात्मकतेमुळे पूर्वीची क्षमता परत मिळवण्यात तिला मदत झाली, की तिच्या पियानो वादनाने तिच्या आयुष्यात सकारात्मकतेचा प्रवाह वाहू लागला, ते मी सांगू शकत नाही. कदाचित हा त्या दोन्ही गोष्टींचा थोडा-थोडा परिणाम असावा.

सर्व प्रकारच्या सकारात्मकतेविषयी हे खरे आहे. तुम्ही दुर्लक्षिलेल्या तुमच्या आवडीच्या गोष्टी व उत्कट इच्छा यांमध्ये पुन्हा प्राण ओतण्याची संधी सकारात्मकतेला द्या व मग पाहा- त्यामधून जी ऊर्जा व आनंद तुम्ही निर्माण कराल, त्यामुळे तुमच्या आयुष्याच्या सर्वच क्षेत्रांमध्ये सकारात्मक बनण्यात तुम्हाला मदत होईल. सकारात्मकरीत्या विचार करा व तुम्ही आतापर्यंत ज्या छंदांकडे दुर्लक्ष केले होते ते व नवे छंद, अभ्यास व तुमच्या आयुष्याच्या इतर बाबींकडे तुम्ही लक्ष पुरवत आहात, असे तुम्हाला आढळेल.

आपल्यापैकी बहुतांश जणांना या गोष्टीचा खेद वाटत असतो की आपल्या विविध आवडीनिवडी व क्षमतांचा वापर करण्याच्या आवश्यक संधीकडे आपण दुर्लक्ष करतो किंवा त्याकडे पाहत नाही. आपल्याला ज्या गोष्टी करायला आवडल्या असत्या; परंतु त्या गोष्टी करण्यासाठी आपल्याला वेळ मिळाला नाही किंवा अगदी ज्या गोष्टींसाठी आपल्याकडे भरपूर वेळ होता तेव्हाही आपण त्यांच्यापासून दूर पळालो. आपले ज्या गोष्टींवर प्रेम आहे, पण आपण ज्या गोष्टी करत नाही, त्या गोष्टी आपल्या व्यक्तिमत्त्वाचा भाग अवश्य असतात व त्या गोष्टींकडे दुर्लक्ष केल्यामुळे एक प्रकारचे शैथिल्य व काहीतरी चुकल्याची भावना आपल्या मनात

निर्माण होते.

अशा प्रकारे तुमच्या व्यक्तिमत्त्वाची नोंद या क्षणी घेण्यासाठी वर सांगितल्याप्रमाणे दररोज किमान थोडा वेळ तुम्ही काढावा. त्यासोबत ॲनसारखेच मलाही असे वाटते की, तुम्ही ज्या कलागुणावर किंवा छंदावर प्रेम करता किंवा करत होता, त्याचा पुन्हा विचार करून त्यावर पुन्हा काम करा.

तुमची जागरूकता वाढवण्यासाठी हे करण्याचा प्रयत्न करा :

- ✓ तुमच्यासमोर एक कागद घेऊन खाली बसा.
- ✓ तुम्ही अचानक मृत्यूच्या समीप पोहोचला आहात अशी कल्पना करा.
- ✓ असे तीन कलागुण, छंद किंवा उपक्रम जे तुम्ही अधिक जोपासले असते किंवा ज्यांच्याकडे दुर्लक्ष केल्याचा तुम्हाला खेद होतो आहे, त्यांची यादी करा.
- ✓ ही जाणीव तुमच्या अंतर्मनात झिरपू द्या.

इतर बहुतांश लोकांना जी जाणवली आहे तीच आश्चर्यचकित करणारी भावना तुम्हालाही जाणवेल. या गोष्टींना तुमच्या आयुष्यात अगदी खऱ्या व आनंददायी स्वरूपात पुन्हा स्थान देणे किती सोपे असेल, ही तुम्हाला जाणवलेली तुमची दुसरी प्रतिक्रिया असेल.

या क्षणी केवळ लक्षात घ्यावयाची गोष्ट ही आहे की, जर तुमच्या मनात एखादा खेळ किंवा अगदी शारीरिक स्वरूपाची एखादी कृती याविषयी विचार येत असेल व तुम्हाला वाटत असेल की, तुम्ही आता त्यासाठी तितकेसे तरुण नाही; मात्र वयाने काहीच फरक पडत नाही. तुम्ही त्या खेळात प्रत्यक्ष सहभागी होऊ शकणार नाही असे तुम्हाला कदाचित वाटेल; परंतु तुमच्या आवडीला पुन्हा चालना देण्यासाठी इतरही काही उपाय असू शकतात. उदाहरणार्थ, तुम्ही एखाद्या संबंधित मंडळामध्ये रुजू होऊ शकता वा इतरांना शिकवू वा मार्गदर्शन करू शकता.

याच्या मागे ही कल्पना आहे की, अशा कृतीमुळे तुमची आवड व उत्साह यांना पुन्हा चालना मिळते; कारण की याविषयीचा तुमचा उत्साह हा तुमच्या अस्तित्वाचा एक भाग असतो.

ॲनला जशी आढळली तशी पहिली पायरी ही आहे की, तुम्ही तुमची इच्छाशक्ती वापरून त्या दिशेने पाऊल टाकण्याचा निर्णय घेतला पाहिजे. तुम्हाला आनंद देणाऱ्या आवडीच्या गोष्टींमध्ये तुम्ही हळूहळू पुन्हा स्वारस्य घेण्यास सुरुवात कराल व त्यांच्या प्रकाशाने तुमचे स्वत्व उजळून जाईल.

तुमच्या मनाचा कल जाणण्यात व पूर्णत्वाकडे वाटचाल करण्यात स्वतःला मदत करण्यासाठी हा एक सोपा मार्ग आहे. जसे तुम्ही तुमच्या आवडीच्या गोष्टींकडे

लक्ष द्याल व त्यांच्यामधून जाणीवपूर्वकरीत्या आनंद शोधाल, तशी तुमची शक्ती प्रवाहित होईल व तुम्हाला अधिक चैतन्यमय व समाधानी वाटेल. तुमच्या सकारात्मक शक्तीचे स्वरूप हे असे आहे; ती तुम्हाला भलेही प्रत्यक्ष मदत करू शकत नसली तरी ती प्रेम व आशेचे किरण घेऊन येत, ज्यामुळे तुमचे संपूर्ण अस्तित्वच उजळून निघते.

"माझ्या आवडीच्या मी दुर्लक्षित केलेल्या कोणत्याही गोष्टी पुन्हा चालू करण्याची माझी इच्छा नसेल किंवा मला कोणत्याही गोष्टीमध्ये खरेच स्वारस्य नसेल तर काय?"

जर हा तुमचा प्रश्न असेल तर असे वाटणारे तुम्ही एकटे नाही. अनेक लोक त्यांचा अभ्यास व शाळा-कॉलेजदरम्यान विविध उपक्रमांमध्ये व त्यांचे काम व सामाजिक आयुष्य यांमध्ये गुंतून पडतात. त्यामुळे खरेच आवडणाऱ्या इतर गोष्टींचा शोध घेण्यास त्यांना वेळच मिळालेला नसतो. इतरांनी या उपक्रमांमध्ये केवळ या भावनेने भाग घेतलेला असेल; कारण त्यांनी त्यामध्ये भाग घेणे अपेक्षित असावे किंवा त्यांना तसे वाटले असावे.

तुमची जर अशी अवस्था असेल तर आनंदाचा असा अनोखा स्रोत शोधण्यास तुम्हाला वाव आहे! आपल्याकडे आज एवढ्या विविध संधी उपलब्ध आहेत, ज्यामुळे आपण आज खूप नशीबवान ठरतो. इंटरनेटवर त्याचा शोध घेणे हे सर्वाधिक सोपे आहे. जर तुमच्याकडे घरी इंटरनेट उपलब्ध नसेल तर तुम्ही ग्रंथालयाच्या संगणक खोलीतील संगणकावरून किंवा तुमच्या सर्वांत नजीकच्या शहरातील कम्युनिटी सेंटरमध्ये जाऊ शकता. तुम्हाला मदत करण्यात तेथील लोकांना नेहमीच आनंद वाटतो. संशोधनासाठी आज वाटेल तेवढे अभ्यासक्रम उपलब्ध आहेत व सेवा पुरवणारे पुष्कळसे लोक तुम्हाला संकलित माहिती किंवा माहितीपुस्तके पाठवू शकतात.

या कृती म्हणजे तुम्ही कोण आहात हे शोधण्याच्या मनोवेधक प्रक्रियेचा एक भाग होत. याचे कारण असे की, तुमच्या आवडी व उत्कट इच्छा या तुमच्या व्यक्तिमत्त्वाचा व तुमच्या निरामय अस्तित्वाचा व कल्याणाचा एक महत्त्वाचा भाग असतात.

ज्या गोष्टींमध्ये तुम्हाला स्वारस्य आहे याची तुम्हाला अगोदरच कल्पना आहे, पण ज्याविषयी तुम्ही फारसे काही केलेले नाही, अशा गोष्टींचा व नव्या दिशांमधील इच्छा व स्वप्ने यांचा आपण पुढील प्रकरणात वेध घेऊ.

सकारात्मकतेमध्ये तुमचे मन जी भूमिका पार पाडते ती ओळखा

तुमचा आत्मा हा तुमच्या व्यक्तिमत्त्वाचा एक भाग असल्याच्या जाणिवेची

तुम्हाला दरम्यानच्या काळात सवय होत असेल.

आत्मा ही तुमचे आयुष्य व शक्तीची ज्योत होय. तो आपला महत्त्वाचा स्रोत होय. आपला आत्मा म्हणजे आपले अस्तित्व, आपले आंतरिक उद्दिष्ट, आपला निरागसपणा व आपला सुज्ञपणा होय.

जरीही तो तुमच्यासोबत नेहमीच असला तरीही त्याचे अस्तित्व मान्य करणे, त्याच्याशी नाळ जोडणे, त्याचे ऐकणे व एका अर्थी जाणिवेने व प्रेमाने त्याच्यासोबत काम करणे, हे तुम्ही व तुमचे मन यांच्यावर अवलंबून असते.

जेव्हा तुम्ही असे करता, तेव्हा तुम्ही स्वतःच्या स्वरूपाशी सुसंगत असे जीवन जगता व तुमच्या आत्म्याला आत्मज्ञानाचा (स्वजाणिवेचा) जो मौल्यवान असा आंतरिक ठेवा मिळालेला आहे, तो तुम्ही जाणून घेता.

तुमचे कान तुमच्या आत्म्याच्या जवळ आणा व खूप लक्षपूर्वक ऐका.

–ॲन सेक्स्टन

स्वतःला ओळखणे हे पुष्कळसे लक्षपूर्वक ऐकण्याशी निगडित आहे. तुम्ही इतरांशी बोलत असताना त्यांचे ऐकणे जेवढे महत्त्वाचे आहे, तेवढेच महत्त्वाचे असते तुम्ही स्वतःच्या मनाचे ऐकणे. समजून घेण्याच्या प्रक्रियेचा तो महत्त्वाचा भाग होय. तुमचा आत्मा तुमच्याविषयी सर्व जाणतो- तुमचे या जगातील स्थान, तुमची क्षमता. तो इथे तुम्हाला मदत करण्यासाठी, तुम्हाला संरक्षित ठेवण्यासाठी तसेच तुमची काळजी घेण्यासाठीच असतो. जर तुम्ही तुमच्या आत्म्याकडे दुर्लक्ष केले किंवा त्याचे अस्तित्व नाकारले, तर तो काही नाहीसा होणार नाही. तो नाहीसा होऊच शकत नाही; कारण तो तुमचा एक भाग आहे. मात्र तुम्ही असे केले तर तुम्ही अशा एका जाणीवपूर्वक भागीदारीकडे दुर्लक्ष कराल जिच्या मौलिकतेचा तुम्ही अंदाज करू शकत नाही, जी तुमच्या आत्मज्ञानाची जोपासना करण्यामध्ये व तुमच्या सकारात्मकतेच्या अग्रभागी आहे.

जेव्हा सर्व जण एकत्रित असतात तेव्हा तुमच्या अंतरंगातून सकारात्मक शक्ती प्रवाहित होते- जेव्हा तुम्ही तणावमुक्त असता तेव्हा शांत व धीमेपणाने, जेव्हा अनेक घटना घडत असतात तेव्हा जोरदारपणे व वेगाने- आणि अशा वेळी तुम्हाला अतिरिक्त ऊर्जेची गरज भासते. तुमच्या अंतरंगातील खऱ्या सामर्थ्याची जाणीव असण्याचे महत्त्व स्पष्ट करता येण्यापलीकडचे आहे. कामाच्या ठिकाणचे व फावल्या वेळातील तुमचे नातेसंबंध या बाबतीतील तुमच्या आंतरिक अस्तित्वाचे सामर्थ्य शब्दांत मांडण्यापलीकडचे असते. तुमच्या प्रियजनांच्या सहवासात असताना, इतरांमधील दुष्टपणापासून तुमची ही जणू काही अदृश्य संरक्षक ढाल असते व

त्याच वेळी जे आपल्यावर प्रेम करतात व आपल्याला पसंत करतात त्यांच्या अंतरंगातही हा प्रकाश उजळून निघतो. त्यामधून त्यांना प्रेरणा मिळते- भलेही त्यांना त्या गोष्टीची जाणीव असो वा नसो.

निरोगी आयुष्य व्यतीत करताना- म्हणजे व्यवस्थित जेवणे, पुरेशी विश्रांती घेणे इत्यादी करताना- मिळणाऱ्या शक्तीहून ही खास शक्ती निराळी असते का? हो, ती निराळी असते. आपल्या आरोग्याकडे लक्ष देणे, हा चांगले आयुष्य जगण्याचा एक भाग असतो व दिवसभर आपल्याला आवश्यक ती ऊर्जा पुरवण्याच्या दृष्टीने महत्त्वाचा असतो. परंतु जेव्हा तुम्ही भावनिक व आध्यात्मिक दृष्टीने संतुलित व समाधानी अवस्थेत असता, तेव्हा तुम्ही ज्या व्यक्तिगत शक्तीला जन्म देता, तिचा एक वेगळाच परिणाम असतो. तो परिणाम परिचित, पूरक तर असतोच; मात्र तो विशेष असतो, जेव्हा तुम्ही स्वतःशी पूर्णपणे तादात्म्य पावलेले, शांत व संतुलित असता तेव्हा. अर्थातच तुमचे व्यक्तिगत सामर्थ्य नैसर्गिकरीत्या, सातत्याने व व्यवस्थितरीत्या पुनर्स्थापित होते. या अवस्थेमुळे तुम्हाला केवळ सकारात्मक वाटते असे नव्हे, तर आपल्या मानसिक आरोग्यासाठीही ही बाब खूपच सुंदर असते. त्यामुळे आपण आयुष्यातील धक्के पचवू शकतो व हिरावल्या गेलेल्या वस्तूची कमतरता भरून काढू शकतो. त्यासोबतच आपल्या आयुष्यातील चांगल्या गोष्टींचा आनंद आपण पूर्णत्वाने घेऊ शकतो.

पंचेचाळीसवर्षीय अनिताला एकापाठोपाठ एक अशा अनेक व्यक्तिगत नुकसानांचा सामना करावा लागला होता. तिचे लग्नबंधन तुटले, त्यानंतर काही काळाने तिची आई आजारी पडली व मरण पावली व त्याच वर्षी तिने तिचे घरही हलवले. या संपूर्ण काळात या हानीचा सामना करण्यासाठी तिने स्वतःला कामात संपूर्णपणे झोकून देण्याचे ठरवले, जेणेकरून झालेल्या गोष्टींवरून तिचे लक्ष अन्यत्र वळेल. खरे तर या पद्धतीमध्ये तसे काहीच गैर नाही. आयुष्यातील हानी व बदलांचा सामना करण्यासाठी पुष्कळ जणांना ही पद्धती उपयुक्त वाटते. मात्र कठीण परिश्रमांची भरपाई विश्रांतीने करण्याऐवजी अनिताने तिचे कष्टांचे उपक्रम फावल्या वेळेतही सुरूच ठेवले, ज्यामुळे तिचा प्रत्येक क्षणच कामाच्या ओझ्याखाली दबून गेला व जेव्हा ती संपूर्णपणे थकलेली असायची, केवळ तेव्हाच ती विश्रांती घेऊ लागली. रात्रीच्या विश्रांतीनंतर दररोज सकाळी जेव्हा ती उठत असे, तेव्हा ती पुन्हा नव्या जोमाने अधिक कार्यमग्न होऊन जात असे. अशा रीतीने ती लवकरच भावनिकरीत्या कोलमडली व तिचे संपूर्ण संतुलन ढळेल की काय, अशी परिस्थिती निर्माण झाली. यावर योग्य उपाय म्हणून ती तिच्या डॉक्टरकडे गेली. त्याने तिच्या नैराश्यावर उपचार करून तिच्यावर वैद्यकीय उपचार केले व तिने योग्य व्यक्तीचा सल्ला घ्यावा, असे सुचवले. जेव्हा ती माझ्याकडे आली तेव्हा ती तिचे मन एकाग्र करू

शकत होती. तोपर्यंत तिला ज्या हानीचा सामना करावा लागत होता, त्यावर प्रभावी उपाय शोधण्यास, तसेच तिला आयुष्यात तोंड द्यावे लागेल अशा भविष्यातील नकारात्मक गोष्टींचा सामना करण्यास ती खरेच उत्सुक होती.

तिने जे दुःख सहन केले होते व ज्या चिंतेचा सामना केला होता, त्यापासून ती दूर का पळत होती, त्याची कारणे तिने सावकाशपणे शोधली. ''मी स्वतःला एका क्षणासाठीही थांबू द्यायला तयार नव्हते,'' ती म्हणाली, ''मला असे वाटले होते की स्वतःला शारीरिकदृष्ट्या थकवून टाकल्याने, माझ्याबाबत जे चुकीचे घडत गेले त्याविषयी विचार करण्याची मला संधीच मिळणार नाही. तेव्हा मला हे जाणवले नाही की, मी स्वतःला भावनिकदृष्ट्याही दमवून टाकत होते.''

पुढच्या काही बैठकींमध्ये तिने स्वतःला अतिरिक्त शुश्रूषा उपलब्ध करून घेतली, जिची आपल्याला हानीच्या किंवा ताणतणावाच्या काळात गरज भासते. यासाठी आपण त्या भावनांचा सामना करावा व दुःख व इतर भावना उदाहरणार्थ राग- ज्या त्यामध्ये सामावलेल्या असतात- त्यांचाही अनभुव घ्यावा हे महत्त्वाचे असते. या ठिकाणी जखमेशी असलेले साम्य योग्य ठरेल. तुम्ही जर दुःख, धक्का (तणाव) व हानी या गोष्टी दडपल्या वा त्याकडे दुर्लक्ष केले, तर त्या वाढत जातात. आपण आपल्या भावना जाणून व समजून घेतल्या व त्यांचा पूर्णपणे अनुभव घेतला, तरच आपण आतून बरे होऊ शकतो.

ध्यानधारणा व आध्यात्मिकतेशी प्रार्थनेच्या माध्यमातून अनिताची नाळ तिच्या अंतरंगाशी जोडली गेली. तणावमुक्तीची इतर साधी तंत्रे शिकून तिने इतर अनावश्यक उपक्रम थांबवले व ती स्वतःचे नियमन करू लागली. तिने एकटेपणामध्ये स्वतःच्या अंतर्मनासोबत भरपूर वेळ व्यतीत केला व स्वतःला त्रास करून न घेता, वैद्यकीयदृष्ट्या नैराश्यग्रस्त न होता, स्वतःचे दुःख सहन केले. जसे तिला बरे वाटू लागले व तिच्यामध्ये सुधारणा होऊ लागली, तशी तिची वैयक्तिक शक्ती तिच्याकडे परतली व तिने मिळवलेली शक्ती ती पुन्हा गमावणार नाही, अशा बेताने ती स्वतःच्या शारीरिक शक्तीनुरूप काम करू लागली.

या दरम्यान ती पुष्कळ शिकली. तिला हे जाणवले की, झालेल्या दुःखामधून ती पुन्हा उभारी घेऊ शकते. तिला ते पूर्णत्वाने जाणवले, तरीही- किंबहुना त्यामुळेच तिची जखम भरून येऊ शकते, हे तिला जाणवले व तिच्यात आणखी कोणत्यातरी गोष्टीमुळे सुधारणा घडून आली. दुःखामुळे स्वतःविषयी, तिच्या अंतरंगाविषयी व आत्म्याविषयी ती बरेच काही शिकली. यामधून व तिच्या मित्र-मैत्रिणींचे प्रेम व जिव्हाळा (मानसिक आधार) यांच्या माध्यमातूनही तिला अनपेक्षित असे आनंदाचे क्षण मिळू शकले.

तिचे भावनिक व शारीरिक सामर्थ्य तिला परत मिळाले व दुःखामध्ये पुन्हा

बुडून जाण्याऐवजी आयुष्यातील चांगल्या गोष्टींचा अनुभव ती लवकरच घेऊ लागली.

आत्मज्ञान मिळवण्याच्या आत्मविश्वासाला प्रोत्साहन द्या

जेव्हा तुम्ही स्वतःचे महत्त्व जाणता व तुमच्या आयुष्याचा अर्थ जाणून घेता, तेव्हा तुम्ही ज्या सकारात्मकतेला जन्म देता, त्याचा तत्काळ परिणाम असा होतो की, सर्वसाधारणपणे तुमचा आत्मविश्वास वाढतो.

आत्मप्रतिष्ठा ही अशी गोष्ट नव्हे, जी मिळवण्यासाठी तुम्हाला खूप पुस्तके वाचावी लागतील. खरे तर तुमचा आत्मा ओळखण्याची ती एक सातत्यपूर्ण प्रक्रिया होय. जीवनाचा तो असा वैशिष्ट्यपूर्ण प्रवाह आहे, जो तुमच्या अंतरंगामधून वाहतो. तुम्ही कसे दिसता ते महत्त्वाचे नाही- अर्थात एका बळकट आत्मप्रतिष्ठेमुळे तुम्ही स्वभावतःच स्वतःच्या दिसण्याची काळजी घ्याल- किंवा या गोष्टीसुद्धा महत्त्वाच्या नाहीत की तुमची बुद्धिमत्ता कोणत्या क्षेत्रात आहे किंवा लोक तुमच्याविषयी काय विचार करतात. खरे तर आयुष्यात तुम्ही आता कोणत्या ठिकाणी आहात, ते दाखवणारी व सोबतच तुम्हाला भविष्यात योग्य तो मार्ग सापडेल ही जाणीव निर्माण करणारी अशी, आत्मप्रतिष्ठा ही बाब आहे. अशा वेळी आत्मविश्वास तुमच्यासोबतच चालतो- नव्हे कधीकधी नृत्यही करतो.

तुमच्या स्वतःच्या वैशिष्ट्यपूर्ण अस्तित्वामध्ये आनंद मिळवण्याची एक नैसर्गिक निष्पत्ती म्हणजे आत्मविश्वास होय. भय व आनंद या श्रेणींदरम्यान आयुष्य ही अस्तित्वाची उच्च श्रेणीतील अवस्था होय. जेव्हा तुम्ही स्वतःला ओळखता व स्वतःवर प्रेम करू लागता, तेव्हा यामधून मिळालेल्या आत्मविश्वासाच्या माध्यमातून जसे तुम्ही विकसित व परिपक्व होता, तसे तुम्हाला नैसर्गिकरीत्या एक संतुलन प्राप्त होते. आपण सर्व जण सर्व वेळ शिकत असतो. शिकण्यासाठी या जगात केवढे ज्ञान उपलब्ध आहे! चौकस व्हा, शिकण्यातून आनंद मिळवा, तसेच इतरांविषयी, या जगाविषयी व तुमच्या स्वतःच्या प्रगतीविषयी अधिकाधिक जाणून घेण्याविषयी अधीर बना.

जीवनाची अचंबित करणारी वैशिष्ट्यपूर्णता व तुम्ही ज्यामध्ये वास्तव्य करत आहात- अगदी या क्षणी जगातील प्रेमाशी जोडले गेले आहात, तो धागा जाणून घेण्यासाठी एक क्षणभर थांबा.

हे करणे तेवढे सोपे नाही व तुम्ही उदरनिर्वाहाची जुळवाजुळव करण्याच्या उपद्व्यापात गुंतलेले असताना, मुलांना वाढवण्यात व्यस्त असताना तुम्हाला जीवनातील काळजी व दुःखाचा सामना करावा लागलेला असतो, जे घडू शकले

असते; मात्र प्रत्यक्षात घडू शकले नाही, त्याचा खेद व भविष्याची चिंता यामध्ये गुंतलेले असताना तुमचा खूप वेळ गेलेला असतो. म्हणून आयुष्यात क्षणभर थांबून सकारात्मकतेशी तुमची नाळ जोडून घेण्यासाठी एका क्षणाची विश्रांती घ्या.

स्वतःची जाणीव होण्यासाठी व असे करत असताना तुमच्या आजूबाजूला सगळीकडे असलेल्या प्रेमाशी- केवळ तुमच्या प्रियजनांकडून मिळणाऱ्याच नव्हे तर आपण या जगात राहतो तिथे संचार करणाऱ्या प्रेमाशी- जोडले जाण्यासाठी नेहमीच वेळ काढा.

एक नैसर्गिक नेता बना

आपण सर्वच जण आपापल्या पद्धतींनी व निरनिराळ्या रीतींनी नेते बनू शकतो. तुलनेने छोटे वाटणारे एक सकारात्मक पाऊल खूप मोठा, अमूल्य प्रभाव निर्माण करू शकते. उदाहरणार्थ, एखाद्या व्यक्तीविषयी काहीतरी चांगले बोलणारे किंवा त्यांची चांगली बाजू समजून त्याला प्रोत्साहन देणारे तुम्हीच प्रथम असू शकता. या सर्वच गोष्टींमधून आपली वाटचाल अधिक चांगुलपणाकडे होईल. यांपैकी सर्वच गोष्टींची परिणती अधिक चांगल्या गोष्टींमध्ये होण्याची किंवा काहीतरी चांगले होण्याची शक्यता वर्तवणारे तुम्हीच पहिले असाल. सकारात्मकतेच्या दिशेने पुढाकार घेण्याने चांगले वाटते. जसा तुमच्या सकारात्मक शक्तीचा संचार होईल तसा त्याचा चांगला प्रभाव तुमच्या आसपासच्या लोकांवर व परिस्थितीवर होईल.

एखाद्या उपक्रमावर तुम्ही तुमची शक्ती केंद्रित करू शकता व सुधारणेसाठी उत्सुक राहून बदलाचे तुम्ही खुल्या मनाने स्वागत करू शकता; तुम्ही आपुलकीने व स्पष्ट संवाद साधण्याचे ठरवू शकता; तुम्ही स्वतःच्या इच्छांबद्दल उत्कट राहून इतरांप्रती सहानुभूतीची भावना जपू शकता व प्रगती करण्यासाठी तुम्ही इतरांना प्रेरित करू शकता. वाइटावर चांगुलपणाचा विजय होईल, यावर विश्वास ठेवण्याचा निर्धार तुम्ही करू शकता व तसे घडण्यामध्ये तुम्ही साहाय्यभूत ठरू शकता. सकारात्मकतेची अपेक्षा ठेवणाऱ्या, सध्या प्रबळ होत असलेल्या वैश्विक दृष्टिकोनाला पाठिंबा देण्याचे तुम्ही ठरवू शकता व व्यवसाय तसेच राजकारणात क्षुद्र स्पर्धेमध्ये गुंतण्याऐवजी परस्परसहकार्याचे धोरण तुम्ही ठेवू शकता. आपल्या पृथ्वीवरील सजीवांच्या जाती, पशू-पक्षी व या जगाचे संरक्षण करण्याच्या मोहिमांमध्ये सर्वांना सामील करून घेण्यासाठी त्यांना प्रोत्साहन देणे व स्वतःही त्यामध्ये सामील होणे तुम्ही ठरवू शकता. या व इतर अन्य प्रकारे आपण सर्व जण पुढाकार घेऊ शकतो व वेगवेगळ्या गटांचे सदस्य बनू शकतो.

स्वतःला ओळखणे व स्वतःच्या व्यक्तिमत्त्वाशी (आत्म्याशी) व या जगाशी

अर्थपूर्णरीत्या जोडले जाण्यातून- ज्यांचा तुम्ही भाग आहात- तुम्ही जे मिळवाल, तुम्ही जे काही कराल, ते त्या प्रत्येक गोष्टीमधून व्यक्त होईल. ते तुमच्या देहबोलीमधून स्पष्टपणे व्यक्त होईल व इतरांना जशी याची जाणीव होईल, तशा त्यांच्या तुमच्याप्रती प्रतिक्रिया कशा बदलतील, ते तुमच्या लक्षात येईल. तुमचा आत्मगौरव व आत्मविश्वास यांची जाणीव होऊन ते तुमचा खोल पातळीवर आदर करतील, तुमचे ऐकण्यासाठी ते अधिक आतुर असतील व सर्वच गोष्टींमध्ये ते तुमचे अनुकरण करतील, त्याकडे तुम्ही बारकाईने लक्ष द्या.

या गोष्टी योग्य रीतीने यशस्वी होण्यासाठी तुम्हाला फार अवघड तंत्रे शिकावी लागणार नाहीत, असे मी जोर देऊन सांगेन. अर्थात, या गोष्टी करणे ही खूप मजेची व चांगली गोष्ट असेल. त्यासाठी तुम्ही फक्त स्वतःवर लक्ष केंद्रित करायचे आहे. तुमचे आंतरिक सामर्थ्य तुम्ही लक्षात ठेवायचे आहे. स्वतःच्या स्वभावाशी सुसंगत वागायचे आहे. आत्मविश्वासाने उंच भरारी घ्यायची आहे आणि स्वतःवर व स्वतःच्या शांत संतुलित स्वभावावर तुम्ही विश्वास ठेवायचा आहे.

तुम्ही असा आत्मविश्वास दाखवल्याने, केवळ तुमच्या सोबतच्या माणसांनाच त्याचा फायदा होतो असे नाही. आत्मविश्वास असणाऱ्या व्यक्तींसोबत प्राण्यांनाही अधिक सुरक्षित वाटते. त्यांचा नैसर्गिक नेता या दृष्टीने ते प्राणी तुमच्याकडे पाहतील व तुमचे अनुकरण ते स्वेच्छेने करतील.

उपजत उत्कृष्ट घोडेस्वार असलेल्या लिंडा कोहानोव्ह व लिसा वॉल्टर्स यांनी कॅलिफोर्निया इथे चालवलेल्या घोड्यांच्या कानात कुजबुजणे व नेतृत्वकौशल्ये यांच्या एकत्रित अभ्यासक्रमाला मी उपस्थिती लावली होती. आत्मविश्वासाचा सोबतच्या व्यक्तींवर जो प्रभाव पडतो तो अत्यंत नाट्यमयरीत्या या ठिकाणी दर्शवण्यात आला होता. एखाद्या घोड्याची वागणूक ही व्यक्तीचा सकारात्मक दृष्टिकोन व देहबोली यांच्याशी सुसंगत कशी असेल, ही चाचणी त्यांना करून बघायची होती. एका देखण्या व रसरसत्या उत्साहाच्या घोडीसोबत आम्ही तिघांनी एका रिंगणात प्रवेश केला. आम्ही तिघांनी एक गट बनून चालावे, अशी सूचना आम्हाला देण्यात आली होती. या गटाचे नेतृत्व आमच्यापैकी एक जण करणार होता. आम्ही आळीपाळीने अग्रभागी राहिलो. आम्ही काय करतो आहोत त्याची आम्हाला कल्पना नव्हती व तेच आमच्या देहबोलीवरून व आमच्या एकत्र येण्यावरून दिसत होते. सुरुवातीला ती घोडी आमच्याकडे पाहत होती; मात्र लवकरच तिला आमच्यात स्वारस्य वाटेनासे झाले व जवळच्या मैदानात जाळीमध्ये असलेल्या इतर घोड्यांकडे लक्ष देताना तिला आमच्याकडे लक्ष देण्याची गरज वाटली नाही.

लिसाने आम्हाला परत बोलावले व आम्हाला त्या रिंगणातून परत जाण्यास

सांगितले. मात्र या वेळी सर्वांत पुढील व्यक्तीने तिची देहबोली अशी ठेवायची होती की ज्यामधून ती व्यक्ती समूहाची कणखर व आत्मविश्वासपूर्ण नेता आहे असे दिसेल. आमच्यापैकी प्रत्येक जण अग्रभागी राहिला व मिळालेली निष्पत्ती अगदी वेगळी होती- भलेही नेता आमच्यापैकी कुणी का असेना आमची प्रत्येकाची देहबोली लक्षात येण्याइतपत बदलली व औत्सुक्याची बाब म्हणजे इतर दोघांची देहबोलीही त्यानुसार बदलली. हे उघड होते की ते दोघे जण स्वेच्छेने वाटचाल करत होते व ते जागरूक व आनंदी दिसले. परंतु घोड्याची प्रतिक्रिया पाहून आमचे श्वास रोखले गेले. सुरुवातीला ती घोडी पहिल्या वेळेसारखीच अनुत्सुक होती व तिच्या इतर मैत्रिणींसोबत संभाषण सुरू करण्यापूर्वी आमच्याकडे बघण्याचीसुद्धा तसदी तिने घेतली नव्हती. परंतु आम्ही जसे पुढे चालत राहिलो, तशी आमच्या नव्या 'तयार' गटाची तिने अचानकच दखल घेतली व जसे आम्ही तिच्यापासून पुढे गेलो तसे अगदी निःसंकोचपणे नेत्याच्या पाठीमागेच असणाऱ्या इतर दोघांच्या मागोमाग ती लगेच निघाली.

'एकत्र येण्याची प्रक्रिया' ज्यामधून तुम्ही त्या घोडीला दर्शवून देता की, ती तुमच्यासोबत सुरक्षित आहे व जेव्हा ती संपूर्णपणे विश्वास ठेवून तुमच्याकडे येते, तो आनंद सारखाच आहे व आम्हा सर्वांनाच त्याची सवय झाली होती. मात्र ही परिस्थिती या बाबतीत वेगळी होती ज्यामध्ये आम्ही त्या घोडीकडे अजिबातच लक्ष दिले नव्हते. या बाबतीत आमच्या व्यक्तिगत तसेच चमूच्या देहबोलीने आम्ही तिच्या अंतःदृष्टीला अशा रीतीने प्रेरित केले, ज्यावरून तिला कळले की चांगला नेता असलेला आमचा संघ होता व आमच्यासोबत येण्याचे तिने ठरवले.

जिथे अराजकता, गोंधळ किंवा असंवेदनशीलता यांची धास्ती असते व जेव्हा कोणीच पुढाकार घेण्यास तयार नसतो, अशा स्थितीत मी पुढाकार घ्यावा असे त्या दिवसापासून मला वाटते. अमेरिकेतील त्या सोनेरी दिवशी आम्ही काय शिकलो, ते मला आठवते. मी एका आत्मविश्वासपूर्ण नेत्याची मनोभूमिका व देहबोली अंगीकारते व माझ्या माध्यमातून नेता असल्याची जाणीवपूर्वक किंवा आंतरिक पातळीवर जाणीव झाल्यामुळे गटातील सदस्य एकत्रितरीत्या शांत व संतुलित बनल्याचे मी पाहते व नेतृत्व कसे असावे ते त्यांना जाणवल्यामुळे ते माझ्यासोबत आनंदाने पुढे मार्गक्रमण करतात.

सध्या जे लोक तुमच्यासोबत तुमच्या आयुष्यात आहेत व तुमच्या शालेय जीवनात ज्यांनी तुमच्यामध्ये नैसर्गिकरीत्या आत्मविश्वास व आदराची जाणीव निर्माण केली होती, ज्यांच्याकडून मार्गदर्शन मिळवण्यात तुम्हाला आनंद मिळायचा व ज्यांच्याकडून शिकण्यास तुम्ही उत्सुक असायचा त्यांच्याविषयी विचार करा. त्यांचे तेज, रुबाब व वागणूक लक्षात ठेवा. त्यांच्या देहबोलीतून त्यांचे सामर्थ्य

उघडपणे कसे व्यक्त होत होते, त्याचे चिंतन करा. त्यांचे नेतृत्वगुण अंगीकारा व तुम्हीही तशाच आत्मविश्वासाला जन्म द्याल- केवळ इतरांमध्ये नव्हे, तर स्वतःमध्येही.

आंतरिक संतुलनाचा उपयोग लोकांसोबतच्या व्यवहारामध्येसुद्धा होतो. जेव्हा तुम्ही स्वतःला चांगले ओळखता व सर्वोत्कृष्ट होण्याचा निश्चय करता, तुम्ही स्वतःवर प्रेम करता व स्वतःच्या क्षमतांना पुरेपूर न्याय देता, तेव्हा तुमचा स्वतःवरील विश्वास वाढेल. इतर लोक या गोष्टींवर विसंबतात व त्यांना तुमच्या सहवासात आरामशीर वाटते- त्यांना मनोमन जाणवते की तुम्ही आसपास असणे त्यांच्यासाठी सुरक्षित असते.

लाऊ माझ्याकडे समुपदेशनासाठी आली होती कारण तिची वर्तणूक आक्रमक होती व ती स्वतःबाबत सातत्याने अधिकाधिक नाराज होती. तिला इतरांबाबत जे वाटायचे त्यामुळे ती नाखूश होती. तिची स्वतःविषयीची जाणीव व स्वतःबाबतचा आत्मविश्वास यावर आम्ही मेहनत घेतली. तिच्या माझ्यासोबतच्या शेवटच्या काही बैठका झाल्यानंतर काही आठवड्यानंतर तिने मला कळवले–

''जसे मी तुम्हाला सांगितले होते, लोक माझ्या बाबतीत काहीसे चिडखोरपणे वागायचे- बहुतांश वेळा कामाच्या जागी, मात्र इतरही पुष्कळ वेळा. यामागचे कारण ते स्वतः आहेत असे मला वाटायचे. मला असे वाटायचे की, त्यांचे स्वतःचे काही प्रश्न यासाठी कारणीभूत असतील वा मी त्यांना आवडत नसेन. मला समजून घेणाऱ्या व माझ्याशी ज्यांचे जमते असे मला वाटायचे, अशा एक-दोन मैत्रिणींव्यतिरिक्त इतरांपासून व समुदायापासून मी दूर पळायचे.''

''खरे सांगायचे झाल्यास- त्यांना माझ्या सहवासात अवघडल्यासारखे वाटायचे की मला त्यांच्या सहवासात तसे वाटायचे, तेच मला कळत नसे. मला असे वाटायचे की, कदाचित आम्ही सर्व जणच अवघडल्यासारखे होतो! मात्र तुम्ही मला मदत केल्यानंतर मला स्वतःच्या आंतरिक व्यक्तिमत्त्वाची जाणीव झाली आहे व मी स्वतःला स्वीकारले आहे. मी कशी आहे, हे मला खऱ्या अर्थाने कळू लागल्यापासून माझे इतरांसोबत खूपच छान जमत आहे. आम्ही एकत्रितरीत्या खूप हसतो व त्यांच्या आयुष्यात माझे अस्तित्व ते केवळ सहनच करत नाहीत, तर बहुतांश वेळा ते माझा शोधही घेतात. मी आता खूपच छान व्यक्ती बनले आहे, असे आता मला वाटते आहे. तुम्ही म्हणत होतात की मी नेहमीच एक चांगली व्यक्ती होते; परंतु ते मला माहीत नव्हते- पण कदाचित तेच खरे आहे!''

''ते असो, मला तुम्हाला हे सांगायचे आहे की मी आज स्वतःवर खूप प्रेम करते व इतरांनाही मी आवडते. मी स्वतःचा नेहमीच स्वीकार केला पाहिजे, याची मला जाणीव आहे; कारण 'मी फारशी महत्त्वाची नाही' या भावनेच्या आहारी मी पुन्हा जाऊ शकते. मात्र असेच सकारात्मक राहण्याचा मी निर्धार केला आहे व

त्यामुळे मला खूपच आनंदी वाटते आहे. मी केवळ स्वतःलाच खूप चांगल्या रीतीने स्वीकारले आहे असे नव्हे, तर मला इतरांसोबतही चांगले वाटते.''

जेव्हा लाऊ माझ्याकडे पहिल्यांदा आली होती तेव्हा मुळात ती स्वतःच 'चिडखोर' वाटत होती. तुमच्या समुपदेशकांना पहिल्यांदा भेटणे हे खूप घाबरवून टाकणारे असते व याचा मी इथे मुद्दाम उल्लेख करते- माझ्या सहवासात ती तणावमुक्त झाल्यानंतरही तिचा तणाव मला जाणवत असे.

इतरांना नैराश्याच्या ज्या अवस्थांमधून जाताना तिने पाहिले होते, त्यामध्ये तीसुद्धा अडकेल अशी भीती तिला वाटत होती. त्यामुळे इतरांच्या सहवासात असताना तिला अवघडलेपण का जाणवत असे, यामागील कारणे शोधून काढण्याच्या भावनेने व स्वतःविषयी अधिक जाणून घेण्यासाठी ती अधीर झाली होती. तिचा आत्मविश्वास उंचावणारी विवेकनिष्ठ वर्तणूक तंत्रे (कॉग्निटिव्ह थेरपी – विवेकनिष्ठ उपचार पद्धती. अशा प्रकारची मानसशास्त्रीय उपचार पद्धती, ज्यामध्ये विविध काल्पनिक बाबी (इमॅजिनरी), स्वयंसूचना व इतर संबंधित तंत्रांचा वापर व्यक्तीचे बिघडलेले दृष्टिकोन व संबंध यामध्ये सुधारणा करण्यासाठी करतात.) तिने वापरून बघितली होती व तिला स्वतःविषयीचे जे ज्ञान मिळाले होते त्याचा निःसंशयरीत्या तिला फायदा झाला होता; मात्र तिने जसे स्वतःला स्वीकारण्यास सुरुवात केली व स्वतःविषयी अधिक जाणून घेण्याच्या दिशेने तिने जेव्हा वाटचालीला सुरुवात केली, तेव्हा तिच्या व्यक्तिमत्त्वातील तेज व देहबोलीतील बदल उघडपणे दिसत होता. एखादी कळी जशी हळूहळू फुलामध्ये रूपांतरित होते, तसे तिच्या व्यक्तिमत्त्वातील आकर्षण व आत्मविश्वास यांचा विकास होताना मला दिसला.

दैनंदिन कटकटी व चिंतांचा त्याग करा

धीरगंभीरता हा सकारात्मकरीत्या जगण्याच्या आत्मविश्वासाचा एक भाग असतो, जो त्या आत्मविश्वासासोबत विनासायास येतो. तुम्हाला जेव्हा आत्मविश्वासपूर्ण वाटले व स्वतःवर विश्वास वाटला त्या वेळेचे स्मरण करा. तेव्हा तुम्ही शांत, अविचलित व स्वतःवर लक्ष केंद्रित केले असल्याचे तुम्हाला आठवेल. एका स्थिर पायावर आधारित दृष्टिकोनातून तुम्ही या जगाकडे पाहिले होते व तुमची भये व आव्हाने यांचा सामना तुम्ही विधायकरीत्या केला होतात.

ही झेन अवस्थेसारखी शांतता मिळवणे व ती टिकवणे याच्या अनेक परिणामकारक उपायांपैकी एक म्हणजे ध्यानधारणा करणे होय. याबाबत मी तुम्हाला पाचव्या प्रकरणात सल्ला देईन. परंतु ही शांती कायम ठेवण्याची व अंगीकारण्याची एक सोपी पद्धत म्हणजे, जसे तुम्ही चिंतांचा त्याग कराल, तसे चिंता तुम्हाला सोडून

गेल्याची कल्पना करणे होय.

आपणा सर्वांच्याच आयुष्यात ताणतणाव, छळणाऱ्या शंका व चिंता असतात. खरे तर या नव्या व्यस्त शतकातील मानवी अवस्थेचा त्या एक भागच आहेत. मात्र सॉक्रेटिसपासून युंगपर्यंत अनेक तत्त्वज्ञ याविषयी कित्येक शतकांपासून लिहीत आलेले आहेत. म्हणजे आपले आधुनिक जीवन हेच केवळ यासाठी कारणीभूत नाही आणि या चिंतांची जागा या धीरगंभीरतेने घेण्यासाठीचे उपाय कित्येक शतकांपासून आपल्याला ज्ञात आहेत. उदाहरणार्थ स्वेच्छेने चिंतांचा त्याग करणे, तणावमुक्त राहावे या उद्देशाने चिंतांना मनाबाहेर फेकून देणे.

दिवसा पुढील उपाय करणे खूपच सोपे आहे :

✓ तुमच्या आंतरिक शांततेचा भंग करणाऱ्या नकारात्मकतेचा त्याग करण्याची सूचना स्वतःला द्या
✓ हळूहळू व खोलवर श्वास घ्या.
✓ तुमचे काही स्नायू ताणलेले असतील तर ते तणावमुक्त करा.
✓ तणाव घालवण्याची जाणीव स्वतःच्या मनात पक्की करा.
✓ ज्या समस्यांकडे लक्ष देणे भाग आहे, त्या समस्या सकारात्मकरीत्या व विधायकरीत्या सोडवा किंवा तुम्ही ती समस्या नंतर सोडवाल, हे जाणा.
✓ तुमचे मन इतरत्र वळवा.
✓ शांतता तुमच्या सर्व शरीरात व मनात भरून राहिलेली आहे व पसरलेली आहे, असा अनुभव घ्या.
✓ तुम्ही तणावमुक्त होऊ शकता, हे जाणून आनंदी व्हा.

मध्यरात्री किंवा सकाळी उठल्या-उठल्या असे करणे पुष्कळदा अवघड असते. त्या वेळी चिंतेचे विचार तुमच्या मेंदूमध्ये जोमाने काम करत असण्याची शक्यता असते व त्यांचा सामना करताना तुमच्या मेंदूमध्ये विचारांची गती वाढते. अर्थातच तुमचा मेंदू प्रश्न सोडवूच शकत नाही व तुम्हाला घाबरवून टाकणारे, तसेच तुमचे चित्त विचलित करणारे विचार तुमच्याभोवती थैमान घालतात. त्यामुळे तुम्हाला पुन्हा झोपी जाणे किंवा मागील प्रकरणात आपण बघितल्याप्रमाणे अंथरुणात पडून राहण्याच्या मूलभूत आनंदाचा अनुभव घेणे, शक्य होत नाही.

विचारांच्या या शर्यतीला तिथेच तत्काळ थांबवण्यासाठी लागू पडणारा एक अतिशय उपयुक्त उपाय आहे. मी त्याविषयी कित्येक वर्षांपूर्वी वाचले होते व जेव्हा मला काही विचार सतावतात, तेव्हा माझ्या 'उपायांच्या कपाटा'मधून मी तो शोधून काढते.

- तुम्हाला छळणारे विचार- ज्यांना तुम्ही थांबवू शकत नाही, ते लहान प्राणी आहेत, अशी कल्पना करा. (त्यांना एक निश्चित आकार दिल्याने तुमचा मेंदू त्यांना नियंत्रित करू शकतो व त्यांचा सामना करू शकतो.)
- आता विचारांचा तो संपूर्ण गठ्ठाच तुम्ही तुमच्या हातात घेत आहात, अशी कल्पना करा.
- तुमच्या बिछान्याशेजारी एक काल्पनिक भांडे आहे ज्यावर एक झाकण सुरक्षितपणे ठेवलेले आहे.
- तुम्हाला छळणारे ते लहान कृमीरूपी विचार तुम्ही त्या भांड्यात टाकता व ते अगदी तळाशी जाऊन बसतात.
- आता त्या भांड्यावर झाकण ठेवा व ते घट्ट लावा.
- आता तुम्हाला आढळेल की ते विचार तुमच्या मनातून प्रभावीरीत्या निघून गेले आहेत.
- आता वळा व तुम्हाला झोप लागत असताना तुमच्या आयुष्यातील चांगल्या गोष्टींचा विचार करा.

वरील उपाय पोरकट वाटू शकतात व तुम्ही प्रथम जेव्हा हे उपाय कराल तेव्हा तुम्हाला थोडे अवघडल्यासारखेही वाटू शकते. त्यामध्ये सखोल अशी मानसशास्त्रीय चिकित्सा कुठेही नाही; मात्र हे उपाय कामाचे आहेत. आणखी एक उपयुक्त उपाय- जो बरेच जण वापरतात- तो म्हणजे बिछान्याशेजारी एक वही ठेवणे. जेव्हा तुम्हाला कोणत्याही चिंतांमुळे झोप येत नाही तेव्हा त्या नोंदवा व तुम्ही त्यांच्याविषयी सकाळी विधायकरीत्या व निश्चित स्वरूपात काही तरी कराल व त्यांच्याविषयी त्या क्षणी अधिक काही विचार करणार नाही, असे ठरवा. यामुळे तुमचे मन रिकामे व तणावमुक्त होईल व तुम्ही झोपण्यास सिद्ध व्हाल.

सकारात्मक गोष्टी करण्याचा अनुभव

चिंताग्रस्त असलेल्या व नैराश्यग्रस्त अवस्थेप्रत पोहोचलेल्या लोकांसाठी मात्र केवळ स्व-ज्ञान व स्वतःच्या व्यक्तिगत सामर्थ्याचे ज्ञान पुरेसे नसते. (ते मूळ समस्येवरील उपाय नसते.)

तुमच्या आयुष्यातील सर्व दिवे चालू करण्याचा प्रयत्न करणे व आयुष्याचे महत्त्व पुरेपूर जाणणे- आम्ही असे करू असे आपल्याला जसे वाटते तसे करणे, हा त्या प्रत्येक व्यक्तीसाठी एक खूपच चांगला मार्ग असतो, जिला वाटते की जिथे

तिने असायला हवे तिथे ती नाही किंवा तिला सध्या जे आयुष्य जगण्यास मिळालेले आहे त्यापेक्षा अधिक काहीतरी, अधिक समाधान, अधिक अद्‌भुत गोष्टी व अधिक सुख- म्हणजेच आयुष्याला अधिक परिमाण मिळायला हवे.

तुमच्या अस्तित्वाचा अर्थ व समाधान याविषयी कधीही विचार न करता, सरळपणे आयुष्याच्या मार्गावरून चालत राहणे म्हणजे, खरे तर आयुष्य सरळसरळ वाया घालवण्यासारखे होय. आपण जर स्वतःला योग्य मार्गावर ठेवले तर आपण नेहमीच त्या मार्गावर राहू. आपल्या आयुष्याच्या सर्व अवस्थांमध्ये- अगदी म्हातारपणापर्यंत आपण आपली उत्सुकता व उत्साह टिकवून ठेवू शकतो. आपल्याला जर प्रोत्साहन मिळाले व आपली व्यक्तिगत शक्ती जर मुक्तपणे संचार करत राहिली, तर त्यामुळे आपल्या आयुष्याचा जोम आपल्याला आयुष्याच्या उतारावरही-अगदी आजारपणात व वेदनेच्या काळातही आपल्याला मदत करेल.

माझा एक खूप जवळचा मित्र डेव्हिड मॉर्गन हा या गोष्टीचे एक खूपच चांगले उदाहरण होते. एका दीर्घ वेदनादायी आजारानंतर तो अलीकडेच मरण पावला; मात्र तो शेवटपर्यंत आनंदी आयुष्य जगला. त्याच्या आयुष्याचा तो आनंद घेऊ शकला त्याचे एक कारण हे होते की, त्याने त्याच्या आजाराला स्वतःच्या मानसिक व शारीरिक ऱ्हासाचे कारण बनू दिले नाही. मात्र त्यासोबतच त्याच्या आनंदीपणाचे कारण हेदेखील होते की, तो इतरांकडे लक्ष देत राहिला व दुसऱ्यांना आनंदी करण्यासाठी शक्य ते सर्व तो करत राहिला. तो एवढे समाधानी आयुष्य जगल्यामुळेच त्याचे आयुष्य एवढे चैतन्यमय होते, असे काही जणांना वाटले असेल. त्याच्या कामाचा त्याने नेहमीच आनंद घेतला. त्याच्या दोन कारकिर्दी होत्या- भलेही मग त्या महत्त्वाकांक्षी असोत वा नसोत. त्याने त्याच्या सक्रिय निवृत्तीचाही आनंद घेतला. त्याच्या आयुष्यात खूप काही चुकीचे घडले नसावे असे त्याच्याकडे पाहून वाटायचे; मात्र खरी गोष्ट ही होती की, आपल्यापैकी पुष्कळांसारखेच त्यालाही हानी व दुःख यांचा सामना करावा लागला होता आणि त्यालाही पुष्कळ गोष्टींचा खेद वाटत असे. त्याने त्याच्या आजाराचा सामना धैर्याने, आब राखून व आयुष्याचा आनंद घेण्याच्या नाजूक निर्णयाच्या माध्यमातून केला होता. त्याच्या आंतरिक व्यक्तिगत सामर्थ्यामुळे तो जोपर्यंत जगला तोपर्यंत त्याच्या प्रियजनांच्या व त्याच्या स्वतःच्या आयुष्यात आंतरिक समाधान व आनंद या गोष्टींमुळे तो तेजाने चमकत राहिला. तो नेहमीच शिकत राहिला. तो इतरांच्या व स्वतःच्या मतांमध्ये व आयुष्याचा अर्थ शोधून काढण्याच्या प्रक्रियेत नेहमीच खूप स्वारस्य घेत राहिला. जर आयुष्यानंतरचे जीवन खरेच अस्तित्वात असेल, तर तो तिथेही त्याच्या तेजाने चमकत असेल. खरेच विश्वास, प्रेम व इतरांचा मार्ग उजळवून टाकणाऱ्या प्रकाशाचा तो एक दूत होता.

साधेपणा व शांततेचा आनंद घ्या

साधेपणा व शांतता यामुळे स्वतःविषयीचे सर्वांत सखोल सत्य व आयुष्याचा अर्थ शोधण्यात आपल्याला मदत होते.

आश्चर्य व गूढ या गोष्टी कदाचित भव्यतेच्या माध्यमातून व्यक्त होतही असतील. उदाहरणार्थ, एका भव्य अशा कॅथेड्रलच्या स्वरूपात किंवा काळाच्या ओघात महत्त्व प्राप्त झालेल्या एका कृतीकडे पाहताना मात्र बहुतांश वेळा शानदार, साध्यासुध्या गोष्टीमधून आपल्या आकलनाला दिशा मिळते. या गोष्टी आपल्यातील आंतरिक आनंद जागवतात व मौजमजेचे क्षण आणतात, आपल्याला आयुष्याच्या रस्त्यावर पुढे नेतात.

निसर्गाचे सौंदर्य व सर्व प्रकारची छोटी-छोटी वरदाने ही आपल्या आत्म्यासाठी कृपाप्रसाद असतात. ती आपल्या शक्तीच्या स्रोताला पुनरुज्जीवित करतात व आपली मनःस्थिती सुधारतात. मग आपण आनंदोत्सवात बेभान होतो व आपले चिंतन पुढे चालू ठेवतो.

साध्या गोष्टींवर, मनावर व साध्या किंवा सखोल अर्थाच्या आशादायी जाणिवेवर प्रेम करा. अशा जाणिवा आपल्याशी नेहमीच संवाद साधत असतात; फक्त त्यासाठी आपण स्वतःला वेळ व मोकळेपणा- तोही मनापासून द्यायला हवा.

> ***आपण जेवढे श्वास घेतो त्यावरून आपल्या आयुष्याची लांबी ठरत नाही, तर ती लांबी त्या क्षणांवरून ठरते जेव्हा आपला श्वास रोखला गेला होता.***
>
> *– जॉर्ज कार्लिन*

एका प्रख्यात वैज्ञानिक महिलेची रेडिओवरून मुलाखत ऐकल्याचे मला आठवते, जिने लावलेल्या शोधाने संपूर्ण जगाला हादरवून टाकले होते. तिने असे सांगितले की, ती शाळा-महाविद्यालयात असताना विज्ञान कधीच शिकली नव्हती; मात्र एके दिवशी जेव्हा ती सहज चक्कर मारण्यासाठी बाहेर पडली तेव्हा तिला अंतःस्फूर्तीने साक्षात्कारी अशी एक कल्पना सुचली. तिने स्वतःच्या अंतःस्फूर्तीच्या विस्मयकारक प्रकाशात त्या सत्याला पाहिले. मात्र विज्ञानाचे ज्ञान किंवा त्याचा शोध व नोंद घेण्याची भाषा तिच्याकडे नव्हती, म्हणून तिने विज्ञान शिकण्यास सुरुवात केली व तिचे संशोधन संपवून ते प्रकाशित करेपर्यंत आवश्यक शिक्षण तिने चालूच ठेवले. थोडी कल्पना करा- आपण जर विचार करण्यासाठी, आपला आंतरिक सुप्तपणा जाणून घेण्यासाठी नेहमीपेक्षा थोडा मोकळा वेळ दिला, तर कदाचित कोण जाणे

आपल्याला किती अस्सल विचार सुचतील! दुसऱ्या एखाद्या पातळीवर व आतापर्यंत अजाण व अपरिचित अशा जाणिवेच्या नव्या प्रवाहापर्यंतही आपण पोहोचू शकू.

कोणत्या साध्या गोष्टी तुम्हाला आनंद देतात, तुमच्या आयुष्याला उजळवून टाकणाऱ्या स्मितहास्याला कसे प्रोत्साहन द्यावे व तुमच्या समाधानाची जोपासना करणाऱ्या वातावरणाला कसा जन्म द्यावा, हे व असे कित्येक उपाय जे आपल्याला त्या पुस्तकात सर्वत्र आढळतील. अशा वेळी हेलावून टाकणाऱ्या क्षणांनी तुमचे आयुष्य भरलेले असेल. तुम्ही हे मार्ग शोधलेत तर तुम्हाला कळेल की स्वतःचा वैयक्तिक मार्ग तुम्हाला आनंदाने व समाधानाने कसा पार पाडता येईल. वैज्ञानिकेच्या वर सांगितलेल्या अनुभवासारखे ते खूप मोठे नसतीलही; मात्र सकारात्मक जाणीव व शांतपणे मनन करण्याची इच्छा बाळगणे, हा तुमच्या जाणिवांशी अनुकंपित होणाऱ्या कलेचा एक अविष्कार आहे. असे मार्ग जीवन व जीवनाच्या शक्यतांची संपूर्ण जाणीव तुमच्यामध्ये जागृत करतात. ती भावना खूपच विस्मयकारी असते.

स्वतःचा आणि सोबतच आयुष्याचा अर्थ शोधणे म्हणजे तुमच्या हृदयात आशा व स्वप्ने घेऊन सोन्याचा शोध घेण्यासारखे होय. जुन्या काळातील सोन्याचा शोध घेणारे लोक ज्याप्रमाणे अनावश्यक दगड व माती फेकून देत, त्याचप्रमाणे तुमच्या मनातील गैरसमजुती, चुकीच्या कल्पना व निरर्थक विचार काढून टाकताना तुम्ही निर्दयी; पण सोबतच प्रामाणिक व वास्तववादीही असायला हवे. या रीतीने तुम्ही सत्याप्रत पोहोचाल व सुज्ञपणे सोनेरी खजिन्यापर्यंतही पोहोचाल.

पायरी-पायरीने तुमचे आयुष्य सोपे करा किंवा तुमचे सध्याचे आयुष्य जर खूपच कठीण असेल, तर ज्या ठिकाणी तुम्ही स्वतःशी व स्वतःतील शक्तीशी एक होऊ शकाल, अशी शांतता व निवांतपणा असलेल्या काही जागा शोधा.

जाणीव व सकारात्मकता या दोहोंचे मिश्रण हे चांगुलपणाची भावना निर्माण करण्यात साह्यकारी होणार नाहा, असे कधीच होत नाही. हे दोन्ही घटक परस्परांसाठी पूरक असल्याने, ते परस्परांना मदत करतात व प्रेरणा देतात. आपल्या या जगाच्या जटिलतेविषयी व त्यातील जीवनाविषयी चौकस असा. इतरांच्या आयुष्यांमध्ये स्वारस्य घ्या. या जीवनावर, स्वतःवर व इतरांवर प्रेम करा. जेव्हा तुमचे आयुष्य एवढ्या प्रेमाने भरलेले आहे, तेव्हा तुम्ही आयुष्यावर प्रेम करणार नाही, असे होईल का?

सकारात्मकरीत्या विचार करा, त्यातून मिळणाऱ्या ऊर्जेला प्रवाहित करा आणि चमत्कार, गूढता व आनंद, तसेच तुम्ही स्वतः यांच्यावरील तुमचा विश्वास वाढेल.

३

तुमच्या क्षमतांचा आश्चर्यकारक पल्ला

या प्रकरणामध्ये तुम्ही पुढील गोष्टी अंगीकारल्या तर तुम्ही सकारात्मकतेचा आविष्कार कराल :

- *स्वतःची नैसर्गिक प्रतिभा व तुम्ही शिकलेली कौशल्ये तुम्ही ओळखाल.*
- *तुमच्या सर्जनशीलतेचा जल्लोष साजरा कराल.*
- *कृती व रीती यांचा आदर कराल.*
- *साधनांचा आढावा घ्याल.*
- *ज्ञान व सुज्ञपणा याविषयी तुम्ही मनन कराल.*
- *तुमचे उपक्रम तुमच्या पद्धतीने उत्साहात पार पाडाल.*
- *स्वतःच्या क्षमतांची तुम्ही जोपासना कराल.*
- *आयुष्यरूपाने जे वरदान तुम्हाला मिळाले आहे, त्यासाठी तुम्ही वेळ काढाल.*
- *या सर्वांमधून जी शक्ती मिळते, तिचा तुम्ही शोध घ्याल.*

आपल्यापैकी प्रत्येकासाठीच्या शक्यता भरपूर व वैविध्यपूर्ण आहेत व आपल्यापैकी बहुतांश जणांसाठी त्या खूपच व्यापक असतात, ज्यांचा वापर आपण क्वचितच करतो.

आपल्या आयुष्यातील जटिलतेचा सामना करणे, हेच आपल्या आयुष्याचे प्रयोजन असते व त्याचा सामना करण्यासाठी आपण सुसज्ज आहोत व तुमच्या वैविध्यपूर्ण नैसर्गिक क्षमतांचे मिश्रण तुमच्यामध्ये आहे. बहुतांशी या सर्वांचा फायदा तुम्ही जे बनणार आहात, त्यासाठी कराल.

हे सर्व विस्मयकारक नाही का?

तुमचे अस्तित्व व कल्याण यासाठीचे जे घटक तुम्ही उपजतच घेऊन

जन्मलात, त्या सर्व बाबी सकारात्मकतेच्या माध्यमातून एकत्र येतात व एका विस्मयकारी व परस्परपूरक अशा प्रक्रियेच्या माध्यमातून ती तुमचे व्यक्तिगत सामर्थ्य वाढवते व तुमच्या व्यक्तिमत्त्वालाही बहरू देते.

तुमच्या वैशिष्ट्यपूर्ण प्रतिभा, क्षमता व कौशल्ये या बाबी जनुके, अध्ययन व सराव यांच्या एकत्रीकरणाची निष्पत्ती असतात. अध्ययन व सराव सातत्याने चालूच असल्याने, तुम्ही तुमच्या सध्याच्या स्थितीला कमी-अधिक प्रमाणात स्थिर ठेवू शकता किंवा त्या बाबतीत तुमची घसरणही होऊ शकते किंवा तुमच्या क्षमता व तुमच्या विविध बौद्धिक क्षमता मनसोक्तपणे वाढवण्यासाठी किंवा यांमध्ये फेरबदल करण्यासाठी तुम्ही प्रोत्साहन, महत्त्वाकांक्षा व उत्साहाचा मार्गही तुम्ही अवलंबू शकता.

तुमची नैसर्गिक प्रतिभा व आत्मसात केलेली कौशल्ये ओळखा

आपण जेव्हा स्वतःच्या स्वभावानुसार वाढतो, तेव्हा आपली सकारात्मक शक्ती प्रवाहित होते व आपल्या सध्याच्या व संभाव्य क्षमतांची जाणीव होणे, हा आंतरिक सत्य व जाणिवेचा एक ठळक भाग असतो.

मात्र स्वतःला कमी लेखण्यास आपल्याला किती आवडते! मी 'क्ष', 'य' किंवा 'ज्ञ' या कामांमध्ये चांगला नाही, किंवा 'मी सर्जनशील नाही' किंवा 'मी कधीच महत्त्वाच्या पदावर पोहोचणार नाही' असे म्हणणे आपल्याला आवडते. इतरजनही- यामध्ये आपल्या प्रियजनांचाही समावेश आहे- कदाचित आपल्या आत्मगौरवाला कमी लेखू शकतात. आपण एखाद्या बाबतीत खूप चांगले नाही असे त्यांना वाटते त्यावरून ते आपल्याला कमी लेखू शकतात किंवा त्यांच्या दृष्टीने आपण कोणत्या क्षेत्रात चांगले काम करू असे वाटते, त्यावर लक्ष केंद्रित करण्यासाठी ते आपले मन वळवू शकतात- मग भलेही आपण त्या गोष्टीत चांगले नसू.

जर तुम्ही या गोष्टींचा अनुभव घेतला असेल तर माझे हृदय तुमच्याप्रती सहानुभूती बाळगते. मात्र चांगली गोष्ट ही आहे की, तुम्हाला जर कोणी गौण लेखले असेल तर त्याचा इतिहास फारसा महत्त्वाचा नसतो. कारण की यानंतर तुमची नैसर्गिक सकारात्मकता अशा गैरसमजुतींवर मात करण्यात तुम्हाला मदत करेल व तुम्ही ज्या बाबतीत चांगले आहात- चांगले होऊ शकता व होण्याची इच्छा बाळगता त्यावर त्यामुळे प्रकाश पडेल. 'मी अमुक-अमुक गोष्टींमध्ये चांगला नाही' या विचाराला 'मी जर त्या बाबतीत सकारात्मकरीत्या प्रयत्न केला तर मी चांगला बनेन' किंवा 'मी अमुक गोष्टीमध्ये चांगला नाही' या विचाराला 'कदाचित मी प्रयत्न करेन; मी प्रयत्न केला तर कदाचित मी ती गोष्ट करू शकेन' अशा विचारामध्ये परिवर्तित

करण्यास फारसा प्रयत्न करावा लागत नाही.

पुष्कळशा गोष्टींबाबत व्यक्तीचा नैसर्गिक कल हा तितकासा महत्त्वाचा नसतो, जेवढी त्या व्यक्तीची काहीतरी शिकण्याच्या इच्छेसोबत जोडलेली मूलभूत गोष्टी शिकण्याची व नंतर त्यांचा सराव करण्याची इच्छाशक्ती असते. तुम्ही कोणत्या रीतीने शिकता ते समजून घेण्यास एक चांगला शिक्षक तुम्हाला खूप मदत करू शकतो.

या गोष्टी जर योग्य जागी असतील तर तुम्ही स्वतःला ज्या गोष्टीबाबत 'साधारण' समजत होता, त्यामध्ये तुम्ही किती चांगली कामगिरी बजावू शकता ते पाहून व तुम्ही ज्या नव्या गोष्टींमध्ये चांगली कामगिरी बजावू शकता, ते शोधून खूपच आश्चर्यचकित व्हाल.

जॉनला वाटायचे की तो एक सामान्य व्यक्ती आहे. आर्थिकदृष्ट्या अस्तित्व टिकवण्यासाठी त्याला काम करावे लागे; मात्र त्याच्या कारकिर्दीत तो खूप चांगली कामगिरी बजावेल किंवा त्याच्या फावल्या वेळेचा तो मनमुरादपणे आनंद लुटेल, असा त्याचा स्वभाव नव्हता. त्याला ओळखणाऱ्यांचेही तेच मत होते. शाळेत असताना त्याच्या प्रगती पुस्तकामध्ये 'अधिक चांगली कामगिरी बजावू शकेल' किंवा 'अधिक मेहनत करायला हवी' असे शेरे दिलेले असायचे. त्याच्या शिक्षकांना माहीत होते की तो जी क्षमता वापरायचा, त्याहून कितीतरी अधिक क्षमता त्याच्याकडे होती. मात्र त्या क्षमतेचा वापर करण्यात त्याला मदत कशी करता येईल, याविषयी ते अनभिज्ञ होते. जॉनच्या प्रौढ आयुष्यातील सुरुवातीची वर्षे त्याने वेळखाऊ गोष्टींमध्ये व्यतीत केली. त्याने संगणकावरील खेळ खेळणे किंवा मित्रांसोबत मद्यपानाला बाहेर जाणे यांसारख्या गोष्टींमधून काही प्रमाणात आनंद मिळवला. नंतर त्याला कोणीतरी भेटले, तो त्या व्यक्तीच्या प्रेमात पडला व लवकरच त्या नात्यात येणाऱ्या गरजांची पूर्तता करण्यात तो व्यस्त झाला व समाधानकारकरीत्या त्या गरजा पूर्णही करू शकला.

मात्र काही वर्षांनंतर त्याची जोडीदारीण तिच्या कामात व तिला आनंद देणाऱ्या गोष्टींमध्ये जास्त प्रमाणात व्यस्त झाली व जॉनला असे जाणवले की, आता त्याच्या हातात अधिक वेळ आहे. आता त्याला ही भावना छळू लागली की, त्या फावल्या वेळेमध्ये तो व्यक्तिगत पातळीवर स्वतःसाठी काहीतरी चांगले करू शकतो, पण नेमके काय? शिक्षकांचे शेरे हे खरे तर जॉनला त्याच्या क्षमतेपर्यंत पोहोचवण्यासाठी, प्रेरणा देण्यासाठी होते. मात्र त्याला आत्तापर्यंत या प्रतिक्रिया नकारात्मक टीकेसारख्याच वाटत आल्या होत्या, ज्यांच्यातून असा अर्थ निघत होता की, तो अगदीच कुचकामी होता. आयुष्याच्या मध्यात कंटाळवाणी वर्षे येतील, अशी भीती त्याला वाटत होती व कदाचित त्याला यामधून मी वाचवेन, हा शेवटचा उपाय म्हणून तो माझ्याकडे

आला.

त्याला मी लिहिण्याची एक छोटी वही दिली व फारसा विचार न करता त्याला मी अशा पाच गोष्टींची यादी त्यावर लिहिण्यास सांगितली ज्या गोष्टी करण्याची त्याला संधी मिळाली असती तर त्याने चांगली कामगिरी बजावली असती.

तो काही क्षण स्तब्धच झाला. नंतर त्याने मान हलवली. वहीवर त्याने प्रथम काहीतरी लिहिले, नंतर पुन्हा चार गोष्टी लिहिल्या व ती यादी माझ्याकडे दिली.

१. गायन
२. सुतारकाम
३. अभिनय
४. व्यवसाय
५. मासेमारी

"खूप छान," मी म्हटले, "आता आपण त्यांचा एकानंतर एक विचार करू. सर्वप्रथम गायन."

"मी गाऊच शकत नाही; सुरांबद्दल मी बहिरा आहे. मी सुरात गाऊ शकत नाही," मी काही प्रतिक्रिया देण्याअगोदरच तो बोलून गेला. "अभिनयही मला जमत नाही व रंगमंचावर गेल्यावर मी खूप दमून जातो व स्वतःविषयी अतिसाशंक होतो. व्यापार कसा करतात त्याची पहिली पायरीसुद्धा मला माहीत नाही; उद्योजक बनण्याचा माझा पिंडच नाही. आणि मी एकदा मासेमारी करण्याचा प्रयत्न केला होता; मात्र मला ती गोष्ट अजिबात जमली नाही. असे पाहा, माझ्या बाबतीत काहीच होऊ शकत नाही."

त्याने स्मित केले; मात्र त्या स्मितामागे लपलेले दुःख मी पाहू शकले.

मी विचारले, "तुम्ही स्वतःला दुःख व आळस यांमध्ये आणखी खोल गाडून टाकण्याचे ठरवले आहे का? की तुम्ही स्वतःवरील अविश्वासाला केवळ पुढचे काही आठवडे झटकून टाकण्यास व मी तुमच्यासाठी जी योजना आखणार आहे ती बनवण्यात व त्यावर अंमलबजावणी करण्यात मला मदत करण्यास तुम्ही तयार आहात?"

त्याला भलेही ते मनातून पटले नसले तरीही तो बळजबरीने हसला व त्याने मान हलवत संमती दर्शवली. मी हे मान्य केले की त्याने तयार केलेल्या यादीतील सर्वच गोष्टींमध्ये त्याला गती नसेल. केवळ त्याचा कल जाणून घेण्यासाठी मी यांपैकी तीन गोष्टींची निवड करण्यास सांगितले. त्या पर्यायांचा गांभीर्याने विचार करण्याची कल्पना त्याला थोडी गुंगवून टाकणारी वाटली व त्याच्या चेहऱ्यावर उत्सुकतेची एक लकेर प्रथमच चमकली. त्याला असे आयुष्य मिळाले होते,

ज्यामध्ये काम भलेही नेहमीच कठीण नसले तरीही ते अविश्रांत मात्र नक्कीच होते.

"जर अभिनय, व्यापार व मासेमारी या कल्पनांविषयी मी विचार करू शकलो- म्हणजे काहीतरी गोंधळ घालून ठेवण्याऐवजी या गोष्टींचा आनंद घेण्याच्या दृष्टीने, तर अभिनय व व्यापार करण्याबाबत प्रयत्न करायला मला आवडेल; मात्र व्यापार व मासेमारी याबाबत मी काय सांगू?"

मी हसले. "तर तुम्हाला त्यात गंमत वाटू लागली आहे. मला वाटते ते तुमच्याइतकेच माझ्यासाठीही खरोखरच एक आव्हान आहे."

नंतर त्याच्या प्रत्येक पर्यायाची आम्ही चर्चा केली. सुरुवातीचे एक छोटे पाऊल उचलणे ही ॲनसाठी (दुसरे प्रकरण पाहा.) एक प्रेरणा होती, जॉनसाठी ती बाब गंभीरपणे प्रयत्न करण्याऐवजी फक्त प्रयत्न करून बघण्याची होती. तो आणखी एका पराभवाचा सामना करण्यासाठी तयार झाला.

एका स्थानिक गानसमूहाशी तो जोडला गेला, ज्यांच्या प्रमुखाने जॉनला सुरात कसे गावे ते शिकवण्याची खातरी दिली होती. लवकरच जॉनला कळले की, तो खरेच गाऊ शकत होता व एका समूहासोबत गाण्याच्या बाबतीत असलेल्या भावनिक बाजूकडे पाहून तो अगदी हरखूनच गेला. "प्रत्येक गाणे संपताना मला खूपच छान वाटते; तुम्ही वाईट मनःस्थितीमध्ये जरी सुरुवात केलेली असली तरीही निराश मनःस्थितीत राहणे अशक्य असते!" लोकांच्या एका गटात राहण्यातून त्याला जो आनंद मिळाला, त्या आनंदाने प्रेरित होऊन एका स्थानिक हौशी रंगमंच गटासोबत जोडले जाण्याबाबत पृच्छा करण्यासाठी तो प्रवृत्त झाला. त्यांनी त्याला त्यांच्या एका नव्या निर्मितीमध्ये गटातील एक भूमिका दिली आहे, याचाच अर्थ त्याचे अभिनय करण्याचे स्वप्नही तो लवकरच पूर्ण करू शकेल.

व्यवसायाच्या आघाडीवर त्याला वाटले की, तो अशा एका मित्राला मदत करू शकेल का ज्याच्याकडे विक्रीची कौशल्ये होती; मात्र तो कंपनीच्या व्यवस्थापकीय बाबींबद्दल चाचपडत होता. जॉनला आयुष्यात प्रथमच आपण उपयुक्त व व्यवसाय चालवण्यासाठी सक्षम असल्याची जाणीव झाली. त्याच्या मित्राने त्याच्याप्रती व्यक्त केलेल्या कृतज्ञतेच्या प्रकाशात तो अभिमानाने चमकू लागला. आता त्या मित्राने जॉनला कंपनीमध्ये भागीदार बनवण्याविषयी सुचवले आहे.

आता मासेमारीबद्दल! ते मात्र थोडे कठीण गेले आहे. जॉनला एक प्रकारचे पंगुत्व आहे, ज्यामुळे शारीरिक पातळीवर संतुलन करण्यामध्ये त्याला अडचण येते. एका चांगल्या प्रशिक्षकाची मदत मिळूनसुद्धा अजूनही तो पुष्कळदा अडखळतो. अर्थात त्याची प्रगती मंद असली तरीही तो खूपच आनंदित झालेला आहे. त्याला ग्रामीण भागात राहायला इतके आवडते आहे की, तो अजून यामध्ये टिकून आहे. "गोष्ट अशी आहे," तो मला म्हणाला, "मी मासेमारीमध्ये उत्तरोत्तर सुधारणा करतो

आहे. बऱ्याच वेळा मी उत्तमरीत्या जाळे फेकू शकतो. जेव्हा मला जाळे फेकणे जमते, तेव्हा मला खूप समाधान मिळते. मी जर खरेच कधी मासा पकडू शकलो, तर त्या उत्तेजित अवस्थेमुळे मला कदाचित हृदयविकाराचा झटकाच येईल!''

जॉनच्या व्यक्तिगत सुधारणेमधील या धाडसांचा आणखी एक फायदा झाला आहे. यामधून त्याला जे समाधान मिळते आहे, त्यामुळे तो पूर्वीच्या तुलनेत त्याच्या जोडीदारावर भावनिकदृष्ट्या खूप कमी प्रमाणात अवलंबून आहे. त्यामुळे त्यांच्यातील निखळ प्रेमाच्या भावनेला उत्तेजन मिळाले आहे व त्याच्यासोबत वेळ घालवण्याच्या कल्पनेने आता तिला दडपण आल्यासारखे वाटत नाही. त्यांची एकत्र येण्याची इच्छा असते म्हणून ते एकत्र असतात व एकत्र असण्याचा आनंदही ते लुटू शकतात. दोन्ही जोडीदारांना मिळणारे समाधान केवळ त्यांनाच समृद्ध करते असे नाही, तर त्यामुळे संभाव्य असे परावलंबित्व टाळता येते. एकूणच त्यांचे नातेही समृद्ध होते.

आपल्यापैकी सर्वांच्या बाबतीत हे खरे आहे. केवळ एक छोटे पाऊल उचलण्याने एका नव्या समाधानी मार्गाकडे आपण वळू शकतो. यशस्वी होण्यासाठी संघर्ष करण्याऐवजी खेळकर राहून टीकेमुळे मनात निर्माण झालेल्या अढीवर प्रयत्नपूर्वकरीत्या मात करण्याचे ठरवून तुम्हीसुद्धा सकारात्मक ऊर्जेच्या प्रवाहाचा वापर तुमच्या क्षमता, तुमचे सुप्त गुण व कलागुण यांना वाव देऊन आतापर्यंत न अनुभवलेल्या आनंदाच्या मार्गावर मार्गक्रमण करण्यासाठी करू शकता.

तुमच्या सर्जनशीलतेचा जल्लोष साजरा करा

काहीतरी सृजनात्मक करण्यामुळे लोक त्यांच्या भीती व दडपणावर कसे मात करतात, समस्यांवरून मन अन्यत्र वळवण्यात त्यांना मदत होते व त्यामुळे त्यांना बरे होण्यास किंवा समस्येचा सामना करण्यात मदत मिळते, असे मी पुनःपुन्हा बघितले आहे. दीर्घ काळापासून दवाखान्यात असलेल्या रुग्णांना व कारागृहामधील कैद्यांना त्यांची सर्जनशीलता व्यक्त करण्यास मिळालेल्या संधीमुळे नैराश्य व अगतिकतेवर मात करण्यात त्यांना कशी मदत झाली आहे, ते संशोधनांवरून सिद्ध झाले आहे. आपल्या मूळ स्वरूपाच्या आंतरिक प्रेरणेला जर आपण मुक्तपणे प्रवाहित होऊ दिले, तर त्यामध्ये स्वतःची एक सकारात्मक शक्ती असते, जी आपल्या संपूर्ण व्यक्तिमत्त्वाला प्रोत्साहित करते. आपल्याला मानसिक, भावनिक व शारीरिक पातळीवर अधिक सकारात्मक वाटते. आपल्या शरीराची संतुलन राखण्याची जी नैसर्गिक प्रक्रिया असते, त्या सातत्यपूर्ण प्रक्रियेमध्ये सकारात्मक

शक्तीची मदत होते.

मी वरील हकिगत लिहीत असताना- योगायोगाने किंवा आम्ही सखोल मानसिक पातळीवर एकमेकांशी जोडले गेलो असल्याने असेल कदाचित– मानसिकदृष्ट्या खूपच खचलेल्या अवस्थेतील माझ्या एका मैत्रिणीचा मला फोन आला. सर्वसाधारणपणे ती एक खूपच सक्रिय अशी व्यक्ती आहे, मात्र अलीकडेच तिच्यावर झालेल्या शस्त्रक्रियेमुळे व धुवाधार हिमप्रपातामुळे तिला काही काळासाठी घरीच अडकून पडावे लागले होते. त्यामुळे तिला तिच्या मूळ स्वभावानुसार वागता येत नव्हते. आमच्या दीर्घ संभाषणात एकमेकींचा निरोप घेण्यापूर्वी तिने मला विचारले, "सध्या मी काही काम करत नसल्याने स्वतःच्या वेळेचे काय करावे, ते मला समजत नाही. उदाहरणार्थ, आज दुपारी मी काय करू शकते?" ती एक चांगली कलाकार आहे; मात्र ती क्वचितच चित्र रंगवते, हे मला माहीत असल्यामुळे काहीतरी चित्र रंगवावे, असे मी तिला लगेच सुचवले.

"मी कोणते चित्र रंगवू बरे?" ती म्हणाली, "खरे तर चित्र रंगवण्याची कोणतीही ऊर्मी माझ्या मनात नाही," यावर मला तत्काळ एक उत्तर सुचले- कारण तिला शुभेच्छापत्रे रंगवणे आवडत असे, ते मला माहीत होते.

"तू माझ्यासाठी जन्मदिवसाचे कार्ड तयार करशील का?" मी तिला विचारले, "ते भले कोणतेही असो- मग ते तुझ्या आवडत्या रंगाचे अमूर्त चित्र, एखादा तुषार का असेना! आता तू जेव्हा फोन ठेवशील तेव्हा एक कागद घे, थोडा रंग किंवा क्रेयॉन्स घेऊन लगेच कामाला लाग. माझे तुझ्या कामावर प्रेम आहे. त्यामुळे मी रोमांचित होईन."

मला अशी आशा वाटली की त्यामुळे त्या दिवशी दुपारी तिची मनःस्थिती किमान एक-दोन तासांसाठी तरी उंचावेल. नंतर असे घडले की, तिने मला त्या दिवशी संध्याकाळी फोनवर सांगितले की, शुभेच्छापत्र तयार करताना तिला मजा वाटली व तिच्या सुधारणेच्या काळातील उरलेला वेळ तिचे कुटुंबीय व मित्रांसाठी कार्ड्स बनवण्यात घालवण्याचे तिने ठरवले. चित्र रंगवणे ही एक उत्साहवर्धक गोष्ट होती. ती बरी होत होती तेव्हा सकारात्मकतेकडे टाकलेले तिचे ते पहिले पाऊल होते.

सकारात्मक विचार करणे व सकारात्मक राहणे यामध्ये एवढी शक्ती असते की, आपण जर त्या शक्तीला थोडा वाव दिला तर, सततच्या प्रोत्साहनाने आपल्या आयुष्यातील जुनाट भीती व कंटाळा (आळशीपणा) यांचासुद्धा निचरा ती शक्ती करते.

नैराश्य

नैराश्यामुळे सकारात्मक योजना बनवणे किंवा कृतींविषयी विचार करणे शारीरिक पातळीवर अशक्य होऊ शकते. दुसऱ्या प्रकरणातील अनिताप्रमाणे अशा बाबतीत तुमच्या डॉक्टरांची भेट घेणे, हेच अशा बाबतीत योग्य ठरते. मात्र वैद्यकीय स्वरूपाच्या तीव्र नैराश्यामध्येही जेव्हा सकारात्मकरीत्या विचार करण्याचा प्रश्नच नसतो, अशा वेळीही एखाद्या सकारात्मक गोष्टीबाबत वाचणे किंवा बोलणे यांतूनही कदाचित व्यक्ती निराशेच्या आरपार पाहू शकते. सकारात्मक शक्ती हा एवढा प्रबळ उपचार आहे की, त्यामध्ये व्यक्तीने त्या वेळी किंवा नंतर, त्याची आठवण होईल तेव्हा थोडे जरी स्वारस्य दाखवले तरीही बरे होण्यामध्ये त्याचा एखाद्या जीवनसंरक्षक पट्ट्यासारखा वापर होऊ शकतो.

जेव्हा तुम्ही सर्जनशीलतेबाबत आनंदाने व बालसुलभ उत्साहाने पाहता, तेव्हा त्यामध्ये अगदी गुंगवून टाकणारी सकारात्मक शक्ती असते. जेव्हा तुम्ही तुमच्या सर्जनशीलतेला मुक्त करता, तेव्हा ती भावना थोड्याफार प्रमाणात प्रेमात पडल्यासारखी भासते- तुम्हाला वाटते की तुम्ही हवेवर चालत आहात व तुम्ही ज्या ठिकाणी काम करता- केवळ त्या कामासोबत नव्हे, तर संपूर्ण विश्वाशी तुम्ही एकरूप झाला आहात.

काही कलाकार सृजनाच्या प्रक्रियेतील आनंदाला मुकतात, ही खेदाची बाब आहे. कलाकृतीमधून आनंद मिळण्याऐवजी आपले काम मनासारखे चांगले झालेले नाही, या गंडाने ते पछाडले जातात. मात्र स्वयंनिर्भर्त्सना व शंकेमधून ते स्वतःच स्वतःची सुटका करू शकतात. आपली स्वाभाविक आंतरिक सर्जनशीलता ही अशी गोष्ट नव्हे, ज्याचे मूल्यमापन आपण करावे किंवा ज्यावर आपण टीका करावी; कारण शेवटी ती जणूकाही द्रवरूप सोन्याची खाण व आपल्याला मिळालेले एवढे सुंदर वरदान आहे. तुमची सर्जनशीलता ही तुमच्या आयुष्याची एक मूलभूत उत्कट इच्छा, आनंद व उत्तेजन यांचा एक अखंडित स्रोत किंवा शांततेतील समाधान व आनंद यांचा स्रोत बनू शकते.

मात्र सर्जनशीलता व्यक्त करण्यासाठी तुम्हाला खूप वेळ व शक्ती खर्च करावी लागणार नाही. केवळ तुमच्या सर्जनशीलतेच्या प्रवाहाची जाणीव असणे, हेच केवळ त्या सकारात्मक भावनेशी जोडले जाण्याबाबत पुरेसे आहे. मग ते

काहीही असू शकते. एखादा अस्सल विचार जो तुम्ही मांडला आहे- मग तो कितीही क्षुल्लक व एका क्षणापुरता का असेना. एखादा शोध, सिद्धान्त व उपक्रम या विषयीची द्रष्टी कल्पना, यांपैकी ते काहीही असू शकते. त्यासाठी तुम्हाला अगदी कलाकारच असावे लागते असे नाही; कारण आपण आपल्यातील आंतरिक सर्जनशीलतेला आयुष्याच्या सर्व क्षेत्रांमध्ये निरनिराळ्या रीतींनी व्यक्त करू शकतो.

तुमची स्वतःची सर्जनशीलता कोणत्या क्षेत्रात आहे किंवा ती सर्वोत्तमरीत्या कशी व्यक्त करावी हे शोधताना, मुले या जगाकडे ज्या दृष्टीने पाहतात त्यापासून तुम्ही प्रेरणा घेऊ शकता. लहान मुले त्यांच्या सर्व संवेदना खळखळत्या अस्सलपणाने वापरतात. काही प्रौढ माणसांना क्वचितच जाणवेल अशा गोष्टीतील सौंदर्य मुलांच्या लक्षात येते. माझ्यासोबत चालणारी एक छोटी मुलगी शहरातील एका डबक्याशी थांबून काहीतरी पाहत असल्याचे मला आठवते. तिने त्याच्याकडे माझे लक्ष वेधले नसते तर ते माझ्या कदाचित लक्षातही आले नसते. जेव्हा ते माझ्या लक्षात आले, तेव्हा मला कळले की, ते केवळ एक करड्या रंगाचे डबके होते. ती काय पाहत होती, असे मी तिला विचारले. "त्याचे रंग," ती म्हणाली, "हे इंद्रधनुष्य आहे का?" त्या डबक्यामध्ये पृष्ठभागावर तरंगणाऱ्या तेलातील विविध रंगछटा व प्रकाशाचे प्रतिबिंब मी जेव्हा तिच्या नजरेतून पाहिले, तेव्हा ते मला अचानकच दिसले. तिचे म्हणणे बरोबर होते व आम्हा दोघींनाही ते चैतन्यमयी सौंदर्य जाणवले. आपण कुठेही बघितले- शहरे, नगरे किंवा अगदी खेड्यापाड्यांमध्येही- तरीही सर्व जागी आपल्याला काहीतरी सौंदर्यपूर्ण, उत्कंठावर्धक अवश्य दिसते. आपल्याला ते सौंदर्य शोधून त्यातून आनंदाचा रोमांच मिळवण्यासाठी त्या सौंदर्याकडे केवळ निरखून पाहावे लागते.

ही सर्जनशीलता आहे काय? हो, अगदी तुम्ही काहीतरी केले तर त्यामध्ये सर्जनशीलता असते असे नाही, तर तुम्ही जे पाहिले किंवा अनुभवले त्याचा तुम्ही कसा अर्थ काढता, त्यावरही ती अवलंबून असते. गोष्टींची नोंद घेणे व त्याकडे बारकाईने पाहणे यामध्येसुद्धा सर्जनशीलता व सकारात्मकता यांचा एक मोठा स्रोत दडलेला असतो.

तुम्ही स्वतःच काही गोष्टी करून पाहा. पुढे दिलेल्या उदाहरणांपैकी किंवा तुमची स्वतःची एखादी गोष्ट निवडा. उदाहरणार्थ,

- **आकाशाकडे पाहा :** पहिल्या प्रकरणात उल्लेखलेल्या वॉल्टरप्रमाणे पठारावर राहणारे लोक ज्या धुरांच्या रेषा पाहतात त्या विषयीच्या गोष्टींची स्वप्ने तुम्ही पाहू शकता किंवा तुम्ही या अनंताचे व चिरंतर तत्त्वाचे चिंतन करू शकता किंवा तुम्ही जेव्हा घरी जाल तेव्हा एक प्रातिनिधिक, इंप्रेशनिस्ट शैलीतील

किंवा एखादे अमूर्त चित्र कसे रंगवाल त्याविषयी विचार करा. तुम्ही ढग, प्रकाश किंवा रंग यांच्यामधून तरंगत आहात, अशी कल्पनाही तुम्ही करू शकता.

(टीप : इंप्रेशनिस्ट ही चित्रकलेची अशी शैली होय, ज्यामध्ये रंग व प्रकाशाच्या साहाय्याने एखाद्याला सर्वसाधारण कल्पना दिली जाते.)

किंवा जसे मी पुष्कळदा करते तसे तुम्हीही एखादी खूप दूरवरची टेकडी, समुद्रकिनारा, समुद्र किंवा बेटावरील एखाद्या सुंदर सूर्यास्ताचे चित्र डोळ्यांसमोर आणू शकता. ही गोष्ट जाणून घ्या की, तुमच्या कल्पनाशक्तीला प्रवाहित केल्यानंतर जो निखळ आनंद तुम्हाला मिळतो, त्यामुळे तुमचे डोळे विस्फारले जातात व आनंदीपणाची भावना निर्माण करणारी रसायने तुमच्या शरीरात तयार होतात. अशा रीतीने यामध्ये दुहेरी फायदा आहे!

- **तुमच्या आसपासच्या लोकांचे म्हणणे ऐका :** आगगाड्यांमध्ये व बसमध्ये मी पुष्कळदा नोंद करते की, पुष्कळ लोक त्यांच्या आसपास काय चालले आहे त्याकडे अजिबातच लक्ष देत नाहीत; कारण त्यांनी कानात हेडफोन्स लावलेले असतात किंवा ते मोबाइलवर संदेश पाठवण्यात किंवा मिळालेले संदेश वाचण्यात मग्न असतात. त्याऐवजी तुमच्या आसपासच्या संभाषणाची दखल घ्या. असे करणे म्हणजे इतरांच्या गोष्टींमध्ये नाक खुपसणे नव्हे. कारण की लोक जर सार्वजनिकरीत्या बोलत असतील तर त्यांना याची जाणीव असते की, बाकीचे लोक त्यांचे म्हणणे ऐकत असतील. ते काय म्हणतात ते ऐका. गमतीशीर गोष्टी, प्रत्येकाचा दयाळू विचार, त्यांच्या आवाजातील असाधारण व्यक्तिवैशिष्ट्ये ही त्यांच्याच आवाजात ऐका. आवाजाच्या कानावर पडणाऱ्या विविध पातळ्या व बोलण्याचे ढंग लक्षात घ्या. मला तर लोकांचे चेहरे बघत राहायलासुद्धा आवडते. हे उघडच आहे की, असे करताना आपण सभ्यपणा सोडता कामा नये. इतरांकडे एकटक पाहून त्यांना अवघडल्यासारखे तर वाटत नाही ना, याची आपण काळजी घेतली पाहिजे.
- **तुमच्या अवतीभवती काहीही चित्तवेधक असेल तर त्याची नोंद घ्या :** वर उल्लेख केलेल्या त्या लहान मुलीप्रमाणे काही अनपेक्षित जागी सुंदर किंवा उत्कंठावर्धक गोष्टींचा व सोबतच तुम्हाला ज्या सर्वसाधारणपणे दिसतात त्या गोष्टींचा शोध घ्या.
- **तुम्ही रहस्यकथालेखक आहात असे समजा :** तुमच्या पुढील कथेसाठी कल्पनांचा शोध घ्या. कथेच्या संभाव्य परिणामाचा किंवा दुय्यम पात्रांचा शोध घ्या. जेव्हा त्याचे चित्रण होत असेल, तेव्हा तुम्ही त्याचे दिग्दर्शन कसे कराल, चित्रपटाचा एखादा सेट उत्कृष्ट कसा राहील इत्यादीविषयी विचार करा.

तुम्हाला आवडतील तितके तपशील त्यामध्ये भरा; तिथे जेवढे जास्त तपशील असतील तेवढा तुमच्या सर्जनशीलतेचा आवाका वाढेल. तुमच्या मनात दडलेल्या कथेतून तुम्हाला मिळणाऱ्या उत्तेजनाचा व तुमच्या सर्जनशील प्रतिष्ठेचा अनुभव घ्या. कारण जरी तुम्ही खरेच ती कादंबरी लिहिणार नसलात तरीही (पण कदाचित तुम्ही लिहालसुद्धा; कोणी बघितले आहे?) तुमच्यातील सर्जनशीलतेचा विकास होताना व ती चमकताना पाहताना तुम्हाला विशेष आनंद वाटेल!

- **कलांचा आनंद घ्या व त्यांनी भारावून जा :** दृक्-श्राव्य कला या ज्ञानाकडे नेणारी प्रवेशद्वारे होत व त्या कला पुष्कळदा खूप विशेष प्रकारचा आनंद देतात. तुम्ही ज्या कलांवर व संगीतावर प्रेम करता, त्यामध्ये रमून जा आणि या कला व संगीत तुमच्यामध्ये ज्या भावना व जाणिवा जागवतात, त्यांचा अनुभव घ्या. या कला तुमच्यामध्ये दुःख किंवा जी भावना जागवतात त्याची खोली जाणून घ्या. या गोष्टीं जाणून घेण्यासाठी वेळ द्या; कारण या गोष्टी तुमचे आयुष्य व तुमची आंतरिक सर्जनशीलता यांना उजळवून टाकतात. याचे कारण, या कला म्हणजे नव्या कल्पना, विचार व सकारात्मक ऊर्जा यांची तुमच्यापर्यंत पोहोचणारी प्रवेशद्वारे होत. तुम्ही या भौतिक जगाच्या मर्यादेपलीकडे जात आहात व एका नव्या आध्यात्मिक किंवा अधिभौतिक पातळीशी तुम्ही नाळ जोडली आहे, असा विलक्षण अनुभव तुम्हाला या कलांमधून मिळू शकतो.

महत्त्वाचे म्हणजे तुमचे कुतूहल नेहमी जागृत ठेवा. तुमच्या आसपास जे चालले आहे, त्यामध्ये हरवून जा. निरीक्षण करण्याच्या व जगामध्ये स्वारस्य घेण्याच्या दृष्टिकोनामुळे तुमच्या सृजनशीलतेला नेहमीच खाद्य मिळते – त्याच वेळी तुमच्या व्यक्तिमत्त्वामध्ये सकारात्मक ऊर्जेच्या ऊर्मीही निर्माण होतात – तुम्हाला अतिशय साधारण वाटणाऱ्या दिवसांमध्येही अशा दृष्टिकोनामुळे चैतन्य व आशेचा किरण निर्माण होतो. याचे कारण तुम्हाला जाणवते की, प्रत्येक दिवस- खरे तर प्रत्येक क्षण हाच असाधारण असतो.

सर्जनशील राहणे या आयुष्याच्या पद्धतीचा आपण सर्वच जण अंगीकार करू शकतो व त्याचा आनंद घेऊ शकतो. समाजातील प्रचलित विश्वासाच्या उलट सर्जनात्मकतेने जगणे व ती भावना जागवणे, यांचा संबंध सकारात्मक दृष्टिकोनाशी आहे. तुम्ही मिळवलेल्या गोष्टी व त्याविषयी तुम्हाला वाटणारा अभिमान यांच्याशी सर्जनशीलतेचा संबंध नाही. ती एक आनंददायक प्रक्रिया आहे व तुमची सकारात्मक शक्ती प्रवाहित करण्याच्या अनेक खातरीशीर उपायांपैकी हा एक उपाय होय.

प्रक्रिया व रीतींचा आदर करा

तुमच्या क्षमतांविषयीची सकारात्मकता ही रीती व सातत्य यांचा आनंद व समाधान घेण्याशी संबंधित आहे. वरील भागात वर्णिल्याप्रमाणे हा आनंद व समाधान यांचा संबंध परिणामापेक्षा प्रक्रियेशी अधिक आहे. जर तुमचे व्यक्तिमत्त्व परिपूर्णत्व व निपुणता यावर भर देणारे असेल तर, सर्जनशीलतेचा ओघ अडवण्याऐवजी सर्जनशीलतेला मुक्तपणे प्रवाहित होऊ द्या. पुष्कळसे लोक सर्जनात्मक प्रक्रियेच्या विशेषतः सुरुवातीला किंवा शेवटी दडपणाखाली असतात व जेव्हा त्यांचे काम त्यांच्या अपेक्षेएवढे चांगले होत नाही, तेव्हा ते नाराज होतात. तुम्ही केलेले काम तुम्हाला स्वतःला किंवा इतरांना आवडावे या अपेक्षेची तुम्हाला सातत्याने होणारी जाणीव,तुमच्या कामात अडथळा आणू शकते.

मात्र परिपूर्णतेच्या भावनेने तुम्ही इतके पछाडलेले असाल, ज्यामुळे तुमच्या नैसर्गिक सकारात्मकतेवर व सर्जनशीलतेवर बंधन येत असेल त्याचा अपवाद वगळता तुमच्या क्षमतांचा व कौशल्यांचा विकास करण्यासाठी व त्याच वेळी तुमच्या ज्ञानाचा पाया विकसित करण्यासाठी सराव करणे, हा एक अतिशय उत्तम उपाय आहे. जसा तुम्ही सराव कराल, तशी तुम्हाला सकारात्मकतेची जी जाणीव होईल, त्याचा स्वतःचा एक वेग असेल. खरेच स्वतःचा विकास व स्वतःमध्ये सुधारणा करत राहणे, ही उत्तेजित करणारी व समाधानकारक गोष्ट आहे.

सरावातून तुम्ही परिपूर्ण होता, ही गोष्ट खरी आहे हे मान्य केले तरी हे लक्षात ठेवावयास हवे की, सराव करताना तो योग्य रीतीनेच केला जायला हवा व घेतलेले धडे उपयोगात आणले जावेत. आपण जर एखादी गोष्ट त्याच-त्याच पद्धतीने करत राहिलो तर, त्यामध्ये आपण निष्णात होऊ व ती खूप लवकर करू शकू. मात्र असे करताना आपल्या कामगिरीमध्ये मुळापासून सुधारणा मात्र होणार नाही.

एखाद्या क्षमतेमधून किंवा आवडणाऱ्या गोष्टींमधून तुम्हाला नेमके काय हवे आहे, यावर बरेच काही अवलंबून असते. तुम्हाला जर सध्याची पद्धत अगदी योग्य वाटत असेल तर, तुम्ही ज्या रीतीने सराव करत आहात तीच चालू ठेवणे हे पूर्णपणे सकारात्मक आहे. मात्र तुम्हाला जर तुमचा विकास घडवून आणायचा असेल तर प्रगतीचा विचार करून सराव करायला हवा.

भलेही कोणत्याही दृष्टिकोनातून पाहा- सराव करणे हे सर्वांत महत्त्वाचे आहे. आपण आधी पाहिल्याप्रमाणे एखाद्या आवडणाऱ्या गोष्टीकडे दुर्लक्ष होणे, ही बाब नकळत घडून जाते. काळजीपूर्वक व लक्ष देऊन तुमची आवड जोपासा. मग भलेही तुम्ही तुमच्या सध्याच्या ज्ञानाचा व कौशल्याचा आनंद घेत असाल किंवा ज्ञानाचा विकास करण्यामधून तुम्हाला ती उत्तेजना मिळत असेल- तुमच्या व्यक्तिमत्त्वामधून

सकारात्मक शक्तीचा प्रवाह चालूच राहील.

भलेही मग ते तुमचे दररोजचे काम किंवा प्रेरित होऊन तुम्ही हाती घेतलेला एखादा उपक्रम असो, तुम्हाला खूप चांगले वाटते. भले कोणी त्या गोष्टीची नोंद घेवो वा न घेवो, ते महत्त्वाचे नाही. मात्र त्याकडे कोणी लक्ष दिले तर अवश्य चांगले वाटते. जेव्हा तुम्ही तुमचे सर्वस्व त्या प्रयत्नांत ओतता, तेव्हा तुम्हाला चांगले वाटते व हे सर्वांत महत्त्वाचे आहे.

एखादे काम चांगल्या पद्धतीने केल्यानंतरही त्याची प्रशंसा न करणारे काही महाभाग असतात; मात्र याचा अर्थ असा नाही की, ते काम चांगल्या रीतीने पार पाडले जाऊ नये.

– मार्क रशिद

तुमच्यातील वैविध्यपूर्ण बुद्धिमत्तांची जाणीव ठेवा

आपण खरेच कसे आहोत हे माहीत करून घेणे, सकारात्मक दृष्टिकोन ठेवणे; स्वतःतील क्षमतांचा वापर करणे या सर्वच गोष्टी आपल्या एकूणच आत्मप्रतिष्ठेचा भाग असतात व या गोष्टी आपल्या बुद्धिमत्तेवर अवलंबून असतात.

आपण किती बुद्धिमान आहोत व आपली बुद्धिमत्ता कोणत्या क्षेत्रात आहे, याची चांगली जाण ठेवल्याने आपल्याला खूप मदत होते.

१९८३मध्ये हॉर्वड गार्डनर यांनी असा सिद्धान्त मांडला की, बुद्धिमत्तेचे आठ प्रकार आहेत : भाषिक, तार्किक/गणितीय, शारीरिक, शारीरिक हालचालविषयक, संगीतविषयक, आंतरव्यक्तिगत, आंतरवैयक्तिक, निसर्गप्रेमी व अस्तित्ववादी. त्या वेळेपासून मानसशास्त्रज्ञ व मानसोपचारतज्ज्ञ याविषयी वाद घालत आहेत!

अगदी आत्ता-आत्तापर्यंत मला या उपपत्तीची कल्पना नव्हती. मात्र मला पुष्कळ काळापासून या गोष्टींची जाणीव होती की, मानवी बुद्धिमत्तेचे अनेक प्रकार आहेत व आपल्यापैकी प्रत्येक जण बुद्धिमत्तेचा आविष्कार करतो. बुद्धिमत्तेच्या प्रकारांची जी यादी मी तयार केली आहे, ती गार्डनरच्या प्रकारांशी जुळते. फक्त माझ्या यादीमध्ये आणखी दोन प्रकारच्या बुद्धिमत्तांचा मी समावेश केला आहे- कलाविषयक व संगोपनविषयक बुद्धिमत्ता. आणि आता त्याला आणखी अद्ययावत करण्यासाठी या यादीत सकारात्मकतेविषयीच्या बुद्धिमत्तेची मी भर घालेन. आपणा सर्वांमध्येच ती बुद्धिमत्ता असते व खऱ्याखुऱ्या स्वरूपात कदाचित समप्रमाणामध्ये असते. फक्त फरक एवढाच की, आपापल्या आयुष्यातील अनुभवांमुळे आपल्या आयुष्याप्रती आपला दृष्टिकोन कमी-अधिक प्रमाणात सकारात्मक होतो. असे असले तरीही

आपण सर्वच जण ही आवश्यक बुद्धिमत्ता पणाला लावू शकतो व त्यामध्ये प्राण ओतू शकतो, जेणेकरून ती बुद्धिमत्ता तिच्या अस्सल सकारात्मक रूपात झळकू शकते. नंतर ती बुद्धिमत्ता इतर प्रकारांसाठी उत्प्रेरक शक्ती ठरते, ज्यामधून विकसित होण्यात आपल्याला मदत मिळते व आपण तिचा वापर करू शकतो.

आपण जर आपली इच्छाशक्ती वापरली तर सर्व प्रकारच्या बुद्धिमत्तांचा विकास आपण करू शकतो. त्यामुळे बुद्धिमत्तेच्या एका विशिष्ट प्रकारात अधिक बुद्धिमान वाटावे अशी तुमची प्रबळ इच्छा असेल तर सकारात्मक दृष्टिकोनाला तुम्ही आवश्यक शिक्षण व प्रयत्नांची जोड दिल्यास तुमचे स्वप्न सत्यात उतरू शकते.

बुद्धिमत्तेचे सर्व प्रकार हे योग्य व त्यांच्या परीने मौल्यवान असतात. मात्र त्याच वेळी ज्या बुद्धिमत्ता प्रकारांमध्ये तुमचे प्रतिबिंब नाही, अशा प्रकारांकडे दुर्लक्ष करून तुम्ही ज्या वैविध्यपूर्ण बुद्धिमत्तांवर मेहनत घेतली आहे व ज्यांचा तुम्ही तुमच्या पद्धतीने वापर केला आहे, त्यांच्याविषयी तुम्ही आनंद मानू शकता.

ते काहीही असो, तुमच्यामध्ये ज्या विविध बुद्धिमत्ता आहेत, त्यांच्या प्रकारांचा आढावा घेणे आनंददायक असते. तुम्हाला कदाचित असे वाटेल की, त्या ओळखणे व त्याविषयी मनन करणे, ही एक खूपच प्रेरक व आनंददायक बाब आहे. आपला समाज व आपली शिक्षणपद्धती इतर कोणत्याही बुद्धिमत्तेपेक्षा शैक्षणिक बुद्धिमत्तेला अधिक महत्त्व देताना दिसतात. यानंतर लगेचच येतात क्रीडाविषयक व कलाविषयक क्षमता, दयाळूपणा, सहानुभूती, संवेदनशीलता, अंतःस्फूर्ती, प्रेम व प्राण्यांप्रती प्रेम. यांसारख्या मानवी कौशल्यांशी संबंधित बुद्धिमत्तांवर खरे तर मानवजातीचे पुष्कळसे समाधान व कल्याण अवलंबून असते. मात्र पारंपरिकरीत्या ज्या क्षमतांना अधिक मूलभूत व महत्त्वाचे समजले जाते, तेवढे महत्त्व वरील क्षमतांना क्वचितच दिले जाते. खरे तर या क्षमताही महत्त्वाच्या आहेत.

आता पुढील यादीकडे एक नजर टाका व तुमच्यातील वैशिष्ट्यपूर्ण बुद्धिमत्ता प्रकारांना ओळखा किंवा त्यांवर शिक्कामोर्तब करा. तुम्हाला आढळेल की, ज्या प्रकारातील बुद्धिमत्ता तुमच्याकडे नाही असे तुम्हाला वाटत, त्यामध्ये एक किंवा अशा अनेक वैशिष्ट्यपूर्ण गोष्टी असतील, ज्या तुम्हाला आवडत असतील किंवा ज्यामध्ये तुमची कामगिरी चांगली असेल.

यांपैकी जे गुण तुम्हाला सर्वाधिकरीत्या लागू पडतात, त्यावर खुणा करा व तशी गौरवाची भावना मनात बाळगा.

अवकाशविषयक बुद्धिमत्ता

- अवकाशाचे आकार व आकारमान, खोलीची मोजमापे इत्यादींचा तुम्ही अचूकपणे अंदाज करू शकता.

- तुम्ही अवकाशविषयक गोष्टी डोळ्यांसमोर आणू शकता. उदाहरणार्थ, जर तुम्ही तुमच्या घरातील एखाद्या खोलीची रचना बदलत असाल, तर पुनर्रचनेचे काम झाल्यानंतर ती कशी दिसेल, ते तुम्ही नजरेसमोर आणू शकता.
- खऱ्या इमारतीला स्थापत्यविषयक आराखडे कसे लागू पडतात, त्यांचा अंदाज तुम्ही सहजपणे बांधू शकता.
- शब्दांत किंवा लिखित स्वरूपात वर्णन केलेली एखादी गोष्ट तुम्ही सहजपणे नजरेसमोर आणू शकता.
- अवकाशविषयक कोडी तुम्ही उत्तमरीत्या सोडवू शकता.

भाषिक बुद्धिमत्ता

- शब्दांवर व तुमच्या भाषेवर तुमचे प्रेम आहे.
- तुम्ही इतर भाषा जलदरीत्या शिकू / आत्मसात करू शकता.
- तुम्हाला वाचन करायला आवडते.
- तुम्हाला लिखाण करायला आवडते.
- गोष्टी सांगण्यात तुम्हाला आनंद मिळतो.
- तुम्ही शब्द (उदाहरणार्थ कविता) तोंडपाठ करू शकता.
- तुम्ही शब्दांच्या माध्यमातून, उदाहरणार्थ : वाचन, शिक्षकांचे बोलणे ऐकून किंवा चर्चेतून सहजरीत्या शिकता.
- कोडी सोडवायला किंवा स्क्रॅबल व आर्टिक्युलेट यासारखे शब्दविषयक खेळ खेळायला तुम्हाला आवडते.

तार्किक-गणितीय बुद्धिमत्ता

- तार्किकरीत्या विचार करणे तुम्हाला सोपे जाते.
- एखाद्या गोष्टीतील (उदाहरणार्थ अहवाल) महत्त्वाचे मुद्दे किंवा तत्त्वे तुम्ही शोधून काढू शकता.
- लांबलचक उताऱ्यांचा सारांश तुम्ही आत्मविश्वासाने तयार करू शकता.
- विविध रचना व संकेत तुम्ही ओळखू शकता.
- तुम्हाला आकडे आवडतात व मनातल्या मनात आकडेमोड करायला आवडते.
- गणिताचा व माहिती तंत्रज्ञानाचा वापर करणे तुम्हाला आवडते.
- तुमच्याकडे उत्तम तार्किक क्षमता व युक्तिवाद करण्याची कौशल्ये आहेत.
- तुम्हाला एक किंवा अनेक विज्ञान शाखा आवडतात, विशेषतः त्याबाबतचा संशोधनपर दृष्टिकोन.

शारीरिक हालचालविषयक बुद्धिमत्ता

- तुमच्याकडे उत्तम सुसूत्रीकरणाची कौशल्ये आहेत.
- तुमची हालचाल डौलदार आहे.
- तुम्हाला नृत्य करणे आवडते.
- तुम्हाला व्यायामशाळेत व्यायाम करणे आवडते.
- तुम्हाला खेळामध्ये भाग घेणे आवडते.
- तुम्हाला हातांचा वापर करून काम करणे आवडते.
- स्वतः करून पाहणे वा हस्तकौशल्यांचा वापर करणे तुम्हाला आवडते.
- तुम्हाला कधी कोणते काम करावे, याची उत्कृष्ट जाण आहे.
- तुम्हाला अंतरांची चांगली जाण आहे. उदाहरणार्थ, झेल पकडताना तुम्हाला अंतराचा चांगला अंदाज येतो.
- खेळ व इतर कोणत्याही शारीरिक क्रियांमध्ये ध्येयनिश्चिती करून ध्येयापर्यंत पोहोचणे तुम्हाला आवडते.
- वर उल्लेख केलेल्या कौशल्यांच्या बाबतीत स्वतःमध्ये सुधारणा घडवून परिपूर्ण पातळीपर्यंत वाटचाल करण्यामध्ये तुम्हाला आनंद मिळतो.
- अभिनय करणे किंवा कला सादर करणे या बाबतीत तुम्ही उत्तम आहात.
- वस्तूंची बांधणी व निर्मिती करण्याच्या बाबतीत तुम्ही उत्तम आहात व काही वस्तू एकत्र आणण्यात उदाहरणार्थ, फ्लॅट-पॅक फर्निचर इत्यादीबाबत तुम्ही उत्कृष्ट आहात.
- एखाद्या गोष्टीविषयी ऐकणे किंवा वाचण्याऐवजी ती गोष्ट प्रत्यक्ष करून बघण्याने तुम्ही उत्तमरीत्या शिकता.

संगीतविषयक बुद्धिमत्ता

- तुम्हाला संगीत आवडते.
- आवाज, ध्वनी व ताल या बाबतीत तुम्ही जागरूक आहात.
- आवाजाची पातळी व पल्ला या बाबतीत तुम्ही जागरूक आहात.
- तुम्हाला गायला आवडते.
- तुम्ही एखादे वाद्य वाजवू शकता.
- संगीतरचना करण्यात तुम्हाला समाधान वाटते.
- तुम्हाला भावणाऱ्या संगीतरचनेतील एखाद्या तालाने तुम्ही भारावून जाता.

कलाविषयक बुद्धिमत्ता

- चित्रकला, शिल्प किंवा इतर कलांचा आनंद घेणे तुम्हाला आवडते.

- सर्व वस्तूंमध्ये- उदाहरणार्थ ढग, रंगरंगोटी केलेली भिंत, चटई किंवा बर्फाच्या ढिगामध्ये तुम्हाला चित्रे दिसतात.
- तुमचे रंगांवर प्रेम आहे.
- कुठल्या ना कुठल्या स्वरूपात तुमच्यामध्ये एक कलाकार दडलेला आहे.
- हस्तकौशल्यविषयक कलेवर तुमचे प्रेम आहे.
- एखादी सुंदर वस्तू इत्यादी बनवणे तुम्हाला आवडते.
- घरातील वस्तू बनवणे व परिसर आकर्षक व आरामदायी बनवणे तुम्हाला आवडते.
- तुम्हाला वस्त्रे आवडतात.
- तुम्ही तुमच्या भावना कलेच्या माध्यमातून व्यक्त करता.
- अन्नपदार्थ आकर्षकरीत्या सादर करणे तुम्हाला आवडते.

आंतरक्रियात्मक बुद्धिमत्ता

- तुमचे इतर लोकांसोबत चांगले जमते.
- सर्वसाधारणपणे तुम्हाला लोकांची आवड आहे.
- इतरांना काय भावेल त्याची तुम्हाला समज आहे.
- तुम्ही पुष्कळदा सहवेदनेच्या भावनेने वागता.
- तुमच्या भावना तुम्ही व्यक्त करू शकता व इतर लोक जेव्हा त्यांच्या भावना व्यक्त करतात तेव्हाही तुम्ही सहजपणे वागता.
- तुम्ही उत्कृष्टरीत्या संवाद साधू शकता.
- तुम्हाला इतरांच्या सहवासात राहणे आवडते.
- तुम्हाला लोकांमध्ये मिसळणे आवडते.
- तुम्हाला संवाद साधणे आवडते.
- इतरांसोबत काम करणे तुम्हाला आवडते.
- तुमच्यामध्ये चांगले नेतृत्वकौशल्य आहे.
- तुम्ही संघातील एक चांगले सदस्य आहात.

'स्वजाणीव'विषयक बुद्धिमत्ता

- स्वजाणिवेच्या बाबतीत व स्वतःला समजून घेण्याच्या बाबतीत तुम्ही उत्कृष्ट आहात.
- भावनांमध्ये गुंतणे, विचार व चिंतन करणे तुम्हाला आवडते.
- तुमच्या भावनांच्या बाबतीत तुम्ही समतोल आहात व त्याविषयी तुम्ही सखोल पातळीवर विचार करता.

- तुमच्यातील गुण व कमतरता यांविषयी तुम्हाला जाण आहे.
- तुम्हाला तुमच्या भावनात्मक प्रतिक्रिया व प्रतिसादांची जाणीव आहे व तुम्ही त्याविषयी पुष्कळदा अंदाज बांधू शकता.
- तुम्ही किती वैशिष्ट्यपूर्ण आहात त्याची तुम्हाला चांगली जाणीव आहे.
- तुम्हाला स्वतःच्या वैशिष्ट्यांची चांगली जाण आहे.
- तुम्हाला आंतरिक शक्तीविषयी खातरी आहे.
- तुम्ही स्वतः तत्त्वचिंतक आहात किंवा तत्त्वज्ञानामध्ये तुम्हाला सखोल आवड आहे.
- तुमच्या मित्रांच्या साहाय्याने हे जग सुयोग्य बनवणे तुम्हाला आवडते.
- तुमचा मानसशास्त्राकडे ओढा आहे.

विचार हा थोर, वेगपूर्ण व मुक्त असतो; तो या जगाचा प्रकाश व मानवाचा प्रमुख गौरव असतो.

– बर्ट्रांड रसेल

निसर्गप्रेमी बुद्धिमत्ता

- तुमच्या स्वतःच्या परिसरामध्ये तुम्हाला अगदी आरामशीर वाटते.
- तुम्हाला ग्रामीण भाग व वन्य प्राणी यांची आवड आहे.
- तुम्हाला बागकामाची आवड आहे.
- पृथ्वी या आपल्या ग्रहाची काळजी घेण्याची तुम्हाला उत्कट आवड आहे.
- तुम्हाला खगोलशास्त्राची उत्कट आवड आहे.
- आकाश व अवकाशाचे सौंदर्य या गोष्टींकडे तुम्ही उत्कंठेने पाहता.
- तुम्हाला समुद्र आवडतो- समुद्रकिनाऱ्यावर विहार करणे, समुद्रावर नौकानयन करणे किंवा पोहणे तुम्हाला आवडते.

अस्तित्ववादी-आध्यात्मिक बुद्धिमत्ता

- आध्यात्मिक बाबींमध्ये तुम्हाला रस आहे.
- तुमच्याकडे उच्च दर्जाची अतींद्रिय क्षमता आहे.
- इतर पातळ्यासुद्धा अस्तित्वात आहेत, याची तुम्हाला जाणीव आहे.
- अनंतत्व व चिरंतरता याविषयी चिंतन-मनन करणे किंवा चर्चा करणे तुम्हाला आवडते.
- तुमचे आयुष्य, आपली संस्कृती व हे विश्व यांची कालमर्यादा ठरवण्यात तुम्हाला स्वारस्य आहे.

- जीवनाच्या स्फूर्तीविषयी तुम्हाला स्वारस्य आहे व मृत्यूविषयी विचार करण्याची तुम्हाला भीती वाटत नाही.
- मृत्यूमुळे तुमच्या शरीराचा नाश झाला तरीही तुमचा आत्मा अविनाशी आहे, ही जाणीव तुम्हाला चक्रावून किंवा हेलावून टाकते.

संगोपनविषयक बुद्धिमत्ता

- लोकांची काळजी घेण्याची तुम्हाला आवड आहे व तुम्ही ती चांगल्या रीतीने घेऊ शकता.
- प्राणी व त्यांची काळजी घेणे तुम्हाला आवडते.
- स्वयंसेवी कार्य करणे तुम्हाला आवडते.
- स्थानिक पायाभूत सोयी-सुविधांची आखणी करण्यात तुम्ही गुंतलेले असता.
- स्वतःसाठी व इतरांसाठी स्वयंपाक करणे तुम्हाला आवडते.
- तुमच्या समुदायाच्या भल्यासाठी काम करणे तुम्हाला आवडते.
- तुम्ही इतरांवर प्रेम करणारे व उदार मनाचे आहात.
- उदारपणे वागणे तुम्हाला आवडते.
- जेव्हा लोक संकटात असतील किंवा त्यांना गरज असेल तेव्हा व तुम्हाला शक्य असेल तेव्हा तुम्ही त्यांना मदत करता.

सकारात्मक बुद्धिमत्ता

- साधारणपणे तुम्ही सकारात्मक असता.
- तुम्ही एक सकारात्मक दृष्टिकोन बनवू इच्छिता किंवा तुमच्या सकारात्मकतेची पातळी तुम्ही वाढवता.
- तुमचा स्वभाव सर्वसाधारणपणे आनंदी असतो.
- वाईट मनःस्थितीमधून कसे बाहेर यावे, हे तुम्ही जाणता.
- एखाद्या परिस्थितीशी- भलेही मग ती कितीही वाईट का असेना- विधायकरीत्या व भावनिकरीत्या जुळवून घेण्याबद्दल तुम्ही बरेच काही करू शकता, याची तुम्हाला जाणीव आहे.
- तुमच्या आंतरिक सामर्थ्याची तुम्हाला जाणीव आहे व तुम्ही ते सामर्थ्य नेहमी वापरू शकता, याची तुम्हाला जाणीव आहे.
- जेव्हा तुमची सकारात्मक ऊर्जा प्रवाहित होते, त्या वेळी जी भावना निर्माण होते त्याचा तुम्ही अनुभव घेतलेला आहे.
- मनात चांगला विचार करणे तुम्हाला आवडते.
- समाधान व कल्याण या गोष्टी तुम्हाला मिळतीलच असे काही आवश्यक

नाही, तर या गोष्टी आयुष्यात आणणे, त्यांचा स्वीकार करणे, हे खरे तर तुमच्या स्वतःच्याच हातात आहे, याची तुम्हाला जाण आहे.

जेव्हा तुमच्या विविध बुद्धिमत्तांच्या पल्ल्याची तुम्हाला सातत्याने जाणीव होत राहील, तेव्हा तुम्ही अधिक उच्चस्थानी पोहोचाल, तुम्हाला स्वतःविषयी अधिक चांगले वाटेल, तुम्ही इतरांशी अधिक चांगले वागाल व त्यांच्या क्षमतांची त्यांना जाणीव करून देण्यात व त्या क्षमतांपर्यंत पुरेपूर पोहोचण्यातही तुम्ही त्यांना मदत कराल. सकारात्मक ऊर्जेचे स्वरूप हे असे असते– ती केवळ तुमच्यापर्यंत मर्यादित राहत नाही, तर ती बाहेर झिरपते व पुढे-पुढे मार्गक्रमण करत राहते.

तुम्ही ज्या बुद्धिमत्ता प्रकारांवर खुणा केल्या आहेत, ती यादी तुमच्याकडे ठेवा किंवा त्याची नक्कल करून ठेवा. त्या यादीकडे वारंवार पाहा व या सर्व बाबींमध्ये तुम्ही किती उत्कृष्ट आहात, ते लक्षात ठेवा. याचा उपयोग स्वतःला अधिक उत्साही बनवण्यात व आत्ता तसेच भविष्यातही स्वतःचा आत्मविश्वास उंचावण्यासाठी करा.

तुमच्या दैनंदिन आयुष्यातील ताण घालवण्यासाठीही याचा वापर करा. आपण साधारणपणे कितीही सकारात्मक असलो तरीही वेळोवेळी आपण कुठल्या तरी बाबतीत कमी पडत असल्याची जाणीव आपल्याला होत राहते. सध्या जे लोक त्यांच्या आयुष्यातील सर्व क्षेत्रांमध्ये चांगली कामगिरी बजावत असल्याचा आत्मविश्वास बाळगतात, त्यांना हे टिकवून ठेवणे जमेल की नाही, अशी भीतीही वाटत असते. अशा प्रकारचा ताण हा आपला नावडता व अनावश्यक सोबती आहे. त्याला तडिपार करण्याची व पुन्हा तुमच्यावर कधीही आक्रमण करण्यापासून त्याला रोखण्याची वेळ आता आली आहे.

- ✓ सध्याच्या किंवा भविष्यातील अपूर्णतेची भीती तुमची सोबत यापुढे करणार नाही, असे सकारात्मकरीत्या ठरवा.
- ✓ तुम्ही त्याला थारा देणार नाही, हा निर्णयही घ्या.
- ✓ तुमच्या अनेक क्षमता व वैशिष्ट्यपूर्ण कौशल्ये ओळखून असा निर्णय घ्या.
- ✓ तुम्ही किंवा इतरांनी तुमच्या बुद्धिमत्तेच्या पातळीला भले काहीही लेबल चिकटवले असेल तरीही असाधारण व वैशिष्ट्यपूर्ण क्षमता तुमच्यापाशी आहेत, या सत्याच्या प्रकाशामध्ये जगा.

तुमच्या बुद्धिमत्तेची जाणीव असणे ही बाब तुम्ही स्वतःवर प्रेम करता यापेक्षा कमी महत्त्वाची नाही. आपण जसे आहोत ते सत्य व त्याचा स्वीकार करणे, यांची जाणीव ठेवण्याविषयी ही बाब आहे. ही बाब माणुसकी बाबतीतही आहे- थोडेसे

विचित्र वाटले तरीही! कारण आपल्याला जी वरदाने मिळालेली आहेत, त्यांची जाणीव न ठेवणे व त्याविषयी आभार न मानणे, म्हणजे कृतघ्नपणाच नव्हे काय?

म्हणून उदार मनाने आभार माना. आभार मानण्यामुळे सकारात्मकतेने तुमचे मन पूर्णपणे व्यापले जाईल व तुम्ही प्रत्येक दिवसाचा सामना शौर्याने व डौलाने कराल.

तुमची साधने तपासा

गेल्या वीस वर्षांमध्ये संवादाची, तसेच संवादाला पूरक ठरणाऱ्या इतर सुविधांची वाढ व विकास प्रचंड प्रमाणात झालेला आहे. अर्थात यालाही एक नकारात्मक बाजू आहे, त्याची मला कल्पना आहे. मात्र एकूणच ही व्यवस्था उपयोगी आहे, हो ना? माहिती तंत्रज्ञानाच्या उत्क्रांतीचा आपणही एक वाटा आहोत, या बाबतीत आपण नशीबवान आहोत, नाही का? आपल्या क्षमतांबाबत सकारात्मक राहण्यामध्ये या सर्वांचीच खूप मदत होते. आज इंटरनेटमुळे कोणतीही माहिती आपल्या हाताशी असते. तुमच्या क्षमतांचा विकास करत असताना तुम्हाला आवश्यक त्या क्षेत्रांमध्ये तुम्ही संशोधन करू शकता. इंटरनेटमुळे अशा एका निरोगी स्पर्धात्मक क्षेत्राला जन्म दिलेला आहे, जिथे अभ्यासक्रम ठरवणारे लोक किंवा शिक्षण व माहितीच्या क्षेत्रातील लोक परस्परांशी स्पर्धा करतात व अध्यापन, तसेच विद्यार्थ्यांची काळजी याबाबत सातत्याने नवी परिमाणे इतरांसमोर ठेवतात. आपले ज्ञान व कौशल्ये यामध्ये सुधारणा करण्याच्या आपल्यासमोर पुष्कळ संधी आहेत व त्यांचा फायदा आपण सहजरीत्या घेऊ शकतो.

शिवाय, शिकण्याच्या क्रियेमधून आपल्या बुद्धिमत्तेचा विकास करणे, हा मजेचा भाग आहे. व्यक्तिशः तुम्हाला भावणाऱ्या सर्वोत्तम संधींचा शक्य तितका लाभ घेण्यासाठी आवश्यक अशा सकारात्मक ऊर्जेचा अद्भुत प्रवाह या शोधाच्या माध्यमातून वाहत असतो.

अर्थात, या आघाडीवर सकारात्मकता सक्रियच असायला हवी, असेही नाही. खरे तर ती निष्क्रियही असू शकते.

कधीकधी तर तुमच्याकडे अधिक संधी उपलब्ध आहेत, या विचारानेच तुमचा उत्साह पुनरुज्जीवित करणारा आनंद तुमच्या आयुष्यात निर्माण होतो.

लानाने निवडलेल्या व ती ज्यासाठी पात्र होती अशा क्षेत्रात तिला नोकरी मिळाल्यामुळे ती पुरेशी नशीबवान असल्याचे लानाने मला सांगितले. का कोण जाणे, मात्र ती त्या कामाचा आनंद घेऊ शकत नव्हती, तर त्याऐवजी दररोज कामावर जाण्यासाठी तिला स्वतःवर सक्ती करावी लागत होती. तिला शक्य झाले तर तिला तिचे क्षेत्र बदलायला आवडेल का, असे मी तिला विचारले. तिला तसे

करायला आवडेल, असे म्हणताना तिचा चेहरा उजळून निघाला. मात्र तिने असा बदल केल्यास तिचे पालक तिच्यावर किती नाराज होतील याची तिला जाणीव झाली. विशेषतः लानाची आई तिला मिळालेल्या यशाबाबत आनंदी होती; कारण की लानाच्या आईनेच तिला या क्षेत्रात येण्याविषयी प्रोत्साहित केले होते.

तिच्या आयुष्यातील सध्याच्या या अवस्थेत तिचा मार्ग बदलावयाचा असल्यास तिच्यासमोर जे पर्याय होते, त्यांचा आम्ही विचार केला. संभाव्य धोक्यांचाही आम्ही विचार केला. असे धोके पुष्कळ होते. मी तिला सुचवले की, आहे त्या स्थितीत सध्या तिने राहावे आणि मनाच्या जागृत व सुप्त पातळीवर तिच्यासाठी सर्वोत्तम काय आहे, त्यावर विचार करावा.

काही महिन्यांनंतर आम्ही पुन्हा भेटलो. ती अजूनही त्याच नोकरीत होती. मात्र ती निराळीच भासली व दिसली. स्पष्टच होते की, ती आता स्वस्थचित्त झाली होती. ''पुढची किमान दोन वर्षे तरी मी होते त्या नोकरीला चिकटून राहण्याचे ठरवले व तो निराळाच अनुभव होता. अचानक मी माझ्या कामात आनंद घेऊ लागले व माझ्या सहकाऱ्यांसोबत माझे छान जमू लागले.''

लानाचा निर्णय या वस्तुस्थितीवर बेतलेला होता की, चांगले निवृत्तिवेतन घेऊन तिच्या नोकरीतून ती तुलनात्मकरीत्या लवकर निवृत्त होऊ शकत होती. याउलट जर तिने तेव्हा तिची नोकरी बदलली असती तर तेच फायदे मिळवून देणारी दुसरी नोकरी तिला तेव्हा कदाचित मिळाली नसती. तिला चांगले वाटत होते, त्याचे दोन घटक होते- तिला आणखी एक संधी उपलब्ध होती व तिच्या नोकरीत ती काही कारागृहात अडकलेली कैदी नव्हती. या जाणिवेमुळे नोकरी हे बंधन आहे, या भावनेतून तिची सुटका झाली. दुसरी गोष्ट म्हणजे- ती तिथे स्वतःच्या इच्छेने राहिली होती व ती आता कामावर प्रेम करत होती- तिच्या आईच्या इच्छेने नव्हे, तर स्वतःच्या इच्छेने. तिच्या स्वातंत्र्याच्या नव्या कल्पनेत तिच्या मनाला आधार मिळाला व एका अर्थाने परिपक्व स्त्रीमध्ये तिचे परिवर्तन झाले.

भलेही आपण आपल्यासमोरील संधीचा लाभ घेण्याचे ठरवो वा न ठरवो; मात्र संधी उपलब्ध आहेत हीच एक खूप चांगली जाणीव असते. आपण भलेही त्यामुळे अंतर्मनात किंवा बाह्यपातळीवर खूश होऊ, ती भावना आपल्याला चांगुलपणाचा आनंद निश्चितच देते.

ज्ञान व सुज्ञपणाचे चिंतन करा

बुद्धिमत्तेप्रमाणेच ज्ञानही विविध रूपांत अस्तित्वात असते. सर्वसामान्य ज्ञान व विशिष्ट केंद्रित शिक्षण हे शिक्षणाचे प्रकार होत. सुज्ञ लोक हे जाणतात

की, आपण भले कितीही शिकलेलो असलो तरीही शिकण्यासारखे आणखी भरपूर असतेच.

माझे सामान्य ज्ञान तितकेसे चांगले नाही व मला हेही माहीत आहे की, मी एका विशिष्ट क्रमामध्ये पटकन काही आठवू शकत नाही. उघडच आहे की मी प्रश्नमंजूषेत भाग घ्यायला किंवा 'ट्रिव्हियल परसुट'सारख्या खेळात भाग घ्यायला घाबरते! अर्थात अशा प्रकारच्या ज्ञानात सुधारणा करावी, असे मला वाटत असले तरीही खूप महत्त्वाच्या असलेल्या मात्र 'मास्टरमाइंड' या खेळाचा भाग नसलेल्या कित्येक महत्त्वाच्या गोष्टींबाबत माझे ज्ञान व्यापक आहे व मला वाटते तुमचेही तसेच असावे. सत्य, प्रेम, दयाळूपणा, समजून घेणे, सहानुभूती या बाबीही महत्त्वाच्या आहेत.

तुमचे स्वतःचे वैशिष्ट्यपूर्ण व्यक्तिमत्त्व जाणण्याने इतर सर्व गोष्टींचा ओघ चालू ठेवण्यात तुम्हाला मदत होते. तुम्ही ज्या रीतीने या जगाला प्रतिसाद देता, त्याविषयी तुम्ही जेवढे अधिक जाणता, तेवढ्या अधिक प्रमाणात तुम्ही तुमची क्षमता, सामर्थ्य व दृष्टी यांनी मिळून बनलेल्या मार्गावर मार्गक्रमण कराल.

तुमच्या आयुष्यातील परिस्थिती भलेही कशी का असेना-त्याची चांगली उमज तुमच्या जाणिवा अधिक स्पष्ट करेल, अधिक चांगले निर्णय घेण्यास तुम्हाला उद्युक्त करेल व तुमचे आयुष्य तुमच्या इच्छित मार्गावर ठेवेल.

– इझाबेल ब्रिग्स मायर्स

काही दशकांपासून मानवी संसाधन व्यवस्थापकांसाठी 'मायर्स-ब्रिग्ज सिद्धान्त' ही लोकांना नोकरीवर ठेवताना एक महत्त्वाची बाब ठरली आहे. कॅथरिन कुक ब्रिग्ज व इझाबेल ब्रिग्ज मायर्स यांचा मूळ उद्देश युंगच्या मानसशास्त्रीय प्रकारांची उपपत्ती लोकांना समजावी व त्यांच्या आयुष्यात उपयोगी पडावी, हा होता. मी पुष्कळदा मायर्स-ब्रिग्ज उपपत्तीविषयी ऐकलेले असले तरीही ती मला कोणत्या रीतीने लागू होईल, याचा मी कधी विचार केला नव्हता. या पुस्तकाच्या वाचकांना त्यामध्ये कदाचित स्वारस्य वाटेल असे वाटल्यामुळे, मी अलीकडेच त्यावर अभ्यास केला व मला एक वेबसाइट आढळली (www.humanmetrics.com), जी मायर्स-ब्रिग्ज व युंगच्या कल्पनांवर आधारित एक मोफत चाचणी देते. एका प्रश्नशृंखलेतील प्रश्नांसाठी 'होय/नाही' यापैकी तुम्ही जी निवड करता त्यावरून, ही चाचणी तुम्हाला पुढील व्यक्तिमत्त्व प्रकारांपैकी तुम्ही कोणत्या व्यक्तिमत्त्व प्रकारामध्ये येता

ते दर्शवते :

१. अंतःस्फूर्तीने (उत्स्फूर्तपणे) निर्णय घेणारे वा बोध घेणारे
२. जाणून घेणारे वा विचार करणारे
३. बोध करून घेणारे वा मूल्यमापन करणारे व
४. अंतर्मुख किंवा बहिर्मुख

ही चाचणी व तिचे निकाल हे कोणत्याही प्रकारे मूल्यमापनात्मक किंवा टीकात्मक स्वरूपाचे नाहीत. कोणतेही एक उत्तर किंवा उत्तरांची जोडी इतर उत्तरांच्या जोड्यांपेक्षा किंवा कोणतेही व्यक्तिमत्त्व प्रकार इतरांपेक्षा अधिक सरस आहेत, असेही नाही. साध्या शब्दांत सांगायचे झाले तर, ही उत्तरे म्हणजे खरे तर इतरांशी व या जगाशी जोडले जाण्याचे व्यक्तिगत मार्ग होत.

या चाचणीचे निकाल व सोबतचे स्पष्टीकरणात्मक लेख यांचे निकाल माझ्यासाठी व ज्यांनी ही चाचणी दिली त्यांच्याबाबत किती बिनचूक होते, ते पाहून मी चक्रावून गेले. राशी भविष्यात ज्याप्रमाणे बारा राशींसाठी दिलेल्या गोष्टींमध्ये आपल्यापैकी प्रत्येकाला लागू होईल असे काही ना काही असतेच, तसेच या चाचणीचे निकाल मात्र आम्हा सर्वांसाठी खूपच चपखल असे होते. आम्हा सर्वांनाच त्यांचे निकाल मनोधैर्य उंचावणारे असेच वाटले– व ते असेच वाटावेत अशी त्या चाचणीच्या निर्मात्यांचीही इच्छा असेल. आमच्या आयुष्यातील पुढच्या पायरीची तयारी करण्यासाठी आम्हाला ते उपयुक्त वाटले.

तुम्ही ती चाचणी द्यावी व तुमच्या व्यक्तिमत्त्व प्रकाराविषयी वाचावे. अगदीच काही निष्पन्न झाले नाही तरी किमानपक्षी ती चाचणी एक गंमत म्हणून द्या. ती चाचणी देणे मजेशीर, उत्कंठावर्धक व विचारांना खाद्य पुरवणारे आहे. म्हणजे सर्वच रीतीने याचा सकारात्मक व कमाल फायदा हा होईल की, तुमच्यासाठी सर्वोत्तम असलेल्या मार्गावर तुम्ही मार्गस्थ आहात, हे या चाचणीमधून पक्के होईल; किंवा तुम्ही जर तुमच्या कारकिर्दीत बदल करण्याचा विचार करत असाल तर, यामधून तुमच्या आयुष्यातील पुढच्या टप्प्यासाठी संभाव्यरीत्या अधिक अर्थपूर्ण, सहानुभूतीपूर्ण व आनंददायी अशा पर्यायांचा तुम्ही विचार करू शकाल.

तुमच्या कृतीचा तुमच्या पद्धतीने विचार करा

साहसासाठी आसुसलेली असते, अशा प्रकारची व्यक्ती तुम्ही आहात काय? तुम्हाला कदाचित एखाद्या उत्कंठावर्धक अशा नव्या छंदाची सुरुवात करायची असेल किंवा एखादी कंपनी तुम्हाला स्थापन करायची असेल; तुम्ही जर एखाद्या

खेळात असाल तर तुम्ही सक्रियपणे सहभाग घ्याल.

किंवा इतरांना त्यांच्या व्यवसायात/अभ्यासामध्ये मदत करून एक साधे, समाधानी आयुष्य तुम्हाला जगायचे असेल किंवा एखाद्या चमूचे नेतृत्व करण्याऐवजी त्या चमूला आधार देण्याचे काम करायचे असेल किंवा तुमच्या मनात उद्योजकीय कल्पना एकट्यानेच राबवायची आहे का?

आपण जेव्हा स्वतःला ओळखतो व आपल्या क्षमता उत्कृष्टरीत्या वापरण्याची पद्धत आपण ओळखतो, तेव्हा आपल्या अंतर्मनातून सकारात्मक ऊर्जा प्रवाहित होते.

एखाद्या उपक्रमामध्ये आपण किती निरनिराळ्या पद्धतींनी गुंतून जाऊ शकतो, सहभागी होऊ शकतो, त्याचे एक उदाहरण आपल्याला निगेला लॉसनने तिच्या पाककलेवर आधारित एका टीव्हीवरील कार्यक्रमात सांगितलेल्या वक्तव्यावरून कळते. "जवळ जवळ सर्व प्रकारच्या खाद्य पदार्थांची खरेदी मला उत्साहित करते," असे जेव्हा तिने तिच्या नेहमीच्या सळसळत्या उत्साहाने म्हटले तेव्हा मी निषेधाने म्हटले, "ते तिचे तिलाच लखलाभ होवो." स्वतःच स्वतःचा स्वयंपाक करून त्यामध्ये मग्न होण्याची तुम्हाला कदाचित आवड नसेल; मात्र निष्क्रियरीत्या त्यामध्ये सहभागी होणे व जेव्हा तुम्ही खाद्य पदार्थांची खरेदी करता तेव्हा अन्नाचा विचार करून सुखावणे, हा भाग कदाचित तुम्हाला आवडत असेल.

खाद्य पदार्थांची खरेदी करणे मलासुद्धा आवडते व सुपरमार्केटमधील माझ्यासोबतच्या इतर सर्व खरेदीदारांनी यातील आनंद लुटावा, अशी माझी इच्छा असते. पुष्कळशा लोकांना ही गोष्ट अगदी नावडीची असू शकते, असे मला वाटते व कदाचित ती त्यांच्यासाठी असतेसुद्धा. जर दुकानामधील प्रत्येकाने त्याचा अन्नपदार्थ खरेदी करण्याबाबतचा दृष्टिकोन बदलून तो सकारात्मक केला व त्या प्रक्रियेचा सक्रियरीत्या आनंद घेतला तर तेथील वातावरण कसे बदलून जाईल, याचा फक्त विचार करा.

निगेलाएवढे मनापासून सकारात्मक बनण्याचा उपाय हा आहे की, तुम्ही तुमचा उपक्रम उत्साहाने पार पाडा व तुम्ही जे काही करत आहात त्यावर प्रेम करा. तुमचे आयुष्य जगण्यासाठी हा एक उत्तम उपाय आहे.

तुमच्या क्षमतांची काळजी घ्या

तुमच्या व्यक्तिगत शक्तीला मुक्तपणे संचार करू देण्यासाठी तुम्ही ज्या सकारात्मक गोष्टी करू शकता, त्यांपैकी एक म्हणजे मोकळ्या मनाने वावरणे होय. आपण जेव्हा आयुष्य व कल्पनांप्रती आपले मन उघडे ठेवू; केवळ त्याच परिस्थितीत आपण उत्सुक व चौकस होऊ शकतो. गोष्टींमध्ये स्वारस्य घेऊ शकतो. तुम्ही शक्य

तेवढ्या अधिक बाबतीत दररोज उत्सुकता दाखवा. उपहास, शंका व कंटाळलेपणाचा आव आणणे, यांसारख्या नकारात्मक गोष्टी टाळा. या गोष्टी चांगल्या नाहीत व त्या पुष्कळ प्रमाणात तुम्हाला दुःखी व निराश करतात.

> ***तुमच्याकडे अजिबात वेळ शिल्लक नाही व तुमचे आयुष्य अगदी कधीही संपू शकते; केवळ अशाच रीतीने वागा. त्या प्रकारे तुम्ही जे काही कराल, ते अर्थपूर्ण बनेल.***
>
> *–डेव्हिड स्मिथ*

सकारात्मक शक्तीला स्वतःचा असा वेग असतो. एखादा सकारात्मक विचार किंवा कृती याने तुम्ही त्या शक्तीला चालना देता. एकदा त्या प्रक्रियेने वेग घेतला की तिला पुढे चालना देणे सोपे असते. तुम्ही जर त्या प्रक्रियेला नकारात्मक विचारांनी किंवा शब्दांनी खीळ घातली, तर पुन्हा एकदा सकारात्मक मनःस्थितीमध्ये येण्यास तुम्हाला बरेच प्रयत्न करावे लागतात. जेव्हा तुम्ही सकारात्मक शक्ती संचालित करता व आनंदाने प्रवाहित होता, तेव्हा सकारात्मक राहण्याची सवय सोपी बनते. एका अर्थी आयुष्यभर साथ देणारी ती तुमची चांगली सोबतीण बनते.

प्रत्येक दशक कित्येक अनुभव देऊन जाते. आयुष्याच्या सर्व अवस्थांमध्ये गेलेल्या काळाकडे दृष्टिक्षेप टाकणे, हा आपल्यासाठी एक आनंददायक व समृद्ध करणारा अनुभव असतो. त्यामधून आपण किती विकसित झालो, किती शिकलो व किती सुज्ञपणा आपण सातत्याने मिळवत आहोत, ते आपल्याला समजते. वाढत्या वयाला कधीही घाबरू नका. जर ती प्रक्रिया उलट झाली असती, तर आपले वय वाढत गेले असते व आपण आपले ज्ञान व सुज्ञपणा, आपल्या क्षमता व अनुभव यांचा त्याग केला असता. तारुण्याची पूजा करण्याऐवजी आपल्या पूर्वीच्या परिपक्वतेशी पोहोचण्याची आस आपण बाळगली असती! तुमची क्षमता, अनुभव व कौशल्ये याबाबत आनंदी राहा. जे ज्ञान व सुज्ञपणा आपण मिळवला आहे त्याची आपण जेव्हा जाण ठेवतो तेव्हा आपल्याला कळते की शिकण्यासाठी आणखी किती शिल्लक आहे व ते किती उत्कंठावर्धक आहे. तुमचे ज्ञान वाढवण्याच्या संधीचा दररोज विचार करा. या रीतीने पाहिल्यास वाढते वय ही खरे तर एक देणगी आहे. प्रत्येक मौल्यवान दिवशी संधीसोबत असणारे ते एक अमूल्य वरदान होय.

तुमचा मेंदू हा अगदी विलक्षण अशी क्लिष्ट माहिती व तिचे आकलन करणारी अशी अविश्वासजनक प्रणाली आहे. एकीकडे विज्ञान त्याविषयी अधिकाधिक माहिती

शोधून काढत आहे. तरीही मेंदू कसा काम करतो, ते अजूनही विज्ञानाला पुष्कळसे अज्ञातच आहे. मेंदू जपा. मौजेखातर अतिरिक्त प्रमाणात घेतलेली औषधे- यामध्ये मद्याचाही समावेश होतो- यांनी मेंदूला नुकसान पोहोचवू नका किंवा बिनमहत्त्वाच्या वा नकारात्मक माहितीची अडगळ मेंदूत जमा करू नका. आपल्या आरोग्याच्या या बाबीकडे आपण सहाव्या प्रकरणात विस्ताराने पाहू. सध्यापुरते सांगायचे झाल्यास, तुमच्या बुद्धिमत्तेच्या क्षमतेबद्दल कृतज्ञ असा. मेंदूची काळजी सजगतेने, सकारात्मकतेने, काळजीपूर्वकरीत्या व प्रेमाने घ्या. तुमच्या बुद्धिमत्तेची व क्षमतांची जाण ठेवण्याने त्यांची व तुमची वाढ होण्यास मदत होते.

तुमच्या स्मरणशक्तीची प्रशंसा करा

माहिती अधिक चांगल्या स्वरूपात साठवणे हे स्मरणशक्तीचे कौशल्य नव्हे, तर माहितीचा अधिक चांगल्या रीतीने अनुभव घेणे हे होय- जेणेकरून माहितीचा उपयोग तुमच्या मनासाठी एखाद्या मैदानासारखा व्हावा.

– एड कुक, 'रिमेंबर, रिमेंबर : लर्न द स्टफ यू नेव्हर थॉट यू कुड'

तुम्हाला मिळालेल्या सर्वोत्तम वरदानांपैकी एक वरदान म्हणजे तुमची स्मरणशक्ती होय. तुमच्या स्मरणशक्तीचा वापर केल्याने स्वतःची आश्चर्यकारकरीत्या प्रगती झाल्यासारखे तुम्हाला वाटेल.

एड कुक ज्या वेबसाइटचा सहप्रायोजक आहे (www.memrise.com) त्या वेबसाइटवर मी आताच काही विलक्षण क्षण घालवले आहेत. या वेळात मी पुष्कळसे चिनी शब्द शिकले, तेही इतक्या जलद गतीने- असे काहीतरी मी दहा लाख वर्षांतही करू शकेन असे मला वाटले नव्हते. या गोष्टीमुळे प्रोत्साहित होऊन मी माझे फ्रेंचचे सध्याचे ज्ञान अद्ययावत करण्याचे ठरवले व माझ्या शब्दभांडारात काही शब्दांची भर घातली. विस्मयकारकरीत्या सकारात्मक बाब ही होती की, त्यामध्ये मला गंमत वाटली व भरपूर आनंदही वाटला. त्याचा परिणाम असा झाला आहे की, या सुंदर फ्रेंच भाषेचा सराव नियमितपणे करून त्या भाषेवरील माझी पकड खरेच मजबूत करण्यास मी प्रेरित झाले आहे.

स्वयंप्रेरणा व इच्छा यांच्या माध्यमातून तरुणांना शिकण्याची प्रेरणा देणाऱ्या व अध्ययनाप्रती उत्कट इच्छा दर्शवणाऱ्या अशा 'ड्रीम स्कूल'या टीव्ही मालिकेतील जेमी ऑलिव्हरच्या भूमिकेबाबत मी असा विचार करते की, जर तुम्हाला असे शिक्षक

मिळाले जे शिकण्याच्या प्रक्रियेला मौजेचा भाग बनवतात व शिकणे सोपे करतात, तर त्यामुळे विलक्षण बदल घडून येतो. एक विद्यार्थी या नात्याने तुम्ही ज्ञान ग्रहण करत आहात व त्या प्रक्रियेवर प्रेम करत आहात. सोबतच तुम्ही तुमच्या मनाला मुक्तपणे बागडू देत आहात, त्याची क्षमता वाढवत आहात व त्याची स्वस्थता व क्षमता यांचा आनंद घेत आहात, याची अद्भुत जाणीव माझ्या मनात पुन्हा जागृत झाली.

नवीन गोष्टी शिकणे किती चांगले असते, हे आपण एकदा जाणले की मग आपण स्वतःहून शिकण्यास प्रवृत्त होऊ, ही शक्यता प्रबळ असते. ही प्रक्रिया किती प्रेरक व समाधानकारक असते याची जाणीव आपल्याला स्वतःहून होते.

अगदी आयुष्यभर स्पंजप्रमाणे सर्व शोषून घेण्यास आपण शिकावे, या मूळ उद्देशाने आपली रचना झालेली आहे. आपण आपली ही क्षमता वापरतो तेव्हा आपली मने व आसपासचे जग उजळून निघते.

तुमच्या मातृभाषेतील किंवा दुसऱ्या भाषेतील काही नवीन शब्द शिकून व त्यांचे पाठांतर करून या गोष्टीचा अनुभव घ्या. मला वाटते, तीन शब्दांनी सुरुवात करू या :

- ✓ तुम्हाला शिकावे वाटतात असे तीन शब्द निवडा.
- ✓ या तिन्हींचे स्मरण व्हावे म्हणून प्रत्येकासाठी एक चित्र डोळ्यांसमोर आणा. एखाद्या शब्दाच्या अर्थाविषयी विचार करताना ते पानावर जसे दिसते त्याच स्वरूपात ते डोळ्यांसमोर आणण्याचा प्रयत्न करा. याशिवाय आणखी चांगली पद्धत म्हणजे, हा शब्द किंवा त्यातील अक्षरे यांविषयी एकत्रित असे चित्र मनात उभे करणे, ही होय. जर ते थोडे विचित्र किंवा वेडेपणाचे असेल तर लक्षात ठेवायला अधिकच सोपे!
- ✓ उद्या सकाळी तुम्ही जेव्हा उठाल तेव्हा तुम्ही त्या वस्तूची प्रतिमा डोळ्यांसमोर आणू शकता काय व ते शब्द आठवू शकता काय, हा विचार करण्यातील आनंद घ्या. तुम्ही कदाचित तसे करू शकाल. मात्र जरी करू शकला नाहीत तरीही त्यांचा पुन्हा सराव करा व त्यांना स्मृतीत साठवून ठेवण्याविषयी तुमच्या मनाला सूचना द्या. तुमचे मन त्यांना सुरक्षितपणे साठवून ठेवेल.

ज्ञान मिळवणे व साठवून ठेवणे यामध्ये निष्णात होण्यासाठी सरावाची आवश्यकता असते. मात्र ही खूपच सकारात्मक प्रक्रिया आहे. त्या प्रक्रियेचा तुम्ही जेवढा अधिक आनंद घ्याल व जेवढा अधिक सराव कराल, तेवढी ती अधिकच सोपी व आनंददायी बनत जाते.

तुमच्या मनरूपी मैदानावर आनंद मिळवण्याचा आणखी एक उपाय म्हणजे तोंडपाठ करणे. हा पारंपरिक मार्ग होय.

- ✓ तुम्हाला जी कविता आवडते ती निवडून तिचा आनंद घ्या.
- ✓ सुरुवात करण्यासाठी एखादे कडवे किंवा तीन-चार ओळी पाठ करा.
- ✓ पुढच्या दिवशी ती कविता स्वतःशी गुणगुणा. गरज वाटली तर पुन्हा सराव करा.
- ✓ एकदा ती कविता तुमच्या स्मृतीमध्ये पक्की बसली की, तिच्यामध्ये भर घाला व जोपर्यंत तुम्ही संपूर्ण कविता शिकत नाही तोपर्यंत चालूच ठेवा.

जेव्हा तुम्ही ती स्वतःशी गुणगुणता किंवा मोठ्याने म्हणता, तेव्हा ती संपूर्ण कविता लक्षात ठेवण्याच्या दडपणाखाली दबून जाऊ नका. एका वेळेला केवळ एकच कडवे किंवा भाग लक्षात ठेवा.

तुम्ही असे करू शकलात की तुम्हाला यामधून खरेच खूप समाधान मिळते व यामुळे तुम्ही तुमच्या स्मृतीमध्ये एखादी चांगली भर घालू शकता आणि ती तुम्ही इतरांनाही देऊ शकता.

आनंद घेत शिकणे म्हणजे चालतीबोलती सकारात्मकता होय. असे करणे म्हणजे सकारात्मक गोष्टींचा स्वीकार करणे व त्या आकर्षक चित्तवेधक प्रक्रियेचा कमाल पातळीवर आनंद घेणे होय. याचे कारण, आपण आपल्या स्मृतीचा जेवढा अधिक वापर करू, तेवढी आपली स्मरणशक्ती वाढते व त्यामधून आपल्याला अधिक आनंद मिळतो.

ही जादू अनुभवा व तुमची स्मृती विकसित करण्यासाठी प्रोत्साहित व्हा!

जीवनरूपी वरदानासाठी वेळ काढा

"अमुक अमुक गोष्ट करायला मला वेळच मिळाला नाही," हे वाक्य मी (किमान) हजार वेळा ऐकले आहे.

स्वतःला खऱ्या अर्थी ओळखण्यासाठी व स्वतःच्या आयुष्यामध्ये खरेच काय करायचे आहे ते ठरवण्यासाठी वेळच नाही, असे लोक म्हणतात. संधी शोधण्यासाठी त्यांच्याकडे वेळ नाही, ध्यानधारणा करणे व स्वतःच्या मनात काय चालले आहे ते शोधण्यासाठी त्यांच्याकडे वेळ नाही. ज्या गोष्टी करायला आवडतात त्या करण्यासाठी त्यांच्याकडे वेळ नाही. त्यांना समाधान देणाऱ्या नोकऱ्या शोधण्यासाठी किंवा त्यासाठी आवश्यक प्रशिक्षण घेण्यासाठी त्यांच्याकडे वेळच नाही, असे ते

म्हणतात.

हे खरे असले तरीही आपल्यासाठी ज्या गोष्टी चांगल्या असतात, त्या करण्यासाठी वेळ शोधल्यास आपल्या आयुष्यात सकारात्मक शक्तीचा ओघ सुरू होतो. असे करणे हा स्वार्थीपणा नव्हे. जर तुम्ही समाधानाने तुमच्या आयुष्याचा अर्थ व तुमचे समाधान शोधत असाल, तर तुमची शक्ती व आत्मा तुमचे समाधान इतरांपर्यंत पोहोचवतील. तुमचे हृदय व मनाला प्रफुल्लित करणाऱ्या गोष्टी करण्यासाठी जर तुम्ही वेळ काढाल, तर तुमचे कुटुंबीय, मित्र, सहकारी व तुम्ही ज्या कोणाला भेटाल त्याचा यामधून काहीतरी फायदाच होईल.

> ***तुम्ही जे लढे लढणार आहात त्यांपैकी सर्वाधिक कठीण लढा म्हणजे स्वतःच्या स्वभावानुसार वागणे, हा होय.***
>
> *– लिओ बुस्काग्लिया*

साधारणतः हा तो लढा असतो, ज्यामध्ये आपण स्वतःशीच लढत असतो. आपल्याला वेळ मिळत नाही, त्याचा दोष आपण आपल्या प्रियजनांसाठी द्याव्या लागलेल्या वेळेला किंवा लांबलचक पसरलेल्या कामाच्या दिवसाला देतो. मात्र याविषयी विचार करा. एखाद्या गोष्टीसाठी वेळ काढायचा असे तुम्ही ठरवले तर तुम्ही ते नक्कीच करू शकाल, नाही का? आता स्वतःशी प्रामाणिक राहा. तुम्ही पुढील गोष्टींमध्ये किती वेळ वाया घालवता ते स्वतःच स्वतःला विचारा :

- तुम्हाला टीव्हीवरील जे कार्यक्रम विशेष आवडत नाहीत, ते पाहण्यात तुम्ही वेळ वाया घालवता.
- ज्यामधून तुम्हाला आनंद किंवा माहिती मिळत नाही किंवा जे तुम्हाला हेलावून सोडत नाही, असे साहित्य वाचून तुम्ही वेळ वाया घालवता.
- विशेष आनंद न घेता तुम्ही अंथरुणात पडून राहता.
- तुमचे मनोधैर्य खच्ची करणाऱ्या लोकांसोबत तुम्ही वेळ वाया घालवता.
- घरी किंवा कामाच्या ठिकाणी तुम्ही वेळ वाया घालवता.
- इंटरनेटवर सर्फिंग करण्यात तुम्ही व्यर्थ वेळ वाया घालवता.
- तुम्हाला कोणत्याही गोष्टीची गरज नसेल तेव्हासुद्धा तुम्ही निरुद्देशपणे दुकानांमध्ये हिंडता.

या गोष्टी आपल्या सामान्य आयुष्यातील नेहमीच्या सवयी नसल्या तरीही आपल्यापैकी बहुतांश जण वरीलपैकी एक वा अधिक गोष्टी बहुतांश वेळा करत

असतील. यांपैकी कोणतीही एक गोष्ट करणे तुम्ही सोडून दिलेत, तर तुमची आवडती गोष्ट करण्यास तुम्हाला वेळ मिळत नाही असे तुम्हाला वाटते, ती करण्यास तुम्हाला वेळ मिळेल. यापैकी सर्वच गोष्टी सोडून दिल्यास तुम्हाला तुमच्या आवडत्या सर्वच गोष्टी करण्यासाठी वेळ मिळेल! ज्या गोष्टींची तुम्हाला खरेच आवड आहे त्या करण्यासाठी तुम्हाला वेळच मिळत नाही, या गैरसमजुतीवर मात करा. वाया घालवलेला वेळ सकारात्मक असे काहीच देत नाही. वाया घालवलेल्या वेळाची विश्रांती व आराम यासाठी दिलेल्या वेळाशी गल्लत करू नका. जेव्हा तुम्हाला छान वाटते, तुमची शक्ती ज्यामुळे कार्यान्वित होते व तुमचा सकारात्मकतेचा ओघ पुन्हा वाहू लागतो, तो फावला वेळ चांगला असतो. फावला वेळ मिळाल्यावर तुम्हाला रिकामपण व चिडचिड जाणवत असेल तर ते नकारात्मक व संभाव्यपणे निराशेकडे घेऊन जाणारे असते. सकारात्मकता म्हणजे हा फरक जाणणे व नकारात्मक गोष्टींमध्ये वेळ वाया न घालवणे होय.

जर तुम्ही तुमच्या वेळेचे व्यवस्थापन करून अधिक वेळ स्वतःसाठी उपलब्ध करू शकलात तर तुमचे आयुष्य किती छान होईल, याचा विचार करा व त्याचा अनुभव घ्या.

हे तुमचे आयुष्य आहे व हे तुम्हाला पूर्णपणे जगायचे आहे. हे तुमचे आयुष्य आनंद मिळवण्यासाठी आहे. प्रत्येक क्षणाचे मूल्य जाणून तो क्षण जतन करण्यासाठी हे तुमचे आयुष्य आहे.

ज्या गोष्टी तुमच्यासाठी चांगल्या आहेत, त्या करण्यासाठी व तुमच्यासाठी हितकारक असलेल्या मार्गावर मार्गक्रमणा करण्यासाठी जेव्हा तुम्ही मुक्त होता, तेव्हा तुमच्यामध्ये जोम संचारतो. जेव्हा तुम्ही असे करता, तेव्हा तुम्हाला अधिक वेळ मिळतो.

तुमची विस्मयकारक क्षमता व बुद्धिमत्तेवर प्रेम करत तुम्ही तुमच्यासाठी पर्याय शोधत राहावे. तुमच्या क्षमतेचा पुनःपुन्हा अंदाज घ्यावा, असे मी माझ्या मनात तुमच्यासाठी आनंद भरलेला असताना तुम्हाला सुचवते. त्या प्रक्रियेत राहण्याच्या अनुभवाचा तो एक भाग आहे व त्यामुळे तुमच्यातील सकारात्मक शक्तीही प्रवाहित होते.

आपण सर्वच जण सतत काहीतरी शिकत असतो. त्यासाठी स्वतःला नेहमी तयार ठेवणे, हेच आनंद देणारे असते. याचे कारण असे की, मेंदूच्या क्षमतेची ठेवलेली जाणीव व केलेली प्रशंसा हे तुमच्या मेंदूला व सोबतच तुमचे अस्तित्व व व्यक्तिमत्त्वाचा आवश्यक घटक असलेल्या तुमच्या आत्म्याला आवडते.

तुमच्याकडे भरपूर क्षमता आहे. ती जाणून घ्या, त्यावर प्रेम करा, त्याचा वापर करा व जशी तुमची सकारात्मक शक्ती प्रवाहित होईल, तसा त्यातून आनंद मिळवा.

४

प्रेमाची ताकद

या प्रकरणात तुम्ही सकारात्मकतेचा अंगीकार तेव्हा कराल, जेव्हा तुम्ही :

- *या जगाला जे प्रेममय योगदान देता त्याची तुम्ही जाणीव ठेवाल.*
- *तुमच्या भावनांमधील सकारात्मक व नकारात्मक गोष्टींमधील संतुलन राखू शकाल.*
- *प्रेमाला मतभेदावर मात करू द्याल.*
- *सकारात्मकतेवर विश्वास ठेवाल.*
- *प्रेम मिळवत जगाल.*
- *चैतन्यपूर्ण जगाल.*
- *तुमचा आत्मा (मन) व उच्च पातळीवरील शक्ती यांच्या सान्निध्यात राहाल व आनंदाने जगाल.*
- *तुमच्या आसपास सर्वत्र असलेल्या प्रेमाची जाणीव करून घ्याल.*

प्रेमानेच सर्व जग चालते काय? आपल्याला केवळ त्याचीच गरज असते काय?

प्रेम ही सर्व सकारात्मक शक्तींमधील सर्वाधिक शक्तिमान गोष्ट होय. आपणा सर्वांचे व या जगाचे संरक्षण, तसेच पोषण करण्याची क्षमता त्यामध्ये आहे. जीवन अतिशय प्रेममय असते व हेच जीवन आणि प्रेम आपल्या जगाची ताकद असते. आपण जेव्हा हे जाणतो व स्वतःच्या भावनांशी, इतरांशी, प्रेमाच्या भावनेमधून या आयुष्यरूपी चमत्काराशी आपण आनंदमयरीत्या जेव्हा जोडले जातो, तेव्हा आपण आपल्या आयुष्यामध्ये सौंदर्य व ध्येयाच्या आणखी एका परिमाणाची भर घालतो.

यामुळे आपण अधिक कणखर होतो व अधिक प्रेम देण्यासाठी, तसेच आपल्या आयुष्यातून अधिक आनंद मिळवण्यासाठी याची आपल्याला मदत होते.

प्रेम व सकारात्मक दृष्टिकोन तुमच्या सोबत असेल तर तुम्ही कधीही हताश किंवा निराश नसता. स्वतःचे, स्वतःच्या आयुष्याचे, सभोवतालच्या परिस्थितीचे व संपूर्ण जगाचे मूल्य जाणण्याची प्रचंड क्षमता तुमच्यामध्ये असते.

तुमच्याकडून या जगाला मिळालेले प्रेममय योगदान

आपण जे काही करू त्यामध्ये प्रेम ओसंडलेले असते. प्रेम आपल्या कल्याणावर ज्या रीतीने प्रभाव टाकते केवळ त्यामुळेच नव्हे, तर आपल्या आसपासच्या प्रत्येकावर, आपल्या निकटच्या परिसरावर व या जगाच्या पलीकडे ज्या रीतीने प्रभाव टाकते त्यामुळे ती आपली सर्वाधिक प्रबळ अशी सकारात्मक भावना असते. संस्कृत भाषेमध्ये प्रेमासाठी शहाण्णव शब्द आहेत; मात्र इंग्रजीत केवळ मोजकेच शब्द आहेत. आपण भलेही याला प्रेम, ओढ, सख्य, स्नेह, आकर्षण, भक्तिभाव, मैत्री इत्यादी नावांनी ओळखत असू; मात्र यांपैकी प्रत्येकामध्ये एवढे सगळे बारकावे व घटक आहेत- जसे की या जगातील आपल्या वाट्याला आलेले प्रेम जे चांगुलपणा, सामर्थ्य व आनंदाने एवढे भरलेले असते, त्यामुळे आपण अवाक होतो. या सर्वांमध्ये सखोलता व जटिलता, साधेपणा, सत्य व सौंदर्य आणि याहून सर्वांत महत्त्वाचे म्हणजे सकारात्मकता आहे. एवढी शक्ती, एवढी भावना व चांगुलपणा! आपण सर्व जण आपल्याला मिळालेल्या संमिश्र प्रेमाचा आनंद आपापल्या परीने घेऊ शकतो.

आपल्याला आतापर्यंत परिचित अशा सर्वाधिक वाईट युद्धानंतर प्रेमाला वाहिलेल्या एका अद्भुत अशा आंतरराष्ट्रीय मोहिमेमध्ये लहान असताना मी भाग घेतला होता. युरोप व त्या पलीकडील देशांमध्ये तेव्हा ही एक भावना सार्वत्रिकरीत्या जाणवत होती की, देशांनी एकमेकांशी चांगल्या रीतीने जुळवून घेण्यासाठी व परस्परांशी सकारात्मकरीत्या जोडले जाण्यासाठी शक्य ते सर्व केले पाहिजे. जेव्हा प्रेमाला शांतिदूत म्हणून गौरवले जात होते व केवळ प्रेमच सर्वांना एकत्र आणू शकेल अशी सार्वत्रिक भावना होती, त्या वेळी १९६० व १९७० मधील या मोहिमेचा एक भाग बनणे खूपच प्रेरणादायी होते. या वस्तुस्थितीला आम्हाला अर्थातच सामोरे जावे लागणार होते व आजही सामोरे जावेच लागते. अगदी आजही सर्व जगभरात युद्धे लढवली जात आहेत; मात्र आज शांतता, संवाद व सदिच्छेसाठी जे आवाहन केले जात आहे- जे पूर्वी कधीही केले जात नव्हते- त्यापेक्षा अधिक जोमदारपणे केले जात आहे. याचे कारण असे आहे की, आपण एक वैश्विक

समुदाय असल्याची भावना दिवसेंदिवस प्रखर होत चालली आहे. जे प्रेम नाकारतात, त्याला विरोध करतात किंवा त्याला काळिमा फासण्याचा प्रयत्न करतात, त्यांच्याकडून पराभूत होणे प्रेमाला मान्य नाही.

जेव्हा जेव्हा शंकेखोर लोक आपल्या या संस्कृतीचा व या ग्रहाचा विनाश अटळ असल्याचे बोलतील, तेव्हा प्रेमामध्ये असलेली ताकद लक्षात असू द्या. तुमच्या हृदयाच्या माध्यमातून प्रेमाची ही भावना संपूर्ण मानवजातीपर्यंत सर्व जगभर पोहोचू द्या. या पृथ्वीचे संगोपन करण्याच्या लढ्यामध्ये सहभागी व्हा व तुमचा धीर खचू देऊ नका.

तुम्ही सकारात्मकतेचा जसा सराव कराल तसे तुम्ही या जगाकडे गुलाबी रंगाच्या चष्म्यातून पाहता, असे आरोप इतर लोक तुमच्यावर करतील. खरेच, सकारात्मक विचारासाठी ही उपमा फारच सुंदर आहे! मात्र सकारात्मक दृष्टिकोन बाळगणे म्हणजे वस्तुस्थितीकडे स्पष्टपणे, वास्तववादी व विधायक पद्धतीने पाहणे होय. दवबिंदू निश्चितच उबदार असतात; मात्र सकारात्मकता व प्रेम या दोन्ही गोष्टी आंधळ्या नसतात. फरक एवढाच आहे की, परिस्थिती भले कितीही निराशाजनक असो- सकारात्मकता व प्रेम या गोष्टी परिस्थितीतील संभाव्य किंवा प्रत्यक्षातील चांगुलपणा जाणतात व खरे-खोटेपणामधील फरक त्यांना माहीत असतो.

सकारात्मकता म्हणजे प्रेम व प्रेम म्हणजेच सकारात्मकता. वैज्ञानिक, राजकारणी, तत्त्वज्ञ व आपल्यापैकी प्रत्येक जण शांतता व या विश्वाचे दूरगामी भविष्य या समान ध्येयाप्रती पोहोचण्याचा जर सातत्याने व उत्कटरीत्या प्रयत्न करतील, तर आपण सर्वच जण प्रेमाच्या सकारात्मक शक्तीने निश्चितच बांधले जाऊ.

नकारात्मकतेशी सकारात्मकतेचे संतुलन साधा

> ***पुष्कळशी माणसे नैराश्यपूर्ण अवस्थेत त्यांची आयुष्ये शांतपणे व्यतीत करतात, मात्र त्यांच्यामधील पुष्कळशा चैतन्याचा वापर न करताच ते मृत्यूला सामोरे जातात.***
>
> – *हेन्री थोरो*

लोकांच्या आयुष्यात व या जगात नेमके काय बिनसले आहे, हे जाणून घेण्यासाठी व काही लोकांना चिंता, धास्ती किंवा अनामिक दुःखाची भावना किती तीव्रपणे जाणवते, ते जाणून घेण्यासाठी तुम्हाला लोकांच्या चेहऱ्यांकडे नुसते पाहावे लागते किंवा ते सातत्याने कुरकुरत असतात, ते ऐकावे लागते. आयुष्याच्या

संगीताशी ते मेळ बसवून घेऊ शकले नाहीत व त्यांच्या आयुष्यात आनंदाचे गाणे गाऊ शकले नाहीत, ही किती दुःखाची बाब आहे!

तुम्ही नकारात्मकतेच्या अशा दरीमध्ये कोणत्याही परिस्थितीत अडकून पडणार नाही, याची काळजी घ्या. जेव्हा तुम्हाला अशी धास्ती वाटते की, तुम्ही त्या गर्तेमध्ये आधीच अडकला आहात, तर त्यामधून बाहेर पडण्यासाठी तुम्ही शक्य ते सर्व काही करा. नकारात्मक विचार किंवा शब्दांमध्ये तुम्ही पुन्हा अडकत चालला आहात, असे तुम्हाला जेव्हा जेव्हा वाटेल, त्याच वेळी थांबा व जाणीवपूर्वकरीत्या सकारात्मक विचारांकडे वाटचाल करा.

सुरुवातीला तुमच्या आसपासचे लोक त्यांच्या सातत्यपूर्ण नकारात्मकतेकडे झुकणाऱ्या संभाषणाला विरोध करून तुम्ही उलट दिशेने जात आहात हे पाहून विस्मित होतील. त्यांना ते आवडणार नाही; कारण यामुळे ते स्वतः तक्रार करत किंवा क्षुद्रपणाने वागत आहेत, असे त्यांना जाणवेल.

जेव्हा तुम्ही विचार करता किंवा बोलता, तेव्हा अशा चक्रामध्ये अडकणे किती सोपे असते! तुमच्या बाबतीत जर चीड आणणारे किंवा इतर काही नकारात्मक घडले असेल तर, तुमच्या भावनांना वाट मोकळी करून देणे हे अर्थातच चांगले असते. जेव्हा तुम्ही त्याच नकारात्मक विचाराची पुनरावृत्ती करता किंवा विषय बदलला तरीही तीच नकारात्मक भावना मनात बाळगता, तिथे तुमचे चुकते. त्यामध्ये पुढील रीतीने यामध्ये बदल घडवा :

- ✓ तुम्ही खूप काळापासून नकारात्मक झाला आहात याची दखल घ्या.
- ✓ आहात तिथे लगेच थांबा.
- ✓ स्वतःच्या देहबोलीची दखल घ्या.
- ✓ नकारात्मकता बाहेर काढा व सकारात्मकता आत घ्या.
- ✓ प्रेमामुळे तुमचा दृष्टिकोन कसा बदलू शकेल, त्याचा विचार करा.
- ✓ आता ते मनात ठेवा व काहीतरी सकारात्मक वाक्य म्हणा किंवा सकारात्मक विचार करा.
- ✓ नकारात्मक प्रतिक्रियांकडे अजिबात वळू नका.
- ✓ असे केल्याने शारीरिक व मानसिकदृष्ट्या तुम्हाला कसे वाटते आहे, ते जाणून घ्या.
- ✓ सकारात्मकतेचा ओघ प्रवाहित झाल्यामुळे तणावमुक्ती व आनंद यांची तुम्हाला जी जाणीव झाली आहे, तिचा अनुभव घ्या.

आपण जेव्हा वरील क्रमाने वागतो, तेव्हा आपल्या देहबोलीमध्ये व मनःस्थितीमध्ये

जो बदल घडतो, तो विस्मयकारक असतो.

तुमच्या शरीरातील तणाव कसा विरघळून जातो, त्याचा अनुभव घ्या. अशा नकारात्मकतेमधून मुक्त होऊन तुम्ही इतर गोष्टींशी विधायकरीत्या व आनंददायक रीतीने जोडले जाता, त्या पद्धतीवर प्रेम करा. तुमच्या दृष्टिकोनातून जो बदल घडला आहे त्याच्या इतरांवर पडणाऱ्या प्रभावाचे निरीक्षण करा. प्रथम त्यांची थोडी फजिती होईल; मात्र लवकरच ते तुमचे अनुकरण करतील.

कोणी निष्कारणच नकारात्मकरीत्या वागत असल्याचे तुम्ही जेव्हा सौम्यपणे, मात्र निर्धाराने दाखवून देता, तेव्हासुद्धा असेच घडते. मी व माझ्या दोन मित्रांबाबत असे नुकतेच घडले.

ल्यूक व त्याच्या ओळखीतील एका व्यक्तीने ल्यूकबाबत निष्कारण नकारात्मक बोलल्याचे ल्यूकच्या दुसऱ्या मित्राने त्याला सांगितले. त्याने त्याचा संबंध आमच्याशी लावला व ती प्रतिक्रिया किती अन्यायकारक होती, हे आम्हाला सांगितले. बोलत असताना तो क्रुद्ध होत होता व त्याचे संपूर्ण शरीर ताणले गेले होते. त्याच्याविषयीची प्रतिक्रिया अगदीच क्षुल्लक होती. मात्र त्याची वरील प्रतिक्रिया पाहून मी चकितच झाले. मात्र त्याने तो किस्सा पुन्हा सांगण्यास सुरुवात केल्यानंतर बहुतेक वेळा प्रेमळपणे वागणारा हा मुलगा या गोष्टीबाबत टोकाची भूमिका घेत होता, असे आम्हाला जाणवले. त्याचा शांतपणा तर तो घालवून बसलाच, त्याशिवाय जिने ते चुकीचे विधान केले होते ज्यामुळे त्याला राग आला होता, त्या विवक्षित स्त्रीला फोन करून धोका ओढवून घेण्याच्या बेतात तो होता. त्यामुळे आम्ही त्याला सहानुभूती दाखवली व पुढील अर्थाचे काहीतरी त्याला बोललो, "हो, ती प्रतिक्रिया खरेच चीड आणणारी असणार. पण प्रामाणिकपणे सांगायचे झाल्यास एवढ्या मोठ्या सृष्टीच्या चक्रात तू तिच्या प्रतिक्रियेला किंमत देण्याची अजिबातच गरज नाही. जर तसे असते तर ते आम्ही तुला सांगितलेच असते. तेव्हा शांत हो."

काही क्षणांसाठी याविषयी त्याचे मन संघर्षात पडलेले तुम्ही पाहू शकला असतात. तो त्याच्या विचारांच्या नकारात्मक चक्रामध्ये अडकला होता. नंतर त्याची मुद्रा थोडी सौम्य झाली व तो म्हणाला, "खरे तर ती मला आवडते; मला तिच्याशी संबंध तोडायचे नाहीत." आम्ही म्हणालो, "छान! त्याची आवश्यकताही नाही." मी त्याला सांगितले की, लोक पुष्कळदा मत्सराने अशा गोष्टी बोलतात, ज्याचा अर्थ खरेच तसा नसतो किंवा ते एका नकारात्मक काळातून जात असतात, म्हणून कदाचित असे बोलतात. तो तणावमुक्त होत होता असे दिसले. त्याचे खांदे पडले व त्याच्या आठ्यासुद्धा अदृश्य झाल्या. "तुमचे म्हणणे बरोबर आहे," तो म्हणाला, "मी भडकपणे वागत होतो. मित्रांनो मला माफ करा. मी बहकलो होतो."

जेव्हा नकारात्मक भावना तुमच्या मनात येत असतात व तुम्हाला आक्रमक

तरीही बचावात्मक प्रतिक्रियेकडे ढकलत असतात, तेव्हा क्षणभर थांबणे व 'याहून चांगल्या रीतीने आपल्याला वागता येईल का?' असे स्वतःला विचारणे, ही एक चांगली गोष्ट असते- जसे ल्यूकला जमते तसे. प्रेमामुळे या परिस्थितीमध्ये कशी सुधारणा होईल, त्याचा नंतर विचार करा. ल्यूकला जरी याची जाणीव नसली तरीही प्रेमामुळे त्याच्या परिस्थितीत खूप फरक पडला. तो दुखावला होता व पाठोपाठ येणारी भीती व नियंत्रणाबाहेर जाऊ पाहणारा राग नियंत्रित करणे, त्याला स्वतःविषयीच्या प्रेमामुळे शक्य झाले. ते सर्व सोडून देण्यातच शहाणपणा होता. त्याला ती स्त्री आवडली होती, या गोष्टीचा त्याला प्रेमापोटीच विसर पडू शकत नव्हता.

प्रेमाच्या माध्यमातून मतभेद मिटवा व या जगामध्ये सुधारणा घडवा

पुष्कळदा लोक मला अशा दुखावणाऱ्या गोष्टींबाबत सांगतात ज्यामुळे त्यांना पुढीलप्रमाणे शपथ घ्यावी लागली आहे – "मी पुन्हा म्हणून त्याच्या (तिच्या) सोबत बोलणार नाही."

ते लोक भले कितीही जिद्दीपणाने वागले असले तरीही जवळजवळ नेहमीच अशी हाडवैरे काळाच्या ओघात विसरली जातात. यामागील प्रेरक शक्ती असते प्रेम.

आपण सर्व जण भावनेवर जगणारे प्राणिमात्र आहोत व त्यामुळे खूप विविध भावना आपण अनुभवतो. हे नैसर्गिकच आहे. कधीमधी आपल्याला मनातील रागाला वाट मोकळी करून द्यावी लागते. मात्र यामुळे तीव्र मतभेद होऊन कधीकधी संबंधही तुटू शकतात. मात्र आपल्यापैकी पुष्कळ लोकांच्या मनामध्ये खूप खोलवर प्रेमाचे झरे असतात व काळाच्या ओघात आपण दुवा साधण्यासाठी व नात्यातील झालेली हानी भरून काढण्यासाठी त्याचा उपयोग करतो. तुमच्या प्रेमाची मंदपणे झळकणारी उपचारशक्ती ही इतरांना त्यांच्या तक्रारींचा योग्य दृष्टिकोनातून विचार करण्यासाठी, त्यांच्याशी विधायकरीत्या जुळवून घेण्यासाठी, तसेच क्षमाशीलता व एकमेकांशी उत्तमरीत्या जुळवून घेण्यासाठी मदत करते.

हे लक्षात ठेवणे गरजेचे असते की बहुतांश वेळा रागामागील कारण भीती व असुरक्षितता असते. त्यामुळे वातावरणातील ताण आणखी वाढवण्याऐवजी शांतता प्रस्थापित करण्याचे ठरवून तुम्ही भीतीने भरलेल्या कोपऱ्यांना प्रेमाने उजळून टाकाल. यामधून तुम्हाला स्वतःच्या व इतरांच्या वर्तणुकीची जाण येईल. तुमच्या गैरसमजुती मिटण्यासाठी तुम्हाला फक्त एवढेच करायचे असते; अन्यथा या गोष्टीला विधायक वळण देण्यामध्ये व परिस्थिती सौम्य करण्यामध्ये नव्याने मिळालेली तुमची अंतर्दृष्टी योग्यरीत्या भूमिका बजावेल. प्रेम म्हणजे सौम्य रीतीने समजून घेणे होय. मात्र त्याच वेळी हेही खरे की, प्रेम आपल्या जखमा बरे करते

व बदल स्वीकारण्यात आपल्याला मदत करते.

इथे हास्य हा तुमचा सोबती ठरू शकतो; विनोद दुखावलेल्या भावनांमधील जोम काढून घेतो व आपण अतिसंवेदनशील रीतीने वागतो आहोत, हे ओळखण्यात आपल्याला मदत करतो. आपले संतुलन टिकवण्यासाठी निर्मळ हास्यासारखे दुसरे काहीही नाही.

वाद सोडवण्यातील आणखी एक प्रेरक शक्ती म्हणजे ज्यांच्या मुत्सद्देगिरीची व सुज्ञपणाची तुम्ही प्रशंसा करता, त्यांनी अशा परिस्थितीत काय केले असते, त्याचा विचार करणे हा होय. ख्रिस्ती पद्धतीने माझे पालन-पोषण झाले असल्यामुळे एक क्षण थांबून- ‘‘ठीक तर; या बाबतीत येशूने काय केले असते?’’ असा विचार करणे ही माझ्यासाठी नैसर्गिक बाब आहे. किंवा एखादी समस्या सोडवणारी व्यक्ती जिच्या सुज्ञपणाचा मी खूप आदर करते, त्याविषयी मी कदाचित विचार करेन. किंवा तुम्ही साधेपणाने विचारू शकता- ‘‘अशा परिस्थितीत प्रेमाचा कोणत्या प्रकारे उपयोग होईल?’’ यामुळे एका क्षणातच तुमचा स्पष्ट, सकारात्मक, विधायक व उपचारात्मक दृष्टिकोन आकार घेईल.

केवळ युगुलांमध्ये किंवा कुटुंबाच्या नात्यांमध्येच मुख्यत्वे प्रेमाचा आविष्कार होतो, असा विचार करण्याकडे आपला कल असतो. निश्चितच एखादा मतभेद किंवा एखाद्या भांडणानंतर सदिच्छा पुनर्स्थापित करण्यासाठी अशा प्रकारच्या प्रेमाचा निश्चितच फायदा होतो. मात्र केवळ वासनामय प्रेम, शारीरिक आकर्षण किंवा रक्ताच्या नात्यांहूनही प्रेमाची व्याप्ती खूप मोठी असते. जीवनाच्या सर्वच बाबींमध्ये प्रेमाच्या गुणधर्माचा आपल्याला फायदा होऊ शकतो. प्रेमामध्ये एवढी ताकद असते की, ते आपले विचार व कृतींमध्ये उतरते व त्यामधून आपल्याला केवळ क्षणिक समाधान वाटते असे नाही, तर प्रचंड नकारात्मकतेला सकारात्मकतेमध्ये बदलण्याची क्षमता प्रेमामध्ये आहे.

जगातील दारिद्र्य व महासत्तांमधील वातावरण बदलण्यामध्ये आपण सर्वच जण प्रचंड प्रभाव टाकू शकतो, ही मानवतावाद्यांनी सिद्ध केलेली गोष्ट, हे प्रेमाचे एक खूप चांगले उदाहरण आहे : या बाबतीत विचार करताना माझ्या डोळ्यांसमोर बिल गेट्स व बॉब गेल्डॉफ यांची नावे झळकतात. जगभरातील तुमच्या-माझ्यासारख्या अब्जावधी लोकांना एकत्र आणून इतरांप्रती असलेली आपली जबाबदारी जाणून घेण्यास हे लोक कारणीभूत ठरले आहेत. राजकारण्यांना आता हे अधिकाधिक प्रमाणात जाणवत आहे की, आपल्या या पृथ्वीची व त्यावरील सर्व वन्य प्राण्यांची काळजी घेणे, हे आपल्यापैकी प्रत्येकासाठी महत्त्वाचे आहे. आपण त्यांना निवडून आणावे असे जर त्यांना वाटत असेल, तर या ज्वलंत विषयाबाबत त्यांनी काहीतरी सकारात्मक जरूर केले पाहिजे.

या प्रक्रियेला गती येण्यासाठी काही वेळ गेलेला आहे व विविध देशांना खऱ्या अर्थी कार्यक्षमपणे एकत्रित येऊन शिकण्यासाठी आणखी वेळ लागणार आहे. मात्र याची सुरुवात झालेली आहे, हे घडत आहे व प्रेमाचे पाठबळ मागे असल्यामुळे ही प्रक्रिया पुढे चालूच राहील.

आपण प्रेम व सकारात्मकतेचे शास्त्र अजून पुरते जाणलेले नाही. मात्र मला एक गोष्ट स्पष्ट जाणवते की, ही शक्ती आपल्या आसपास व आपल्या सर्वांमध्ये नेहमीच हजर असते. आपण जेव्हा या शक्तीकडे दुर्लक्ष करतो, तेव्हा आपण नकारात्मकतेचा ओघ वाहू देतो. जेव्हा आपण प्रेमाचे स्वागत करतो व ही शक्ती आपल्या आयुष्यात उदारपणे व आनंदाने वापरतो, तेव्हा आपल्या आयुष्यात सकारात्मकतेचा प्रवाह वाहतो.

सकारात्मकतेवर विश्वास ठेवा

आपण भलेही कोणत्या धार्मिक श्रद्धा पाळत असू वा नसू, पण आपल्यापैकी बहुतांश जण यावर विचार करण्यासाठी जर क्षणभर थांबलो, तर आपल्याला जाणवते की चांगुलपणाचा विजय होतो. यावर आपला विश्वास असतो; मात्र वाईटपणाचा अंमल आपण किती सहजपणे चालू देतो. इंग्रज तत्त्वज्ञ एडमंड बर्क यांनी म्हटलेच आहे, वाइटाचा विजय होण्यासाठी चांगल्या लोकांनी काहीही न करणे केवळ एवढेच पुरेसे असते.

जेव्हा जगातील राजकारणाबाबत वा इतरांना मदत करण्याबाबत तुम्ही सकारात्मकतेने भारलेले असता, तेव्हा तुमचे मित्र त्याबाबत असंवेदनशील असतील किंवा त्याच्याकडे, तुमच्या विचारांकडे ते दुर्लक्ष करत असतील तर त्यांच्यावर रागावू नका. ही त्यांची स्वतःची बाब आहे; तुमची नव्हे. त्यामुळे त्यांना जर तुमचा दृष्टिकोन कळत नसेल तर तक्रार करू नका. तुमच्यामध्ये फरक आहे. तुम्हाला तुमचं मत मांडण्याचा जेवढा अधिकार आह, तेवढाच त्यांनाही आहे, याचा स्वीकार करा.

चांगुलपणा व सत्य याविषयी सातत्याने बोलत राहा व तुमच्या आसपास जर काही अयोग्य घडत असेल तर त्याविषयी कधीही बेफिकिरी किंवा निष्क्रियता दाखवू नका. केवळ एखादी व्यक्ती काहीही बदल घडवून आणू शकत नाही, हे खरे नाही. कदाचित तुम्हाला जाणीव नसेल; मात्र तुम्ही खूप मोठा बदल घडवून आणू शकता. आपण दुसऱ्या प्रकरणात बघितल्याप्रमाणे तुम्ही जसे महत्त्वाचे आहात, तेवढेच तुमचे विचार व कृती या बाबीसुद्धा महत्त्वाच्या आहेत. तुमच्या गत आयुष्याच्या किंवा तुमच्या आतापर्यंतच्या वाटचालीच्या प्रभावाची तुम्हाला कदाचित जाणीव नसेल; मात्र तुम्हाला ती जाणीव होऊ शकली तर तुमच्या भूतकाळातील प्रभावाने

तुम्ही चकित व्हाल. गोष्टींमध्ये सकारात्मक बदल करण्यासाठी तुम्ही एखाद्या चळवळीतील कार्यकर्ता व्हावे, याचीही आवश्यकता नाही. दयाळूपणाचा एखादा शब्द किंवा इतरांना समजून घेणारी अंतर्दृष्टी हीसुद्धा एखाद्याचे आयुष्य अगदी संपूर्णपणे बदलून टाकण्यास कारणीभूत ठरू शकते. सकारात्मकतेसाठी तुम्ही स्वतः एक प्रेरक शक्ती बनू शकता.

माझ्या एका मित्राने माझ्या लक्षात आणून दिलेल्या त्या संशयीपणा व सावधानपणाच्या आवश्यकतेची मी इथे नोंद करत आहे. "आपला बहुमूल्य वेळ घालवताना चेंबरलेन हिटलरकडून कसा फसवला गेला होता, ते लक्षात ठेवा." त्याने मला थंडपणे एक उदाहरण म्हणून या गोष्टीची आठवण करून दिली. आपण धूर्त व पुरेसे चाणाक्ष असायला हवे असे तो जे म्हणाला, ते बरोबर आहे. आपण हेही लक्षात ठेवायला हवे की, नकारात्मकतासुद्धा शक्तिमान असते. पण त्यामुळे प्रेम व सकारात्मकतेला आपल्या आयुष्याची मूलभूत तत्त्वे बनवण्यासाठी व सर्वांचे स्वातंत्र्य व कल्याण यासाठी सध्या सुरू असलेल्या लढ्यात त्याची ऊर्जा संचारित करण्यासाठी आपल्याला महत्त्वाचे असे आणखी एक कारण मिळते.

या गोष्टी चांगल्या आहेतच, त्यामुळे आपल्याला चांगले वाटते. या गोष्टी प्रबळ व खातरीलायक आहेत. आपल्याला या गोष्टींचे समर्थन करण्याची गरज नाही; फक्त त्यांच्या प्रकाशात जगत राहा व त्यामधून तुम्ही आपोआपच उजळून निघाल.

प्रेमाने जगा

आपण जेव्हा जेव्हा द्वेषाने वागतो, तेव्हा आपल्यातील नकारात्मकता आसमंतात भरून राहते. त्यामुळे काय वाईट घडेल हे कोण सांगू शकेल? आपल्याला हे जरूर माहीत आहे की, निष्ठुरपणाने वागण्याचा परिणाम आपल्यावर तत्काळ होतो. आपल्याला आतून त्रास होतो, घृणा वाटते व त्यामुळे आपला संपूर्ण दिवसच खराब होतो.

म्हणून तुमच्या स्वतःच्या व इतरांच्या भावनांविषयी जागरूक राहा. तुमच्यासारख्याच इतरांनाही भावना असतात, हे लक्षात ठेवा. समोरच्या व्यक्तीच्या आयुष्यात आता काय चालले आहे, हे तुम्हाला माहीत नसते. कोणते दुःख किंवा भीती त्यांना सतावत आहे, हे तुम्हाला माहीत नसते. म्हणून नकारात्मक विचारांना तत्काळ अटकाव करा. त्याऐवजी तत्काळ दुसरा काहीतरी विचार करा. तुम्ही त्या व्यक्तीविषयी दयाळूपणे विचार करू शकला नाहीत, तर किमान संयम तरी बाळगा.

तुमच्या आयुष्यात जे क्षण तुम्ही वैफल्यात, क्षुद्रपणात व उघड-उघड आक्रमकतेमध्ये घालवले आहेत, त्यांचा विचार करा आणि तुम्हाला जाणवेल की नकारात्मकतेमध्ये

तुम्ही खूप वेळ वाया घालवला आहे. चांगली गोष्ट ही आहे की, याला धरून बसण्यात काहीच अर्थ नाही. यानंतर तुम्ही प्रेममय आयुष्य जगण्याचे, लोकांमधील सर्वोत्तम ते शोधण्याचे ठरवू शकता. लोकांच्या आयुष्यात जो संघर्ष आहे, जे वैफल्य आहे, ज्या नकारात्मक भावना व दुःखातून ते जात आहेत, त्यांचे ज्या रीतीने पालन-पोषण झाले व त्यांना जी हानी सोसावी लागली आहे, ती तुमच्या आयुष्यात नाही, या गोष्टींची जाणीव तुम्हाला केवळ प्रेमामुळे होते.

ज्या लोकांची त्यांच्या पालकांविषयी तक्रार असते, अशा लोकांबाबत मी एक गोष्ट डोळ्यांसमोर आणत, ती खरेच खूप उद्‌बोधक व उपचारात्मक आहे. हे करताना तुम्ही शांत बसून प्रथम एक तरुण स्त्री, नंतर एक कुमारी व सरतेशेवटी एक अगदी लहान मूल अशा स्वरूपात तुमच्या आईला डोळ्यांसमोर आणा. तुम्ही आई असताना तुम्हाला कसे वाटले, ते प्रत्येक पायरीवर तुमच्या हृदयाच्या खोल कप्प्यात स्वतःला जाणवू द्या. बहुतांश लोक लहान मुलीचे आयुष्य अनुभवताना रडतात (व पुष्कळदा हा एक शक्तिशाली अनुभव असतो.). त्यांना त्यातून जाणवते की आपल्या सर्वांसारखीच त्यांची आईसुद्धा केवळ प्रेमाची भुकेली होती. त्यामुळे ते आता जसे आहेत किंवा तुमच्या बाबतीत भूतकाळात ते कसे वागले, त्याबद्दल त्यांना क्षमा करणे किती सोपे जाते! इतर लोकांना त्यांची नकारात्मकता व दुष्टपणा याबाबत तुम्ही जरी क्षमा करू शकला नाहीत, तरीही त्यांना ज्या कसोट्यांतून जावे लागले आहे किमान या जाणिवेतून तरी, प्रेमाची एक लाट तुमच्या हृदयातून त्यांच्याकडे वाहू द्या.

प्रेम व सकारात्मकतेच्या विरोधात खातरीने ते एवढे सज्ज असतील की ते प्रेम त्यांना जाणवणारही नाही- ते त्याला प्रतिसाद देतील ही गोष्ट तर दूरच राहील. मात्र एखाद्या दिवशी ते कदाचित प्रतिसाद देतीलही व मधल्या काळात तुमचा संयम, समजूतदारपणा व प्रेम यामुळे तुम्ही स्वतःच तुमचे संतुलन परत मिळवाल व त्यांच्यासोबत होणारा तुमचा नंतरचा संवाद सुसह्य किंवा सोपा होईल.

प्रेमपूर्वक जगण्याचा चमत्कार ही इतरांचे आयुष्य बदलून टाकणारी लहानात लहान प्रेमाची कृती असू शकते. सोबतच ती कृती तुम्हाला त्या एका क्षणातच आपोआप बदलवून टाकते व पुष्कळदा दिवसाचा उर्वरित काळही आनंदाने व्यापून टाकते. ती क्रिया इतरांनाही अधिक स्नेहपूर्ण बनवते.

आपण जेव्हा लोकांसोबत बाहेर कुठे तरी असतो, तेव्हा आपल्यापैकी प्रत्येक जण जणू काही स्वतंत्र बेट असल्यासारखे वागतो. तसे वागण्याचा जणू काही पायंडाच पडला आहे. एकमेकांच्या बाजूला उभे राहण्यासारख्या सामाजिक सौजन्याच्या बाबींव्यतिरिक्त आपण इतरांशी जवळ जवळ बोलतच नाही. म्हणून इतरांसोबत मिसळण्याचा प्रयत्न करा. तुम्हाला असे आढळेल की, त्यांपैकी एक-दोघे जण

अजिबात प्रतिसाद देणार नाहीत; मात्र ते जेव्हा प्रतिसाद देतील, तेव्हा जणू काही वीज चमकल्यासारखेच तुम्हाला वाटेल. ज्या लोकांना भेटता, त्यांच्याकडे पाहून स्मित करा व त्या हास्यामधील सदिच्छेचा संदेश ओळखून त्यांचे चेहरे कसे उजळतात, ते नीट पाहा.

उदाहरणार्थ, एखाद्या आगगाडीमध्ये तुम्ही भले कितीही जवळचा किंवा दूरचा प्रवास करत असाल तेव्हा तुमच्या आसपासच्या लोकांना अभिवादन करा. संवादाचा एखादा मार्ग तुम्ही सुरू करू शकता का ते पाहा- उदाहणार्थ, खिडकीतून दिसलेल्या एखाद्या सुंदर किंवा विस्मयकारक गोष्टीविषयी तुम्ही काही प्रतिक्रिया व्यक्त करू शकता किंवा प्रवासाविषयी काही प्रश्न उदा. ती रेल्वेगाडी वेळेत पोहोचणार आहे काय, किंवा बफे कार कोणत्या दिशेने आहे, त्यांची विचारणा तुम्ही करू शकता. असे करणे म्हणजे खरे तर त्यांच्या अस्तित्वाविषयी दखल घेणे व माणुसकी दाखवणे होय. जेव्हा ते किंवा तुम्ही उतराल तेव्हा 'गुडबाय' म्हणून निरोपही घ्या. लक्षात घ्या की, तुम्ही जो प्रेमळपणा दाखवत आहात, तोच त्यांचा त्या दिवसातील कदाचित एकमेव आनंदाचा क्षण असेल. इतरांसारखेच तुम्हीही त्यांच्याकडे दुर्लक्ष केल्यास ते किती दुःखी होतील त्याचा फक्त थोडा विचार करा.

दुकानातील लोक, टपाल कार्यालयातील लोक इत्यादींचे लक्ष आकर्षून घेण्याचा प्रयत्न करा. एक हाडामासाची व्यक्ती म्हणून तुम्ही त्यांची दखल घेत आहात, या विचाराने चकित होऊन त्यांना कसे प्रफुल्लित वाटते, ते पाहा. तुम्ही इतरांशी जोडले जाता किंवा किमान तसा प्रयत्न तरी करता, अशा प्रत्येक वेळी तुम्हाला किती चांगले वाटते, त्याचा अनुभव घ्या. प्रेमळपणे वागण्यातून तुम्हाला चांगले वाटते कारण ते सकारात्मक असते.

जेव्हा कोणी तुम्हाला प्रत्यक्ष किंवा दूरध्वनीच्या माध्यमातून भेटते, तेव्हा प्रेमाने इतरांना आनंद देण्याची दररोजच्या जीवनातील पद्धत म्हणजे तुमचा प्रेमळ आवाज व डोळ्यांतील प्रेम, ही होय. जेव्हा लोक माझ्याकडे पाहून किंवा माझे बोलणे ऐकून खरेच आनंदी झाले आहेत अशी जाणीव मला करून देतात, तेव्हा माझे हृदय आनंदाने उचंबळून येते. जेव्हा तुम्ही एखाद्या मैत्रिणीला दूरध्वनीवर 'वेंडी, कशी आहेस तू?' असा प्रेमळ प्रतिसाद देता, ज्यामुळे त्या व्यक्तीच्या मनात आनंदाची अशी भावना निर्माण होते की, त्या व्यक्तीशी बोलून तुम्ही खरेच आनंदित झाला आहात, तेव्हा तुम्हाला त्यांच्या आवाजातही तोच आनंद प्रतिबिंबित झालेला जाणवेल. एक साधी, सोपी गोष्ट- मात्र अशा साध्या सकारात्मक गोष्टीसुद्धा खरेच खूप महत्त्वाच्या असतात.

सुरुवातीच्या काही वर्षांमध्ये एका स्थानिक कला दालनामध्ये वस्तू प्रदर्शित करण्याचे काम मी करत असे, तेव्हा त्या दालनाचा मालक ॲलन मी कोणीतरी

विशेष असल्याची मला नेहमीच जाणीव करून देत असे. एखाद्या व्यस्त वेळी मी जरी अचानक तिथे गेले तरीही तो मला म्हणत असे, "जेनी! तुला पाहून मला किती आनंद झाला!" त्याच्या शब्दांमधील, चेहऱ्यावरील व देहबोलीतील प्रेमळपणा एवढा अगत्याचा असे, ज्यामुळे मला नेहमीच खूप छान वाटत असे. दुःखाची गोष्ट म्हणजे, तो काही काळापूर्वी वारला. त्याच्या दफनविधीच्या वेळी त्याच्याविषयी बोलणारा प्रत्येक जण अगदी तीच गोष्ट बोलत होता- तो नेहमीच किती अगत्यपूर्ण होता व इतरांना पाहून तो त्यांना किती आनंदित करत असे. प्रत्येक जण त्याच्यावर प्रेम करत असे. भलेही तो आमच्या सर्वांवर प्रेम करत असो वा नसो, त्याच्या अगत्याच्या दृष्टिकोनामुळे व त्याची उत्स्फूर्त प्रतिक्रिया पाहून आम्हाला आनंद होत असे. त्यामुळे त्याच्या आधीच्या उत्साही तसेच प्रेरित आयुष्यामध्ये समाधानाचा आणखी एक पैलू समाविष्ट होत असे. आज त्याची पत्नी व मुले त्याच्यासारख्याच आतिथ्यशील स्वभावाने वागतात व त्यांच्या पद्धतीनुसार तेथील प्रेमळ वातावरण टिकवून ठेवतात.

मनाच्या उदारपणाच्या इतर प्रकारांचाही परिणाम तसाच असतो. त्यासाठी तुम्हाला खूप महागड्या गोष्टी घ्याव्या लागत नाहीत. तुम्ही इतरांना सर्वांत सकारात्मक प्रेमळ गोष्ट देऊ शकता ती म्हणजे तुमचा समंजसपणा, दयाळूपणा व तुमचा वेळ, ही होय. "मी खूपच कामात आहे," असे तुम्ही म्हणण्यापूर्वी- मी पुन्हा जोर देऊन सांगते- वर उल्लेखिलेल्या प्रेमळ अभिवादनासाठी किंवा शक्य होईल तेव्हा इतरांना मदतीचा हात देण्यासाठी केवळ काही क्षणच पुरेसे असतात. जर तुम्हाला असे करण्यात काही अडसर वाटत असेल, तर बायबलमधील त्या सुंदर ओळींचे तुम्ही स्मरण करू शकता- "अपरिचित लोकांची विचारपूस करण्यास विसरू नका. कारण असे करून तुम्ही खरे तर कदाचित देवदूतांची विचारपूस करत असाल."

इथे 'देवदूत' हा शब्द ग्रीकमधून भाषांतरित केलेला आहे व या शब्दाचा अर्थ संदेशवाहक असाही होतो. याचा अर्थ कदाचित असा आहे की, ज्या प्रत्येक व्यक्तीला आपण भेटू, त्याच्याकडे कदाचित हा संदेश असेल की आपण जर त्याच्याशी अगत्याने वागलो व आपल्याकडील थोडा वेळ आपण त्याला स्वेच्छेने दिला, तर आपल्याला त्यातून फायदाच होईल.

प्रेमळ सौजन्यासाठी काहीच खर्चावे लागत नाही. उलट ज्याला असे सौजन्य मिळते, त्या व्यक्तीसाठी ती घटना आयुष्य बदलून टाकणारी ठरू शकते व त्याच्या ठिकाणी ही गोष्ट सुप्त मात्र सकारात्मकरीत्या खूपच सामर्थ्यवान असते.

दररोज किंवा दर आठवड्याला तुमच्या लक्षात येतील अशा दयाळूपणाच्या व प्रेमळपणाच्या गोष्टींची नोंद घेऊन सकारात्मकतेच्या प्रवाहाने तुम्ही तुमचे आयुष्य भरू शकता. माझी अलीकडच्या काळातील यादी ही अशी आहे :

रेल्वेमध्ये एक संपूर्ण कुटुंब आले होते, जेव्हा फक्त उभे राहण्यासाठी जागा उपलब्ध होती. दोन बूथच्या दरम्यान मी अडकले होते- सर्व आठही खुर्च्या दोन पुरुष व आई, मावशी व त्या चार मुली यांनी व्यापल्या होत्या. यांपैकी एका मुलीला खूपच तीव्र स्वरूपाची शैक्षणिक समस्या होती. ती मुलगी जरी खूपच गोड होती तरीही ती त्यांना अजिबात शांतता लाभू देत नव्हती. ते सर्वच जण तिच्याशी खूपच छान वागत होते. एका लांबलचक दिवसाच्या प्रवासाने ते थकल्याचे उघडपणे दिसत होते- तरीही ते लोक तिच्याबाबत पराकोटीच्या संयमाने वागत होते व तिच्या गोंधळाने व इतस्ततः उड्या मारण्याने आजूबाजूचे लोक त्रासून जात असतील या विचाराने थोडे काळजीतही पडत होते. तिथे बसलेले इतर लोक जेव्हा खाली उतरले व मी त्यांच्यासोबत बसले, तेव्हा ते किती खूश झाले. कारण लोक त्यांना टाळत असत व त्यांच्यापासून शक्य तितके दूर जाऊन बसत असत. या गोष्टीची त्यांना सवय असावी, असे मला वाटते. ते तिच्यावर किती प्रेम करत होते ते उघडच होते. त्यांची विनोदबुद्धी उत्कृष्ट होती. आम्ही सर्व जण स्मित करत होतो व हसत होतो. विशेषतः तिने एक लोकप्रिय गाणे उच्च स्वरात गायले व आम्ही जेव्हा तिला सामील झालो, तेव्हा तिला खरेच खूप आनंद झाला. जेव्हा ते सर्व जण खाली उतरले, तेव्हा त्यांचा निरोप घेताना मला वाईट वाटत होते. ते सर्वच जण माझ्या दृष्टीने खूपच चांगले होते असे त्यांना सांगावे, असे मला वाटले. मात्र त्यामुळे ते दुय्यम आहेत, असे त्यांना कदाचित वाटेल म्हणून मी तसे त्यांना सांगितले नाही. असो- ते खरेच खूप चांगले होते. खरे तर नोबेल पुरस्कार मिळवण्यासाठी ते पात्र आहेत!

- ✓ तो ब्रिटिश टेलिकॉम अभियंता जो शहरातून (सोळा मैल एवढे लांब अंतर कापून, तेसुद्धा गोठवणाऱ्या बर्फ पडत असलेल्या मौसमात) एक त्रासदायक जोडणी जोडण्यासाठी आला होता व ती जोडणी अजूनही व्यवस्थित काम करत आहे की नाही याची खातरी करण्यासाठी त्याने फोन केला होता.
- ✓ खराब वातावरणात सर्व काही ठीक आहे ना हे जाणून घेण्यासाठी मला माझे सध्याचे व आधीचे शेजारी फोन करतात किंवा सहज चक्कर टाकतात.
- ✓ हॉलंड पार्क, लंडन येथे माझ्या बहिणीसाठी अगदी अनोळखी असलेल्या एका अमेरिकन व्यक्तीने एका संध्याकाळी तिने खरेदी केलेले सामान घरी आणण्यासाठी तिला मदत केली. कोण म्हणते की स्त्रीदाक्षिण्याचे दिवस संपले.
- ✓ कॅरमार्थन येथील 'प्रो-प्रिंट' ही कंपनी प्रकल्पांच्या मांडणीचे व छपाईचे काम खूपच सोपे करते. तो संपूर्ण संघ केवळ कार्यक्षमच नाही, तर खरेच आनंद व उत्साह वाढवणारा आहे. 'आम्ही करून दाखवू' असा एक अस्सल

दृष्टिकोन अतिशय प्रफुल्लित करतो.

- ✓ एका कारचा चालक ज्याला मी धडकले आणि माझ्यामुळे त्याच्या कारला मोठा पोचा पडल्याने त्याचे खूप नुकसान झाले असे मला वाटत होते. जेव्हा मी खूप क्षमायाचना केली (हो, रस्त्यातील रहदारीच्या अपघातांमध्ये तुम्ही तुमची चूक कबूल करायची नसते, हे मला माहीत आहे. मात्र हा संपूर्णपणे माझ्या एकटीचा दोष होता.) तेव्हा तो म्हणाला, "मुली ठीक आहे. तो पोचा आधीच होता." त्याच्या प्रामाणिकपणाविषयी मी त्याचे आभार मानले. एक प्रेमळ स्मित करत तो म्हणाला, "मला वाटते आता तुम्ही तुमचा संपूर्ण दिवस मजेत घालवू शकाल."
- ✓ मुख्य रस्त्यावर एक खाटीक आहे, जो मला नेहमीच प्रफुल्लितपणे अभिवादन करतो व माझ्या कुत्र्यासाठी हाडांची एक पिशवी तो मला देतो.

दयाळूपणा हे प्रेमाचे अंग आहे. त्यामध्ये पुरेशी शक्ती नसते, असा पुष्कळदा शेरा मारला जातो. मात्र ती शक्ती प्रेमासोबतच सुप्त रूपात सकारात्मकरीत्या असते. दयाळूपणाची वाढत असणारी यादी असण्यामध्ये एक चांगली गोष्ट ही असते की, 'हे जग माझ्याविरुद्ध का आहे' असे तुम्हाला एखाद्या दिवशी जेव्हा वाटते, त्या वेळी तुम्हाला मिळालेली प्रेमळ वागणूक व दयाळूपणा यांची तुम्ही स्वतःला आठवण करून देऊ शकता. तुम्हीसुद्धा इतरांप्रती दयाळूपणे वागता, याची खातरी करा. जसे की माझी त्र्याण्णव वर्षांची मैत्रीण ली म्हणते, "तुमच्याकडील ब्रेडचा तुकडा पाण्यावर सोडा व तो तुम्हाला हॅम सॅन्डविचेसच्या रूपात मिळेल." अर्थात काहीतरी मिळवण्यासाठी आपण देतो असे तिला म्हणायचे नाही, मात्र तिला म्हणायचे आहे की आयुष्यात इतरांची काळजी घेताना, त्यांना हसवताना व सर्वसाधारणपणे तिच्या आसपासच्या सर्वांची आयुष्ये उजळवून टाकताना, तिने असे पाहिले आहे की, आपण जेव्हा काहीतरी देतो, तेव्हा आपले आयुष्य चांगले व्यतीत होते. सकारात्मकतेचे वर्तुळ अशा रीतीने पूर्ण होते.

लक्षात ठेवा –

- ▶ जाणीव असू द्या.
- ▶ दयाळू दृष्टिकोन ठेवा.
- ▶ प्रेम करा.

प्रेमळपणे जगा

प्रेम मिळवण्यातील मोठी प्रेरक शक्ती इतरांच्या प्रेमळ- दयाळूपणावर विश्वास ठेवणे, ही होय. आपण जेव्हा असा विश्वास ठेवतो, तेव्हा आपल्याभोवती असे कडे (तेजोवलय) तयार होते, ज्यामुळे प्रत्येक प्रकारचे प्रेम आपल्याला मिळते. भलेही ते अपरिचितांकडून मिळणारे दररोजच्या सौजन्याच्या रूपात असो वा आपल्या प्रियजनांकडून आपल्याला व्यक्तिगतरीत्या मिळणारे प्रेम असो.

हे उलट रीतीनेही काम करते. जेव्हा आजच्या आपल्या आयुष्यातील शिष्टाचारांचा अभाव, अविचारीपणा किंवा दुष्टपणा याविषयी मी स्वतः तक्रार करते, तेव्हा त्यामध्ये काही अंशी मी तर जबाबदार नाही ना, असा विचार मी करते. असेही असू शकते की, माझा त्याच्याशी काहीही संबंध नसेल. सोप्या शब्दांत सांगायचे झाल्यास इतरांच्या नकारात्मक मनःस्थितीचा मी एक निष्पाप बळी असते. मात्र पुष्कळदा, जर मागे वळून बघण्यात मी थोडा वेळ घालवला तर मला आठवते की, मीही कधीकधी नकारात्मक होते. त्याविषयी विचार करण्याची सोपी पद्धत म्हणजे तुमच्या वलयाविषयी विचार करणे व जेव्हा मी उघडपणे असभ्य रीतीने किंवा उद्धटपणे वागले तेव्हा कसे वाटले, याचा विचार करणे होय.

वलये

व्यापकपणे असे समजले जाते की, वलय म्हणजे एका जिवंत व्यक्तीभोवती असलेले सूक्ष्म तेजोमय प्रकाशवलय होय, ज्यामध्ये एक वैशिष्ट्यपूर्ण मात्र अमूर्त असे अस्तित्व असते. सजीवांभोवती असलेला अदृश्य श्वास वा वातावरण (वायुमंडल) अशा शब्दांत त्याचे वर्णन केले जाते.

जेव्हा दुसऱ्या व्यक्तीची तुमच्या प्रती नकारात्मक वागणूक असते, तेव्हा तुम्ही तुमच्या मनात बाळगत असलेल्या नकारात्मकतेची ती अंशतः वा कधीकधी पूर्णतः केवळ एक प्रतिक्रिया असते. ही जाणीव तुम्हाला मार्गदर्शक ठरू शकते. नकारात्मकता ही अधिक नकारात्मकतेला खेचून घेणारे एक चुंबक असते. आपल्या सभोवतीच्या लोकांमधून बहुतांश वेळा अजाणतेपणे नकारात्मकता संपूर्णपणे खेचून घेतली जाते व ती पुन्हा आपल्याकडे परावर्तित होते.

जेव्हा इतर लोक नकारात्मकतेला जन्म देत असतात, तेव्हा तुम्हीही नकारात्मकतेला सहज बळी पडता. आपल्याला जशी त्याची जाणीव होते, तसे आपले त्याकडे लक्ष नसल्यास एक बचावात्मक-आक्रमक अशी प्रतिक्रिया अचानक आकार घेऊ शकते.

यावरील उपाय म्हणजे या प्रतिक्रियेऐवजी तत्काळ प्रेमळ दृष्टिकोन स्वीकारा. परिस्थितीचे गांभीर्य कसे कमी करता येईल त्याचा विचार करा. त्यांच्या नकारात्मकतेमध्ये भर न घालता अधिक सकारात्मक दृष्टिकोन स्वीकारण्यात व स्थिरचित्त होण्यात किंवा त्याहीपेक्षा चिंतनशील होण्यामध्ये तुम्ही त्यांना मदत करता.

तुम्ही जेव्हा या संबंधामध्ये प्रेम, सौजन्य व समजूतदारपणा आणता, तेव्हा तार्किकदृष्ट्या विचार करणे खूप सोपे बनते. पहिल्या प्रकरणातील जोडप्याप्रमाणे तुम्हाला बहुतांश वेळा ही जाणीव होऊ शकते की, तुमच्यापैकी एकाच्या किंवा दोहोंच्याही नकारात्मकतेचा सद्य परिस्थितीशी फारसा संबंध नसतो, तर त्याचा संबंध तुमच्या किंवा त्यांच्या आयुष्यात खूप पूर्वी घडलेल्या एखाद्या दुखावणाऱ्या घटनेच्या स्मृतीशी आहे. तुमच्या वर्तमानात सुसंवाद पुन्हा स्थापित करण्यासाठी याचे विश्लेषण करण्याची पुष्कळदा आवश्यकता नसते. केवळ त्याची जाणीव ठेवल्याने नकारात्मकतेमधील तीव्रता पुष्कळदा कमी करता येते व त्या नकारात्मकतेला पुन्हा तिथे म्हणजे भूतकाळात पाठवून देता येते, जे तिचे स्थान आहे. जर तुमचे किंवा त्यांचे वलय अजूनही नकारात्मकतेने भारलेले असेल तर, त्या नकारात्मकतेला अधिक तीव्र करण्याऐवजी तुम्ही किमानपक्षी स्वतःला त्यापासून अलिप्त ठेवू शकता.

प्रेमळ व प्रेम स्वीकारण्यास योग्य असण्यासाठी तुम्हाला नेहमी प्रेमात बुडूनच राहावे लागते असेही नाही. केवळ निष्कृतीच्या अवस्थेत राहून व वर सांगितल्याप्रमाणे न रागावता, लोकांना तुच्छ न लेखता किंवा भूतकाळातील गोष्टींचे ओझे त्यांच्यावर न लादता, तुम्ही प्रेमाला तुमच्या संतुलनाच्या प्रक्रियेत केंद्रस्थानी ठेवता.

त्याचा वापर करा. उदाहरणार्थ, लोक त्यांच्या प्रियजनांना ते किती मूर्ख आहेत किंवा शत्रुत्वाच्या भावनेने 'तुझे काय बिनसले आहे?' अशा अर्थाचे काहीतरी म्हणताना आपण सर्वांनीच ऐकलेले आहे. मानहानिकारक शेरा मारण्याऐवजी काहीतरी छान बोलण्याचा विचार करा. नकारात्मक टीका करण्यापेक्षा सकारात्मकरीत्या बोला. उपरोधात्मक बनण्याऐवजी ज्या गोष्टीची प्रशंसा तुम्ही करू शकता, त्याचा विचार करा. त्यांच्या नकारात्मकतेला प्रत्युत्तर म्हणून तुमचा अनावर होणारा राग वा भडक प्रतिक्रिया देऊ नका. नकारात्मकतेमध्ये गुंतून पडू नका. तुम्ही अंतर्मनाच्या पातळीवर, दृश्य पातळीवर व त्यांच्या बाबतीत सकारात्मक राहिल्याने तुम्हाला जाणवेल की भावनेच्या आहारी जाणे व बचावात्मक पवित्रा घेणे वा निवाडा व टीका करण्याऐवजी तुमचा आत्मा प्रेममय होऊन नृत्य करत आहे, असे तुम्हाला जाणवेल. हे प्रेम तुमच्याभोवती, त्यांच्याभोवती व सर्व खोलीभोवती प्रवाहित होईल. त्याचा अनुभव घ्या. तुम्ही पुढच्या वेळी जेव्हा इतरांसोबत असाल, तेव्हा पुढील गोष्टी करण्याचा प्रयत्न करा.

- ✓ त्यांचे म्हणणे ऐका, खऱ्या अर्थी ऐका. त्यांचे वलय, त्यांची देहबोली आणि त्यांच्या शब्दांविषयीही जागरूक राहा.
- ✓ नकारात्मक शेरा देण्याची ऊर्मी टाळा.
- ✓ कोणत्याही रीतीने त्यांना तुच्छ लेखण्याच्या विचाराला मनात थारा देऊ नका.
- ✓ प्रोत्साहन देणारे काहीतरी बोला.
- ✓ सकारात्मक असे काहीतरी अवांतर बोला.
- ✓ काहीतरी प्रेमळ बोला.
- ✓ त्यांच्यासाठी दयाळूपणाची अशी एखादी कृती करा. (त्यांच्यासाठी काहीतरी आणा, चहाचा एखादा कप त्यांना द्या... काहीही)
- ✓ तुम्हाला कसे वाटते आहे त्याची दखल घ्या.
- ✓ प्रेमळ वागणुकीच्या सामर्थ्याची जाणीव करून घ्या.
- ✓ तुमच्या सकारात्मकतेच्या शक्तीमध्ये एखादी शारीरिक संवेदना जाणवते का- उदाहरणार्थ उबदारपणाची एक बोचरी भावना तुमच्या खांद्यांमधून तुम्हाला जाणवते आहे का, त्याची नोंद घ्या.
- ✓ लोक मनात नकारात्मकता घेऊन आले असताना त्या नकारात्मकतेचा त्याग करण्यामध्ये व सकारात्मकतेकडे वळण्यामध्ये तुम्ही त्यांना मदत केली असेल तर त्याची दखल घ्या. तसे नसल्यास व तुम्ही त्यांची नकारात्मकता स्वीकारण्यास तयार नसतानाही ते त्यांच्या नकारात्मक मनःस्थितीचा त्याग करू शकत नसतील तर त्यांना त्याच अवस्थेत राहू द्या व त्यांचा निरोप सौजन्यपूर्वकरीत्या, शांतपणे व प्रेमाने घ्या व नंतर त्यांच्याशी बोलण्याची तयारी ठेवा.
- ✓ जर तुम्ही दोघे सकारात्मक असाल, तर खोलीतील वातावरण व तुमच्यातील नात्याचे तंतू किती चांगले आहेत, त्याची दखल घ्या.

इतरांविषयी व त्यांच्या वागणुकीविषयी संवेदनशील राहून त्यांची दखल घेण्यासोबतच स्वतःविषयी जागरूक राहण्याशी याचा संबंध आहे. भलेही तुम्ही तुमच्या वागणुकीला चांगल्या उद्देशाचा कितीही मुलामा द्या; मात्र जर तुमच्या वागणुकीच्या एखाद्या बाबीने कोणाला अटकाव होत असेल किंवा त्यांच्यावर सुप्तरीत्या आक्रमण झाल्यासारखे वाटत असेल तर, त्याची दखल घ्या. समोरील व्यक्ती खूप संवेदनशील आहे, हे तुम्हाला माहीत असेल तेव्हा तर आपण निष्पाप असल्याचे भासवून असे सर्व वेळ करणे खूप सोपे असते. मात्र इतरांना त्रास दिल्याने अपरिहार्यरीत्या तुम्हाला स्वतःलाही त्रास होतो. त्या दिशेने जाऊ नका- स्वतःच स्वतःला दुखापत केल्यासारखे ते दुःखद असेल. क्षणभर थांबा- विचार करा. त्या

छुप्या काटेरी तारेऐवजी तुम्ही खऱ्या अर्थी उपकृत करणारे किंवा उपयोगी पडणारे असे ठोस काम करू शकाल किंवा बोलू शकाल त्याचा विचार करा. तेव्हा तुम्हाला कसे वाटते ती भावना जाणून घ्या. तुम्हाला जाणवेल की ही भावना अगदीच वेगळी आहे- प्रेमळ व आनंददायी. तुमचे संपूर्ण आयुष्यच तुम्हाला खूप चांगले वाटेल. हा सल्ला मनापासून दिलेला आहे व तो माझ्या व्यक्तिगत अनुभवातून आलेला आहे. निर्भर्त्सनेसाठी लोक कितीही पात्र असले तरी अशा वेळी जर मी कडक शब्द वापरले, माझे वाक्बाण सुटले व मी बरोबर व हुशार असल्याचा अभिमान मला तेव्हा वाटला असला, तरीही नंतर मला त्याचा नेहमीच खेद वाटत आलेला आहे. वागण्याची नेहमीच एक उत्तम पद्धती उपलब्ध असते जिचा उगम जाणीव, प्रेम व सकारात्मकता यांमधून झालेला असतो. ती नेहमीच उत्तमरीत्या कार्य करते व आंतरिक शांततेचे अमाप वरदान तुम्हाला मिळते.

अशा बळी पडल्याच्या कपोलकल्पित जाणिवेतून निर्माण झालेल्या अशा निष्क्रिय आक्रमणापासून आत्मजाणीव व प्रेम व्यक्तीचे संरक्षण करू शकते. किमला भावनिक बुद्धिमत्तेविषयी जेव्हा अधिक कळले तेव्हा तिच्या लक्षात आले की, तिच्या आयुष्याचा बराच काळ तिच्या जोडीदाराकडून व इतरांकडून येणाऱ्या प्रतिक्रियांमधून होणाऱ्या छळाला ती बळी पडत आलेली होती. ती त्यांच्याकडून होणारा त्रास एकीकडे सहन करत होती, मात्र तिला देवदूत म्हणून स्वतःची प्रतिमा तयार करायची होती. त्यामुळे त्यांना मात्र स्वतःच्या क्षुद्रपणाची जाणीव होत असे. मानसिक पातळीवर तिच्यावर कुरघोडी करण्याचे प्रयत्न मात्र त्यांनी चालूच ठेवले. ती निष्क्रिय आक्रमकतेने वागत होती हे तिला जाणवण्यास जशी सुरुवात झाली, तसा मनात उसळणाऱ्या रागाशी विधायकरीत्या सामना कसा करावा, हे ती शिकली. ते सत्य स्वतःशी मान्य करण्याचे व त्यावर बोलण्याचे धाडस तिला प्राप्त झाले. सोबतच इतरांमध्ये बदल घडवण्याऐवजी ते जसे आहेत तसाच त्यांचा स्वीकार करण्यास तिने सुरुवात केली. याचा अर्थ ती निमूटपणे छळ सहन करत होती, असा अजिबात नाही. त्यांच्या छळाला ती बळी पडली असल्याच्या व हौतात्म्य पत्करल्याच्या प्रतिमेचा तिने जसा त्याग केला, तसे तिने मनातून दाबून ठेवलेली शत्रुत्वाची भावना निवळण्यास सुरुवात झाली. अचानकच तिच्या आसपासच्या लोकांना जाणवले की, ती प्रेम करण्यायोग्य व प्रेमळ व्यक्ती आहे. परिणामस्वरूप दोन्ही बाजूंकडील विरोध मावळला व परस्परांप्रती, सर्व कुटुंबीयांप्रती व विविधांगी प्रेम तिथे मुक्त स्वरूपात संचारले.

''माझा दृष्टिकोन बदलला तसे लोकांची वागण्याची पद्धतही बदलली,'' तिने सांगितले, ''ते सर्वच खूप विचित्र होते. जेव्हा मी जशी आहे तसे वागण्यास सुरुवात केली, तेव्हा मला खरेच स्वतःचा बचाव करावा लागला नाही. मी केवळ स्वतःच्या

स्वभावानुसार वागत होते व जवळपास सर्व लोक मला आदराने व प्रेमाने वागवू लागले. मी सकारात्मकतेची कास पकडली, त्याबद्दल मी देवाचे आभार मानते. तसे वागण्याने किती चांगले वाटते व त्यामुळे आमची आयुष्ये किती बदलली आहेत, ते विश्वास वाटण्याच्या पलीकडचे आहे.''

आपण केवळ एका क्षणासाठी थांबलो, नकारात्मकतेची भावना निर्माण होऊ दिली नाही व 'ठीक आहे; इथे प्रेमाची शक्ती कसे कार्य करेल?' असा विचार केल्याने कुटुंबीय व नात्यांमधील विसंवाद विरघळू शकतो.

तुम्ही हा विचार मनात आणलात तसा त्याचा तुमच्या शरीरावर जैविक पातळीवर तत्काळ परिणाम झाला आहे का ते पाहा. मी हा मजकूर जसा लिहिला तसे मी माझे हात की-बोर्डवरून हटवून माझ्या खुर्चीमध्ये मागे वाकल्याचे, स्वतःचे शरीर ताणून खोलवर श्वास घेतल्याचे मला जाणवले – सकारात्मकतेच्या सामर्थ्याचा मी अनुभव घेत होते. सकारात्मकतेची शक्ती आपल्याला तणावमुक्त करते व सोबतच आपला जोश पुनरुज्जीवित करते, त्याच्या या सर्व खुणा होत.

प्रेम व सकारात्मकता या दोन्ही एकच आहेत. या गोष्टी परस्परांना पूरक आहेत. तुम्ही जसे खरेखुरे, सकारात्मक, प्रेमळ व प्रेम करण्यायोग्य आहात, तसे वागण्याचे प्रोत्साहन व सक्षमता या गोष्टी तुम्हाला देतात.

आपल्या अस्तित्वामागील महत्त्वाची प्रेरक शक्ती प्रेम असावी, जी एकात्मिक प्रक्रिया आहे. तुम्ही जसे अधिक प्रेमळ बनाल, तसे तुम्ही अधिक प्रेमही मिळवाल. तुम्ही स्वतःवर व इतरांवरही अधिक प्रेम कराल. या प्रकरणात व या पूर्ण पुस्तकात उल्लेख केलेल्या सर्व बाबी एकत्रितपणे काम करतात आणि प्रेम व आयुष्याच्या सकारात्मक शक्तीमध्ये या गोष्टी चपखल बसतात.

चैतन्यमयरीत्या जगा व प्रेम करा

> ***आयुष्यातील प्रश्नांची उत्तरे माझ्याकडे आहेत, असा दावा मी कधीही केलेला नाही. मी केवळ गाणी प्रसृत करतो व शक्य तेवढ्या प्रामाणिकपणे प्रश्नांची उत्तरे देतो. शांती, प्रेम व समजूतदारपणा यांच्यावर मात्र मी अजूनही विश्वास ठेवतो.***
>
> *–जॉन लेनन*

आपण जेव्हा प्रेमाचा आपल्या आयुष्यात स्वीकार करतो, तेव्हा ते आपल्या धमन्यांमध्ये व हृदयामध्ये वाहते. मात्र तुम्ही नेहमी मधुर व तेजोमय असाल, असा

याचा अर्थ होत नाही; या जगातील प्रेमाचे चमकणारे दूत हेसुद्धा अत्यंत रागीट व कधीकधी कडवटपणाचे दूत बनले आहेत! मात्र ते काहीही असो, हे लोक त्यांच्या आत्म्यामध्ये प्रेमाला चैतन्याने, उत्कटतेने, शांततेने व प्रखरतेने प्रवाहित होऊ देतात व ते प्रेम इतरांपर्यंतही पोहोचवू शकतात; आपणही तसे करू शकतो. ते ज्या प्रेमाचे उत्कृष्ट उदाहरण आहेत, ते प्रेम अगदी त्यांच्या मृत्यूनंतरही चमकत राहते. प्रेम ही त्यांची प्रेरक शक्ती होती, व ती आपल्या आयुष्यातीलही प्रेरक शक्ती बनू शकते.

आपण जेव्हा ती प्रेरक शक्ती असल्याचे म्हणतो, तेव्हा कार्यरत असलेली शक्ती असा त्याचा अर्थ सूचित होतो. अशी शक्ती जी त्यांना पुढे नेते व त्यांना सशक्त करते व ते पुष्कळसे खरेही आहे, ती शक्ती म्हणजे सकारात्मक शक्ती होय. या ठिकाणी ती प्रेमाची सकारात्मक शक्ती होय.

प्रेमामध्ये अशी शक्ती असते, जी अशा लोकांना प्रोत्साहित करते, जे लोक त्याचा अनुभव घेतात व त्याला त्यांच्या आयुष्यात व्यक्त करतात. काही वेळा ते लोक शांत प्रकारचे असतात, ज्यांच्याकडे पुष्कळ वेळा दुर्लक्ष होते. लक्षात येईल न येईल अशा रीतीने ते सदिच्छा पसरवतात. जर त्यांना मुले असतील तर डोळ्यांत तेल घालून ते त्या मुलांना प्रेमळ व विचारी बनवतात.

काही वेळा ते जगाचे नेते बनतात वा एक किंवा अनेक पिढ्यांसाठी ते स्फूर्तिदायक ठरतात व क्रांती घडवून आणतात.

आफ्रिकेतील उपक्रमांसाठी निधी गोळा करण्याचे काम बॉब गोडॉल्फ नियमितपणे का करतात, असे जेव्हा त्यांना विचारण्यात आले तेव्हा ते उत्तरले, ''मी तसे करू शकतो म्हणून.''

या जगात भले कितीही दुःख व वाईटपणा असो, तो प्रेमाच्या शक्तीवर कधीही कुरघोडी करू शकत नाही. याचे कारण असे आहे की, प्रेम ही शक्ती अविनाशी स्वरूपाची आहे. अगदी टोकाच्या नैराश्यपूर्ण काळातही प्रेमच सर्वांना जिंकते. प्रेम नैराश्यावर उपचार करते, व्यसनांवर मात करते व आपल्या आयुष्यातील दडपणाशी जसा आपण सामना करतो, तसे प्रत्येक पायरीवर ते आपल्याला मदत करते.

औषधांनी उद्दीपित होणारी किंवा ज्याला पुष्कळ जण प्रेम समजतात अशी एखाद्या नात्यातील सुरुवातीच्या टप्प्यातील आकर्षणाची किंवा वासनेची जाणीव यांसारख्या मानसिक पातळीवर निर्माण झालेल्या भावना, काही जोडप्यांमध्ये असलेले परस्परावलंबित्व वा परस्परांची गरज या भावनांना प्रेम समजून खऱ्या प्रेमाबाबत संभ्रमात पडू नये. कारण प्रेम हे नियंत्रण मिळवू पाहत नाही; ते स्वार्थी नसते. सुरुवातीचे शारीरिक पातळीवरील आकर्षण जरी सखोल, वास्तववादी व टिकाऊ प्रेमामध्ये परिवर्तित होऊ शकत असले तरीही, ते नेहमीच तसे होईल असे नाही, याची प्रेमाला जाणीव असते. प्रेम हे खरे, प्रामाणिक, दयाळू व खातरीपूर्ण असते.

आश्चर्याची गोष्ट ही की, अनेकांच्या बाबतीत हे प्रेम पुष्कळदा उत्स्फूर्त नसते. आपल्या आयुष्याच्या सर्व गोष्टींमध्ये आपण जाणीवपूर्वकरीत्या प्रेम आणू शकतो. त्याचा शोध मी माझ्या 'थिंक लव्ह' या पुस्तकामध्ये घेतला आहे. एका विचाराने त्याची सुरुवात होते व सकारात्मकतेच्या शक्तीने ते वाढते. जमिनीमधून वर वाढणाऱ्या व गुरुत्वाकर्षणाच्या नियमांना धुडकावणाऱ्या बीजासारखे हे प्रेम विस्मयकारकरीत्या शक्तिवान असते.

प्रेमामधील हेच ते चैतन्य होय, ज्यामुळे केवळ समाधानच नव्हे तर आनंदाचे क्षणही आपल्या वाट्याला येतात. सकारात्मकता हा स्थायीभाव असलेले प्रेम सकारात्मकतेला जन्मही देते; ते स्वतःला मदत करू शकत नाही, तर ते स्वतः प्रेमस्वरूप असते.

मी जेव्हा सकारात्मकता व प्रेम याविषयी लिहीत आहे असे दोन वेळा घटस्फोटाच्या अनुभवातून गेलेल्या माझ्या एका मित्राला कळले, तेव्हा तो उद्गारला, "प्रेम हे सकारात्मक नसते; ते दुःखदायक असते!" त्याला उत्तर देण्यापूर्वी मी काही क्षण स्तब्धतेत घालवले. मात्र त्या क्षणांमध्येच त्याला काहीतरी जाणवले, "नाही," तो म्हणाला, "मी प्रेमाविषयी बोलत नाहीये, हो ना? मी खरे तर प्रेमात पडण्याविषयी किंवा वासनेविषयी व जेव्हा ते प्रेम असफल होते तेव्हा विभक्त होण्याच्या वेदनेविषयी बोलतो आहे. कदाचित मी खरे प्रेम कधी केलेच नसेल."

प्रेमाच्या अर्थाविषयी आम्ही खूप वेळ बोललो. मी असे मत व्यक्त केले की, प्रेम अप्रत्यक्षरीत्या हानी पोहोचवू शकते, कारण हानी, नुकसान व निराशा यांना आपण अपरिहार्यरीत्या सामोरे जातो. आपण ज्यांच्यावर प्रेम करतो त्यांच्याकडूनही आपल्याला चिरंतर प्रेम मिळेलच याची शाश्वती आपण देऊ शकत नाही. साधारणपणे नात्यांमधील किंवा आयुष्यामधील सौहार्द यांचीही शाश्वती नसते.

मात्र चांगुलपणा व प्रेमातील शक्ती- केवळ आपल्या प्रियजनांसाठीचे प्रेम नव्हे, तर संपूर्ण जगासाठीचे व इतर सर्व प्रकारचे प्रेम हे उपचारात्मक, कणखर व प्रोत्साहित करणारे असते. आपण जर प्रेमाला आपल्या आयुष्यात प्रवेश दिला, तर दुःख व संकटे यामधून ते आपल्याला पार पाडते. प्रेमामुळे क्षमाशीलता व धैर्य वाढते.

प्रेमातील चैतन्य हे खरे तर शक्तीचे माहेरघर असते. प्रेमाला तळपू देणे मात्र तुमच्यावर अवलंबून असते. प्रेमाचा केवळ विचार करून तुम्ही प्रेमभावना जाणवू शकता. टप्प्याटप्प्याने घडणारी ती एक रासायनिक प्रक्रिया आहे. तुम्ही जे काही म्हणाल व कराल, तसेच तुमच्या संपर्कात जो कोणी येईल, त्याचा चांगला प्रभाव पडेल, तुम्ही अधिक उत्साहाने काम कराल व त्यामुळे अधिक कार्यक्षम व्हाल. तुमच्या फावल्या वेळेचा उपयोग तुम्ही अधिक चांगल्या रीतीने कराल.

दुसऱ्या एका शेतकऱ्याने व्यक्त केलेली प्रतिक्रिया एनिस नामक माझ्या एका शेतकरी मित्राने मला सांगितली, ज्यामुळे एनिस खरेच विचारात पडला. विल हा खूपच गंभीर स्वभावाचा आहे. त्याला त्याचे आयुष्य खूप कठीण व पुष्कळदा कंटाळवाणे वाटते. नेहमी प्रफुल्लित दिसणाऱ्या एनिसला त्याने विचारले, "सर्व ऋतूंमध्ये प्राण्यांची काळजी घेणे व सर्व काम करणे यासाठी तुला बाहेर जावे लागते; त्याचा तुला कधी कंटाळा येत नाही काय? तुला ते काम करावे लागणार नाही, अशी आशा तू खरेच करतोस का? या माझ्या प्रश्नाचे तू खरेच प्रामाणिकपणे उत्तर देशील का?"

"त्याने मला विस्मयात टाकले," एनिस मला म्हणाला, "मला त्याचे प्रामाणिक उत्तर द्यायचे होते म्हणून मी त्याविषयी विचार केला. अगदी प्रामाणिकपणे सांगायचे तर मला त्या कामांचा कधीच कंटाळा येत नाही. माझ्या प्राण्यांवर माझे खरेच प्रेम आहे. मला त्यांची काळजी घ्यायला आवडते व माझ्या कामावर मी खरेच प्रेम करतो. वातावरण अगदी खराब असेल तेव्हा ते काम कठीण वाटते. मात्र ते काम सोडण्याची माझी इच्छा नाही व ते काम मला नेहमीच समाधान देणारे वाटते. हे माझे आयुष्य आहे व त्यावर माझे प्रेम आहे."

ते शेवटचे वाक्य दुसऱ्या बाजूनेही काम करते. हे त्याचे प्रेम आहे व तो ते जगतो. प्रेमाचा विचार करा व प्रेममय रीतीने जगा. आपण जे काम करतो व आपण जे आयुष्य जगतो, त्याला हे प्रेमच प्रकाशित करते. एका सकारात्मक दृष्टिकोनाने त्याची सुरुवात होते व त्यामुळे ते पुढे चालत राहते. आपण जे काही करू त्यामध्ये प्रेम सकारात्मकतेचा हात धरून सातत्यपूर्ण चैतन्याची भर आपल्या आयुष्यात घालते.

तुमचा आत्मा व उच्च शक्ती यांच्या सान्निध्यात राहा

करोडो लोक एखाद्या श्रद्धेशी अनेक कारणांपैकी ज्या मुख्य कारणाने जोडले जातात ते कारण हे असते की, ती श्रद्धा त्यांना अशी जाणीव करून देते की देव किंवा त्यांचा विश्वास असलेली अशी मूल्ये, तसेच ते ज्या समविचारी समुदायाचा भाग असतात तो समुदायही त्यांच्यावर प्रेम करतो. अर्थात ही श्रद्धा त्यांना असे माध्यम देते की, ज्यामधून त्यांचे प्रेम प्रवाहित होते व आध्यात्मिक, तसेच पवित्र गोष्टींशी जोडले गेल्याचा आनंद त्यांना मिळतो.

हल्ली एखाद्या उच्च शक्तीवर किंवा अस्तित्वात असलेल्या अन्य महत्त्वाच्या बाबीवर विश्वास ठेवणे- ज्याला 'श्रेष्ठ चांगुलपणा' असे म्हणायला माझ्या एका मित्राला आवडते- हे एखाद्या प्रस्थापित धर्मावर विश्वास ठेवण्याएवढे प्रचलित आहे.

काही लोकांना आपल्या सभोवतालच्या प्रेमाची जाणीव असते. त्या प्रेमाप्रत पोहोचण्याचे अनेक मार्ग असतात; मात्र आपण त्याचा विचार सहाव्या प्रकरणात करू. मात्र या बाबींचाही उल्लेख येथे करणे आवश्यक आहे, कारण की तो प्रेमाचा एक विशेष प्रकार आहे व जेव्हा तुम्ही त्या जाणिवेला जाणून घेण्यासाठी व पूर्णपणे समजून घेण्यासाठी वेळ देता, तेव्हा अशा प्रेमाला तुम्ही चांगले मानणार नाही असे कसे होईल? ते प्रेम तुमच्या आयुष्यात सकारात्मक प्रवाहाचा ओघ सुरू करते, ज्यामुळे तुम्हाला आधार, ओलावा व प्रेरणा मिळते.

जेव्हा तुम्ही तुमच्या आध्यात्मिकतेशी नियमितपणे जोडले जाण्याचा सराव करता- भलेही प्रार्थना, ध्यानधारणा किंवा श्रवणशक्तीच्या माध्यमातून- तेव्हा प्रेम तुमच्या आसपास सर्वत्र आहे, ही भावना सखोलपणे तुमच्या मनात असते.

आता पुढील गोष्टी करण्याचा सराव करा :

- ✓ आरामदायी अवस्थेत बसा.
- ✓ तुमचे हात तुमच्या मांडीवर घडी केलेल्या अवस्थेत ठेवा.
- ✓ तुमच्या पायांच्या बोटांपासून तुमच्या हाताच्या बोटांपर्यंत व तुमच्या डोक्याचा वरचा भाग अशा तुमच्या शरीराच्या प्रत्येक भागाची जाणीव मनात निर्माण करा.
- ✓ हळूहळू व खोलवर श्वास घ्या.
- ✓ तुम्हाला मिळालेल्या आयुष्यासाठी आभार माना.
- ✓ तुमच्या आयुष्यातील आज वाखाणण्याजोग्या असलेल्या एखाद्या गोष्टीचा शोध घ्या.
- ✓ आज तुम्हाला जी प्रमुख भावना जाणवत आहे, त्याविषयी जागरूक राहा.
- ✓ भावना दुःखाची असेल तर अश्रूंना अडवून न ठेवता त्यांना वाहू द्या.
- ✓ आता तुमची काळजी कोणीतरी घेत आहे वा तुमच्या आसपासचे सर्वच अवकाशप्रेमाने व्यापले आहे, ही जाणीव बाळगा.
- ✓ या जाणिवेमुळे तणावमुक्त व्हा.
- ✓ तुमच्या स्वतःच्या प्रेमळ कृतज्ञतेतून त्या भावनेला प्रतिसाद द्या.
- ✓ तुम्हाला आवडेल तेवढा वेळ त्या शांततेच्या व प्रेमाच्या अवस्थेमध्ये राहा.
- ✓ हळुवारपणे तुमच्या शारीरिक पातळीवर परत या.
- ✓ शरीराला ताण द्या.
- ✓ तुम्हाला शांत किंवा उत्साही वाटत असल्याची किंवा कदाचित या दोन्ही भावनांचा अनुभव येत असल्याची जाणीव मनात बाळगा.

जर तुम्ही आध्यात्मिकतेच्या प्रवासात नवे असाल तर, या सरावासाठी वीस

मिनिटे इतका वेळ लागू शकतो. जसा तुम्हाला त्याचा सराव होईल, तसे तुम्ही तो संबंध खूपच जलद- अगदी एका क्षणातही जोडू शकता, असे तुम्हाला जाणवेल.

तो अनुभव कदाचित आरामदायी किंवा स्फूर्तिदायकही असू शकतो. यामुळे श्वासोच्छ्वास व नाडीचा वेग मंदावतो, स्नायू सैल होतात व तुमच्या चेहऱ्यावरून तणाव निघून जातो.

लोकांचे समुपदेशन करताना ही कृती मी पुष्कळदा वापरली आहे व सखोल पातळीवर तिचा सकारात्मक परिणाम होतो. सोबतच आपल्यासाठी काय योग्य आहे व आपण खरेच योग्य मार्गावर आहोत का, हे जाणण्याचा हा अतिशय प्रेममय असा मार्ग आहे.

ती प्रक्रिया कशी काम करते, ते मी जाणत नाही. ती मी समजावूनही सांगू शकत नाही. आपल्या मेंदूत साठवलेल्या माहितीपर्यंत पोहोचण्याचा कदाचित तो एक मार्ग असू शकेल. कदाचित त्यामधून उच्च पातळीवरील प्रेमळ शक्ती वा परिमाणाशी आपण जोडले जात असू. मात्र तुम्ही जसे बसता व ऐकता तसे ते प्रेम तुमच्यासोबत वसते. तुम्हाला जी प्रेममय उमज किंवा जाणीव मिळते, ती सुखद असते व पुष्कळदा स्फूर्तिदायीही असते. निःसंशयरीत्या ती गोष्ट करण्यायोग्य असते.

अलीकडेच मी ल्युसी नामक एका महिलेशी बोलले, जी आध्यात्मिक कृती कित्येक वर्षांपासून करत आलेली आहे. तिने मला सांगितले : "रिचर्ड डॉकिन्स व त्यांचा कंपू म्हणतो की देव अस्तित्वात नाही. त्याचे म्हणणे कदाचित खरे असेल वा नसेलही. न्यायनिवाडा करणारा न्यायाधीश अजूनही बाहेरच आहे, असे मला वाटते. मात्र जेव्हा मी ही कृती करते, तेव्हा मी कुणाशी तरी जोडली जात आहे, असे अगदी प्रखरपणे मला वाटते. मी त्याला प्रेमाची शक्ती समजते. अश्रद्ध लोकांना मात्र श्रद्धा ही एक कुबडी आहे, असे वाटते. निश्चितच माझ्यासाठी तरी ती एक कुबडी बनली आहे! माझ्या आयुष्यात काही अशा वेळा येऊन गेल्या आहेत, जेव्हा मला प्रेमाने केवळ वेढूनच टाकले नाही, तर वाइटातल्या वाईट परिस्थितीमधूनही मला बाहेर काढले आहे. जेव्हा सर्व काही ठीक असते, तेव्हा प्रेममय अवस्थेत राहणे हे अतिशय चांगल्या अशा जुन्या मित्राच्या सहवासात असण्यासारखे असते- जो मित्र माझ्यासाठी नेहमी केवळ सर्वोत्तम गोष्टींची प्रार्थना करतो. माझे आयुष्य अधिक स्नेहाने व प्रेममयरीत्या व्यतीत करण्याचा मी प्रयत्न करावा, याचीही आठवण मला प्रेमाच्या माध्यमातून होते. प्रेम संपूर्णपणे सकारात्मक आहे व त्याने माझ्या आयुष्यात अविश्वसनीय बदल घडवून आणलेला आहे. जर लोक प्रेम अभ्यासक्रमाच्या माध्यमातून शाळांमध्ये शिकवू शकले तर आपल्या संस्कृतीचे प्रेममय, युद्धमुक्त अशा जागतिक संस्कृतीमध्ये परिवर्तन होऊ शकते. खरेच! प्रेम

सर्वच गोष्टींमध्ये क्रांतिकारक बदल घडवून आणू शकते."

वाईट दिवसांमधून व चांगल्या वेळांमधूनही प्रेम निश्चितच चमकते. आपल्या मनात सकारात्मकता व प्रेम असेल तर आपण भावनिकरीत्या संतुलित व निरामय असतो. तुम्ही जेव्हा वादळात सापडलेले असता- अगदी वादळाच्या केंद्रस्थानी असता- तेव्हाही प्रेमाच्या बंधनात राहा, विचार करा व जागरूक राहा. आजूबाजूच्या परिस्थितीचे भान ठेवून तुमच्यासाठी जे सर्वोत्तम आहे, ते करा. जर तुमची वागणूक अयोग्य असेल तर ती बदला; मात्र नेहमीच तुमचा अंतरात्मा प्रेम व सकारात्मकतेने भारलेल्या अवस्थेत असू द्या. कठीण काळामध्ये ती तुमची शक्ती व सुरक्षितता असते.

प्रेमामुळे आयुष्य केवळ जगण्यासारखे बनते असे नव्हे, तर सोन्याने मढलेला व कृतज्ञतेने भारलेला तो एक प्रवास बनतो. प्रेमाच्या प्रकाशात न्हाऊन निघा. प्रेम म्हणजे प्रेम देणे, प्रेमाचा प्रचार करणे व प्रेम स्वीकारणे यांचा विसर पडू देऊ नका. तुम्हाला जी उत्तरे हवी आहेत, ती सर्व उत्तरे प्रेमाच्या माध्यमातून तुम्हाला मिळतील. प्रेमामधून अहंकार वजा करा व तुमच्याकडे जे शिल्लक राहते ते निखळ प्रेमच असते. प्रेमाचे सामर्थ्य या संपूर्ण जगाला यथायोग्य ठेवेल. मात्र या जगात तुमचे स्थान, तुमची भूमिका व तुमचे अस्तित्व यांना कधीही कमी लेखू नका. तुम्ही इथे असायलाच हवे आहात. काळजी करू नका, केवळ प्रेम करा. या जगावर व त्यापलीकडील जगावर प्रेम करा. सर्व प्राणिमात्रांवर प्रेम करा आणि तुमच्यासाठी प्रेमाची बरसात केली जाते, हे नेहमी लक्षात ठेवा.

प्रेम हा सर्वांत मोठा खजिना होय व ते आपल्या कल्याणाच्या केंद्रस्थानी असते. प्रेम देण्याचे व घेण्याचे हे अमूल्य वरदान आपल्याला मिळालेले आहे व त्याला जाणणे व कृतज्ञपणे त्याचा सर्व वेळ वापर करून आपली आयुष्ये त्यामध्ये चिंब भिजवून टाकणे, हे आपल्यावर अवलंबून असते. प्रेम म्हणजे सकारात्मकता. प्रेमामुळे चांगली भावना जागृत होते व ती एक चांगली गोष्ट आहे.

तुमच्या सभोवतालच्या प्रेमाचे मोल जाणा

माझ्या मुखगुहेमध्ये असलेले पाणी अगदी बर्फासारखे थंड आहे. मला मिळालेल्या ताज्या, स्वच्छ पाण्याच्या वरदानासाठी मी आभार मानते. माझ्या मांडीला स्पर्श करणाऱ्या कुत्र्याच्या कानाची पाळी मखमलीसारखी मऊ आहे. ती माझ्याकडे डोळे उघडून पाहते व पुन्हा झोपी जाते. मी तिला थोपटते व माझा स्पर्श अगदी कापसाच्या उडत्या तंतूसारखा हलका राहील, असा प्रयत्न मी करते. एवढा सौम्यपणा, एवढे प्रेम! माझी काकू कशी आहे, हे जाणण्यासाठी मी तिला फोन करते व त्यामुळे तिला झालेला आनंद तिच्या आवाजामधून मला जाणवतो. माझा

एक मित्र मला ई-मेलद्वारा एक सुंदर संदेश पाठवतो.

एवढा सौम्यपणा, एवढे प्रेम! आपले दिवस प्रेमाच्या अशा लहान लहान गोष्टींनी व्यापलेले असतात. त्यांची जाण ठेवणे हेसुद्धा किती सुंदर असते. संपूर्ण दिवसभरात तुम्ही अनुभवत असणाऱ्या प्रेमाच्या छोट्या-छोट्या गोष्टींचा शोध घ्या व तुमचे मन त्यामुळे कसे प्रफुल्लित होते, ते पाहा. तुम्ही जर त्यांच्याकडे लक्ष पुरवाल व त्याविषयी कृतज्ञ राहाल, तर त्यामधून तुमची मनःस्थिती आणखी उंचावेल.

जर या छोट्या गोष्टींमध्ये प्रेम असेल, तर या विश्वात नक्कीच प्रेमाचे धुमारे फुटत असतील.

धुमारे फुटत असतील? गुणगुणत, उफाळत, आनंदाने भरून गेलेले किंवा प्रेमाने गुरगुरतही असतील.

त्याचे हे अस्तित्व व शुद्ध स्वरूपातील या सुप्त शक्तीचा व प्रेमाचा अनुभव घ्या. तुम्हीही त्याचा एक भाग आहात. त्याचा अनुभव घ्या. तुम्ही स्वस्थ व त्याच वेळी चैतन्याने ओथंबलेले असाल.

जेव्हा एवढी वरदाने आपल्यावर वर्षाव करत आहेत, उसळत आहेत व ती आकर्षक आहेत, अशा वेळी आपण इथे पृथ्वीवर आहोत ही किती सौभाग्याची गोष्ट आहे!

आपल्याला फक्त स्मितहास्य करणे व आनंदी राहणे एवढेच करायचे आहे.

५

आपले जग व आपले पर्यावरण यांबाबतची आस्था

या प्रकरणामध्ये तुम्ही सकारात्मकतेचा अंगीकार तेव्हा कराल जेव्हा तुम्ही :

- *तुम्हाला मिळालेल्या वरदानांचा अर्थ व त्यांचे मोल जाणाल.*
- *तुमची अंतःस्फूर्ती व आंतरिक सुज्ञपणा यांचा आवाज ऐकाल.*
- *स्वास्थ्य तुमच्या आयुष्यात येईल.*
- *दररोजच्या आयुष्यात समाधान, आनंद व परमानंदाचा आनंद घ्याल.*
- *निर्मात्याशी (ईश्वराशी), या मानवजातीशी व तुमच्या परिसराशी एकरूप असल्याच्या जाणिवेला तुम्ही चालना द्याल.*
- *ध्यानधारणा व प्रार्थनेच्या माध्यमातून शक्ती, उमज, शांतता व सामर्थ्य मिळवाल.*
- *या नैसर्गिक विश्वापासून ऊर्जा मिळवाल.*
- *ही पृथ्वी व मानवजात यांच्याशी सुसंवाद साधून जीवन जगाल.*

तुम्ही जेव्हा या विश्वाशी एकरूप होता, तेव्हा ती जाणीव कशी असते? कदाचित तुम्हाला असे वाटेल की या जगाच्या तालाशी ताल मिसळून तुम्ही नृत्य करत आहात किंवा अचानकच एका अवर्णनीय अशा आनंदाने- ज्याने तुम्हाला चहूबाजूंनी व्यापून टाकलेले आहे व जो तुमच्यामध्ये आहे त्याच्याशी तुम्ही कंप पावत आहात. इतर काही वेळा आपल्याला कदाचित थोडी कमी उत्तेजित करणारी परंतु तरीही गहन शांतता व आपण कुणाच्या तरी मालकीचे आहोत ही भावना यांनी आपले मन भारलेले आहे, असेही आपल्याला वाटते. एका व्यापक अर्थाने आपल्या

जवळच्या परिसराबाबत आनंदी असणे, ही भावना खरे तर आपल्या या ग्रहावर व या सभोवतालच्या जगामध्ये आपण सुखरूप असल्याची भावना असते.

असा संबंध असल्याची व आपण एक असल्याची ही जाण आपल्या मनात संपूर्णत्वाची व या आयुष्याशी एकरूप असल्याची जाणीव निर्माण करते, तसेच तुमच्या व्यक्तिगत सामर्थ्यामुळे तुमचे आयुष्य उजळून टाकण्याची शक्यता निर्माण करते. सोबतच ही जाण तुमच्या आयुष्यातील अडचणी व दुःखांमधून तुम्हाला निभावून नेते.

आपल्या सर्व शक्ती व संवेदना स्वतंत्रपणे आणि एकत्रितरीत्या आपले आयुष्य शक्य होईल तितक्या चांगल्या व आनंददायी रीतीने जगण्यासाठी आपल्याला समर्थ करतात. आपली सहावी (अतींद्रिय) क्षमता- ज्यामध्ये अंतःस्फूर्ती, उपजत ज्ञान व सर्वसाधारण अर्धजागृत जागरुकता यांचा समावेश होतो, त्या जाणिवा आपल्या सभोवताली काय चालले आहे, त्याची जाणीव आपल्याला करून देतात व आपले संपूर्ण व्यक्तित्व उजळून काढतात व समृद्ध करतात.

जिव्हाळा व आनंदाची जाणीव अनपेक्षित असू शकते. निःसंशयरीत्या या जाणिवा तुम्ही तुमच्याकडे खेचून घेऊ शकता व तुमच्या दैनंदिन आयुष्यात त्या आणू शकता.

मिळालेल्या वरदानांबाबत कृतज्ञ राहा

असंख्य गोष्टींनी युक्त असलेल्या अत्यंत जटिल जगामध्ये आपण राहतो. निसर्ग व मानवी स्वभाव हे अनेक प्रकारे प्रेमळ व दयाळू असतात; मात्र ते धोकादायक व आक्रमकही असू शकतात. या सर्वांच्या बाबतीतील आपला दृष्टिकोन व्यक्तिनिष्ठ असल्यामुळे कोणता दृष्टिकोन वरचढ असेल ते ठरवण्यासाठी आपली या दृष्टिकोनांबाबतीतील वाटणी समप्रमाणात असेल असे गृहित धरणे सोपे राहील. मात्र एका सर्वेक्षणाने हे दर्शवले आहे की, आपल्यापैकी एक तृतीयांश जणांना असे वाटते की एक देवदूत आपली व्यक्तिगत सुरक्षा करत असतो. धर्माचे उच्चाटन करण्यात आलेल्या निधर्मी समाजात आपण वावरत आहोत, त्याचा विचार करता ही खूपच मोठी संख्या आहे. अनेक जण या बाबीकडे अशा दृष्टीने पाहतात की, कुठल्या तरी रीतीने व्यक्तिगतरीत्या आपले संरक्षण केले जात आहे व प्रेमळपणे आपली काळजी घेतली जात आहे. त्याचे कारण असे की, या जगातील प्रेमळ अस्तित्वासाठी 'देवदूत' ही प्रतिमा आपण वापरतो- जी अस्तित्वात आहे असे आपल्याला वाटते; मात्र आपण त्याचे स्पष्टीकरण देऊ शकत नाही.

मात्र त्या विशिष्ट मर्यादित श्रद्धेशिवाय शक्य त्या सर्व रीतींनी आपल्याला बहुतांश वेळा वरदान मिळालेले आहे, असे आपल्यापैकी किती जणांना वाटते?

मला वाटते आपल्यापैकी आणखी किमान एक-तृतीयांश जणांना असे वाटते. खरेच खूपच विस्मयकारक, नाही काय? एवढा आनंद, आशा, प्रोत्साहन व प्रेमाचा वर्षाव होत असल्याची एक सर्वसाधारण भावना, या सर्वच गोष्टी आपल्या मानवी जाणिवेत आहेत.

मात्र या सर्वांपैकी सर्वाधिक उत्तेजित करणारी गोष्ट ही आहे- जर तुम्हाला आवडत असेल तर आपल्यापैकी आणखी किती जणांकडे या विश्वाकडून सुरक्षितता व प्रेम मिळवण्याची क्षमता आहे व त्या भावनेला ते स्वेच्छेने कार्यरत करू वा वाढवू शकतात? मला वाटते, आपल्यापैकी सर्वच जणांना असे वाटत असावे. याचे कारण असे की, सकारात्मक विचारसरणीच्या अनेक सामर्थ्यांपैकी ती एक भावना होय.

असा विचार करणे म्हणजे ढोंग करणे नव्हे. आपल्यामध्ये ती भावना उपजतच असते व आपल्या आयुष्यांमध्ये त्या जाणिवेचा दररोज वापर करण्याची आपल्यात क्षमता असते. सकारात्मकता केवळ या दोहोंना जोडण्याचे काम करते. आपल्याकडे कोणीतरी प्रेमाने लक्ष ठेवत आहे व काळजी घेत आहे या भावनेने आपल्याला सुखद वाटते, शांततेचा अनुभव येतो व कधीकधी निखळ आनंदाची प्राप्ती होते.

याची जाण ठेवल्याने आपल्याला इतरांप्रती व स्वतःबाबत आत्मविश्वास निर्माण होतो. बातम्या ऐकून किंवा वाचून, बहुतांश लोक भ्रष्टाचारी असतात असा भ्रामक समज करून घेणे, ही कदाचित आजची प्रचलित विचारसरणी असेल. आपल्या स्वतःच्या व इतरांच्या आंतरिक चांगुलपणावर विश्वास ठेवल्याने आपण निरोगी दृष्टिकोन बाळगतो. दुष्ट कर्मे बातमीचा विषय बनतात, कारण अशा घटना केवळ अपवादात्मक असतात.

गुन्हेगारी वकील असलेली हेलन मला म्हणाली, "हे काम मी गेल्या काही महिन्यांपासून करत आहे व आता मला नैराश्याने ग्रासल्यासारखे वाटते. मी जी प्रकरणे किंवा त्यांच्याशी संबंधित जे गुन्हेगार हाताळत होते ते नीच होते; मात्र त्यामुळे संपूर्ण मानवजातच वाईट आहे, असे चित्र माझ्या मनात तयार होत होते. माझ्या एका सुज्ञ वरिष्ठ सहकाऱ्याने योग्य दृष्टिकोनातून या गोष्टीकडे पाहण्यात मला मदत केली. त्याबद्दल मी त्याची आभारीच आहे. तो म्हणाला की, आपल्याला हे लक्षात ठेवायला हवे की, दर एक हजार गुन्हेगारांमागे कायदा पाळणारे हजारो लोक असतात. खूप मोठ्या संख्येने असलेले निष्पाप लोक हे मुळात चांगले व प्रामाणिक असतात. त्यांना असा विश्वास वाटतो की, गुन्हेगारांपैकी उपजतच उपद्रवी असलेले गुन्हेगार तसे बनतात याचे कारण योग्य वर्तणूक व अयोग्य वर्तणूक यामध्ये काय फरक असतो, ते त्यांना शिकवण्यात आलेले नसते किंवा त्यांना ते समजलेले नसते वा परिस्थितीने त्यांना गुन्ह्यांच्या दिशेने ढकललेले असते.

आता मी जेव्हा या लोकांसोबत काम करते, तेव्हा या जगातील चांगुलपणा व दयाळूपणाच्या विपुलतेचे मला स्मरण होते. पूर्वी गुन्हेगार असलेल्या लोकांसोबत मी काम करते व त्यांना केवळ त्यांच्या स्वतःच्या समुदायात स्वतःचे स्थान मिळवून देण्यात नव्हे, तर त्यांच्यातील चांगुलपणाची जाणीव करून देण्यातही मी त्यांना मदत करते. जेव्हा ते या जाणिवेचा संबंध स्वतःच्या स्वभावानुसार वागण्याशी जोडतात, तेव्हा एक रक्षक देवदूत त्यांचे संरक्षण करत आहे या भावनेने त्याकडे बघतात. तेव्हा त्यांचे संक्रमण घडून येते- त्यांच्या आसपासच्या वातावरणाशी व बाहेरच्या जगाशी एकरूप असल्याची जाणीव त्यांना होते- पुष्कळांच्या बाबतीत तर असे पहिल्यांदाच घडत असते.

आपल्या स्वतःच्या दक्ष राहण्याच्या व जबाबदार दृष्टिकोनामुळे आपले संरक्षण होते व प्रेमळपणे आपल्याकडे लक्ष दिले जात असल्याची भावना आपले संपूर्ण परिवर्तन घडवून आणते. त्यासाठी आपण म्हातारे होण्याची व आपला मृत्यू निकट येण्याची वाट पाहत बसण्याची गरज नाही; आपल्या आयुष्यात त्या 'संरक्षक देवदूताच्या' अस्तित्वाची जाणीव आपल्याला कोणत्याही वेळी होऊ शकते.

अर्थात, आपल्याला अडचणींवर मात करण्यामध्ये आपल्याला मदत करू शकेल अशा रीतीने चमत्कार करून सर्व गोष्टींमध्ये हस्तक्षेप करणारा देव असतो, असे आपण म्हणत नाही आहोत. तसे खरेच असते तर किती छान झाले असते, अशी मी आशा करेन! आपल्या आयुष्यात भले कोणत्याही समस्या व अडचणी येवोत, आपले सरंक्षण केले जात असल्याची ही विलक्षण जाणीव सातत्याने आपल्यापाशी असते. ज्युलियन ऑफ नॉरविचने म्हटल्याप्रमाणे, "आणि सर्वांचेच भले होईल व सर्वच बाबतीत होते." त्यामुळे आपल्याला सकारात्मक शांतता व शक्ती अवश्य मिळते व दैवी भावनेची जाणीव आपल्याला होते.

तुमची अंतःस्फूर्ती व तुमचा आंतरिक सुज्ञपणा यांच्याकडे लक्ष द्या

अंतःस्फूर्ती व आंतरिक सुज्ञपणा या आपल्या आंतरिक ज्ञानाच्या इतर बाबी होत. आपली उमज व आंतरिक ज्ञान यांना या बाबी व्यापक व सखोल बनवतात. आपल्या कल्याणामध्ये चांगुलपणाचा अनुभव देणाऱ्या या गोष्टी आहेत.

प्रौढ व्यक्ती म्हणून तर्क लढवण्यास आपण शिकलो आहोत. जे अचूक नाही, अशा कोणत्याही बाबतीत वैज्ञानिक दृष्टिकोन बाळगून संशयीपणा बाळगण्याचा आपण आटोकाट प्रयत्न करतो. जी अंतःस्फूर्ती व सुज्ञपणा किंवा आपला 'आतला आवाज' घेऊन आपण जन्मलो आहोत, त्यांच्याशी जोपर्यंत या गोष्टींचा मेळ जमतो तोपर्यंत हे ठीक असते. अंतःस्फूर्ती व सुज्ञपणा ही आपल्याला मिळालेली अशी

वरदाने होत, ज्यांचा आपल्याला एकतर बहुतेक वेळा विसर पडतो वा त्यांचे अस्तित्व आपण नाकारतो. मात्र आपण जेव्हा असे वागतो, तेव्हा किती मोठ्या फायद्याला आपण मुकतो! स्वर्गातून पाठवलेले हे ज्ञानाचे खजिने होत, जे तुम्ही ओळखले व तुमची उमज त्यांच्या प्रकाशात उजळू दिली, तर किती मोठा खजिना तुमच्या हाती पडेल, त्याचा विचार करा.

तंत्रज्ञानाच्या भाषेत संगणक, यंत्रे, गिझ्मो व उपकरणे यासाठी अंतःस्फूर्तीने काम करणाऱ्या नियंत्रणाविषयी हल्लीच्या या दिवसात आपण बोलतो. ती तशी अंतःप्रेरणेने काम करतात, तेव्हा ती वापरण्यास खूपच अधिक सोपी असतात. अगदी जेव्हा आपण आपली आंतरिक अंतःप्रेरणेची साधने वापरतो, तेव्हा त्याच आनंददायी व तणावमुक्त रीतीने आपले आयुष्यही खूप सोपे होते. त्या पातळीवर प्रवेश मिळवण्यासाठी केवळ एक किंवा दोन क्षणही पुरेसे असतात :

- ✓ थोडे थांबा.
- ✓ परिस्थितीविषयी तुम्हाला साधारणपणे काय वाटते त्याकडे लक्ष द्या.
- ✓ तुम्हाला उघडपणे काही शारीरिक संवेदना जाणवते आहे काय?
- ✓ तुमची देहबोली काही सुचवत आहे काय?
- ✓ तुम्हाला कोणती जाणीव होत आहे?
- ✓ जे चालू आहे, त्याविषयी तुम्हाला काही संदेश मिळत आहे काय?
- ✓ पुढे मार्गक्रमण करण्यापूर्वी जो सर्वोत्तम मार्ग आहे त्याविषयी काही जाणीव आहे काय?

जरी हे थोडे वेळखाऊ वा गैरसोयीचे वाटले तरीही काळजी करू नका; कारण की तुमच्या अंतःस्फूर्तीकडे लक्ष देण्याचा तुम्ही जसा सराव करू लागाल, तसे तुम्ही या पायऱ्या एका क्षणाच्या विश्रांतीमध्ये पार पाडू शकाल. सोबतच आपली जाणीव कशी विकसित होते, ते पाहणेसुद्धा खूपच समाधानकारक असते. कारण त्यामधून आपल्याला जाणवते की, किती वेळा ती जाणीव आपल्याला इतरांना दुखावण्यापासून किंवा स्वतः दुखावले जाण्यापासून आपला बचाव करते. नात्यातील किंवा गटातील नातेसंबंध आपल्याला समजतात वा साध्या शब्दांत सांगायचे झाल्यास आपण तणावमुक्त होऊन आनंद उपभोगू शकतो. 'आयुष्य' हे धोक्यांनी भरलेले, खूपच अवघड असे कोडे आहे, जे यशस्वीपणे सोडवण्यासाठी आपल्याला संघर्ष करावा लागतो, असे वाटण्याऐवजी विविध परिस्थिती तुम्हाला आश्चर्यकारकरीत्या स्पष्ट वाटू लागतात, ज्यामुळे परिस्थितीतून मार्ग काढणे किंवा समस्या सोडवणे तुम्हाला सोपे वाटू लागते. आपण जणू काही अडथळ्यांची शर्यत पार पाडत आहोत

असे वाटण्याऐवजी, आपण स्वतःच्या आयुष्याचा उपभोग घेऊ लागतो.

धोक्याची कोणतीही लक्षणे आपण दृष्टीआड केलेली नाहीत, असाही पुष्कळ वेळा याचा अर्थ होतो. या ज्ञानामुळे आपण तणावमुक्त, आनंदमय, समाधानी व आत्मविश्वासपूर्ण राहू शकतो.

मुळात बिकट असलेल्या वा बिकट होऊ शकतील अशा परिस्थितींमध्येही अंतःप्रेरणा उपयुक्त असते, मात्र परिस्थितीचे संपूर्ण आकलन करण्यासाठी आपल्या आंतरिक सुज्ञपणाचा व मिळवलेल्या ज्ञानाचा आपण वापर करू शकतो व स्वतःच स्वतःचे सल्लागार व मार्गदर्शक होऊ शकतो.

समस्या सोडवण्यामध्ये सल्लागाराच्या भूमिकेतून प्रथमतः मला जशी परिस्थिती सांगितली जाते, त्या दृष्टीने मी परिस्थितीकडे पाहते व त्यानंतर त्यामध्ये समाविष्ट असलेल्या प्रत्येकाच्या दृष्टिकोनातून त्याचा पुन्हा आढावा घेते.

मग एका व्यापक दृष्टिकोनातून यथायोग्य व उपयुक्त सल्ला वा मार्गदर्शनाचे मी चिंतन, मनन करते. आतापर्यंत एकूणच सर्व गोष्टी खूप व्यावहारिक, सकारात्मक व विधायक आहेत; मात्र पुष्कळदा याहीपुढे जाऊन खऱ्या अर्थी उपयुक्त असा सल्ला असतो- सर्वसाधारण अंतःप्रेरणा व सुज्ञपणा. संभाव्य व्यावहारिक निराकरणाच्या उपायांचा विचार केल्यानंतर मी एका क्षणाचा वेळ घेते. वरीलप्रमाणे परिस्थितीविषयी व जे लोक त्यामध्ये सहभागी आहेत त्यांची मनोवस्था यांविषयी माझा आतला आवाज काय म्हणतो, ते मी ऐकते. पुष्कळदा ही पद्धत तार्किकतेवर आधारित पद्धतीला सहायक ठरते; मात्र काही वेळा एखादी जाणीव त्याहूनही यथायोग्य वाटते व सर्वोत्तम उत्तर कोणते आहे, त्याची जाणीव तुम्हाला अचानकच होते.

पुष्कळदा अंतःस्फूर्ती व सुज्ञपणा यांच्या माध्यमातून अस्तित्वात असलेला एखादा आध्यात्मिक घटक किंवा गरज यांना ओळखता किंवा अधोरेखित करता येते. याविषयी अधिक विवेचन सहाव्या प्रकरणात.

तुम्हाला साधेपणाने व शक्य होईल तेवढे तणावमुक्त आयुष्य जगण्यामध्ये अंतःस्फूर्ती व सुज्ञपणाचे सकारात्मक फायदे आहेतच; मात्र त्याशिवाय या बाबींकडे लक्ष पुरवण्याने मुळातच तुम्हाला अतिरिक्त पातळीवर चांगले वाटते. तुम्ही स्वतःच्या मनाचे ऐकता व स्वतःच्या मताची किंमत करता, असा याचा अर्थ होतो. माझी एक अशील- जिने थोडे थांबून स्वतःची अंतःस्फूर्ती व सुज्ञपणा उपयोगात आणला. ती म्हणते :

"मी अंतःस्फूर्त व्यक्ती आहे, हे कळल्यावर तर माझा त्यावर विश्वासच बसला नाही. त्या गोष्टीने मला खूपच आश्चर्यचकित केले. मी अशा रीतीने स्वतःचा विचार याआधी कधीच केला नव्हता व असे लोक ज्यांना अशा रीतीने एखाद्या परिस्थितीत दैवी गोष्टी जाणवत असत, ज्याविषयी मी अनभिज्ञ असे, त्याविषयी मी सुप्त

पातळीवर त्यांचा द्वेष करत असे. मात्र तुम्ही सांगितल्याप्रमाणे थांबून केवळ जाणीव बाळगण्याचा सराव मी जसा सुरू केला, तसे एखाद्या चित्रात रंग भरल्याप्रमाणे मी बनले. कधीकधी ते अचानकच घडत असे. कधीकधी निरनिराळ्या बाबी चित्रात रंगवल्याप्रमाणे हळूहळू स्पष्ट होत. 'अच्छा ते असे होते तर!' किंवा 'अरे देवा! तेव्हा काय चालू होते ते आता मला समजले!' असा विचार मी करत असे. त्यामुळे पुन्हापुन्हा एखाद्या परिस्थितीत उडी घेण्याची माझी जी प्रवृत्ती होती किंवा कोणत्या तरी पद्धतीने परिस्थिती हानिकारक होत असे, तसे वागण्याला अटकाव झाला. आता मी पुष्कळ प्रमाणात सहवेदना, सहानुभूती यांचा वापर करते व तसे वागते. तसेच माझे लोकांसोबत खूप चांगले जमतेसुद्धा! यामध्ये सर्वोत्कृष्ट बाब ही आहे की, मी स्वतःवर अधिक प्रेम करते आहे. मी आता पूर्वीपेक्षा खूप अधिक समजूतदार व इतरांची काळजी घेणारी व्यक्ती बनले आहे. मी अशी व्यक्ती बनले आहे, जसे बनणे मला आवडले असते.''

आपल्या आयुष्यात सद्वर्तनाचे स्वागत करा

अविचल आंतरिक सौख्य, समाधान व उपचारात्मक तसेच मुक्ती देणारा दृष्टिकोन, हे सुस्थितीचे प्रमुख घटक असतात आणि हे तिन्ही घटक त्यांच्या विविध अवयवांसोबत तुमच्या आयुष्याचे स्वागत करण्यासाठी व त्याची सुरक्षितता ठेवण्यासाठीच असतात. तुम्ही त्यांचा दररोज अंगीकार करण्यावर हे सर्व अवंलबून आहे.

याचा आणखी विस्ताराने शोध घेण्यापूर्वी मी तुमच्या किंवा तुमच्या परिचयाच्या कोणाच्या आयुष्यात काही दुर्घटना घडली असल्यास त्याकडे एक दृष्टिक्षेप टाकू इच्छिते.

प्रामाणिकपणे सांगायचे झाल्यास अशा परिस्थितीमध्ये काही चांगल्या गोष्टींचा अनुभव आपण घेऊ शकतो का? हो, काही प्रमाणात. कारण की सकारात्मकतेची ऊर्जा आपल्यासाठी नेहमीच उपलब्ध असते. नैसर्गिकरीत्या समाधानाच्या दिवसांच्या चांगल्या मौसमात जसा तुम्ही सफरीचा आनंद घेत निघता, तशी तुमच्या शिडांमध्ये हवा भरलेली असते. मात्र एका नैराश्यपूर्ण, घाबरवणाऱ्या वादळात तुम्हाला वादळाशी लढा द्यावा लागतो किंवा तुमच्या डोलकाठ्या खाली कराव्या लागतात- अगदी तेव्हासुद्धा सकारात्मकतेची शक्ती तुम्हाला त्यामधून वाचवण्यात व हास्याचे तसेच मैत्रीपूर्ण क्षण यांचा आनंद घेण्यामध्ये तुम्हाला मदत करतात.

आणि भले परिस्थिती कितीही निराशाजनक का असेना- जर तुम्ही सकारात्मक राहिलात, तर विविध परिस्थितींशी जुळवून घेणे तुम्हाला खूप सोपे जाईल. सकारात्मक राहिल्याने, तुमच्या ऊर्जेचे रिते झालेले साठे पुन्हा भरले जातील.

याउलट नकारात्मक दृष्टिकोन तुमची शक्ती शोषून घेतो. अगदी वाइटातल्या वाईट वेळांमध्येही- कदाचित खास करून अशा वेळी- जेवढे शक्य तेवढे सकारात्मक राहणे उपयोगाचे असते. जरी तुम्ही केवळ या वस्तुस्थितीला चिकटून राहिलात की तुम्ही यातूनही सहिसलामत बाहेर पडाल व जर तुम्ही मनाने स्थिर राहिलात तर तुमच्या आसपासच्या प्रत्येकासाठी ते चांगलेच असते. तुमच्या मनामध्ये तुम्ही मदतीची व कणखरपणाची मागणी केल्यावर तुम्हाला तत्काळ शक्ती व आराम मिळतो. अगदी तसाच जसे सुख-समाधान तुम्हाला सोडून गेलेले असताना तुम्ही सक्रिय समाधानाच्या स्मृतींची जाणीव स्वतःला करून देता.

कोणतीही हानी, दुःख व आजारपण यांचा अनुभव तुम्ही पूर्णत्वाने घेऊ नये, असा याचा अर्थ होत नाही. मात्र जेव्हा तुम्ही तिथे असाल, तेव्हा तुमचे मन व शरीर साहजिकच तुम्हाला बरे करण्याच्या प्रक्रियेमध्ये असतात व याची सकारात्मकता जाणवल्याने व या बरे होण्याच्या प्रक्रियेला तुम्ही शक्य होईल तेवढा हातभार लावल्याने, ती प्रक्रिया तुमच्यासाठी सुखद व अधिक काळ टिकणारी बनते. कदाचित तुमच्या आसपासच्या लोकांसाठी ती एक जीवनरेखा बनते.

या प्रकरणाच्या पहिल्या भागामध्ये वर्णिल्याप्रमाणे, आपली काळजी घेतली जात आहे, ही भावनासुद्धा मुळात खूप सुखद व शांत करणारी असते. ध्यानधारणा व प्रार्थना हे आपल्याला शांतीकडे नेणारे थेट मार्ग होत. त्याविषयी अधिक विवेचन या प्रकरणानंतर दिले आहे.

आता आपण अशा सामान्य दिवसांकडे वळू या, जेव्हा कोणत्याही मोठ्या समस्या आपल्यासमोर नसतात व आपल्या सुदैवाबाबत आपण आनंद मानू शकतो.

सुदैवाबाबत आनंद मानणे? असे करण्याकडे आपला तोवर कल नसतो, जोपर्यंत आपल्याला नशिबाने खूप साथ दिलेली असते किंवा एखाद्या रीतीने आपण यशस्वी झालेलो असतो. तरीही आपण दररोज कोणत्या तरी कारणामुळे सुदैवी असतो. आपल्याला केवळ आयुष्यच मिळालेले आहे असे नाही, तर त्याची जाणीवही आपल्यासोबत असते. ते उपभोगण्याची साधनेसुद्धा आपल्याकडे असतात. सकारात्मक राहण्याच्या क्षमतेचे सर्व घटक आपल्याकडे असतात, ज्यामध्ये आपल्याला या विश्वापलीकडे जाणारी व त्या पलीकडील शक्तीशी जोडणारी सहावी संवेदना (अतींद्रिय शक्ती) आपल्यापाशी असते, जी आपल्याला शक्ती, सुखदपणाची भावना तसेच आनंद देते, जिच्याशी तुम्ही कधीही जोडले जाऊ शकता.

ज्या लोकांकडे काही गोष्टींचा अभाव आहे, त्यांच्याशी तुलना करून आपल्याला मिळालेल्या वरदानांचे मोल आपण जाणून घेऊ शकतो. नेहमीप्रमाणेच या गोष्टीकडे पाहण्याच्या दोन रीती आहेत- नकारात्मक व सकारात्मक. मात्र अगदी सुरुवातीला असलेला नकारात्मक दृष्टिकोनही काही विचाराने विधायक व चांगल्या परिणामांमध्ये

आपण बदलू शकतो.

मी ज्या दोघांशी क्षेमकुशलतेबाबत चर्चा करत होते, त्यांच्याशी बोलताना ही गोष्ट माझ्या अलीकडेच लक्षात आली. त्यांपैकी एक माझा मित्र होता तर दुसरी व्यक्ती माझ्याकडे सल्लामसलतीसाठी आली होती. दोघेही जण आयुष्याला कंटाळले होते व जरी अगदी टोकाचे नैराश्य आलेले नव्हते तरीही, समृद्धी होती व सध्या कोणत्याही समस्या नव्हत्या तरीही दैनंदिन आयुष्याकडे संघर्ष या दृष्टिकोनातून पाहताना ते कंटाळले होते. पश्चिमेकडील अस्तित्ववादी संस्कृतीमध्ये ही एक वाढती समस्या आहे, जिथे साधनांच्या मुबलकतेची आपण जर जाण ठेवली नाही व इतरांना त्यामध्ये सहभागी करून घेतले नाही, तर त्यामुळे आपण नैराश्याप्रत पोहोचू शकतो.

आपले दैनंदिन अस्तित्व व आपल्या सुस्थितीचे मोल यांच्याकडे विशिष्ट दृष्टिकोनातून पाहण्याची एक चांगली पद्धत मी त्यांना सुचवली, ती म्हणजे आपल्यापेक्षा खूपच कमनशिबी असलेल्या लोकांविषयी- उदाहरणार्थ ज्या साधनांना आपण गृहित धरतो, त्या साधनांचा अभाव असलेल्या (चैनीच्या गोष्टी तर दूरच राहिल्या) व सोबतच खूप कठीण परिस्थितीतून जाणाऱ्या लोकांविषयी विचार करणे, ही ती पद्धत होय. त्यांनी त्यांच्या मूलभूत सुदैवाची इतर दुर्दैवी लोकांच्या नशिबाशी तुलना करण्याचे ठरवले.

पुढच्या वेळी मी जेव्हा सेरिसला भेटले, तेव्हा ती उदास वाटली व म्हणाली की तिला तेव्हाही नैराश्य जाणवत होते. मी केलेली सूचना तिने पाळली का, असे मी तिला विचारले. ''हो,'' ती उत्तरली, ''मात्र त्या अभागी लोकांविषयी विचार केल्याने मला आणखीनच उदास वाटू लागले.''

पॉलवर मात्र त्याचा उलट परिणाम झाला. तो म्हणाला, ''मी ज्याच्यासाठी कृतज्ञ असावे असे माझ्याकडे पुष्कळ काही आहे, हे जाणवल्याने मला खूप जास्त सकारात्मक वाटले. भविष्यात एवढे नकारात्मक न बोलण्याचा मी निश्चय केला आहे. मदत मिळवण्यासाठी व दुःखनिवारणासाठी धर्मादायी कामे अधिक प्रमाणात करण्याचा मी प्रयत्न करणार आहे.''

दोन दृष्टिकोन- त्यांतील एक दृष्टिकोन सवयीने अगदी नकारात्मक पाहणारा आणि सजगरीत्या सकारात्मकतेला निवडणारा, तर त्यामुळे उन्नत होणारा दुसरा दृष्टिकोन.

मात्र सेरिसला तिच्या प्रतिक्रियेतील विरोधाभास जाणवला व परिस्थितीमध्ये असलेल्या संधी शोधण्यास शिकण्याचे तिने ठरवले. तिच्या आयुष्याची तुलना तिच्याहून इतर कमी भाग्यवान लोकांशी करण्याने तिला काहीच फायदा झाला नव्हता. तरीही त्यांना मदत करण्यासाठी सक्रियरीत्या व विधायकरीत्या काही

करण्याची उत्कट इच्छा तिच्या मनात असल्याचे तिला जाणवले. तिने स्वयंसेविका म्हणून निधी गोळा करण्यासाठी मदत करणारी कार्यकर्ती या नात्याने काम करण्यास तिने सुरुवात केली व तिला ते काम आवडले. सोबतच एखाद्या कल्याणकारी संस्थेसोबत परदेशी काम शोधण्याचा ती विचार करते आहे.

सकारात्मकरीत्या विचार करण्याचे अनेक मार्ग आहेत व आपल्यासाठी जे योग्य आहे, त्याचा शोध घेण्याचे काम आपण सर्वांनी केले पाहिजे. कल्याण ही मानण्याची बाब आहे; कल्याणाची जाणीव ठेवायला हवी, त्याचे मूल्य जाणायला हवे. त्याच्याविषयी आभार मानण्यासाठी व सर्वांत महत्त्वाचे म्हणजे आपल्याला त्यामध्ये इतरांना सहभागी करून घेता आले पाहिजे यासाठी तर कल्याणाची रचना आहे.

समाधान, आनंद व अत्युच्च आनंद यांचा पुनःपुन्हा अनुभव घ्या

माझ्या प्रिय लोकांपैकी एक जण नेहमीच तक्रार करत असे. तो नेहमी प्रत्येक गोष्टीच्या अंधकारमय बाजूकडेच पाहत असे व अगदी आशादायक परिस्थितींमध्येसुद्धा तो काहीतरी तक्रार करण्यासारखे शोधत असे व त्याची सर्वनाशाची भाकिते, ही दंतकथा बनली होती. तो खूश नव्हताच; मात्र त्याच्या दृष्टिकोनामध्ये अचानकच फरक पडला. मला खातरीने माहीत नाही; मात्र मला अशी शंका आहे की त्याचे काही वयस्कर मित्र जेव्हा मरण पावले, तेव्हा त्याचे दीर्घायुष्य किती मौल्यवान व चांगले आहे, याची त्याला जाणीव झाली. सर्व गोष्टींबाबत कुरकुर करण्याचे त्याने अचानकच थांबवले व त्याऐवजी भविष्यातील योजनांच्या आशांविषयी बोलण्यास सुरुवात केली. श्रीयुत किरकिरेपासून त्याचा चेहरा अगदी नेमका अत्यानंदी वर्तणुकीमध्ये जरी बदलला नाही, तरी एका सर्वसाधारण आनंदी माणसामध्ये त्याचे रूपांतर झाले. खरे तर ते खूप आश्चर्यजनक होते, नाही का?

मी तुम्हाला ही गोष्ट का सांगते आहे? याचे कारण असे की, पुष्कळदा लोक चित्त्यांबाबत बोलताना ते त्यांच्या अंगावरील पट्टे कसे बदलू शकत नाहीत, असे म्हणतात. त्यांच्या बोलण्याचा रोख साधारपणे असा असतो : टीव्हीवरील 'ग्रंपी ओल्ड वुमन/मेन' या कार्यक्रमात खरे तर मी असायला हवे. माझ्या व्यक्तिमत्त्वाबाबत मी काही करू शकत नाही, मी आहे हा असा आहे; मी बदलू शकत नाही. झाले समाधान? कोणीच स्वतःला समाधानी बनवू शकत नाही.

चूक, चूक, साफ चूक. आपण आपले व्यक्तिमत्त्व बदलू शकतो; आपल्याला काही नवीन शोध तर लावायचा नाही ना! आपल्या आयुष्याप्रती प्रेम घेऊन आपण जन्मलो होतो, त्या चिरंतन प्रेमाच्या सान्निध्यात परत जाण्याशी याचा संबंध आहे.

समाधानी अस्तित्वाची जी अवस्था आहे, ती आपल्या दृष्टिकोनावर अवलंबून असते. कोणत्याही परिस्थितीत आशादायी गोष्टींकडे पाहण्याकडे, चांगले विचार करण्याकडे आपला कल असतो. तक्रारखोर न बनण्याकडे आपला कल असतो. भलेही आपले वय कितीही का असेना; प्रेम, आशा व आनंद यांचा प्रसार करण्याची आपण निवड करतो आणि असे करत असताना अचानक एखाद्या चमत्कारासारखे व विस्मयकारकरीत्या आपल्याला जाणवते की, आपण खरेच खूश आहोत. हे सर्व काही मनातील मांडेच आहेत का? 'हो' नक्कीच, मात्र त्याचा परिणाम शंभर टक्के वास्तव असतो.

आनंद थोडा वेगळा असतो. अर्थातच ते समाधान मात्र उच्च प्रकारचे असते. निर्भेळ आनंदाशी त्याचा संबंध असतो. ते थोडेसे- किंवा पुष्कळसे स्वर्गीय असते.

आपण जेव्हा प्रेमात पडलेलो असतो किंवा कोणत्या तरी अमली पदार्थाच्या आहारी गेलेलो असतो, तेव्हा साधारणपणे आपल्याला असा अनुभव येतो. मात्र आपण त्याचा समावेश आपल्या आयुष्यात सकारात्मक विचारांनी व या जादुई अवस्थेसाठीच्या आपल्या स्वतःच्या उपायांनी करू शकतो. संगीत व कलेचे इतर प्रकार, निसर्ग, शारीरिक व्यायाम किंवा कामातील आनंद, सौंदर्य, आध्यात्मिकता यांपैकी काही सक्रिय, तर काही निष्क्रिय बाबी होत- या सर्व व इतरही पुष्कळ गोष्टी आपली मनःस्थिती विनासायास उंचावू शकतात व आपल्याला आनंदी करू शकतात.

त्या भावनेची दखल घेणे व आपले संपूर्ण लक्ष त्यावर केंद्रित करणे म्हणजे त्याचे मोल पूर्णपणे जाणणे होय. आपण जेव्हा तसे करतो- खऱ्या अर्थी लक्ष केंद्रित करतो, खऱ्या अर्थी हर्षोल्हास करतो, तेव्हा चांगलेपणाचा अनुभव देणारी अधिक संप्रेरके (हार्मोन्स) आपल्या रक्तप्रवाहात स्रवतात. अशा रीतीने ही स्थिती अधिकाधिक वेळा अनुभवण्याचा मार्ग आपण तयार करतो.

हा एक अतिशय रोमहर्षक व मोहात पाडणारा मुद्दा आहे. भावनिक 'स्नायू' हे शरीरातील स्नायूंसारखे असतात. आपण जेवढा अधिक व्यायाम करू, तेवढे ते स्नायू अधिक कणखर व लवचिक बनतात. सकारात्मकरीत्या विचार करण्याचा जेवढा अधिक सराव आपण करू, तेवढे अधिक सकारात्मक आपण होऊ. ही बाब समाधानाला व आनंदालाही लागू पडते.

आपल्याला 'समाधान' निर्माण करण्याची गरज नाही; ते आपल्यापाशी असतेच. आपल्याला उपजतच मिळालेले ते वरदान होय, ज्याची पुष्कळदा दखल घेतली जात नाही, जे दुर्लक्षिले जाते किंवा मुळात त्याचे अस्तित्वही नाकारले जाते. मात्र ते नेहमीच उपलब्ध असते, व आपण जेवढ्या अधिक वेळा त्याची निवड करू, तेवढे समाधानी होणे, आपल्याला अधिक सोपे जाते, हे खरे आहे.

पत्रकार असलेला ब्रायन मला म्हणाला की, त्याने अनेक वर्षांपर्यंत दुसऱ्या नकारात्मक पर्यायाची निवड का केली होती- एक निराशाजनक, नकारात्मक व

आयुष्याप्रती दुःखी असा दृष्टिकोन – "जेव्हा मी न्यूजरूममध्ये कामाला सुरुवात केली, तेव्हा तेथील वातावरण असमाधानाचे असायचे. (अपवाद फक्त काही खास बातमी असेल तेवढे वगळता.) या लोकांची मला खूप आदरयुक्त भीती वाटत असे, कारण की जुने-जाणते व तज्ज्ञ लोक या नजरेने मी त्यांच्याकडे बघत असे. मला असे वाटत असे की, ते खूपच शांत होते. त्यांचे काम व आयुष्याबाबत ते उत्साही नसल्याने, मी जरी नाराज होतो, तरीही मी त्यांचे अनुकरण केले व त्यांचा शंकेखोर व असमाधानाचा दृष्टिकोन मी स्वीकारला."

"मात्र अलीकडेच मला असे जाणवले की, हा अंगवळणी पडलेला दृष्टिकोन शेवटी मला एक जुनाट नैराश्याप्रत घेऊन गेला आहे. माझ्या एका जुन्या मित्राने मला सरळच सांगितले की, एक आनंदी, उत्साही तरुण या नात्याने तो मला जसा ओळखत असे, तसा मी राहिलो नव्हतो व खऱ्या अर्थी मी तक्रारखोर व्यक्ती बनलो होतो. त्याने मला सांगितले की, मी पूर्वीसारखाच बनलो तर ते माझ्यासाठी चांगले राहील व त्याने मला हेसुद्धा सांगितले की, माझ्यासाठी ते काम अन्य कुणीही करू शकणार नव्हते. त्यासाठीच मी इकडे आलो आहे. मला यापुढे असेच राहायचे नाही. खूप उशीर होण्यापूर्वी मला पुन्हा एकदा आयुष्याचा उपभोग घ्यायचा आहे."

आम्ही सकारात्मकतेविषयी चर्चा केली व या पुस्तकात दिलेल्या काही तत्त्वांचा उपयोग करून बघण्याचे त्याने ठरवले. लवकरच त्याला असे जाणवले की, त्याचे सहकारी व ज्या कोणी व्यक्तीने नकारात्मक व्यक्तित्व स्वीकारले होत, त्यांच्याकडे तो वेगळ्या दृष्टिकोनातून पाहू लागला.

"तसे वागणे म्हणजे काही हुशारपणा किंवा शांतपणा नव्हता," तो म्हणाला, "आणि अगदी खातरीने तसा मी खरेच कधी नव्हतो. त्यांनी माझ्यावर जबरदस्तीने काही विचार लादले, असाही दावा मी करू शकत नाही. त्याऐवजी खरे तर मीच स्वतःवर काही विचार लादले होते. माझ्या खऱ्या स्वभावानुसार वागणे मला वाटले तेवढे अवघड नव्हते; खरे तर तो ताज्या हवेचा झोत आहे. सकारात्मक दृष्टिकोन बाळगणे, हा एक खूपच वेगळा अनुभव आहे व जेव्हा चुकीच्या गोष्टी घडत असतात, तेव्हा सुदैव, आशा व आशावाद यामध्ये समाधान शोधणे म्हणजेच सकारात्मकता होय. त्यामुळे छान वाटते. हे किती सोपे आहे व मी आता किती खूश आहे, ते सांगूच शकत नाही. माझ्या जुन्या मित्राने मला यातून थोडक्यात वर काढले व तुम्ही मला मार्ग शोधण्यात मदत केली."

आपण सर्व वेळ आनंदी राहू शकत नाही, हे खरे आहे. संवेदनशील, भावनाशील प्राणिमात्र म्हणून आपण सर्वच जण आयुष्यातील अनपेक्षित बदलांनी प्रभावित होतो. हे नैसर्गिक तसेच योग्यही आहे की, आपण त्यांना प्रामाणिकपणे

प्रतिसाद द्यावा. मात्र अगदी नैराश्यपूर्ण अवस्थेतून, अगदी टोकाच्या निराशेमधूनही आपण स्वतःला वर ओढू शकतो- विशेषतः आपण जेव्हा इतरांची मदत घेतो व सकारात्मकता व प्रेम यांच्या शक्तीला आपण सोबतीला घेतो तेव्हा.

आणि भलेही विचित्र वाटो- मागे वळून पाहताना पुष्कळदा आयुष्यातील खाचखळग्यांचे मूल्य आपण समजतो, कारण त्यामधून आपल्याला सुज्ञपणा व भावनिक सखोलपणा प्राप्त झालेला असतो. त्यामधून आपल्याला एक मौल्यवान विरोधाभासही मिळतो, ज्यामुळे आपण आनंदी क्षणांचा पूर्णत्वाने व हातचे काहीही राखून न ठेवता उपभोग घेऊ शकतो व त्यांचे मोल आपण जाणू शकतो.

काही वेळा आयुष्य म्हणजे एका झोक्यासारखे असते व काही वेळा सुखकर असलेल्या आयुष्याला तुम्हाला केवळ बिलगावे लागते. काही वेळा सोईस्कर जागेवरून बर्फावरून खाली स्कीइंग करून जाण्यासारखे ते असते व तुम्ही त्याचा पूर्णपणे उपभोग घेऊ शकता. काही वेळा तुम्ही पुष्कळच स्थिर, समाधानी व मिळालेल्या शांततेमुळे स्थिरचित्त असता. भलेही तुम्ही कुठेही किंवा कसेही का असेना आयुष्याबाबतचा सकारात्मक दृष्टिकोन नेहमीच तुमच्या मनात छान वाटण्याच्या जाणिवेला जन्म देतो.

चांगले वाटण्याच्या सकारात्मकतेसाठीच्या अनुभूतीसाठी काही दैनंदिन टिपा पुढीलप्रमाणे आहेत :

- ✓ तुमच्या आसपास असलेल्या चांगुलपणाचा शोध घ्या व त्याचा प्रभाव तुमच्यावर पडू द्या.
- ✓ काही दुष्टपणा व क्रूरपणा तुमच्या आसपास असल्यास त्याविषयी जागरूक राहा; मात्र त्याला तुमच्यावर कुरघोडी करू देऊ नका.
- ✓ इतरांमधील प्रतिभा व चांगुलपणाची स्तुती करण्याची कोणतीही संधी दवडू नका.
- ✓ तुमची व्यक्तिगत शक्ती तेजाने झळकत असल्याची जाण ठेवा.
- ✓ कायम हसरे राहा.
- ✓ हसा. जर हसण्यासारखे काही नसेल तर ते शोधा!
- ✓ कोणाला गरज असेल तर किंवा गरज नसली तरी त्याला मदतीचा हात द्या- त्याने काही फरक पडत नाही.
- ✓ स्वतःकडे दयाळूपणे पाहा व स्वतःला काल्पनिक आलिंगन द्या.
- ✓ सकारात्मकता या पृथ्वीवरच आपल्याला स्वर्गीय आनंद देते- अगदी दररोज.

या निर्मितीशी (सृष्टीशी) एकरूप असल्याची भावना वाढीला लावा

अस्तित्वाची जाणीव ही आपल्यासाठी एक वरदान किंवा शापही असू शकते– आपण त्याच्याकडे कसे पाहतो, त्यावर ते अवलंबून असते. नकारात्मकरीत्या पाहिल्यास ती जाणीव आपल्याला चिंतेने ग्रासू शकते. व्यक्ती म्हणून वेगळे अस्तित्व आव्हानात्मक असते व एक दिवस आपण अस्तित्वात असणार नाही– किमान आता आपण ज्या अवस्थेत आहोत त्या अवस्थेत, हे शरीर व मेंदू धारण केलेल्या अवस्थेत- ही जाणीव अनेकांना इतकी भयग्रस्त करते की, मृत्यूचा विषय काढणे ही जवळपास निषिद्ध गोष्ट बनली आहे.

मात्र आपण जेव्हा त्या गोष्टीकडे आपल्या नैसर्गिक जीवनचक्राचा एक भाग या दृष्टीने सकारात्मकरीत्या पाहतो, तेव्हा ती गोष्ट आपल्याला बंधनमुक्त करणारी व भीतीने दडपून न टाकणारी भासते. आपल्या आयुष्याच्या सर्व अवस्थांमध्ये सकारात्मकतेचा हा दृष्टिकोन बाळगल्याने आपल्या विचारांना ताजेपणाची एक किनार असते. ती ही की, आपण अगदी त्याच रीतीने त्या रचनेत बद्ध आहोत, जशी आपल्याकडून अपेक्षा आहे. आपण ज्या सुंदर ग्रहावर राहतो व ज्यावर आपले प्रेम आहे, त्याचा आपण भाग असतो. तसेच या जाणिवेमुळे आपल्याला मोठा दिलासा अशा रीतीने मिळतो, ज्यामुळे आपण आपल्या आयुष्याच्या प्रत्येक दिवसाचे मोल जाणून त्याचा पुरेपूर वापर करू शकतो.

आपल्या व्यक्तिमत्त्वाचा शोध घेण्यास व त्याचे पोषण करण्यास आपल्याला पुष्कळ प्रमाणात प्रेमळ प्रोत्साहन सकारात्मकतेमधून मिळते. त्याच वेळी आपल्यापैकी प्रत्येक जण या अत्यंत गुंतागुंतीच्या जगाचा व मानवजातीचा एक भाग आहोत. ज्या युगात ज्ञानाच्या बाबतीत आपल्या संस्कृतीचा सातत्याने विकास होतोच आहे व वैश्विक व स्थानिक पातळीवर एकत्र जोडले जाण्याची शक्यता पूर्वी कधीही नव्हती एवढ्या स्पष्टपणे आज आपल्यापाशी आहे. शक्यतेचा केवढा मोठा परीघ! या जाणिवेतील उत्तेजनाचा अनुभव घ्या, या चमत्काराचा अनुभव घ्या. जेव्हा अनेक शोध लागत आहेत, अशा या विलक्षण काळामध्ये आपल्याला इथे वास्तव्य करण्याचे सौभाग्य लाभले आहे, त्या चमत्काराचा अनुभव घेऊन त्याने विस्मित व्हा.

अर्थातच इथे आत्मसंतुष्टपणाला काहीच वाव नाही. सध्याच्या सर्वच संस्कृती व जीवनपद्धती खूपच चांगले हेतू बाळगून आहेत, असेही काही नाही. मात्र लोक पुरेशा प्रमाणात सर्वांचे भले करण्याच्या हेतूने एकत्रितरीत्या काम करत आहेत व आपल्या पर्यावरणाचे रक्षण करून आपल्यापुढे सुरक्षित भवितव्य ठेवण्यासाठी ते प्रयत्न करत आहेत. सरतेशेवटी साध्या शब्दांत सांगायचे झाल्यास, वैश्विक स्तरावर

आपल्या सर्वांना एकत्रितरीत्या काम करावे लागेल, जेणेकरून आपण आपली मानवजात, इतर प्राणिमात्र व हा ग्रह यांना खातरीशीररीत्या वाचवू शकू. याविषयी वैश्विक जाणीव अगोदरच विकसित होत असल्याने, दडपशाही करणारी सरकारे कोसळत आहेत व देश अधिकाधिक संख्येने एकत्र येऊन काम करत आहेत. आपल्याला आपले ज्ञान, सुज्ञपणा व साधने विकसित करायची आहेत व त्यामध्ये इतरांनाही सहभागी करून घ्यायचे आहे, ही जाणीव आज वाढत आहे.

आणि त्या बाबतीत आपल्यापैकी प्रत्येक जण करू शकेल असे भरपूर आहे- एकत्र येऊन इतरांसोबत काम करण्यास सुरुवात करणे, चांगल्या रीतींना चालना देणे व व्यक्तिगत पातळीवर विविध रीतींनी बदल घडवणे.

आपल्यापैकी बहुतेक लोकांसाठी ही सातत्यपूर्ण अशी शिकण्याची प्रक्रिया आहे. कदाचित आपण दररोज असा विचार करू, ''मी स्वतः तर नगण्य आहे व मी कोणत्याही बाबतीत प्रभावी नाही. माझ्या एकट्याने काय फरक पडणार आहे?'' किंवा याउलट असेही वाटू शकते की, आपण परिस्थितीत फरक पाडू शकतो. मात्र जेव्हा आपल्याला कळते की, आपला प्रभाव पडत नाही तेव्हा आपण उद्धटपणा व मूर्खपणाचा विचार केल्याची भावना आपल्या मनात निर्माण होते व आपण स्वतःला कमी लेखतो. खरे तर स्वतःशी व मित्रांसमवेत केलेल्या अशा संवादांमधून आपण शिकतो व आपली वाढ होते. आपल्या आजच्या व भविष्यातील शक्यतांविषयी आपण अधिक सकारात्मक व आत्मविश्वासपूर्ण होतो. माझ्यापासून किमान हजारो किलोमीटर अंतरावर राहणाऱ्या माझ्या एका मित्राने मला मेलमध्ये लिहिल्याप्रमाणे :

> ***''आपण छोटी माणसे पूर्वग्रहाविरुद्ध कशी उभी राहू शकतो? आपण स्वतःची व्यक्तित्वे शक्य तेवढी अधिक चांगली करू शकतो; मात्र कदाचित आपल्यापैकी केवळ काही मोजकेच जण त्या निरागस आशेवर जगतात, जी आपल्या सर्वांना एकत्रित ठेवते... व मला असे प्रामुख्याने वाटते की, आपण कधी स्वप्नातही बघितले नसेल एवढ्या मोठ्या प्रमाणात लोक बाहेर पडले आहेत. त्यांना केवळ हे लक्षात आणून देण्याचा अवकाश आहे की, त्यांचे विचार वेगळे नाहीत किंवा असा विचार करणारे ते एकटेच नाहीत... आणि अशा बाबतीत प्रोत्साहन हे खूपच महत्त्वाचे आहे.''***
>
> *– जेसलिन सिम्स*

एका स्थानिक, दैनंदिन व्यावहारिक पातळीवर इतरांशी एक असल्याची भावना

आपल्यामध्ये निर्माण होऊ शकते व त्याच वेळी आपण ज्या भागात राहतो तिथे फिरायला जाऊन आपण तेथील वातावरणाचा आनंद व चमत्काराच्या विलक्षण जाणिवेचा अनुभव घेऊ शकतो.

शहरे, नगरे, उपनगरे व खेड्यांमध्ये :

- ✓ आपल्या आसपासचा समुदाय व प्रेमाची भावना यांचा अनुभव घ्या.
- ✓ इमारतींकडे पाहून तुम्ही या लोकांचा विचार करू शकता, ज्यांनी या इमारतींचे आराखडे, रेखाटने तयार केली व त्या इमारती बांधल्या.
- ✓ मूलभूत सोयी-सुविधांचा विचार करा व यामागील अनेक शतकांचा विचार व कष्ट या बाबी समजून घ्या, ज्यामुळे त्यांना आजच्या या प्रगत अवस्थेपर्यंत आणले आहे व या सोयी-सुविधा अशा हजारो लोकांना सेवा देत आहेत ज्याविषयी त्यांच्या मूळ रचनाकर्त्यांनी कधी स्वप्नातही पाहिले नसते.
- ✓ या गुंतागुंतीच्या चित्रातील तुमच्या स्थानाचा आजचा- आताचा- सखोलपणे विचार करा.
- ✓ तुम्ही त्या रचनेशी किती व्यवस्थितरीत्या मेळ घालू शकता- स्तब्ध करणाऱ्या त्या गूढ रचनेतील परिपूर्णरीत्या रचना करण्यात आलेली व्यक्ती तुम्ही आहात, याचे मोल जाणा.

खेड्यामध्ये जाऊन :

- ✓ निसर्गाची शक्ती व निसर्गाप्रती प्रेम या भावनांचा अनुभव घ्या.
- ✓ निसर्गसौंदर्य, झाडे व वनस्पती, दृश्ये यांकडे पाहा.
- ✓ कोणत्या गोष्टी नैसर्गिक आहेत व मानवनिर्मित किंवा माणसाने नियोजन केलेले काय आहे, त्याचा विचार करा.
- ✓ आज तुम्ही जे बघत आहात व ज्याचा अनुभव घेत आहात, त्या स्थानाचा इतिहास तिथे कित्येक शतकांपासून जे लोक व प्राणी राहिले होते त्यांच्या संदर्भात जाणून घ्या.
- ✓ तिथे असणाऱ्या बहुविध सौंदर्याचा उपभोग घेण्याविषयी तुमच्या क्षमतारूपी सौभाग्याचे खोलवर मनन करा व त्यामधील चमत्काराच्या भावनेचा अनुभव घ्या.
- ✓ तुम्ही या रचनेमध्ये कसे योग्य आहात, त्याचे मोल जाणा. या विशिष्ट क्षणी तुम्ही इथे आहात व जीवनरूपी वस्त्रात तुम्ही तुमची जागा व्यापलेली आहे, ते ओळखा.

त्याच वेळी अभिमान व माणुसकीच्या जाणिवेचा अनुभव घ्या. या विस्मयकारी जगामध्ये एक व्यक्ती व वैशिष्ट्यपूर्ण अस्तित्व या नात्याने तुम्ही स्वतःचे वेगळे स्थान धारण करत आहात, ही गर्वाची भावना मनात बाळगणे छान वाटते. या जगड्व्याळ सृष्टीत आकाराने लहान असूनही तुम्ही सर्व गोष्टी ग्रहण करत आहात व या ग्रहाच्या सकारात्मकतेमध्ये भर घालत आहात, या चमत्काराने भारावून जाणे हीसुद्धा चांगली गोष्ट आहे.

ध्यान व प्रार्थनेच्या माध्यमातून फायदा करून घ्या

जेव्हा आपण ध्यानधारणा करतो, तेव्हा आपण संपूर्णपणे त्या क्षणात आपले अस्तित्व जगतो. त्यातून जर बाकी काहीच होत नसले तरीही किमानपक्षी तुमचा वेळ शांततेत जातो. आपल्याला जशी ध्यानधारणेची सवय लागते, तशी ही स्वस्थता अधिक गहिरी होत जाते- झोपेपेक्षाही अधिक तणावमुक्त अशी ही अवस्था असते. चिंता व ताण यांपासून मुक्त असा हा वेळ तुम्ही उपचारात्मक स्वरूपाच्या जाणिवेचा अनुभव घेण्यासाठी किंवा तुमचा आंतरिक सुज्ञपणा किंवा तत्सम गोष्टींमधून मिळणारे मार्गदर्शन मिळवण्यासाठी वापरू शकता.

ध्यानधारणेने सर्जनशीलतेलाही चालना मिळते. परिणामस्वरूप कल्पनांचा ओघ वाहू लागतो.

ध्यान करणे हे संपूर्णपणे सकारात्मक आहे. तुम्ही एखादी श्रद्धा ठेवता किंवा नाही, ते इथे महत्त्वाचे नाही. ती काही नव्या युगाची गोष्ट किंवा एखादा नवा पंथही नव्हे. वेळेच्या कसोटीवर पारखलेली ती केवळ एक पद्धती होय, ज्यामधून तुम्ही शांतपणा धारण करू शकता व व्यस्त आणि आव्हानात्मक विचारांचा त्याग करू शकता.

त्याचा उपयोग मुक्तपणे करावा, असे मी सुचवेन. ते एखाद्या औषधासारखे आहे, जणू काही सकारात्मकतेला बरे करणाऱ्या रामबाण औषधाचा एक ग्लासच आपण प्यायला आहे, असे त्यामुळे वाटते.

माझ्या पूर्वीच्या घरामध्ये कित्येक वर्षांपर्यंत माझे शेजारी आठवड्यातून एका दिवशी येत असत व अर्धा तास किंवा तत्सम वेळ ध्यानधारणा करण्यासाठी आम्ही एकत्र येत असू. आम्ही आमच्या प्रियजनांच्या आरोग्यासाठी सदिच्छा व्यक्त करत असू. त्यानंतर आम्ही या जगाला विसरून जात असू व काहीतरी छानसे द्रव्य कपभर किंवा ग्लासभर घेत असू व हिवाळ्यात शेकोटी पेटवून किंवा सूर्यास्त पाहता-पाहता किंवा उन्हाळ्यात संध्याकाळच्या वेळी आमचा वेळ आम्ही व्यतीत करत असू. ध्यान करणारा आमचा छोटा गट शक्तिमान होता, जो मैत्री, भूतदया, समजूतदारपणा व

सरतेशेवटी हास्य यांचा खजिना होता व तो गट विखुरल्यामुळे आज आम्हाला सर्वांनाच चुकल्यासारखे वाटते. मात्र आयुष्य पुढे चालूच राहते. पुढे आम्ही विखुरलो व सध्या आम्ही एकमेकांपासून एवढ्या दूर राहतो की आमचे एकत्र येणे कठीण आहे. कदाचित कधी काळी आम्ही एवढे जवळ राहू की, आम्ही पुन्हा भेटू शकू, अशी मी आशा करते.

सध्या मी, माझे कुटुंबीय व मित्र यांच्यासमवेत शक्य तेव्हा ध्यानधारणा करते व ती करताना समविचारी लोकांच्या एकत्रितपणाचा व एकीचा आम्ही आनंद घेतो. मात्र मला एकटीनेही ध्यान करायला आवडते, तेही एक प्रकारे चांगलेच आहे. मी स्वतःहून शांतपणे बसते व ध्यानमग्न होते. त्याची जाणीव अशी असते- या जगतामधील प्रकाशाचा किरण व प्रेम यांच्या विविध पातळ्यांमध्ये मी नकळत पोहोचते. एक गट म्हणून आम्ही ध्यानाची सुरुवात एका संचालित दृश्यीकरणाच्या क्रियेने करत असू व नंतर उर्वरित वेळ पार्श्वभूमीवर एखादे साधे संगीत लावून ते आम्ही ऐकत असू. काहींना मनामध्ये मंत्र म्हणायला आवडते. काहींना तसेच इतर काही- तुमच्या आवडीचा कोणताही शब्द घ्या- तुमच्यासाठी जी गोष्ट लागू पडते ती चांगली असते. सहाव्या प्रकरणात ध्यानाच्या विविध प्रकारांची वर्णने दिलेली आहेत. तुम्हाला कदाचित एखाद्या प्रकाराची आवड असेल किंवा एखादा प्रकार तुम्हाला जमत नसेल किंवा कदाचित निरनिराळ्या वेळी तुम्हाला भिन्न-भिन्न तंत्रेही वापरावीशी वाटत असतील.

प्रार्थना करणे पुष्कळसे ध्यानासारखेच आहे व पुष्कळदा या दोन्ही गोष्टी एकमेकांत, प्रेम व शांतता यामध्ये विरतात व मिसळतात. जर त्यांच्यात आपल्याला फरक करायचा असेल तर आपण ध्यानाची तुलना ऐकण्याशी करू; तर प्रार्थना म्हणजे मदतीसाठी केलेली याचना होय.

पुन्हा एकदा मी म्हणेन की कोणीही प्रार्थना करू शकतो. त्यासाठी एका विशिष्ट श्रद्धेची (धर्माची) आवश्यकता नाही. तुम्ही अश्रद्ध वा नास्तिक असूनही प्रार्थना करणारे असाल तरीही अनेक फायदे देणारी ती एक सकारात्मक कृती होय. जर तुम्ही अश्रद्ध असाल, तर तुम्ही कोणाकडे प्रार्थना करत आहात? आपल्या विज्ञानाने सिद्ध केलेल्या वास्तवाशिवाय कशावरही विश्वास न ठेवणारे अश्रद्ध लोक त्यांच्या संशयाचा सरळपणे त्याग करू शकतात किंवा प्रार्थनेचा विचार ते त्यांच्या अंतर्मनाची व सुज्ञपणाची प्रार्थना अशा स्वरूपात करू शकतात. सल्ला व मदत मागणे हे मुळात उपचारात्मक असते. तुम्ही जेव्हा ध्यान करता तेव्हा त्यामध्ये जशी शक्ती असते, तीच शांतता देऊ शकणारी शक्ती त्यामध्ये असते. खूप संकटाच्या वेळी मदतीसाठी दिलेली हाक, नेहमीच ऐकली जाते. मात्र त्याला उत्तर किंवा मदत

तत्क्षणी मिळेलच असे नसते. तुम्ही कल्पनाही करू शकणार नाही, अशा अनपेक्षित रीतीने ती पुष्कळ वेळा येते. मात्र ती येते जरूर! मला इथे पुन्हा त्या माणसाची गोष्ट आठवते, ज्याने संकटकाळात त्याने केलेल्या वाटचालीचा व त्याच्या वाळूतील पदचिन्हांचा मागोवा घेतला व त्याला गरज असताना देव तिथे नसल्याविषयी त्याने देवाची निर्भर्त्सना केली. नंतर त्याला कळले की त्या पाऊलखुणा देवाच्या होत्या ज्याने त्याला उचलून नेले होते. प्रार्थना व ध्यान यांचा अधिक विस्ताराने विचार आपण सहाव्या प्रकरणामध्ये करू.

भलेही आपल्या मनात श्रद्धा असो वा नसो, कोणीतरी आपल्याला सांभाळून नेत आहे किंवा आपली काळजी घेत आहे, अशी जाणीव ध्यान व प्रार्थना या दोन्ही गोष्टी आपल्या मनामध्ये निर्माण करतात. जीवनाला, प्रेमाला रुकार देणारी, उपचारात्मक व शक्ती देणारी अशी ती एक खूपच अद्भुत जाणीव आहे.

या नैसर्गिक जगापासून सकारात्मकता शोषून घ्या

निसर्ग किती शांत व सर्वांना सामावून घेणारा आहे!

आयुष्याचे चक्र जन्म, मृत्यू व पुनःपुन्हा जन्म या क्रमाने चालूच असते. मात्र त्याविषयी केवळ आपण माणसेच भ्रमित होतो. इतर सर्व प्राणिमात्र व जीवमात्र या गोष्टी बिनतक्रार स्वीकारतात व निश्चिंतपणे जगतात. त्यांच्या या दृष्टिकोनाची जाण ठेवून व या नैसर्गिक दृष्टिकोनाचा काही प्रमाणात अंगीकार करून आपणही अधिक शांत बनू व आपला दृष्टिकोन व्यापक ठेवू शकतो.

घराबाहेर पडण्यामुळे शक्य झाल्यास दररोज आपल्या सभोवताली सर्वत्र असलेली जीवनशक्ती शोषून घेणे आपल्याला शक्य होते. झाडाला कवटाळणाऱ्या लोकांची आपण खिल्ली उडवत असलो तरीही, जर तुम्ही झाडांमधून चाललात, त्यांना स्पर्श केलात, त्यांचा आधार घेतलात, त्यांच्याखाली शांतपणे बसलात आणि त्यांच्या पाना-फांद्यांच्या फुलोऱ्याकडे तुम्ही पाहिलेत, तर त्यांच्या भव्यतेचा व शक्तीचा तुम्हाला अंदाज येईल; कारण त्यांच्यातील प्रखर जीवनशक्तीमुळे त्यांच्यामधून रस वाहत असतो. खेड्यापाड्यामध्ये असलेली वने व जंगले यांमधून फिरणे, हा एक अद्भुत अनुभव असतो. मात्र झाडांचे सौंदर्य व त्यांची शक्ती यांचा अनुभव घेण्यासाठी तुम्हाला शहर सोडून खेड्यांमध्येच जावे लागते असे नाही, कारण प्रत्येकच शहर व उपनगरांमध्ये एखादे उद्यान, गोल्फ कोर्ट किंवा चौक असतो, जिथे झाडे- मग भलेही ती नवीन असोत वा प्राचीन- वाढत असतात.

त्यांच्यामधून बाहेर पडणाऱ्या सकारात्मकतेची जाणीव तुम्हाला तेव्हा प्रखरपणे होईल, जेव्हा त्यांच्याकडे खऱ्या अर्थी पाहण्यासाठी तुम्ही वेळ काढाल आणि त्यांचे

सौंदर्य व कालातीतपणा या त्यांच्या गुणधर्माची तुम्ही सखोलरीत्या नोंद घ्याल.

बागासुद्धा सकारात्मक शक्तीचा अद्भुत असा स्त्रोत असतात. भलेही तुम्ही सक्रियपणे बागकाम करत असाल किंवा साधेपणाने बागेतील वास्तव्याचा तुम्ही आनंद घेत असाल, तर तुमच्या आसपासची सर्व वाढ व सौंदर्य, तसेच तुमच्या हृदयाला प्रफुल्लित करणारे रंग यांचा आनंद तुम्ही प्रसन्नपणे लुटू शकता. या सर्वांची दखल घ्या. निसर्गाच्या आत्यंतिक जटिलतेतील प्रत्येक बारीकसारीक तपशिलाची नोंद घ्या व त्याच वेळी समग्र चित्र ध्यानात घ्या. तुमची प्रशंसा व प्रेम यांच्याशी सुसंगती राखत सर्व झाडे एकमेकांच्या संगतीत कशी वाढतात, ते पाहा. मी एकदा वाचले होते की, पहाटेच्या वेळी जर तुम्ही एखाद्या वनस्पती उद्यानाला भेट दिली, तर तुम्हाला वनस्पतींचे तेजोवलय त्यांच्यावर नृत्य करताना दिसते. मी असे कितीतरी वेळा केलेले आहे. माझे हृदयही त्यांच्यासोबत नृत्य करते- निव्वळ कल्पना की कल्पनाविलास? मला माहीत नाही; कदाचित तसेही असेल! भलेही ते खरे असो वा नसो, मात्र ती एक सुंदर दृष्टी आहे व ती भावना दिवसाच्या सुरुवातीलाच तुम्हाला एका अतिशय चांगल्या मनःस्थितीमध्ये नेते!

बागेमध्ये उपचारात्मक गुणधर्म असल्याचेही ज्ञात आहे. मला आठवते, कित्येक वर्षांपूर्वी एका सामाजिक बैठकीत बोलताना स्यू नामक एका महिलेशी माझी ओळख करून देण्यात आली होती. मात्र स्यूला हे माहीत नव्हते की, मी तेव्हा अत्यंत निराशाजनक काळातून गेले होते व मी खूप संवेदनशील झाले होते. मात्र साधारणपणे आपण आपल्याला होणार त्रास नवपरिचितांना सांगत नाही, त्याप्रमाणे मी तिच्याशी सकारात्मक रीतीने ज्या-त्या विषयावर बोलत होते. म्हणून आम्ही जेव्हा परस्परांचा निरोप घेत होतो, तेव्हा तिने माझ्याकडे थेटपणे पाहिले व कागदाच्या एका चिठ्ठीवर एक पत्ता लिहून मला सांगितले, "या आणि आम्हाला भेटा– पुढच्या दारी असलेल्या बागेमध्ये आम्ही असतो. तुमची इच्छा नसेल तोपर्यंत तुम्हाला कोणाशी बोलण्याची गरज नाही." असे ती मला म्हणाली तेव्हा मी चकितच झाले. मी निःशब्द झाले, कारण माझ्या मनातील भावनिक दुःख तिने अंतर्मनाच्या पातळीवर ओळखले होते व ती मला मदतीचा हात देऊ करत होती. "उद्या या," ती म्हणाली, "तुमचे स्वागत होईल."

मला केवळ कॉफीसाठी त्यांच्याकडे जायचे आहे, असे स्वतःला बजावून मी दुसऱ्या दिवशी सकाळी तिकडे गेले. शांतपणे पण प्रेमाने माझे स्वागत करून तिने मला बागेकडे जाणारा रस्ता दाखवला. त्या बागा तेव्हा त्यांच्या सौंदर्यासाठी ओळखल्या जात होत्या व पुष्कळ वेळा त्या लोकांसाठी उघड्या असत. तिथे आणखी कोणी होते किंवा नाही ते मला आठवत नाही. मात्र तेव्हा शांतता, प्रेम व सौंदर्याच्या ज्या जाणिवेने मला वेढून टाकले होते, ती जाणीव हा मजकूर लिहिताना

मला आताही जाणवत आहे. दिवसाचा उर्वरित वेळ मी तिथे राहिले व तेथील वातावरणाला माझ्यामध्ये साठवून घेत किंवा नुसते बोलून किंवा शांत राहून मी तिथे भटकले. विश्वास बसणार नाही, अशा रीतीने मी किती थकले होते, दुःखाने गांजून गेले होते व गेल्या काही आठवड्यांत किती धक्के सहन केले होते, त्याची मला तेव्हा जाणीव झाली व चमत्कारासारखी भासणारी एक गोष्ट घडली. जणू एखाद्या नाजूक जखम बरी करणाऱ्या मलमाने मला आतून स्वच्छ करण्यात आले होते, असे मला वाटले. त्या बागेमध्ये मला प्रेमाच्या बंधनाने बांधल्यासारखे, सुरक्षित व माझी शुश्रूषा केल्यासारखे वाटत होते. मी जे मानसिक ओझे बाळगत होते, तेसुद्धा कमी झाल्यासारखे मला त्या वेळी वाटत होते.

तेव्हापासून मला जाणवत आहे की, तो काही 'चमत्कार' नव्हता. मदत व उपचार आपणा सर्वांसाठीच सर्व वेळ उपलब्ध असतात. आपली तयारी असेल तर लोक आपल्याला मदत करतात. शांततेचा असा आसरा आपण नेहमीच शोधू शकतो, जिथे निसर्ग आपल्याला बरे करतो.

कदाचित इथेसुद्धा आणखी एक नैसर्गिक चमत्कार कार्यरत असतो. माझ्या पूर्ण आयुष्यामध्ये मला पुष्कळदा अशी जाणीव झालेली आहे की, काही विशिष्ट जागांमध्ये आपल्याला बरे करण्याची क्षमता व शक्ती साठवलेली असते. संपूर्ण इतिहासामध्ये लेखक ही गोष्ट नोंदवत आलेले आहेत. अशा स्थळांमधून आपल्याला या विश्वाशी जोडले जाण्याची जी भावना व प्रेरणा मिळते त्यांची जाणीव- विशेषतः वर्डस्वर्थ यांना- झालेली दिसते. अशा जागांमध्ये उपचारात्मक गुणधर्म असतात कारण अशा जागी खूपच शक्तिमान चुंबकीय प्रवाह असतो. अशा बिंदूंमधून रेषा परस्परांना छेदतात, असा काही जण दावा करतात.

ती शक्ती का किंवा कशी कार्य करते, ते महत्त्वाचे आहे असे मला वाटत नाही; ती शक्ती कार्य करते, ही जाणीव पुरेशी आहे. ती शक्ती खूपच सकारात्मक, विलक्षण, उपचारात्मक गुणधर्माची व खऱ्या अर्थी आंतरिक पातळीवर उपचार करणारी असते. बाहेर फिरण्यापासून मिळणारे अनेक शारीरिक फायदे आहेत त्याविषयी अधिक विस्ताराने आपण सातव्या प्रकरणात चर्चा करू.

वाहत्या पाण्यावर नाव चालवणे किंवा अशा पाण्याच्या बाजूने चालणे- मग ती नदी असो वा समुद्र- हा एक निर्भेळ सकारात्मक अनुभव आहे. हवेतील बाष्प किंवा ओझोन यांच्याप्रमाणे व्यक्तीला शांत व स्वस्थचित्त करण्याचा गुणधर्म आवाजातही असतो. जर कोणी गायरानांमधून जाऊन पाहिले, तर आजारी असलेले किंवा खूप म्हातारे झालेले प्राणी पुष्कळदा नदी किंवा ओढ्याच्या बाजूला दिसतात. पशुवैद्य असे म्हणतात की हवेतील बाष्प त्यांना श्वासोच्छ्वास घेण्यास मदत करते. कदाचित त्यांना त्या आवाजात शांतता गवसत असेल व ज्याप्रमाणे आपल्यालासुद्धा

जशी वेळेची जाणीव होत नाही, तशी ती त्यांनाही होत नसावी. बाग व इतर सुंदर नैसर्गिक स्थळांमध्ये असलेली सकारात्मक ऊर्जा त्यांना कदाचित तिथे जाणवत असावी.

जेव्हा तुम्ही अशा एखाद्या जागी असता- जी सुंदर आहे किंवा जिथे तुम्हाला काही कारणामुळे विशेष वाटते, तेव्हा :

- ✓ एखाद्या खूपच शांततामय, प्रेरणादायी, सुंदर किंवा उपचारात्मक वातावरणाची तुम्हाला जाणीव होत असेल, तर त्याविषयी सजग राहा.
- ✓ त्याच्याकडे लक्ष द्या.
- ✓ ते तुमच्याशी ज्या रीतीने मेळ घालत आहे, त्याचा अनुभव घ्या.
- ✓ त्याचे मोल जाणा व त्याच्यावर प्रेम करा.
- ✓ ती ऊर्जा शोषून घेण्यासाठी स्वतःला प्रेरित करा.
- ✓ तुमची स्वतःची सकारात्मक ऊर्जा व उपचारात्मक शक्ती कशी वाढत आहे, त्याचा अनुभव घ्या.

स्थळ व एकात्मता यांच्या जाणिवेचे मोल जाणा

हा आपला ग्रह आहे. मात्र तो आपल्या मालकीचा नाही. इतर मानव किंवा प्राणिमात्र यावर आपली सत्ता चालत नाही. हे असे घर होय, ज्यामध्ये आपण राहतो व इथे असण्याबाबत आपण खरेच खूप सुदैवी आहोत.

घर- आपले विश्रांतीचे ठिकाण, आश्रयस्थान, निवारा, आपला आधार, आपले मरुस्थळ.

पृथ्वी आपणा सर्वांसाठी यांपैकी सर्वच आहे. जेव्हा तुमचे घर सुंदर दिसते तेव्हा असलेली विलक्षण भावना व तुम्ही घरी असल्याने होणारा आनंद, हे तुम्हाला माहीत आहे का? आपण आपल्या स्वतःच्या घरांना जसे महत्त्व देतो व त्यांची जशी काळजी घेतो, त्याचप्रमाणे आपण आपल्या पर्यावरणाची स्थानिक पातळीवर, राष्ट्रीय व वैश्विक स्तरावर व काळाच्या ओघात हळूहळू आपण पोहोचू शकू अशा विश्वाच्या पातळीवर काळजी घेऊ, तेव्हा आपल्याला समाधान व स्फूर्तीची भावना जाणवेल.

साधने सध्या तरी मुबलकपणे उपलब्ध आहेत. मानवजात सर्वसाधारपणे सभ्यपणाने वागत आहे (किमानपक्षी तसे वागण्याचा खूप प्रयत्न तरी करत आहे!) व गेल्या काही वर्षांपूर्वीपर्यंत अतर्क्य वाटणारी संवादाची साधने व इतर तंत्रज्ञान यांचे फायदे आपल्याला मिळत आहेत. अशा वेळी पृथ्वीच्या इतिहासातील या ठिकाणावर

आपण आहोत, ही आपल्यासाठी खूपच सौभाग्याची गोष्ट आहे.

जेव्हा आपण पृथ्वीचा अनादर करतो किंवा कदाचित जेव्हा तिचा अजिबात विचार करत नाही, तेव्हा आपण खरे तर स्वतःप्रती अनादर दाखवत असतो व या पर्यावरणाला- व स्वतःलाही नुकसान पोहोचवतो. पृथ्वीवरील चांगल्या गोष्टी व समृद्धता टिकून राहण्यासाठी हे अत्यावश्यक आहे. आपल्यापैकी केवळ हाताच्या बोटांवर मोजण्याइतके विचारी नेते नव्हे, तर आपल्यापैकी प्रत्येक जणच त्यांचा आदर व त्यांचे जतन करू. जेव्हा तुम्ही असे करता, तेव्हा त्याचे फायदे तुम्हाला मिळतात. एका उच्च पातळीवर तुम्ही इतरांशी एकरूप असल्याची जाणीव तुम्हाला होते व अशा वेळी तुमच्या मनात आशा, विशिष्ट उद्दिष्ट व एकीची उच्च भावना तुमच्या मनात वसते. ही जागा, हे जग व त्यावरील सर्व प्रकारचे जीवन- ज्याला ही पृथ्वी आधार देते- त्या सर्वांवर प्रेम करण्याने सकारात्मकतेचे हे वर्तुळ पूर्ण होते व हे वर्तुळ सकारात्मक ऊर्जेच्या प्रेमरूपी रेषेला छेदते.

या जीवनात ज्या जागेने आपले स्वागत केले, त्या स्थानावर प्रेम करणे हे आपल्याला जन्मापासून मिळालेले एक नैसर्गिक वरदान आहे. या जगावर व त्यातील सर्व सौंदर्य, कुरूपता, आनंद व दुःख, त्याची सर्व व्यामिश्रता व साधेपणा, त्यातील विस्मयकारी शक्ती या सर्वांवर प्रेम करणे नैसर्गिक आहे. केवढी जीवनशक्ती! केवढा चमत्कार!

या ग्रहावरील जीवनाचा आपण भाग आहोत, हे आश्चर्य कसे घडून आले? आपल्या दैनंदिन जाणिवेमध्ये ही संवेदना एवढी व्यापक आहे; मात्र आपल्या ज्ञानविश्वाचा हा एक अगदी छोटा भाग आहे. त्याच्या संपूर्ण व्याप्तीचा आवाका तर आपण जाणूही शकत नाही; त्याविषयी आपण केवळ कल्पना करू शकतो.

खरे तर हे जग म्हणजे आपल्यासाठी अक्षरशः सर्व काही आहे. भलेही तुम्ही मृत्यूनंतरच्या जीवनावर विश्वास ठेवता किंवा ठेवत नाही; समांतर विश्वाची तुम्ही कल्पना करता किंवा करत नाही; ते गौण आहे. आता व भविष्यातही अधूनमधून क्षणभर थांबा व आपल्या ग्रहाचे मोल संपूर्णत्वाने जाणून घ्या. या विलक्षण जगातील हे विस्मयकारी असे स्थान आहे.

- ✓ शरीर व मनाने निश्चल राहा.
- ✓ प्रत्येक श्वास घेताना मध्ये तुमच्या आसपासच्या हवेचा अनुभव घ्या.
- ✓ तुमच्या बोटांपासून डोक्यापर्यंतच्या प्रत्येक अवयवाची जाणीव ठेवा.
- ✓ विश्वाचा गोल तुमच्या डोळ्यांसमोर आणा व तुम्ही जिथे राहता तो भाग यामध्ये पाहा.
- ✓ या क्षणी तुम्ही जिथे आहात त्याची दखल घ्या.

- ✓ या संपूर्ण विश्वाच्या तुलनेत तुम्ही किती छोटे आहात त्याविषयी भीतियुक्त आदराची भावना बाळगा.
- ✓ आकाराने तुम्ही भले कितीही लहान असलात, तरीही तुम्ही ऊर्जेने भरलेली व स्वतःच्या अधिकारात सकारात्मकतेने युक्त जिवंत व्यक्ती आहात हे ज्ञान व त्यामधून मिळणारा आनंद प्राप्त करा.
- ✓ तुम्ही स्वतःच्या क्षेत्रात, समाजामध्ये महत्त्वाची व्यक्ती कसे बनू शकता, त्याचा विचार करा.
- ✓ आणि स्वतःच्या खऱ्या स्वभावानुसार वागताना तुम्ही न चुकता एक सकारात्मक प्रभाव निर्माण करता, ठसा उमटवता व हे जग व त्यातील चांगुलपणामध्ये तुमच्यामुळे फरक पडतो, या गोष्टी दृष्टीसमोर आणा.

ही पृथ्वी व मानवजात यांच्याशी सुसंगती राखा

आपल्या जगाशी सुसंगती राखणे व त्यातील सर्व वन्य जीव व झाडे किंवा ज्यांच्याशी आपण प्रेमाने वागू शकत नाही त्यांच्याविषयी किमान आदर बाळगणे यामधून आपल्याला आंतरिक पातळीवर चांगले व योग्य वाटते.

आपण जर अशा रीतीने स्वार्थीपणे वागलो की, ज्यामुळे आपल्या पर्यावरणाचे अहित होत असेल व खरे तर पर्यावरणाचा नाश होत असेल तर, आपल्याला आतूनही ते चांगले वाटत नाही. खातरीने आपल्याला त्यामध्ये थोडीफार मजा व आनंद मिळत असेल, मात्र एकंदरीत आपल्याला ओंगळवाणे वाटते. त्याऐवजी या जगाची काळजी घेण्याचा, तसेच जगाचे व सर्व जीवांचे भले करण्याचा मार्ग निवडा व मग तुम्हाला अगदी विलक्षण वाटेल- अधिक आत्मविश्वासपूर्ण, जबाबदार, प्रेमळ व प्रेम मिळवण्यायोग्य. थोडक्यात सांगायचे तर, तुम्हाला वाटेल की तुमचे इथले वास्तव्य खूप मौल्यवान आहे व ती भावना अत्यंत सकारात्मक तसेच शक्तिदायक असते. ती शांत व खळखळती असते.

व्यावहारिक पातळीवर चांगल्या रीतीने जगण्याच्या अनेक पद्धती आहेत. आपण जिथे राहतो त्या वातावरणासाठी चांगल्या असलेल्या त्या पद्धती आहेत; भलेही आपण शहरात असू वा खेड्यामध्ये. पुढे काही पद्धती दिल्या आहेत ज्यामुळे तुम्हाला अधिक मोकळे व अधिक ज्ञानसंपन्न वाटेल :

- ✓ थोडे किंवा पुष्कळसे साधे राहा व समाजात प्रतिष्ठा मिळवण्यासाठी वस्तुसंचय करण्याऐवजी ज्या वस्तू तुम्हाला खरेच उपयोगी पडतील, अशाच वस्तूंची खरेदी करा.

- ✓ ज्या गोष्टींची सवय किंवा व्यसने लागण्याचा धोका आहे, अशा सर्व गोष्टींचा त्याग करा. मोबाइलचा वापर, संगणकातील खेळ यांचा अनिवार्यपणे होणारा वापर आदी गोष्टींचा यामध्ये समावेश करा.
- ✓ उदार बना. जेव्हा तुम्हाला वाटते की तुम्ही एखाद्या गोष्टीबाबत मालकी हक्क गाजवत आहात किंवा तुम्ही द्वेष, ईर्षा किंवा लोभीपणाने वागत आहात, तेव्हा त्या गोष्टीचा त्याग करा.
- ✓ सुंदर सृष्टीसौंदर्य व या जगातील सर्व चैतन्यमय गोष्टी यांचा उपभोग त्यावर मालकी हक्क न गाजवता घ्या.
- ✓ शक्य होईल तेवढे तुमच्या उत्पन्नाच्या मर्यादेतच खर्च करा.
- ✓ जर तुम्ही मांस खात असाल तर ती एक मोठी चैनीची बाब आहे, हे जाणा व ज्या प्राण्याचे ते मांस आहे, त्याविषयी आदर बाळगा.
- ✓ पृथ्वीवरील मर्यादित साधने उदाहरणार्थ- पाणी व इंधने यांचा वाहतूक व उष्णता मिळवण्यासाठीचा अनावश्यक वापर किमान पातळीवर ठेवा.
- ✓ सर्व सजीवांना आदर भावनेने वागवा.
- ✓ स्वयंसेवी कार्य करा किंवा इतरांना मदत होईल असे काहीतरी सकारात्मक करा.

हे आपले घर आहे- आपण कल्पना करू शकू असे हे सर्वाधिक विलक्षण विश्व आहे. आपल्या अस्तित्वासाठी हे विश्व सर्व काही पुरवते. वर्तमानात स्वतःची व नंतर येणाऱ्या पिढ्यांची काळजी घेण्यासाठी व्यक्तिगतरीत्या किंवा एकत्रितरीत्या काम करणे, हे आपल्या प्रत्येकावर अवलंबून आहे. आपण जेव्हा तसे वागतो तेव्हा आपली हृदये आनंदाने गुणगुणतात व आपल्या सकारात्मकतेमधून जी शक्ती निर्माण होते, ती अतिशय प्रभावी असते.

आता व दररोज- तुम्ही इथे या पृथ्वीवर आहात व त्या पृथ्वीचा एक भाग आहात, ही आदराची भावना बाळगण्यासाठी व मोठ्या आनंदाचा अनुभव घेण्यासाठी थोडा वेळ थांबा. त्याच चमत्काराचा अनुभव घ्या. भरपूर प्रशंसा करा व कृतज्ञता बाळगा.

६

तुमच्या आध्यात्मिकतेची दखल घेणे व तिची जोपासना करणे

या प्रकरणामध्ये तुम्ही सकारात्मकतेचा तेव्हा अंगीकार कराल, जेव्हा तुम्ही :

- *तुमच्या आध्यात्मिक बाजूशी नाते विकसित कराल.*
- *दैवी गुण या संकल्पनेत स्वारस्य घ्याल.*
- *तुमच्यासाठी योग्य अशा आध्यात्मिक मार्गावर चालाल.*
- *प्रार्थनेच्या सकारात्मक शक्तीचे मोल जाणाल.*
- *प्रशंसा व आध्यात्मिक चमत्कार प्रत्यक्ष उपयोगात आणाल.*
- *पवित्रतेच्या जाणिवेचा आनंद घ्याल.*
- *या पृथ्वीवरील स्वर्गाचे अस्तित्व ओळखाल.*
- *या क्षणात (वर्तमानात) इथे याल, असाल व जगाल.*

भलेही आपण धार्मिक प्रवृत्तीचे असू वा नसू; मात्र आध्यात्मिकता आपल्यासाठी महत्त्वाची आहे. याचे कारण, हे विश्व व त्याच्या भौतिक मर्यादा यांपासून आपल्याला आध्यात्मिकता मुक्त करते. या बंधनांपासून मुक्त असलेली आपली नैसर्गिक सहजप्रेरणा खोल पातळीवर हे समजून घेते की, आपल्यापैकी प्रत्येकाकडे आत्मा असतो. आपण त्याचे अस्तित्व जाणवून घेऊ शकतो, त्याची काळजी घेऊ शकतो व त्या आध्यात्मिक जाणिवेतील सकारात्मक शक्ती आपण आपल्या आयुष्यामध्ये अधिकाधिक प्रमाणात वापरू शकतो. त्यासोबतच आपण विश्वाबाबतची आपली उमज व या विश्वासोबतचे नाते यांच्या जाणिवेपलीकडे पोहोचून त्याही पलीकडे असणाऱ्या चांगल्या व प्रेममय गोष्टींपर्यंत पोहोचू शकतो.

आपल्याला स्वतःला समजून घेण्यात व स्वतःच्या व्यक्तिमत्त्वाशी आपण एकरूप असल्याचे जाणवून देण्यात आध्यात्मिकता आपली मदत करते व आपल्याला आंतरिक समाधान, संतुष्टी व आनंदाप्रत पोहोचवते. अर्थात आपल्या संवेदनेच्या माध्यमातून या जगाशी जवळिकीचा मागील प्रकरणात चर्चिल्याप्रमाणे आपण अनुभव घेतो, तो पुष्कळदा यांच्याशी मेळ घालतो; मात्र तो अनुभव सारखाच नसतो. आपण उपजतच जी जाणीव किंवा भाषा घेऊन जन्मलो, ती ही होय. याचा संबंध पुष्कळ अंशी प्रेमाशीही आहे व आपण जर तसे घडू दिले तर ही गोष्ट आपल्या सकारात्मकतेच्या सर्व बाबींमध्ये अवतरते. आपण खरे तर आध्यात्मिक स्वरूपाची अस्तित्वे आहोत- भलेही आपण त्या गोष्टीकडे दुर्लक्ष करूनही आपापले काम करू शकतो, हे खरे असले तरीही- आपल्या आयुष्याचा प्रवास सुकर करण्यासाठी अत्यंत प्रखररीत्या सकारात्मक व विलक्षण उपयोगी अशी ही गोष्ट आहे; अर्थात आपली तशी तयारी हवी.

तुमच्या आध्यात्मिक बाजूशी नाते जोडा

आपणा सर्वांकडे जीवनरूपी जे चैतन्य असते व त्याविषयी आत्मा आपल्याला जी जाणीव करून देतो, त्याची उमज व ती जाणीव व्यक्त करणे म्हणजे आध्यात्मिकता होय. चैतन्य व आत्मा यांच्यातील भेद दर्शवण्यासाठी पुस्तके उपलब्ध आहेत; मात्र मी ती चर्चा धर्मशास्त्रवेत्त्यांसाठी सोडून देईन. या गोष्टी मुळात एकच आहेत असे मला वाटते व या पुस्तकात मी ते दोन्ही शब्द आलटूनपालटून वापरणार आहे.

या गोष्टींचे अस्तित्व स्वीकारण्याने कसे वाटते, त्याचा अनुभव तुम्हाला लगेचच घ्यावा वाटेल. असे वरदान मिळवा, जे तुमच्यासोबत राहील.

धावपळीच्या या आयुष्यातून थोडी विश्रांती मिळवण्यासाठी काही क्षणांचा वेळ शोधा व जेव्हा तुम्ही थोडा वेळ थांबाल तेव्हा :

- ✓ तुमचा आत्मा हेच तुमचे मूळ रूप (अस्तित्व) व चैतन्य आहे, हे जाणण्याचा प्रयत्न करा.
- ✓ या मूळ जीवनशक्तीचा अनुभव घ्या.
- ✓ तुमच्यातील तो किती सुंदर भाग आहे, त्याचा अनुभव घ्या.
- ✓ स्फूर्ती, ऊर्जा व सखोल शांततेचा अनुभव किंवा या तिन्ही घटकांच्या सकारात्मक ऊर्जेविषयी जागरूक राहा व ती सकारात्मक ऊर्जा या तिन्हींमध्ये कशी खेळत राहते ते पाहा.

आपल्या आध्यात्मिकतेने या मूळ आधाराला स्पर्श करण्याचा या किंवा अन्य रीतीने जेवढा अधिक सराव आपण करू, तेवढे ते अधिक सहज होते. भलेही आपली धार्मिक श्रद्धा कोणती का असेना; मात्र प्रेमळपणा, आधार व सखोल प्रेम यांची आपल्याला नेहमीच जाणीव असते व अशा जाणिवेचा अभाव असतानाही आपण जेव्हा अशी मनीषा धरतो की, त्या आशेने आपली आयुष्ये उजळून टाकावीत किंवा आपल्या अडचणींमध्ये आपल्याला आधार द्यावा, तेव्हाही ती शक्ती आपल्यासोबत असतेच. ती शक्ती खूपच सकारात्मक असते व ती आपल्याला एवढी भरून टाकते की ज्याने आपला उर्वरित दिवस निभावला जातो- मग भलेही आपल्याला त्या दिवशी सुरुवातीला थकलेले किंवा तेजोहीन वाटले असले तरीही.

मात्र भलेही ही भावना कितीही नैसर्गिक का असेना व भलेही कितीही प्रेरित व उपचारात्मक स्वरूपाची का असेना, तरीही कधीकधी आपण स्वतःच त्याविषयी साशंक होतो किंवा इतर कोणी त्याविषयी आपल्या मनात संशय निर्माण करते.

या मर्त्य शरीरावर अवलंबून नसलेली जीवनशक्ती ही खरेच अस्तित्वात आहे काय, जी या पातळीच्याही वर पोहोचते व इतर पातळ्यांशी जोडली जाते. कदाचित जसे अनेकांना वाटते तशी ती मुळात आपल्या अस्तित्वाचा स्रोत असते काय?

विज्ञानाने अजून तरी या बाबतीत सखोल संशोधन केलेले नाही. अगदी आपले उच्च विचारवंतसुद्धा श्रद्धा (विश्वास) अशी जीवनशक्ती असते व अस्तित्वात नसते अशा दोन प्रबळ शंकांमध्ये चाचपडत असतात. मी जसे इथे लिहीत आहे- सत्य हे आहे की वास्तव काय आहे, याची त्यांना कल्पना नाही व क्वांटम विज्ञान (भौतिकी) किंवा 'बिग बँग' ही संकल्पनाही याविषयी स्पष्टीकरण देऊ शकलेली नाही. ब्रायन कॉक्स यांनी त्यांच्या 'द वंडर्स ऑफ युनिव्हर्स'मध्ये नोंदवल्याप्रमाणे बिग बँगची उपपत्ती आपल्याला वेळेतील त्या बिंदूपर्यंत पोहोचवते. आपल्याकडे पुष्कळच चित्तवेधक प्रश्न आहेत : पूर्वी काय होते? आणि मी जसा नेहमीच विचार करते- तिथे इतर कोणत्या पातळ्या अस्तित्वात असू शकतात, इतर कोणती विश्वे असू शकतात, आपल्यापैकी काही जणांना जी जाणीव होते ती केवळ मेंदूतील रसायनांमुळे होते का, त्याविषयी आपल्याला जेवढी माहिती आहे त्यापेक्षा अधिक काहीही माहिती वैज्ञानिकांकडे नाही. एका वैज्ञानिकाची अलीकडील कल्पना ही आहे की, आपले विश्व व ही वास्तवता म्हणजे खरे तर या विश्वाच्या सीमाकक्षेपासून प्रक्षेपित होणारी एक प्रतिमा आहे- अर्थातच आपल्या सर्वांच्याच मनात ही कल्पना येऊन गेलेली आहे. ही अगदीच नवी कल्पना नाही. इतर वैज्ञानिक अजूनही विचार करतात की समांतर विश्वाची संकल्पना ही कदाचित या प्रश्नाचे उत्तर असू शकेल.

वैज्ञानिक ज्ञान हे सातत्याने विकसित होतच आहे; मात्र हे शक्य आहे की

मानवी मेंदू व अगदी अद्ययावत क्वांटम संगणकही आपल्या हयातीमध्ये खऱ्या अर्थाने एवढे विकसित होणार नाहीत, जेणेकरून आपण जे आयुष्य जगतो त्यामागील रहस्य ते पूर्णपणे जाणू शकतील. ती बुद्धिमत्ता किंवा तिची व्याप्ती तेवढी असणार नाही.

मात्र संशोधनाने हे दर्शवले आहे की, मानवी मेंदूचा काही भाग हा आपल्या मूळ स्रोताशी संवाद साधण्याबाबत व आपल्या आत्म्याबाबत जाणून घेण्यास, तसेच त्याच्याशी प्रार्थना व पूजेच्या माध्यमातून जोडून घेण्यास प्रेरित असतो. आपल्या मानसिकतेमध्ये उपजत असलेली ती बाब आहे व आपल्यासाठी सध्या अगम्य असलेल्या इतर पातळ्या, या विश्वाशिवाय आणखी काय अस्तित्वात आहे त्याचे गूढ यांना जोडणाऱ्या आध्यात्मिक साखळीचे सखोल ज्ञान आपल्या सुप्त (अंतर्मन) मनाला असते. या जाणिवेविषयी आपण जेवढे अधिक जागरूक होऊ, तेवढी अधिक सकारात्मकता आपल्या आयुष्यात पाझरते व ती आपल्याला आधार देते व आपली आयुष्ये उजळून काढते. तो आपल्या अस्तित्वाचा सकारात्मकतेचा एक सखोल व समृद्ध करणारा भाग असतो. ती जाणीव गाढ दुःखाचे व त्याच वेळी अत्युच्च आनंदाचे गीत गाते.

मला असे वाटते की, जेव्हा आपल्याला ही जाणीव असते, तेव्हा आपण चांगले, प्रेमळ व पवित्र या सर्वांहून खूप-खूप उच्च अशा बुद्धिमत्तेशी जोडले जातो. पुष्कळ जण याला देव म्हणतात- कोणत्याही एका विशिष्ट धर्माशी त्याचा मुळात काहीही संबंध नाही- मानवनिर्मित धर्माच्या संकल्पनेशी तर निश्चितच नाही, असे मला वाटते. त्याला देव किंवा धर्म म्हणताना मी खूपच सावध असते.

आपल्या चैतन्य व आत्मा यांच्या जाणिवेविषयी व एका अतींद्रिय (गूढ) बुद्धिमत्तेविषयी किंवा आपल्या या विश्वाबाबतच्या सध्याच्या उमजेपलीकडील त्या उपकारक बंधाविषयी मी इथे उल्लेख करत आहे. इतर लोक त्यासाठी जी नावे वापरतात, ती मी यापूर्वीही उल्लेखली आहेत- उच्च दर्जाचा चांगुलपणा, उच्च शक्ती, उच्च जाणीव, गूढ, दैव (नियती), चमत्कार (आश्चर्य), प्रेमळ स्रोत, थोर सुज्ञपणा किंवा पवित्र भाव. ऐतिहासिकदृष्ट्या याला देव, ताओ किंवा दाओ, निर्वाण किंवा ब्राह्मण म्हणून संबोधण्यात आलेले आहे. हे प्रकरण वाचणाऱ्या कोणालाही मी नाउमेद करू इच्छित नाही, त्यामुळे मी जेव्हा देव किंवा 'पवित्र भाव' याविषयी किंवा यापैकी कोणाहीविषयी बोलते, तेव्हा तुम्ही ज्याला सर्वाधिक मानता त्या संज्ञा तुम्ही या शब्दांऐवजी वापरू शकता.

आध्यात्मिकतेविषयी सर्वांत सोपा दृष्टिकोन बाळगताना त्याविषयी फार विचार न करता, आपण या जाणिवेने निर्धास्त राहू शकतो की, या विश्वापलीकडील कोणती तरी शक्ती आपल्यावर प्रेम करते आहे व आपली काळजी घेते आहे व आपल्याला

पवित्र जाणिवेशी जोडते आहे.

भलेही आपण स्वतःला आध्यात्मिक मानत असू वा नसू; आपल्यापैकी बहुतांश जण आयुष्याच्या एखाद्या अवस्थेत किंवा पुष्कळ जण आयुष्यभर आपल्या अस्तित्वाचे कारण व आपली सुरुवात याविषयी माहिती करून घेण्यास व त्यासोबत आध्यात्मिकरीत्या जोडले जाण्यासाठी आसुसलेले असतात. निःसंशयरीत्या ही आत्यंतिक गरज मुळातच आपल्या गुणसूत्रांमध्ये असते व विविध संस्कृतींनी, तसेच अधिकारी वर्गाने हजारो वर्षांपासून आपल्यावर लादलेल्या धर्माच्या आचरणामुळे ती सवय कदाचित आणखी प्रबळ बनली असावी. मात्र यामध्ये कोणतेही दुमत नाही की, या विश्वापलीकडेही आणखी काहीतरी आहे, ही उपजत जाण मुळातच आपल्यामध्ये आहे. चक्रावून टाकणारे ते गूढ आहे व ते आपल्याला विकसित करते. नास्तिक, अज्ञेयवादी व धर्मावर श्रद्धा असलेले अशा सर्वच लोकांना त्याविषयी चर्चा व युक्तिवाद करायला आवडते. आपल्या संशयी वृत्तीला व विज्ञानाच्या दृष्टीने आपण नवशिके समजले जाऊ ही भीती आपण सर्वांनीच तात्पुरती बाजूला ठेवली, तर आपल्या आत्म्याचा आरंभ, तसेच आपल्या निजधामाचे आपल्याप्रती असलेले प्रेम व जीवनशक्तीचा आपण अनुभव घेऊ शकू. अशा रीतीने जोडले जाऊन आपल्या सर्वांचाच खूप फायदा होईल व आपण आनंदी होऊ.

कित्येक जण त्यांच्या आध्यात्मिकतेचा विकास करण्यासाठी व तो पवित्र भाव शोधण्यासाठी एका गुरूकडून दुसऱ्या गुरूकडे जातात. हे सर्व जग पालथे घालतात, अर्थात त्या मार्गावर ते बरेच काही शिकतात व त्यांचा आध्यात्मिक प्रवास पुष्कळ प्रमाणात लाभदायी असू शकतो. मात्र तुमची आध्यात्मिकता किंवा पवित्र भाव यांचा शोध घेण्याची खरे तर तुम्हाला काही आवश्यकता नाही किंवा त्यासाठी एखादा धार्मिक गट किंवा संस्थेचे सदस्य बनण्याचीही काही आवश्यकता नाही. त्यासाठी फक्त आपल्याला त्या गोष्टीची दखल घ्यावी लागते. आपण जेव्हा त्या गोष्टीसाठी स्वतःला मुक्त करतो, तेव्हा त्यामधून मिळणाऱ्या प्रेमाशी आपली पातळी जुळवून घेऊन आपल्याला त्या प्रेमाच्या सोबतीने चालावे लागते.

त्यासाठी तुम्हाला भारत किंवा अतिपूर्वेकडे जाण्याची गरज नाही. तुमचे जे सामान्य आयुष्य आहे, ते जगत असतानाच तुमचे व तुमच्या आसपासचे सर्व आयुष्य, तुम्ही ज्या जगात राहता ते जग, तुमचे घर, तुमचा समुदाय, तुमचे प्रियजन- या सर्वांमध्ये एक सकारात्मक क्रियाशील घटक असूनही त्याच वेळी आयुष्य, विश्व व ती पवित्र जाणीव यांच्यातील गूढतेशी तुम्ही एकरूप होऊ शकता.

आध्यात्मिकरीत्या तुम्ही नेहमीच जागरूक राहू शकता; मात्र बहुतांश वेळा तुम्ही ध्यान व प्रार्थनेच्या माध्यमातून, शांतपणे चिंतन करून, आपल्या अस्तित्वाचा विसर पडेल अशा एखाद्या गोष्टीने जेव्हा आपण हेलावून जातो अशा वेळी-

उदाहरणार्थ, एखादी सुंदर कलाकृती पाहून किंवा स्मरणीय अशा भावनिक अनुभवाच्या माध्यमातूनही- आपण आध्यात्मिकदृष्ट्या जागरूक राहू शकतो.

वर उल्लेख केलेल्या प्रसंगामध्ये त्या आध्यात्मिकतेशी जोडले जाण्याचे जे प्रयत्न आपण केले, त्यासाठी तुम्ही स्वतःला पुढीलरीत्या प्रेरित करू शकता :

- ✓ तुमच्या संपूर्ण अस्तित्वा (आत्म्या) सोबत तुमच्या आयुष्याच्या मूळ स्रोतापर्यंत तुम्ही पोहोचत आहात, अशी जाणीव मनात बाळगा. (भलेही तुम्हाला त्याची स्पष्ट जाणीव होत नसली तरी ते महत्त्वाचे नाहा– फक्त तुम्ही प्रगती करत आहात, अशी जाणीव ठेवा.)
- ✓ तुमच्या संलग्नतेच्या सखोल शांततेचा अनुभव घ्या.
- ✓ तुमच्या अस्तित्वामधून वाहणाऱ्या जीवनप्रवाहाविषयी जागरूक राहा. त्या मोबदल्यात तुम्हाला तुमच्या सभोवताली सगळीकडे असणारे व मिळणारे आनंद व प्रेम यांचा अनुभव घ्या.
- ✓ संपूर्ण समाधानाच्या या अवस्थेत ऐका व वाट पाहा. तुम्ही आध्यात्मिक प्रेम व सकारात्मकतेच्या सान्निध्यात आहात, ही भावना खूपच विलक्षण असते.

देवत्वाच्या संकल्पनेमध्ये स्वारस्य घ्या

प्रभावशाली व्यक्ती धुळीहून अधिक काहीही नसतात, आत्म्याच्या शोधामध्ये जे चिरंतन असते, ते देवत्व होय. तो माझा मार्गदर्शक तारा असू दे.

– *अज्ञात*

'धर्मशास्त्र' (ईश्वरविद्या) – हा शब्द खूपच जुन्या वळणाचा वाटतो. आपल्यापैकी पुष्कळांसाठी ही शाळेतील एक सामाजिक शिकवणी होती, ज्याला हल्ली 'आध्यात्मिक शिक्षण' असे काहीतरी म्हटले जाते. ते मुळातच खूप कंटाळवाणे असेल, अशी आपली धारणा होती. मात्र एक छान होते की, ते ज्ञान आपल्या तरुण मनांकडून फारशी मागणी करत नसे. मात्र 'दैवीपणा' या नामाच्या व्याख्येविषयी एक क्षणभर विचार करा- 'ते जे दैवी आहे; देवासारखे अस्तित्व; सर्वोच्च बुद्धिमत्ता किंवा मोल; नेत्रदीपक; परिपूर्ण.' दैवीपणा या क्रियापदाच्या व्याख्येचा विचार करू. एका अतिमानवी जाणिवेच्या किंवा शक्तीच्या माध्यमातून जाणून घेणे किंवा समजणे. आपण जर त्याला आपला आरंभबिंदू मानले असते तर, आपली प्रत्येक शिकवण संपूर्णपणे

बदलली असती- आपण किती आनंदित झालो असतो. आपल्या मनाचा विकास झाल्यामुळे आपण त्या प्रक्रियेचा कसा आनंद घेतला असता, याची फक्त कल्पना करा. अतिशय विलक्षण व प्रेरक अशी ही खूपच कल्याणकारी बाब आहे.

आपण जेव्हा दैवी बाबतीत सकारात्मक स्वारस्य दाखवतो, तेव्हा या विश्वासाच्या जाणिवेमागे जे अस्तित्व आहे, त्याच्याशी आध्यात्मिकरीत्या जोडले जाण्यास आपण स्वतःला उद्युक्त करतो. आपण त्याला समजू शकत नाही व ते अस्तित्वात आहे असे आपण सिद्धही करू शकत नाही- अगदी आपल्या संपूर्ण हयातीत आपण ते सिद्ध करू शकणार नाही. मात्र आपल्या अस्तित्वाच्या व प्रेमाच्या केंद्रस्थानी आपल्याला हे माहीत असते की, आपल्या सर्वाधिक प्रबळ जाणिवेपेक्षाही ते अधिक प्रबळ व चांगले असते. सकारात्मकता व प्रेमाच्या सर्व शक्तीमागे हीच शक्ती असते. आपल्या डोळ्यांमधून पडणारा प्रत्येक अश्रू, प्रत्येक चिमणी जी मरते व दुःख भोगते याविषयी त्याला (परमात्म्याला) माहीत असते. मात्र आपल्या आनंदामध्ये ती शक्ती आपल्या अवतीभोवती सौंदर्य व गौरवाचा शिडकावा करत नृत्यही करते.

ती शक्ती शक्तिमान, आकर्षून घेणारी, सौम्यपणे आकर्षक व जटिलतेच्या बाबतीत आपल्या समजुतीपलीकडची आहे. तरीही जेव्हा आपण स्वतःला त्या अस्तित्वाशी जोडतो, तेव्हा आपल्याला जाणवते की, आपण देवाला एका प्रकारे ओळखतो, आपण त्याच्यावर प्रेम करतो व इतर कशापेक्षाही त्याच्यासोबत जोडले जाण्याची आस आपण बाळगत असतो.

या दैवी शक्तीसोबतच्या (त्यासाठी आणखी एक नाव आहे!) तुमच्या नात्याचा विचार करण्यामध्ये थोडा अधिक वेळ खर्च करा. त्याच्याशी तादात्म्य पावल्याच्या जाणिवेने तुमचे आयुष्य समृद्ध होईल व त्याच वेळी तुम्ही स्वतःविषयी बरेच काही शिकाल.

याउलट, जर तुम्हाला आयुष्यातील प्रत्येक तपशिलाच्या खोलात शिरण्याची आवड असेल व प्रत्येक बाबतीत तुम्हाला शोध घ्यावयाचा असेल तर आध्यात्मिक बाबतीतही तुम्ही असेच कराल व त्यासाठी निरनिराळे धर्म, धर्मशास्त्रे व आध्यात्मिक तत्त्वज्ञानाचा तुम्ही अभ्यास कराल, तुमचा वेग धीमा करणे, नेहमीप्रमाणे त्यामध्ये चैतन्यमय रीतीने स्वारस्य घेणे, ही तुमच्यासाठी कदाचित एक चांगली कल्पना असेल; परंतु त्याच वेळी त्या बाबतीतील चमत्कार व गूढ यांचा अनुभव घेण्यासाठी व तुमचा त्या शक्तीशी जो बंध जोडलेला आहे, त्या जाणिवेचा आनंद अवश्य घ्या. त्यासाठी थोडे थांबणे, ही एक चांगली बाब आहे.

आपण जेव्हा त्या दैवी शक्तीचा आपल्या मनामध्ये विचार करतो व संवाद साधतो, तेव्हा आपण नैसर्गिकरीत्या त्या चांगुलपणाशी व प्रेमाशी स्वतःला जोडून घेतो. या दोन्ही शक्ती आपल्या या जगातील खूप प्रबळ सकारात्मक शक्ती होत.

जेव्हा प्रेमाच्या अविश्वसनीयरीत्या उदार व अनंत स्रोतांपर्यंत पोहोचण्याची व संवाद साधण्याची तुम्हाला आता किंवा नंतर कधीही इच्छा होईल तेव्हा असे करून पाहा. जरी तुम्हाला हे सर्व निरर्थक वाटत असले तरीही, या पायऱ्यांचे अनुकरण करा. त्या पायऱ्या तुम्हाला शांतीमधून मिळणाऱ्या फायद्यासारखाच फायदा देतील व सोबतच प्रगती व ज्ञानही घेऊन येतील.

- ✓ शांतपणे बसा.
- ✓ तुमचा श्वास स्थिर करा, तो हळूहळू थोडा धीमा करा व तुमच्या आतड्यांमध्ये हवा खोलवर आत घ्या.
- ✓ तुमचे मन व शरीर तणावमुक्त होत असल्याची जाण ठेवा व ही जाणीव किती चांगली आहे, त्याचे मोल जाणा.
- ✓ या पवित्र जाणिवेशी तादात्म्य पावण्यासाठी तुमचे मन उच्च पातळीवर न्या.
- ✓ तुम्ही त्याला जसे सामोरे जाता तसा त्यामधून तुमच्याकडे प्रेमाचा वर्षाव होत आहे व तुम्हाला हलके वाटत आहे, अशी जाणीव बाळगा.
- ✓ उपचारात्मक, प्रेरक व शक्तिदायक जाणिवेचा अनुभव घ्या व त्याच वेळी तुमच्या संपूर्ण अस्तित्वामधूनच तणावमुक्त करणारी सकारात्मकता संचारत असल्याचा अनुभव घ्या.
- ✓ त्या आनंदाचा अनुभव घ्या व आभार माना.

तुमच्यासाठी योग्य असलेल्या आध्यात्मिक मार्गावर चाला

आध्यात्मिकता विविध पद्धतींनी व्यक्त केली जाऊ शकते व तिचा आनंदही भिन्न भिन्न रीतींनी घेतला जाऊ शकतो. ध्यानामध्ये दाखवलेल्या मार्गावर चालणे तुम्हाला आवडेल किंवा तुमचा वेगळा मार्ग शोधावा असे तुम्हाला वाटेल. तुमच्या आध्यात्मिकतेचा अनुभव शांततेमध्ये किंवा संगीताच्या माध्यमातून, एकांतात किंवा इतरांच्या सहवासात घेणे तुम्हाला सोपे वाटेल. (ते तुमच्यावर अवलंबून आहे.) तुम्हाला कदाचित प्रस्थापित धर्म आवडेल व जोपर्यंत तुम्हाला त्यामध्ये राहून चांगले वाटते, तोपर्यंत तेही चांगले आहे. तुम्ही आयुष्यातून पुढे-पुढे जाताना तुमचे प्राधान्यक्रम जसे बदलत जातील किंवा तुम्ही स्वतःमध्ये जसे बदल कराल, तसे तुमचे प्राधान्यक्रम बदलत जातील. निरनिराळ्या अवस्थांमध्ये आम्हाला एका पद्धतीने अधिक चांगले वाटेल; मात्र काही काळानंतर जाणवेल की, तो आता आपल्यासाठी सर्वोत्तम मार्ग राहिलेला नाही. कदाचित त्यामधील चांगल्या गोष्टी आम्हाला नंतर जाणवतील व आम्ही परत त्याच्याकडेच वळू.

आपल्या आध्यात्मिकतेशी जोडले जाण्याच्या अनेक पद्धती आहेत. आपण आपला मार्ग इतरांवर लादत तर नाही ना, याविषयी आपण काळजी घेत आहोत व त्या मार्गामुळे आपल्याला अधिक चांगले वाटत आहे. आता आमच्यासाठी यातील जी कोणती पद्धत योग्य रीतीने काम करेल, तीच आमच्यासाठी चांगली राहील. कोणत्याही आध्यात्मिक श्रद्धेचे मुख्य उद्दिष्ट, आध्यात्मिक सकारात्मकता व आपली नाळ तिच्याशी जोडलेली आहे ही भावना आपल्या अस्तित्वामधून संचारावी, व आपले अस्तित्व, तसेच जग यांच्या स्रोताशी संवाद साधण्यामध्ये आपल्याला आनंद वाटावा, हे असते.

मी जेव्हा शाळेत होते- एक ख्रिस्ती शाळा. ब्रिटनमधील जवळपास सर्वच शाळा तेव्हा ख्रिस्ती लोकांच्या होत्या- त्या वेळी शाळेच्या सत्रामध्ये दररोज सकाळी आम्ही एकत्र जमत असू व आमच्या प्रार्थना होत असत. सर्व वर्षभर आम्ही आमच्या स्वतःच्या चर्चमध्ये रविवारच्या प्रार्थनेसाठी (सर्व्हिस) जमत असू. आम्ही ज्या प्रार्थना एकत्रितपणे म्हणत असू, त्या आम्हाला बऱ्याच अंशी तोंडपाठ होत्या. प्रार्थनेतील शब्दांचा मी क्वचितच कधी विचार करत असे, त्याऐवजी मी तेव्हाच्या माझ्या आवडत्या गोष्टी जसे घोड्याचे तट्टू (माझ्याकडेही एक होते) किंवा मुले व प्रेमात पडणे यांसारख्या गोष्टींचा कदाचित अधिक विचार करत असेन!

आयुष्यामध्ये नंतर जेव्हा मी आध्यात्मिकदृष्ट्या अधिक जागरूक झाले, त्या वेळी मी जेव्हा एकटीने प्रार्थना किंवा ध्यान करत असे तेव्हा आध्यात्मिकतेशी जोडले गेल्याची व संवाद साधल्याची जी निकटतेची भावना होती ती मला खूप आवडत असे. मी जेव्हा स्थापित धर्माचा पुन्हा शोध घेतला, तेव्हा त्या सुंदर, प्राचीन चर्चमधील शांतता व पवित्रतेची भावना यांवर मी तत्काळ प्रेम करू लागले आहे, असे मला जाणवले. सोबतीमधून येणारी प्रेमळपणाची जाणीवसुद्धा सकारात्मक होती. मात्र धर्मामधील हटवादीपणाने मला चिंतेत टाकले- कारण तो मला इतका मानवनिर्मित व हुकूमशाहीचा वाटला व धर्मगुरूंनी एवढ्या जलद गतीने प्रार्थना (सर्व्हिस) म्हटली की, आम्ही त्यांच्या वेगाशी आमचा वेग जेमतेमच मिळवू शकलो- आम्ही काय म्हणत होतो त्याविषयी विचार करणे तर दूरच राहिले. प्रार्थनेचे ढोंग घेतलेली नित्य कर्मकांडाची ती सामाजिक बैठक होती का? काही वेळासाठी मला शंकेने घेरले. मात्र नंतर माझ्या मनात विचार आला की, प्रार्थना व स्तोत्रे ही पुष्कळ अंशी त्या मंत्रोच्चारासारखीच होती- जसा मंत्रांचा वापर काही धर्मांमध्ये विशेषतः बौद्ध धर्मामध्ये केला जातो व त्यांचे उद्दिष्टही सारखेच होते. यातील चांगली गोष्ट ही आहे की, तुमचे मन अशा आध्यात्मिक अवस्थेत नेले जाते, जिथे तुम्हाला वाटते की तुम्ही जणूकाही एका उच्च आध्यात्मिक पातळीवर आहात व त्या पवित्र भावनेतील प्रेमाशी तुम्ही तादात्म्य पावत आहात.

तयार असलेल्या प्रार्थनांबाबत (जसे की ख्रिश्चन धर्मातील येशूच्या प्रार्थना) माझ्यासाठी आणखी एक महत्त्वाची गोष्ट ही आहे की, भलेही जेव्हा तुम्ही एकट्याने प्रार्थना करत असाल किंवा इतरांसोबत तेव्हा तुमच्या विचारांना थोडे धीमे करून तुम्ही जे शब्द उच्चारत आहात त्याविषयी विचार करणे, त्यांचा अर्थ आत्मसात करणे व त्याचे उदात्त सौंदर्य व सुज्ञपणा यांचा आनंद घेणे होय.

तुम्ही चर्चमध्ये जावे किंवा कोणीतरी दुसऱ्याने लिहिलेल्या प्रार्थना तुम्ही म्हणाव्यात, या उद्देशाने मी तुम्हाला गळ घालते आहे असे नव्हे; कारण की तुम्ही तसे आधीच केले असेल आणि जर तसे असेल तर त्याविषयी उत्साही वाटणे व तुमच्यासाठी सर्वोत्तम व सर्वाधिक सहानुभूतीपूर्ण रीतीने ते करणे उत्तमच राहील. युंग यांनी म्हटल्याप्रमाणे तुम्हाला सुपरिचित असलेला आध्यात्मिक वारसा तुम्हाला शांती मिळवून देण्यात व सर्व भौतिक गोष्टीपलीकडील व्याप्ती शोधण्यात तुमच्यासाठी खूपच मदतीचा ठरू शकतो.

किंवा आता माझ्यासारखेच तुम्ही स्वत:ला आयुष्यातील अशा एका जागी पाहाल ज्या ठिकाणी देवापर्यंत प्रत्यक्षपणे पोहोचण्यात तुम्हाला अत्यानंद वाटेल. संपूर्ण दिवसभर तुम्ही त्या आध्यात्मिक मार्गाविषयी जागरूक असाल – अशा वेळी तुम्ही खरेच त्यासोबत जोडले जाल किंवा निरनिराळ्या वेळी त्या शक्यतेविषयी तुम्ही सजग असाल. तुम्ही अशा वेळी एकटे असाल किंवा इतरांच्या सहवासात, विशेषतः अशा मित्रांच्या सहवासात जे स्वतःही आध्यात्मिक आहेत; तुम्ही कदाचित काही काम किंवा बागकाम करत असाल, चालत, पोहत किंवा इतर कोणत्या तरी शारीरिक उपक्रमामध्ये गुंतलेले असाल. ते बहुतांश वेळा तेव्हा घडते जेव्हा तुम्ही सृजनशील असता किंवा तुम्ही एखाद्या कलेचा उपभोग घेत असता. ती एक जाणीव आहे. अमर्याद प्रेमाची जाणीव, एक विलक्षण गूढ खरेच- अगदी सुंदर! तुम्हाला मार्गदर्शन किंवा मर्मदृष्टी व उमज मिळत आहे, असे काही वेळा तुम्हाला वाटेल. ती गोष्ट विधायक, ज्ञानदायक, शांततेला जन्म देणारी आहे. त्यामुळे तुम्हाला चांगले वाटते आणि ती गोष्ट तुमच्या प्रत्येक रंध्रातून सकारात्मकता प्रवाहित करते.

प्रार्थनेच्या सकारात्मक शक्तीचे मोल जाणा

जवळपास प्रत्येकाने प्रार्थना केली असेल. आपल्यापैकी अगदी निश्चयी नास्तिक व्यक्तीनेसुद्धा कधीतरी प्रार्थना केली असेल, कारण की आपल्यापलीकडे व इतर माणसांकडे मदत मागणे, हा मानवी स्वभाव आहे. तुम्हाला जरी विश्वास असला की दिशांशिवाय आणखी काही अस्तित्वात नाही (या विश्वामध्ये दिशांचे अस्तित्व सिद्ध करण्यात आलेले आहे) – तरीसुद्धा प्रार्थना दैवी मदत मिळवण्यासोबतच इतर

अनेक प्रकारे सकारात्मकपणे काम करते. प्रार्थना करताना तुम्ही जोपर्यंत चांगला हेतू बाळगला आहे व तुमचे हृदय निर्मळ आहे, तोपर्यंत प्रार्थना :

- ✓ खूप खोलवर आराम देते.
- ✓ प्रार्थनेने चांगले वाटते.
- ✓ तुम्हाला किमान काही काळ तरी चिंतेपासून मुक्त करते.
- ✓ परिस्थितीकडे योग्य दृष्टिकोनातून पाहण्यास तुम्हाला मदत करते.
- ✓ गोष्टींबाबत सकारात्मक विचार करण्यात तुम्हाला मदत करते.
- ✓ तुम्हाला तणावमुक्त करते.
- ✓ तुम्हाला धैर्य देते.
- ✓ कोणत्या तरी शक्तीशी जोडलेले असण्याची व आधाराची जाणीव तुम्हाला देते.

आपल्या प्रार्थना जरी मान्य होत नसल्या किंवा त्यांना उत्तर मिळत नसेल असे वाटले, तरीही त्या उपचारात्मक व उत्साहवर्धक असतात. नुकसान, दुःख, बदल व अनिश्चितता या अवस्थांमध्ये प्रार्थना आपली मदत करते. प्रार्थना ही सौम्य व वेदनांवर फुंकर घालणारी किंवा कष्टांची व स्फुरण देणारीही असू शकते. ती सौम्यपणे दुःखांवर फुंकर घालणारी वा प्रखरपणे स्फूर्ती देणारीही असू शकते. तुम्ही संकटाच्या परिस्थितीत असाल तेव्हा तातडीने प्रार्थना करत असाल; त्याचा अपवाद वगळता इतर वेळी प्रार्थनेची सुरुवात ईश्वरस्तवनाने करा. आभार मानण्यामुळे तुम्ही त्यामध्ये स्थिर व्हाल.

तुम्ही प्रार्थना करत असता तेव्हा :

- ✓ चांगुलपणा व प्रेमाशी तुम्ही जोडले जात आहात, या स्वीकाराच्या जाणिवेने तणावमुक्त व्हा.
- ✓ तुमचे संपूर्ण लक्ष केवळ तुमच्या संवादावर केंद्रित करा.
- ✓ समोरचा सर्वोत्तम मार्ग कोणता ते निवडण्यासाठी व मार्गावर टिकून राहणे व मदत मिळवणे यासाठी मार्गदर्शन मिळवण्याची तुम्हाला इच्छा होऊ शकते.
- ✓ स्वतःसाठी व इतरांच्या वतीने क्षमायाचना करा.
- ✓ तुमचे गाऱ्हाणे कुठेतरी, कोणत्यातरी रीतीने ऐकले जात आहे, ही जाणीव ठेवा.
- ✓ या गोष्टीच्या चमत्काराची जाणीव ठेवा व तुमचे हृदय प्रेमाने ओसंडून वाहू द्या.

आपण जेव्हा इतरांना मदत करण्यासाठी स्वतःला तयार करू शकत नाही किंवा त्यांना क्षमा करू शकत नाही, तेव्हा आपण कडवटपणा, नाराजी किंवा अगदी द्वेष या भावनांमध्येही हळूहळू गुंतून पडण्याची शक्यता असते. या सर्वच गोष्टी पुन्हा आपल्यावरच येऊन आदळतात, ज्यामुळे आपले संतुलन उद्ध्वस्त होते व आपल्या समाधानाला सुरुंग लागतो. आपण जर आपल्या भावना सुज्ञपणाकडे सोपवून परिस्थिती हाताळण्यासाठी, त्या परिस्थितीमध्ये सापडलेल्या लोकांची काळजी घेण्यासाठी व त्यांना मार्गदर्शन करण्यासाठी त्याची मदत मागितली व हे करण्यास आम्ही असमर्थ आहोत असे प्रामाणिकपणे मान्य केले, तर प्रार्थना आपल्याला या सर्व अडचणींमधून सोडवते. त्यामधून होणारी तणावमुक्ती प्रचंड असते.

सुरुवातीला कठीण दिसणाऱ्या समस्यांबाबतही प्रार्थना त्याच रीतीने काम करते. या समस्यांना देवाकडे सोपवा जरी तुम्ही अश्रद्ध असाल. तुम्ही अंतर्मनाच्या पातळीवर तसे करा. तसे करताना तुमचे म्हणणे ऐकले जाईल व तुमच्या प्रार्थनेची दखल घेतली जाईल, याची जाणीव ठेवा. असे केल्याने तुमच्यावरील चिंता व नकारात्मकतेचे जे ओझे तुम्हाला जाणवत होते, ते कमी झाल्याची तुम्हाला जाणीव होईल.स्वतःहून एखादी समस्या सोडवण्याचे सर्व मार्ग वापरून झाल्यानंतर प्रत्येक वेळी प्रार्थना करा. जेव्हा तुम्ही शांतपणे झोपू शकत नाहीत किंवा विचारांनी हैराण होऊन तुम्ही तणावग्रस्त स्थितीत रात्री जागे व्हाल, अशा वेळी प्रार्थना करा. मदतीची याचना करा. रात्रीनंतर दिवस येतो, त्याच न्यायाने तुम्हाला मदतही निश्चितच मिळेल. मला माहीत नाही की मदत कशी (कोठून) येते, मात्र मदत कोणत्यातरी स्वरूपात अवश्य मिळते- नेहमीच तत्काळ मिळेल असेही नाही किंवा आपण ज्या स्वरूपात अपेक्षा करतो त्या स्वरूपातच ती मिळेल असेही नाही; मात्र मदत अवश्य मिळते.

हस्तक्षेप करणाऱ्या एका उच्च शक्तीवर मी विश्वास ठेवते का? आपल्या बाबतीत ढवळाढवळ करणारी व आपली प्रत्येक विनंती मान्य करणारी शक्ती या अर्थाने नव्हे. सरतेशेवटी आपणा सर्वांकडे आपल्याला योग्य वाटेल ते करण्याची मुक्त इच्छा, आयुष्यात स्वतःचा मार्ग निवडण्याचे स्वातंत्र्य व निर्णय घेण्याची क्षमता असते. त्यामुळे आपल्याला हव्या त्या प्रत्येक वेळेला मदत मिळेल ही अपेक्षा करणे चुकीचे ठरेल. प्रेम व सकारात्मकतेमधील शक्तीमध्ये मात्र मी खूप विश्वास ठेवते; कारण की माझ्या आयुष्यात कित्येक वेळा अन्य पातळीवरून मिळणारे प्रेमळ संरक्षण व मार्गदर्शन यांचे अस्तित्व मला जाणवलेले आहे. मात्र इतर जणांसारख्याच माझ्याही आयुष्यात काही कठीण वेळा आलेल्या आहेत व इतरांसारखेच 'मीच का? हे सर्व माझ्या बाबतीतच का व्हावे?' व 'जर देव आहे तर त्याने माझ्या बाबतीत हे का घडू दिले?' असे प्रश्न मीसुद्धा विचारले आहेत.

या प्रश्नांची उत्तरे आहेत, 'मी का नाही? मी एक जिवंत प्राणी आहे- जीवनाचे सर्व अनुभव मला मिळू शकतात- जिवंत असण्याचा अर्थच मुळात तो आहे.'

आपण आयुष्यात नेहमीच आनंदी राहू शकत नाही. तसेच कोणत्याही अडचणी व दुःख यांशिवाय आपले आयुष्य पार पडावे, अशी अपेक्षाही आपण करू शकत नाही. प्रत्येक दीर्घ मानवी आयुष्यात अटळ असे असमाधान असते. आयुष्यात कधीतरी आपल्याला आपल्या प्रियजनांच्या मृत्यूचे दुःख भोगावे लागणार आहे व जेव्हा आपली वेळ येईल तेव्हा, आपल्या स्वतःच्या मृत्यूशीही आपल्याला सामना करावा लागणार आहे. मात्र प्रत्येक वेळी आपण सकारात्मकतेचा अंगीकार करू शकतो. प्रार्थनेमधून आपल्याला जरी धोका, हानी, धक्का किंवा दुःख यांपासून मुक्ती मिळत नसली तरीही, या गोष्टी सहन करण्यामध्ये प्रार्थनेची आपल्याला निश्चितच मदत होते.

आपण अत्यंत कठीण परिस्थितीमध्ये सापडलेलो असतानाही शांती शोध घेणे व संतुलन टिकवणे आपल्याला शक्य होते ते प्रार्थनेमुळे. प्रार्थनेची शक्ती विलक्षण टिकाऊ व सकारात्मक असते.

प्रार्थनेच्या माध्यमातून आपल्याला अगदी मृत्यूची भीती घालवण्यात व मृत्यूशी सकारात्मकरीत्या सामना करण्यातही मदत मिळते; मात्र त्याविषयी अधिक विस्ताराने आपण सातव्या प्रकरणात पाहू.

आपल्या या जगापलीकडच्या कोणत्यातरी शक्तीकडून आपल्या प्रार्थना कदाचित ऐकल्या जात असाव्यात; मात्र प्रार्थनेमुळे आपली मने व अंतर्मने खातरीने मोकळी होतात व आपल्या आंतरिक सुज्ञपणामधून सकारात्मक पद्धती आपल्याला कळतात. मला वाटते की हे दोहोंचे मिश्रण आहे.

रुथ ग्लेडहिल या लेखकाने नोंदवल्याप्रमाणे भले आपला देवावर विश्वास नसला तरीही प्रार्थनेचा प्रभाव कोणत्यातरी रीतीने नक्कीच जाणवतो, ही वस्तुस्थिती आहे.

तुमच्यासाठी योग्य असलेल्या पद्धतीने ध्यान करा

योगाच्या पुष्कळशा प्रकारांचा ध्यानधारणा हा एक महत्त्वाचा भाग आहे व एकत्र येणे व चिंतनासारखेच अर्थ त्यामधून प्रतीत होतात. तुमच्या आंतरिक स्वत्वाशी जोडले जाण्याचा हा एक मार्ग आहे. तुमची इच्छा असेल तर या विश्वातील सुज्ञपणा व पवित्र भाव यांची प्रचिती शांतता व स्थिरचित्तता यांच्या भावनिक, मानसिक व भौतिक नंदनवनामध्ये घेता येऊ शकते.

ध्यान करण्याच्या अनेक पद्धती आहेत व स्वतःसाठी योग्य अशा एखाद्या

पद्धतीशी तुम्ही परिचित असाल तर खूपच चांगले. मात्र तुम्हाला तुमच्यासाठी योग्य असलेली ध्यानाची एक वा अनेक पद्धती माहीत नसतील तर त्यासाठी निरनिराळे प्रयोग करून त्यामधील तुमचा ध्यानधारणेचा सर्वोत्कृष्ट प्रकार तुम्ही शोधू शकता.

इथे 'तुमचा ध्यानधारणेचा' हा शब्द समर्पक आहे; कारण आपण जेव्हा ध्यान करतो, तेव्हा आपण स्वतःच्या घरी असल्यासारखे आपल्याला वाटते. काही वेळा तर ध्यान करण्याचे मी कित्येक दिवस किंवा आठवडेही विसरून जाते किंवा त्यासाठी मुद्दामच वेळ काढत नाही. मात्र मी जेव्हा ध्यान करते, तेव्हा आपल्या घरी आल्याची ती सुखद भावना मला पुन्हा जाणवते व मी नेहमीच विचार करते, "ध्यान करणे खूपच छान असल्याने, मी ते नियमितपणे करायलाच हवे."

बऱ्याच लोकांना ध्यान करताना मन शांत व स्थिरचित्त करण्यासाठी विविध शरीर अवस्था व शरीरस्थिती वापरण्यास आवडते. हठयोग, पायलेटस (अशा प्रकारची व्यायामपद्धती ज्यामुळे शरीराची ताकद/जोम वाढतो. शरीराची शक्ती जोम, लवचिकपणा, संतुलन इत्यादीचा विकास होण्यासाठी या प्रकारातील हलकेफुलके व्यायाम केले जातात.) व 'ताई ची' ही अशा प्रकारची सर्वपरिचित उदाहरणे होत. मी ज्या लोकांसोबत ध्यानधारणा करते, त्यांच्या बाबतीत विशेषत्वाने प्रसिद्ध असलेली एक पद्धत ही होय, जिच्यामध्ये आम्ही शांतपणे बसतो व आमच्या शरीराच्या प्रत्येक भागावर व नंतर डोक्यावर लक्ष केंद्रित करतो. नंतर काही मिनिटे आम्ही हळूहळू खोलवर श्वास घेतो. जसे आम्ही श्वास घेतो व बाहेर टाकतो, तेव्हा इतर काहीच न करता आम्ही केवळ श्वासावर लक्ष केंद्रित करतो. यानंतर आम्ही शांततेत वेळ घालवतो जेव्हा आम्ही स्थिरचित्त असता. आम्ही कोणतीही चिंता किंवा विचार करत नाही, तर केवळ शांत राहतो.

मला त्या प्रकारची ध्यानधारणा खूपच आवडते. मात्र शांत स्थिरचित्ताने बसणे व मनःपूर्वक ऐकणे, यांकडे मी बहुतांश वेळा आकर्षित होते. काही वेळा ती एक शांततापूर्ण चिंतनाची वेळ असते, किंवा मी कधीकधी अंतःस्फूर्तीने एखादा संदेश किंवा प्रकटीकरण जाणून घेते. मला नेहमीच अगदी सुरक्षित वाटते- जणू काही माझे हळुवारपणे संरक्षण केले जात आहे व माझी काळजी घेतली जात आहे. नेहमीच– अगदी संकटाच्या वेळीसुद्धा– मला अधिकाधिक चांगले वाटू लागते. मी जर कधी एखाद्या बाबतीत चिंता करू लागले, तर काही वेळासाठीही अशी ध्यानधारणा ही एखाद्या उपचारात्मक औषधासारखी असते.

आपण जेव्हा ध्यानधारणेच्या शांततेमध्ये स्थिरचित्त होतो, तेव्हा आनंदाचा अनुभव घेण्याची आणखी एक पद्धत म्हणजे तुमच्यामधून संचारित होणाऱ्या त्या प्रेमाला जाणणे होय. त्याची दखल घ्या, त्यामध्ये बुडून जा व तुम्ही कोणाकडे किंवा ज्यांच्यावर प्रेम करता अशा काही लोकांकडे किंवा जिवंत जग व त्यापलीकडील

पवित्र भाव यांच्याकडे ते तुम्ही प्रसारित करत आहात, अशी कल्पना करा.

ध्यानधारणेची आणखी एक सामान्य पद्धत म्हणजे- शांततेच्या या खजिन्याचा वापर सखोलरीत्या विचार व तर्क करण्यासाठी, योग्य मार्ग, सत्य व अंतःस्फूर्तीचा शोध घेण्यासाठी करणे होय. त्यासाठी मी जेव्हा रात्री किंवा सकाळी उठते, तेव्हाची वेळ मला उत्तम वाटते. मनाच्या त्या अचल व शांत अवस्थेत मी स्वतःशी पूर्णपणे प्रामाणिक राहून मला छळणारी काही समस्या आहे का, असे स्वतःला विचारू शकते किंवा एखादा निर्णय जो मी घ्यायला हवा आहे, तो मी स्पष्टपणे योग्य दृष्टिकोन समोर ठेवून सकारात्मक व प्रेमळ भावनेने घेऊ शकते. मात्र पुष्कळदा मला असे जाणवते की, मी त्या परिस्थितीमध्ये योग्य ती सुधारणा केल्याने समोरील मार्ग स्पष्ट होत जातो व अशा रीतीने मला शांत वाटते आणि सर्वोत्तम असा दृष्टिकोन किंवा त्याचा सामना करण्याची पद्धत मला समजते.

ध्यानधारणेची आणखी एक पद्धत म्हणजे- हालचाल करत असताना ध्यानधारणा करणे होय. स्किइंग करताना, पळताना, बोट चालवताना किंवा माझ्यासारखे लांबवर फिरायला जाताना ध्यान करणारे लोक माझ्या परिचयाचे आहेत. पुष्कळदा मी माझ्या कुत्र्याला सोबत घेते. जेव्हा तुम्ही एकटे असता किंवा समविचारी मित्रांसोबत असता तेव्हा ही पद्धत चांगली आहे. व्यायामाच्या तालाशी तुम्ही जसे स्वतःचा ताल मिळवता, तसा तुमचा श्वासोच्छ्वाससुद्धा स्थिर होतो व मनन-चिंतनाच्या मार्गावर किंवा वर सांगितलेल्या अन्य मार्गावर चालण्यास तुमचे मन मुक्त होते.

जेव्हा तुम्ही ध्यानधारणा करता तेव्हा :

- लक्षात ठेवा की 'योग्य' किंवा 'अयोग्य' अशी कोणतीही पद्धत नसते. जी पद्धत तुम्हाला मन लवकर स्थिर करण्यास व शांतचित्त होण्यात मदत करते, ती तुमची पद्धत होय व ती चांगली होय.
- नको असलेले विचार किंवा चिंता जर तुमच्या शांततेचा भंग करत असतील, तर सरळ सरळ अशा विचारांचा त्याग करा. जोपर्यंत तुम्हाला त्या विचारांवर लक्ष केंद्रित करण्याची इच्छा नसेल, तेव्हा वर सांगितलेल्या चौथ्या पद्धतीप्रमाणे स्वतःला केवळ एवढेच सांगा – "मी त्याविषयी नंतर विचार करेन- आता नाही," आणि मग तो विचार/चिंता तुम्हाला तिथेच सोडून जातील.
- तुमच्या मनात कोणाविषयी पूर्वग्रहावर आधारित भावना असतील, तर त्याऐवजी त्या व्यक्तीविषयी प्रेमाने विचार करा.
- हळूहळू व खोल श्वास घ्या.
- प्रत्येक स्नायूला तणावमुक्त करा.

- संपूर्णपणे त्या क्षणामध्ये जगा.
- प्रेम व सकारात्मकतेचे प्रेम, तुमच्यामधील व तुमच्या सभोवताली असलेली शांती व स्थिरचित्तता यांचा अनुभव घ्या.

ध्यानधारणा करणाऱ्या लोकांना पुष्कळदा असा अनुभव येतो की, ते लवकरच झोपी जातात, विशेषतः त्यांच्या सुरुवातीच्या काही ध्यानधारणेच्या वेळी. एक मुद्रित दृश्यीकरण ऐकत असताना मी अलीकडेच असे केले. कोणीतरी नंतर मला सांगितले की याला 'शरीराबाहेर प्रवास करणे' असे म्हणतात, ज्यामुळे मला आनंदाने स्मितहास्य करावेसे वाटले. जर तुम्ही बरेच झोपी गेलात तर या अवस्थेचा आनंद लुटा व तुम्ही जागे व्हाल तेव्हा तुम्हाला ताजेतवाने व पूर्ववत झाल्यासारखे वाटेल, त्याचा अनुभव घ्या. पण जर तुम्हाला सखोल तणावमुक्तीच्या सुखद भावनेचा व ध्यानधारणेशी जोडल्या जाण्याच्या विलक्षण भावनेचा अनुभव घेण्यासाठी झोपायचे नसेल, तर त्यासाठी उत्तम शरीरस्थिती म्हणजे पाठ ताठ ठेवून पाय एकमेकांवर आडवे ठेवून बसणे ही होय. आपण जर एका चांगल्या, जाड उशीवर किंवा त्याहूनही चांगले म्हणजे चर्चमधील गुडघे टेकून बसायच्या पॅडवर बसलात तर आपल्यापैकी ज्या लोकांचे शरीर अगदी कमी लवचिक आहे, ते लोकही त्यावर बसू शकतात. ते तुम्ही चर्चच्या आसपासच्या दुकानांमधून किंवा इंटरनेटवरूनही खरेदी करू शकता.

ध्यानधारणा हा एक आनंदाचा भाग असतो व प्रगाढ सत्य तसेच ज्ञानदायक अनुभव असू शकतो. मात्र यासाठी तुम्हाला अनेक वर्षे साधना करावी लागेल व 'परिपूर्ण' बनावे लागेल, असा समज बाळगू नका. काही जण तुम्हाला यावर विश्वास ठेवण्यास भाग पाडतील. तुम्हाला सर्वोच्च आध्यात्मिक आनंद- प्रत्यक्ष देवाची भेट- कोणत्याही क्षणी होऊ शकते.

अधिक व्यावहारिक पातळीवर सांगायचे झाल्यास, डॉक्टर्स व इतर वैज्ञानिकांना संशोधनाने दाखवून दिलेली ही गोष्ट ज्ञात आहे की, झोपेपेक्षाही ध्यानधारणा हा तणावमुक्तीसाठी उत्तम उपाय आहे. जेव्हा आपण ध्यानधारणा करतो, तेव्हा आपल्यामध्ये सकारात्मकता संचारते, हे मला व माझ्या मित्रांना माहीत आहे. त्यामुळे एखादे उपचारात्मक मलम लावल्यासारखे वाटते. याहून अधिक चांगल्या रीतीने मी त्याची शिफारस करू शकणार नाही!

प्रशंसा व आध्यात्मिक चमत्काराची किमया वापरात आणा

आयुष्य हे एक गूढ आहे. आध्यात्मिकतेचा केवळ या रीतीने वापर करण्याने

छान वाटते. ती उत्कंठावर्धक, चमत्कृतिपूर्ण व गूढ आहे. प्रेमस्वरूप देव व सर्व प्रमुख धर्म ज्याच्याशी निगडित आहेत त्या मूलभूत चांगुलपणाची जी जाणीव आपण बाळगतो, त्याचे काही अंशी विवेचनही त्यातून होते. खरे तर आध्यात्मिकतेविषयी आग्रही मते बनवणारी मानवजात, हीच धार्मिकतेच्या नावाखाली राष्ट्रा-राष्ट्रांमध्ये कथितरीत्या झगडा निर्माण करण्यासाठी व शेजारी राष्ट्रांमध्ये भांडणे लावण्यासाठी कारणीभूत आहे. मानवजातीने हा उपद्व्याप कित्येक वर्षांपासून निरनिराळ्या सांस्कृतिक उद्देशांसाठी केलेला आहे. त्यामुळे मूळ शिकवणुकीकडे वळा- ही शिकवण इतरांवर प्रेम करण्यास व त्यांना चांगली वागणूक देण्यास शिकवते.

व्यक्तिगत आध्यात्मिकतेने आपण आपल्या विश्वाच्या व आपल्या अस्तित्वाच्या जीवनदायी, तसेच प्रेमस्वरूप स्रोताशी आपली नाळ जोडू शकतो व संवाद साधण्याच्या त्या चमत्काराला आपण अगदी आपल्या हृदयापासून जाणून घेऊ शकतो. खरे तर ते मुळातच एक गूढ आहे- कारण की आपण त्याच्याशी कसे जोडले जातो, ते आपल्याला माहीत नाही- आपण त्याच्याशी जोडले जाऊ शकतो, ते मात्र आपल्याला माहीत असते. ती क्षमता किती विलक्षण आहे, त्याकडे दुर्लक्ष करून आत्मसंतुष्ट बनणे खूप सोपे आहे. आपल्या आध्यात्मिकतेशी अगदी केव्हाही– जेव्हा आपली इच्छा असते, तेव्हा प्रार्थना व ध्यानधारणेच्या माध्यमातून जोडले जाणे ही खूप चांगली बाब आहे व त्यामधून आपल्याला जी सकारात्मकता जाणवते ती दृश्य असते. मात्र ती संवेदना किती मौल्यवान आहे ते जाणण्यासाठी किमान कधीकधी थोडा वेळ थांबून त्याची जाण ठेवा. त्या चमत्काराचा अनुभव घ्या, त्याचे मोल जाणा व आभार माना. जेव्हा तुम्ही असे कराल तेव्हा तुमचा आत्मा व तुमच्या अंतरंगातील सकारात्मक ऊर्जा आतून उजळून निघाल्याची व तुमच्यातून उत्सर्जित झाल्याची जाणीव तुम्हाला होईल.

स्तोत्रे आपल्यासाठी हे काम सहजरीत्या व आनंदाने पार पाडतात. जेव्हा आपण आपल्या मनातील उत्कट भाव एका सुंदर तालावर सजवून स्तुतिस्तोत्रे गातो, ज्यामुळे आपली प्रगती होते किंवा आपण मुळापासून हेलावले जातो; अशा वेळी आपण अशा प्रेमाने भारले जातो, ज्याची व्याप्ती या पृथ्वीवर आपल्याला ज्ञात असणाऱ्या सगळ्या गोष्टींच्या पलीकडे आहे. प्रेम आपल्याला एका वेगळ्या आध्यात्मिक पातळीवर पोहोचवते.

भावनिकरीत्या आपण निराश मनःस्थितीत असू, अशा एखाद्या दिवशीसुद्धा जेव्हा तुम्ही उच्च शक्तीची (देवाची) स्तुतिस्तोत्रे म्हणता, तेव्हा तुम्ही सकारात्मकतेला तुमच्या आयुष्यात पुन्हा स्थान दिले आहे, असे समजू शकता. तेव्हा तुम्हाला आशेचा किरण दिसेल व आलेल्या वादळाचा सामना कसा करायचा आहे, त्याचा विचार करणे व शक्य झाल्यास परिस्थितीमध्ये सुधारणा करणेही तुम्हाला शक्य होईल.

कधीकधी जेव्हा मी बाहेर एखाद्या सुंदर जागी असते, उदाहरणार्थ- एखाद्या बागेमध्ये, समुद्राकाठी किंवा नदीकाठी, एखाद्या डोंगराच्या विहंगम दृश्याचा आनंद घेताना किंवा एखाद्या जंगलातील राजेशाही थाट अनुभवत असताना व आसपास कोणीही नसताना माझे हात वर नेऊन मोठ्याने 'मी कृतज्ञ आहे' असे ओरडायला मला आवडते. (जर आसपास कोणी असेल तर मनातल्या मनात.) त्याला प्रतिसाद म्हणून अनेक कृतज्ञतेचे भाव आपल्याकडे परत येतात व आपल्याला अद्याप ज्ञात नसलेल्या पातळीवरून ते आभार या विश्वाच्या निर्मात्या (देवा)पर्यंत पोहोचतात, याची जाण आपल्याला असते. आपल्याला भलेही कोणत्याही समस्येचा सामना करावा लागत असला तरीही – व काही जणांना ते फारसे महत्त्वाचे नाही असे जरी सध्या वाटत असले तरी असे केल्याने छान वाटते व नंतरही तुम्हाला चांगले वाटत राहते. ते सकारात्मक शक्तीचे एक प्रकारे रामबाण औषध असते, जे आपल्याला बरे करते व आपल्याला पुन्हा प्रोत्साहित करते.

त्या गोष्टीचा तुम्ही स्वतः आता व नंतर तुम्हाला वेळ असेल तेव्हा अनुभव घ्या :

- ✓ शरीर ताणा – तुमच्या स्नायूंमधील ताण अनुभवा.
- ✓ तणावमुक्त व्हा – मात्र त्याच वेळी तुमच्या संपूर्ण शरीराविषयी जागरूक राहा.
- ✓ तुम्हाला जे शरीर व आयुष्य मिळालेले आहे, त्याविषयी कृतज्ञता बाळगा.
- ✓ तुम्ही जे प्रेम देता व तुम्हाला ज्या रीतीने प्रेम मिळते, त्याबद्दलही आभार माना.
- ✓ तुम्ही या जगात राहता व तेथील पवित्र जाणीव यांविषयी तुम्हाला योग्य वाटेल त्या शब्दांत स्तुती करा. उदाहणार्थ- काही वेळा (जर मी एकटी असेन तर मोठ्याने किंवा मनातल्या मनात) मी असे म्हणते – "(ईश्वरा) तू अद्‌भुत आहेस. मी तुझ्यावर प्रेम करते!"
- ✓ त्या पवित्र जाणिवेशी तुमचे असलेले नाते व प्रेम याविषयी तुमचे मन, हृदय व आत्मा यांच्या तळापासून अनुभव घ्या. त्या जाणिवेचा चांगल्या रीतीने अनुभव घ्या व तुमच्या सूक्ष्म शरीराने झेप घ्या.
- ✓ तुमच्या आयुष्यातील ज्या कुणी व्यक्तीविषयी किंवा वस्तूविषयी तुम्हाला आता विशेषत्वाने आनंद व समाधान वाटत असेल त्या प्रती आभार व्यक्त करा व त्याची स्तुती करा.
- ✓ शांततेच्या जाणिवेचा केवळ अनुभव घेण्यासाठी व कदाचित तुमच्या मनात असलेल्या आनंदाचा अनुभव घेण्यासाठी थोडा वेळ काढा.

पवित्र जाणिवेमध्ये आनंद शोधा

ठिकाणे, लोक व कला, या सर्वच गोष्टींना प्रखर तेजाने झळकणाऱ्या आध्यात्मिकतेचा स्पर्श झाल्याचा अनुभव आपल्याला मिळू शकतो. काहीतरी वेगळे, चांगले व विशुद्ध जे आपल्या समजुतीपलीकडचे आहे, मात्र ते आपल्याला समजते व आपण त्याच्याशी जोडले जातो. एखादी व्यक्ती जी साधे, सरळ व सोपे आयुष्य जगते अशा व्यक्तीमध्ये व दररोजच्या गोष्टींमध्येही आपल्याला चांगुलपणाचा अनुभव येऊ शकतो.

जेव्हा एखाद्या गोष्टीच्या पवित्रपणामुळे तुम्ही अचानकच स्तब्ध होता तेव्हा तुम्हाला जी जाणीव होते, त्याचा विचार आपण या आधीच केलेला आहे- उदाहरणार्थ, मी बागेत घालवलेला वेळ, जेव्हा मला उत्साहपूर्ण वाटले व माझ्यामध्ये शक्तीचा संचार झाला. अगदी तीच जाणीव तुम्हाला होऊ शकते जेव्हा अशी एखादी गोष्ट तुम्ही पाहता किंवा स्पर्श करता जी तुमच्यासाठी आध्यात्मिकरीत्या खूप महत्त्वाची आहे. जेव्हा अशी घटना घडते तेव्हा :

- ✓ त्या गोष्टीवर लक्ष केंद्रित करण्यासाठी किमान काही मिनिटे तरी तिथे थांबा.
- ✓ त्या गोष्टीच्या पवित्रपणाच्या जाणिवेचा उपयोग स्वतःचे शुद्धीकरण करण्यामध्ये व स्वतःला बरे करण्याच्या बाबतीत करून घ्या.
- ✓ तुम्हाला ज्या चमत्काराची व आपलेपणाच्या ज्या भावनेची जाणीव होत आहे, त्या जाणिवेमुळे प्रोत्साहित व प्रेरित व्हा.
- ✓ त्या गोष्टीतील शांतता व चिरकालत्वाचा अनुभव घ्या.

माझ्या आयुष्यात जे लोक वा गोष्टी मला पवित्र वाटल्या आहेत, त्याविषयी मी विचार करत आलेली आहे व ज्यांचा विचार केल्याने मला आध्यात्मिकतेचा थेटपणे अनुभव येतो.

- ▶ माझी एक मैत्रीण डेझी, जिला मी प्रौढ असताना भेटले व तिच्या उर्वरित आयुष्यात मी तिला ओळखत होते. ती एक परिपूर्ण कॉकनी व्यक्ती होती व ती वैशिष्ट्यपूर्णरीत्या स्पष्टवक्ती व सरळ होती. मात्र ती मुळात एक चांगली व्यक्ती होती. मी तिच्यापासून जेव्हा नेहमीच दूर जात असे, तेव्हा मला गौरवले गेले आहे, असे मला वाटत असे. याचे कारण जरी ती अजिबात अश्रद्ध नव्हती, तरीही अंतर्मनाच्या पातळीवर मला माहीत होते की, ती देवाच्या खूपच जवळ होती व देवाची लाडकी होती.

- काही चित्रे- जसे क्लॉड मॉनेट, विल्यम टर्नर व डब्ल्यू. डी. कुनिंग यांची नंतरची चित्रे.
- इलिझाबेथ ब्रॉडली यांचे, बलिदान करणाऱ्यांपैकी एका इन्का मुलाचे शिल्प जे पवित्रपणाच्या भावनेने तळपते, हे शिल्प मला नेहमीच या गोष्टीची आठवण करून देते की, मानवाने जी वाईट कृत्ये केलेली आहेत, त्याची जबाबदारी मी व इतर सर्वांवर होती व अजूनही आहे; मात्र वाईट गोष्टींविषयी नेहमी दक्ष राहून व प्रेम, दयाळूपणा, चांगुलपणा तसेच सत्याचा प्रचार करून आपण कदाचित त्याची भरपाई करू शकू.
- लिंडा सेबेओ कोहू या शिल्पकाराची निर्मिती असलेल्या एका छोट्या शिल्पातील पावित्र्याने मला हेलावून सोडले. जेव्हा मी ते प्रथम पाहिले व जेव्हा कधी मी त्याच्याकडे पाहते तेव्हा मला नेहमी तीच जाणीव होते.
- साधारणपणे सर्वच देवदूत! पुराणातील ही अस्तित्वे पवित्रपणाच्या सर्व प्रतीकांपैकी सर्वाधिक वैश्विक व ज्यांना सर्वांचा स्नेह मिळतो अशी असावीत. कारण ती आध्यात्मिकतेचे व त्या आंतरिक जाणिवेचे जे वरदान आपल्याला मिळालेले आहे, ज्यायोगे भले आपल्या बाबतीत काहीही होवो- आपले संरक्षण केले जाते व आपल्यावर प्रेम केले जाते, या गोष्टींची आपल्याला आठवण करून देतात.
- ज्या पुस्तकांनी मला पुलकित केलेले आहे, ती पुस्तके म्हणजे 'मिस्टर गॉड', फिन यांचे 'धिस इज ॲना' व पॉल मॅकडरमॉट यांचे 'पिलग्रिम्प्स – टु अनलाइकली फ्रेंड्स अनरॅव्हल द मिस्ट्री ऑफ लाइफ' ही नावे माझ्यासमोर प्रथम येतात. ही पुस्तके म्हणजे जणू काही ज्ञानरूपी रत्नेच होत. मी कित्येक वर्षांपूर्वी वाचलेल्या पॉल गॅलिको यांच्या अनेक पुस्तकांनी माझ्यावर जणूकाही आध्यात्मिक किमया केलेली आहे. तीच बाब सी. एस. लेविस यांच्या 'सरप्राइज्ड बाय जॉय' या पुस्तकाची. ही अशी पुस्तके आहेत, जी सत्य व साधेपणाने भारलेली असल्यामुळे त्यांच्यातून व तुमच्यातून जणू काही निखळ सकारात्मकता संचारित होते असे वाटते. त्यानंतर आहेत चिरकालीन कलाकृती, खलिल जिब्रानचे 'द प्रोफेट' व 'गॉड कॉलिंग बाय टु लिसनर्स'.
- कविता– त्यासुद्धा पुष्कळच आहेत.

ज्या वेळी तुम्ही आध्यात्मिकरीत्या हेलावले गेलात, त्या वेळा आठवा. त्याविषयी लिहा व तुम्हाला जर आवडत असेल तर त्यामध्ये तुमचे विचार जोडा व पुस्तकात शक्य झाल्यास कवितांसोबत लिहा. नंतर तुम्हाला जेव्हा कधी प्रोत्साहनाची गरज भासेल वा केवळ शांततेचा अनुभव घ्यावासा वाटेल, तेव्हा तुम्ही ते विचार वाचू शकाल.

पृथ्वीवरील स्वर्गाचे अस्तित्व जाणा

स्वर्ग ही एक निर्वाणाची अशी संकल्पना आहे, जिथे आपण आपल्या मृत्यूनंतर पोहोचतो, जे परमेश्वर व देवदूतांचे घर आहे. हे आणखी एक रहस्य होय, जे खूप सुंदर आहे व ज्याला पुष्कळ जण वास्तव समजतात – कदाचित ते वास्तव असेलही. भले ते काहीही असो, एका आनंददायी आध्यात्मिक अनुभवाच्या किंवा जगण्याच्या पद्धतीच्या स्वरूपात स्वर्ग हा निश्चित रूपाने खरा आहे व आपल्यापैकी प्रत्येक जण त्याचा आपल्या दैनंदिन आयुष्यात अनुभव घेऊ शकतो.

खरे तर सकारात्मकरीत्या राहण्याची ती एक पद्धत होय- ज्याची व्याप्ती आंतरिक सुखापासून समाधान व आनंद यापर्यंत आहे. तो केवळ एक क्षणिक अनुभव असू शकतो वा आपल्या आयुष्यातील निरनिराळ्या अवस्थांमध्ये दीर्घ काळ चालणारा अनुभवही असू शकतो. कदाचित आपल्या आयुष्यांमधून संचारणारा तो एक ऊर्जेचा प्रवाह आहे; कधीकधी तो आपल्याला दृश्य स्वरूपात दिसतो. हानी व दुःखाच्या काळात तो आपल्या जाणिवेच्या पातळीखाली सुप्त स्वरूपात अस्तित्वात असतो. आपण जेव्हा त्या हानीमधून सावरतो, तेव्हा आपल्याला पुन्हा आनंदाप्रत नेण्यास तो सिद्ध असतो.

खरे तर तो आनंद या क्षणी तुमच्यासोबत इथे आहे- तो तुमच्याबाबत जे काही घडते त्यावर अवलंबून नव्हे किंवा तुमच्या दृष्टीने आवश्यक किंवा इच्छित असलेल्या एखाद्या वस्तूच्या खरेदीमुळे मिळणारा नव्हे.

स्वर्ग हा एक दृष्टिकोन व अस्तित्वाची एक अवस्था होय, जी आपल्या अंतरंगामध्येच अस्तित्वात असते, जिला आपण केवळ शोधण्याचा अवकाश असतो व जेव्हा आपली तयारी असते, तेव्हा तो अनुभव आपल्याला मिळतो. त्या थोर जाणिवेशी आध्यात्मिक पातळीवर एकरूप होण्याची ती अवस्था होय. शांतता किंवा समाधान, आनंद, उत्साह, प्रेम किंवा स्नेह अशा भावनांचे क्षण ज्यांच्यामुळे आपल्या कल्याणाच्या समग्र भावनेचे वरदान आपल्याला मिळालेले आहे, ही भावना जाणून घेण्याची ती सुरुवात होय.

गोष्टी योग्य रीतीने घडल्याच पाहिजेत यावर ही जाणीव मुळातच अवलंबून नाही, तर सर्व प्रकारच्या परिस्थितींमध्ये ती आपल्यासोबत असते. स्वर्गाची ती आंतरिक जाणीव युद्धाच्या रौद्र रूपामधून वा मानवाने इतर मानवांवर जी अमानुषता लादली आहे, त्या अवस्थांमध्येही टिकून राहते.

काही वेळा आनंदाच्या लहानलहान घटनांना बांधून राहण्यातून आपल्याला असे एक विश्रांतीचे स्थळ मिळते, जे त्रास व दुःखापासून आश्रय मिळवण्याचे एक स्थान असते. कधीकधी तुमच्यासोबत कोणीतरी असल्याची ती जाणीव असते.

मी अलीकडेच वाचले आहे की, आपल्याला प्रत्येक क्षणाला मार्गदर्शन मिळत असते व सर्वाधिक योग्य मार्ग कोणता आहे हे जाणण्यासाठी आपण थांबलो तर योग्य निर्णयाप्रत आपण खचितच पोहोचतो- ते भलेही आध्यात्मिक मार्गदर्शन असो वा आपल्या सामान्यज्ञानाचा वापर करण्याची बाब असो. हे खरे आहे हे मला माहीत आहे. मात्र त्याच वेळी हे विसरणे किंवा दिरंगाई, द्विधा मनःस्थिती किंवा संभ्रम यामध्ये गुंतून पडणे, या गोष्टी किती सहजपणे घडतात, त्याचीही मला जाण आहे. आध्यात्मिक बाबतीत मार्गदर्शनाची अपेक्षा बाळगणे, ही नेहमीच एक चांगली कल्पना असते. आपण स्वतःसाठी ज्या गोष्टी अवघड करतो, त्यावर मात करणे वा त्यांना पहिला क्रम देण्याबाबत मार्गदर्शन मिळवणे, ही एक चांगली कल्पना असते. असे करणे खरेच किती सोपे आहे. काही सोप्या सूचना पुढे दिल्या आहेत :

- ✓ विचार करता करता थांबा.
- ✓ निरनिराळ्या पर्यायांविषयी तुमच्या मनात जी चलबिचल चालली आहे, ती मनातून काढून टाका.
- ✓ मार्गदर्शनाशी तुमचा संबंध आध्यात्मिक पातळीवर आहे, ही भावना मनात रुजवा. मनःपूर्वक ऐका.
- ✓ करावयाची योग्य गोष्ट कोणती त्याची जाण ठेवा.
- ✓ ती गोष्ट लिहून ठेवा.

त्यातील शेवटची पायरी उपयोगाची आहे व जेव्हा-जेव्हा आपल्या मनात चांगल्या कल्पना- विशेषतः रात्रीच्या वेळी येतात, तेव्हा ती पायरी महत्त्वाची असते. तेव्हा मिळालेला दृष्टान्त तुम्ही कधीच विसरणार नाही, असे तुम्हाला उघडपणे वाटते. मात्र तुमचे लक्ष विचलित करणाऱ्या एखाद्या क्षणाने वा एका छानशा झोपेनंतर त्याचे विस्मरण होऊ शकते, कदाचित कायमचे. त्यामुळे आध्यात्मिक बाबतीतील तुमचे विचार व कल्पना कागदावर उतरवण्याची स्वतःला विशेषत्वाने सवय लावा. कारण की, तुमच्या ज्ञान ग्रहण करण्याच्या प्रक्रियेमधील महत्त्वाचे टप्पे मौल्यवान असतात व त्यामुळे सकारात्मक ऊर्जेचा प्रवाह शांतपणे व सुखदपणे चालू ठेवण्यात त्याची मदत होते. तुमचे अस्तित्व व सत्य यांच्या सखोल जाणिवेतील योग्य मार्गाशी जोडले जाण्याचा व त्या मार्गावर चालण्याचा तुम्ही जेवढा अधिक सराव कराल, तेवढे तुमचे आयुष्य अधिक सोपे व सुखद होत जाईल आणि तेवढ्या अधिक प्रमाणात तुम्ही सकारात्मकतेच्या व गौरवाच्या अवस्थेत जगाल.

समोर या, हजर राहा व या क्षणामध्ये जगा

आपले आयुष्य खूप छोटे आहे व आध्यात्मिकता खूप मोलाची आहे. त्यामुळे त्या बाबतीत आपण आळस केला तर ते आपल्याला परवडण्यासारखे नाही. आध्यात्मिकतेवर, एखाद्या धर्मावर किंवा या जगाव्यतिरिक्त आणखी कशाच्या अस्तित्वावर तुम्ही विश्वास ठेवता ते इथे गैरलागू आहे; चांगली विचारशक्ती बाळगणारी तुम्ही एक जिवंत व्यक्ती आहात. सोबतच तुम्हाला प्रचंड बुद्धिमत्ता व वैशिष्ट्यपूर्ण व्यक्तिमत्त्व लाभलेले आहे. तुम्ही प्रेमळ व प्रेम करण्यायोग्य आहात. या सर्वांहून महत्त्वाचे म्हणजे तुम्हाला या सर्व गोष्टींची जाणीव आहे.

म्हणून या विस्मयकारी जगातील तुमच्या अस्तित्वाची पुरेपूर जाणीव ठेवा. जगाच्या या कोड्यातील तुम्ही एक कडी आहात. तुम्हाला आयुष्याची ती देणगी मिळालेली आहे जी कोणीही- अगदी या जगातील सर्वोत्कृष्ट बुद्धिमान व्यक्तीही समजू शकणार नाही.

म्हणूनच या जगातील तुमच्या या चमकत्या विस्मयकारी अस्तित्वामध्ये या क्षणी व संपूर्ण आयुष्यभर स्वारस्य घ्या.

माझा एक मित्र ज्याच्यासोबत मी पुष्कळदा ध्यान करते, तो ही गोष्ट पुढीलप्रमाणे मांडतो –

''अस्तित्व- केवळ या मिनिटातील, या क्षणातील आपले अस्तित्व ही एक प्रबळ जाणीव आहे. शांततेच्या क्षणांमध्ये माझ्यासाठी ती सर्वाधिक चित्तवेधक गोष्ट आहे. ते स्थळ कोणतेही असू शकते. असा एकांत साधण्यामध्ये सौंदर्यस्थळे मला मदत करतात, ही गोष्ट वेगळी. सर्वांत महत्त्वाची गोष्ट ही आहे की, तुम्ही तुमचे विचार थांबवा व केवळ या क्षणावर संपूर्ण लक्ष केंद्रित करा.''

''या जगाशी एकरूप झाल्याची व मला इथे असावयास हवे व प्रत्येक गोष्ट योग्य आहे, याची सखोल जाणीव होय. ती जाणीव मला नेहमीच शांतचित्त करते व मला मदत करते- माझ्या आयुष्यात काही अडचणी असतात अगदी तेव्हाही. त्या जाणिवेमुळे पुष्कळदा माझी मनःस्थिती उंचावते व त्यामुळे मला हसावेसे वा अगदी नाचावेसेही वाटते!''

शांततेचे, उपचारात्मक व कधीकधी आत्यंतिक सुखाचा आनंद देणारे हे क्षण ही खरे तर अमूल्य वरदाने होत, जी तुम्ही कोणत्याही क्षणी मिळवू शकता, त्याचा आनंद घेऊ शकता व त्यांचे मोल जाणू शकता. स्वतःसाठी काही क्षण काढा. सुरुवातीला तुम्ही जसा याचा सराव कराल, तेव्हा काहीच घडत नाही, असे तुम्हाला वाटेल. मात्र जसा वेळ जाईल, तशी सखोल शांततेची जाणीव सहजपणे तुम्हाला होईल. तो एक लहानसा चमत्कार आहे.

तुम्हीही एक चमत्कार आहात; हे जग व संपूर्ण ब्रह्मांड हासुद्धा एक चमत्कारच आहे.

त्यामागे जे आहे त्याच्या खाली, त्याच्या अवतीभवती व एकूणच विचार करता, तो एक चमत्कारच आहे, नाही का?

तुमच्या आध्यात्मिकतेचे हे जे वरदान तुम्हाला मिळाले आहे, त्याचे मूल्य जाणण्यात, त्यामध्ये व्यग्र होण्यात व त्याच्याशी जोडले जाण्याची तत्परता दाखवण्यात नेहमी तयार राहा.

तुमचा मार्ग उजळवून टाकणारा तो प्रकाश होय. आशा व आनंद यांचा तो एक संकेत होय. आपल्या आत्मज्ञानाचे सार आपल्यापैकी प्रत्येकाच्या व्यक्तिमत्त्वामध्येच तळपते व आपली इच्छा असेल तर आपण आपल्या आध्यात्मिकतेला शोधू शकतो व तिचे जतन करू शकतो. आपण जेव्हा आध्यात्मिकतेला स्पर्श करतो, तेव्हा आपले जीवन अधिक सकारात्मक, समृद्ध होते व आपल्या जीवनाला अधिक सखोलता प्राप्त होते.

७

स्वास्थ्य व उपचार

या प्रकरणात तुम्ही सकारात्मकतेचा तेव्हा अंगीकार कराल जेव्हा तुम्ही :

- *चांगले अन्न, विश्रांती व व्यायाम याबाबतच्या मूलभूत बाबींना समाविष्ट करून चैतन्यमयरीत्या जगण्यासाठी तुमची वैशिष्ट्यपूर्ण अशी आरोग्यविषयक पद्धती शोधाल व त्याप्रमाणे वागाल.*
- *यथायोग्य व कल्याणकारक रीतीने जगण्यासाठी तुम्ही तुमचे मन, शरीर व आत्मा यामध्ये सुसंगती राखाल.*
- *शारीरिक वेदना व अपंगत्व यांच्याशी व सोबतच मानसिक आरोग्य उदाहरणार्थ, खिन्नपणा, चिंता व असंवेदनशीलता यांचा तुम्ही सकारात्मकरीत्या सामना कराल.*
- *तुमच्या नैसर्गिक उपचारात्मक क्षमतेला तुम्ही स्वतःसाठी व इतरांसाठी वापराल.*
- *वय वाढण्याच्या प्रक्रियेचा तुम्ही स्वीकार कराल व सोबतच त्या प्रक्रियेचा आनंदही घ्याल.*

आरोग्याप्रती एक सकारात्मक दृष्टिकोन बाळगण्यामुळे आपली ऊर्जा वृद्धिंगत होते व आयुष्याप्रतीचा उत्साहपूर्ण दृष्टिकोन साकार होण्याच्या आपल्या संपूर्ण क्षमतेचा विकास होतो. जेव्हा तुम्हाला शारीरिकदृष्ट्या सर्वोत्तम वाटते, तेव्हा तुमचे मन व आत्मा यांचा विकास होण्यासाठी तुम्ही एक मजबूत पाया तयार करता. ती सकारात्मक विचारसरणी आपल्याला आपल्या आरोग्याची उच्चतम पातळी गाठण्यास, निरामय ठेवण्यास व आपल्याला शारीरिक तसेच मानसिकदृष्ट्या सकारात्मक वाटण्यास मदत करते.

चैतन्यमयरीत्या जगा

मानवी शरीर हा एक चमत्कार आहे. आपल्या प्रत्येकाच्या शरीरात अक्षरशः अब्जावधी पेशी आहेत. त्यांपैकी प्रत्येक पेशी सजीव असते. त्या पेशींच्या माध्यमातून आपली शरीरे सातत्याने ताजीतवानी होतात व आपले कल्याण करतात, आपल्याला शक्ती व व्यक्तित्व प्रदान करतात.

तुमची संपूर्ण यंत्रणा स्वतःला सर्व वेळ शरीर, मन व आत्मा यांच्या पातळीवर तंदुरुस्त करत असते. आयुष्य सकारात्मक व शक्तिमान आहे. आपण निरोगी राहावे, आपल्याला सकारात्मक वाटावे; केवळ जगण्यासाठीचा नव्हे, तर आपण ज्या जगात राहतो त्या विस्मयकारी जगाचा आनंदही घ्यावा, अशी त्या आयुष्याची आपल्याकडून अपेक्षा असते. ज्या जनुकीय समस्या आपण घेऊन जन्मलो, त्या निश्चितपणे अटळ असतात व अनपेक्षित आजारपण हा केवळ योगायोगही असू शकतो. तथापि, आपण स्वतःची व आपल्या प्रियजनांची काळजी घेऊ शकतो व संतुलित व्यवस्थेला कायम ठेवण्यासाठी शक्य ते सर्व काही आपण करू शकतो व आपण स्वतःचे कल्याणही करू शकतो.

चैतन्यपूर्ण आरोग्य ही आपल्या अस्तित्वाची नैसर्गिक अवस्था व सातत्याने चालणारी प्रक्रिया आहे. भलेही आपल्या शरीराचा प्रकार कोणता का असेना, आपण संपूर्ण आयुष्यभर त्याची काळजी आपल्याला शक्य तेवढ्या उत्तम रीतीने घेऊ शकतो. याचा अर्थ असा होतो की, भलेही आपले सध्याचे आरोग्य कसे का असेना- स्वतःची शुश्रूषा करण्याची व स्वतःमध्ये सुधारणा करण्याची ही प्रक्रिया तुम्ही पुढे चालू ठेवू शकता. खरे तर निरामयपणे जगण्यासाठी आजच्या वेळेइतकी योग्य वेळ या आधी कधीच नव्हती. आपल्यासमोर चांगल्या अन्नाचा पर्याय उपलब्ध आहे. आपल्या वैद्यकीय सेवा उत्तम आहेत. आपल्याला केवळ शरीराचा नव्हे तर मनाचाही व्यायाम करण्याच्या पुष्कळ संधी उपलब्ध आहेत.

यातील सर्वाधिक रोमांचित करणारी गोष्ट ही आहे की, आपले सर्वांगीण कल्याण हे व्यक्तिगत पातळीवर आहे. चांगले जगण्याची व स्वतःच्या आरोग्याची जाणीवपूर्वकरीत्या व समर्थपणे काळजी घेण्याची निवड आपली स्वतःची आहे. जेव्हा आपण स्वतःची उत्तमरीत्या काळजी घेतो, तेव्हा आपल्याला खूपच सकारात्मक वाटते. जणू काही आपण स्वतःच्या व्यक्तिगत गूढ व्यक्तित्वाचा माग घेत आहोत, असे आपल्याला वाटते. उदाहरणार्थ, पोषणशास्त्र जटिल आहे. तुम्ही या क्षेत्रात जेवढे अधिक शिकाल त्याहूनही जास्त शिकण्याचे बाकी असते व तुम्ही स्वतःचे ज्ञान किती अद्ययावत ठेवता, हे संपूर्णपणे तुमच्यावर अवलंबून असते. तीच बाब शरीरविज्ञान व वैद्यकशास्त्र, व्यायाम, शक्ती व चयापचय यांच्या अभ्यासालाही

लागू होते. त्यानंतर मानसिक व भावनिक आरोग्याचे मोठे क्षेत्र तुमच्यासमोर उभे राहते, ज्यांपैकी कोणत्याही एका गोष्टीचे तज्ज्ञ बनण्यासाठी तुम्ही तुमचे संपूर्ण आयुष्य खर्ची घालू शकाल- अर्थात वैद्यक विश्वातील विशेषज्ञ तेच करण्यात मग्न असतात.

एक चांगली बाब ही आहे की, जोपर्यंत वैद्यकशास्त्र हा तुमच्या व्यवसायाचा भाग नसतो, तोपर्यंत त्यामध्ये खूप स्वारस्य घेण्याची तुम्हाला आवश्यकता नसते. सर्वांगीण निरामय आरोग्यासाठी- जसे की छान वाटणे, जोमदार वाटणे; या सर्वांसाठी केवळ समग्र स्वरूपाच्या सकारात्मक दृष्टिकोनाचा तुम्हाला अंगीकार करायचा असतो. असे करणे सकारात्मक वाटते व सोबतच ते उत्कंठावर्धक, तसेच साधेसरळ आहे.

जेव्हा आपण आपल्या आरोग्याची काळजी घेतो व त्याहूनही अधिक म्हणजे आपण आरोग्याचे जतन करतो, त्या वेळी आपण स्वतःवर प्रेम करण्याच्या प्रक्रियेचा तो भाग असतो. तुमचा आत्मविश्वास, स्वप्रतिमा, तुमचा स्वतःविषयीचा सर्वसाधारण दृष्टिकोन व समग्र सकारात्मकता यावर त्याचा थेट परिणाम होतो. अर्थात त्यासाठी आपल्याला अगदी टोकाचे काही करावे लागते असे नाही, तर केवळ स्वतःची काळजी घेणे व सकारात्मक राहणे हे त्यासाठी पुरेसे असते.

शारीरिक आरोग्याचे मूलभूत घटक हे उत्तम अन्न, चांगली झोप व व्यायाम आहेत. तुम्हाला कदाचित त्याविषयी माहिती असेल, म्हणून मी त्यांचा केवळ धावता आढावा घेणार आहे.

तुमच्यासाठी चांगले असलेले अन्न

एक सर्वमान्य तत्त्व म्हणून पुढील घटकांचे एक छानसे संतुलन साध्य करा.

- फळे
- हिरव्या पालेभाज्या व कोशिंबिरी
- नैसर्गिक स्वरूपातील कठीण कवच असलेली फळे व बिया (मीठ न घातलेल्या व बिनतळलेल्या स्वरूपात)
- संपूर्ण कर्बोदके (उदाहरणार्थ : डाळी, बटाटे व गहू यांपासून तयार केलेला पाव)
- अंडी, चीज व डाळी यांसारखी उच्च प्रथिने, मात्र मांस व पोल्ट्री पदार्थांचा वापर जरा जपूनच करा, कारण की ते पचवण्यासाठी जास्त वेळ व ऊर्जा खर्च होते.
- ऑलिव्ह किंवा सूर्यफूल तेल. ऑलिव्ह तेल हे रुचकर असते, तर सूर्यफूल

तेल पुष्कळ अंशी बेचव असते. त्यामुळे ही दोन्ही प्रकारची तेले कच्च्या व शिजवलेल्या अन्नासोबत योग्य असतात. सॅच्युरेटेड स्निग्ध पदार्थ ज्याप्रमाणे रक्तप्रवाहामध्ये अटकाव करतात, तशी ही तेले अटकाव करत नाहीत. उलट ही तेले रक्तप्रवाह व्यवस्थित चालू राहण्यास मदतच करतात. कोशिंबिरीची सजावट करताना किंवा घरी बनवलेल्या मेयोनेजच्या रूपात ते तुमच्यासाठी चांगल्या असलेल्या खाद्य पदार्थाचा एक भाग बनतात.

- खूप द्रव्य पदार्थ घ्या. यामध्ये पाणी हे सर्वोत्तम आहे. हे सहज विसरण्याजोगे आहे, मात्र आपण दररोज किमान दोन लिटर पाणी पिण्याचा नेम केला पाहिजे. अर्थात, तुम्ही जर एरोबिकचे बरेच व्यायाम करत असाल तर तुम्हाला जास्त पाण्याची आवश्यकता भासेल.

शक्य होईल तेवढ्या अधिक प्रमाणात सेंद्रिय पदार्थांचा वापर करा. असे केल्याने रासायनिक खतांच्या दुष्परिणामांपासून तुम्ही स्वतःचा बचाव करू शकता. जर तुम्हाला कधी प्राणी व पक्षी यांचे मांस विकत घ्यायचे असेल, तर ते चांगल्या रीतीने पाळलेल्या व शक्य तेवढ्या नैसर्गिकरीत्या वाढवलेल्या प्राण्यांचे घ्या. बॉयलर व इतर प्रकृष्ट रीतीने पोसलेले मांस घेणे आता बाद झालेले आहे. कारण की अशा रीतीने आपण जर क्रूरतेचा उघडपणे स्वीकार करत असू, तर आपल्याला स्वतःविषयी सकारात्मक कसे वाटेल व आपले आरोग्य चांगले ठेवण्याची अपेक्षा आपण कशी ठेवू शकतो?

उत्तमरीत्या झोपा

तुम्ही रात्रीची छान झोप घेऊन उठता तेव्हा तुम्हाला आतून स्वच्छ झाल्यासारखे, विश्रांती घेतल्यासारखे तसेच तणावमुक्त झाल्यासारखे वाटते. झोप हा आपल्या शारीरिक आरोग्याचा महत्त्वाचा भाग समजला जातो; कारण त्यामुळे आपल्याला शारीरिक रोगप्रतिकारक व्यवस्था, चेता संस्था, हाडे, स्नायूंची वाढ व देखरेख यामध्ये मदत होते. तल्लख व कार्यक्षम राहण्यासाठी आपल्या मेंदूला नियमित, गाढ झोपेची आवश्यकता असते. कधीकधी झोपेची कमतरता जरी फारशी हानिकारक समजली जात नसली, तरीही पुष्कळशा लोकांना सामान्यपणे असे वाटते की, त्यांची गाढ झोप झाल्यानंतर ते उत्तमरीत्या काम करू शकतात, विशेषतः जर ते यथायोग्य असलेल्या वेळेत गाढ झोपू शकले तर. गाढ झोपेसाठी मी काही टिपा पुढे देत आहे :

- निद्रानाशामागे बहुतांश वेळा खूप लवकर झोपणे वा खूप उशिरा उठणे हे कारण असते. तुम्हाला हवे त्यापेक्षा खूप जास्त वेळ अंथरुणात झोपून राहू नका. उदाहरणार्थ, आठ तासांची झोप उत्तम असते असे जर तुम्हाला वाटत असेल व तुम्हाला झोपेपूर्वी साधारणपणे अर्धा तास वाचन करण्याची सवय असेल, तर रात्री साडेदहा वाजता झोपा व सकाळी सात वाजताचा गजर लावा. मग भलेही तुम्ही गाढ झोपलात किंवा अजिबात झोपला नाहीत तरीही गजर वाजल्यावर लगेचच उठा. अर्थात, काही दिवसांतच तुम्ही तुमच्या झोपेचे एक नवीन वेळापत्रक आखाल कारण की, तोपर्यंत तुमचे शरीर व मन यांना हे जाणवलेले असेल की, झोपेसाठी त्यांना केवळ काही निश्चित तासच मिळालेले आहेत व त्या वेळेचा वापर ते करतील. हा उपाय खरेच काम करतो.
- रात्रीच्या वेळी तुमची जी चिंताग्रस्तता असते, ती संध्याकाळी ध्यान करून घालवा. या रीतीने होणारी तणावमुक्ती झोपेपेक्षा निराळी व खूप गाढ असते. तसेच त्यामुळे तुम्हाला एक प्रकारची आंतरिक शांतता मिळते, ज्यामुळे तुम्ही जेव्हा अंथरुणात जाता, तेव्हा गाढ झोपेच्या सहजच अधीन होता. जर तुम्हाला रात्री किंवा पहाटे अगदी लवकर जाग आली, तर तुम्हाला छळणाऱ्या व तणावग्रस्त करणाऱ्या विचारांना ध्यानधारणा करून वा प्रार्थनेच्या माध्यमातून दूर घालवा.
- जसे तुम्ही झोपायला जाल तशी स्वतःला सूचना द्या. तुम्ही तुम्हाला इच्छित तेवढा वेळ झोपी जाल व तुम्हाला हवे असेल तेव्हा उठाल. झोप झाल्यानंतर तुम्हाला आराम झाल्यासारखे व शांत वाटेल.

तुम्हाला आढळेल की झोपेमुळे तुम्ही तुमच्या अंतर्मनाच्या त्या भागापर्यंत पोहोचू शकता, जिथे तुम्ही जागेपणी नेहमीच पोहोचू शकता असे नाही! पुष्कळदा मी जेव्हा उठते तेव्हा मी काल आठवण्याचा प्रयत्न करत होते, ती गोष्ट मला अचानकच आठवते किंवा मला छळणारा एखादा प्रश्न किंवा कोडे यांचे उत्तर माझ्या लक्षात येते. जी गोष्ट करायला हवी हे माझ्या लक्षातच आलेले नसते, ती करण्यासाठी काही वेळा मला स्वतःला प्रवृत्त करण्याची गरज असते. माझी चित्रकारिता किंवा लिखाण याविषयी एखादी नवी कल्पना, प्रेरणा घेऊन वा माझ्या आयुष्याशी निगडित इतर गोष्टींबाबत मर्मदृष्टी सोबत घेऊनच मी जागी होते. अर्थात सर्जनशीलतेच्या दृष्टीने हे एक वरदानच आहे.

जेव्हा तुम्ही झोपेतून नुकतेच उठलेले असता, तेव्हा तुमच्या मनात येणारे कोणतेही विचार टिपण्यासाठी पलंगाच्या बाजूला एक वही ठेवणे ही एक चांगली युक्ती असते. कारण की जरी तुम्हाला वाटले की तुम्ही ते विचार विसरणार नाही,

तरीही तुम्ही जेव्हा संपूर्णपणे जागे व्हाल, तेव्हा कदाचित तुम्हाला त्याचा विसर पडलेला असेल. याशिवाय जागेपणी सलगपणे दोन-तीन पाने लिहून काढणे ही दिवसाची सुरुवात धमाकेदारपणे करण्याची पद्धत होय. नंतर तुम्हाला उत्साहाने ओतप्रोत भरल्यासारखे वाटेल व एखादा गूढ विचार, चांगली कल्पना वा अगदी पूर्ण कविता हे शब्दांच्या त्या ओघात तुम्हाला गवसेल; असे पुष्कळदा होते व ते खूपच विस्मयकारक असते.

व्यायाम

आपल्यापैकी प्रत्येकाला योग्य असेल असा व्यायाम प्रकार व तो किती प्रमाणात करावा, हे वैयक्तिकरीत्या शोधावे लागते. आपल्या शरीराची लवचिकता व आरोग्य टिकून राहावे व आपल्या चयापचयाची क्रिया व रक्ताभिसरण व्यवस्था यासुद्धा चांगल्या रीतीने कार्यरत असाव्यात, हे आवश्यक आहे. सोबतच व्यायामासोबत येणाऱ्या सकारात्मक व चैतन्यमय भावनेशी व्यायामाचा संबंध जोडलेला असतो.

तुम्हाला जो व्यायाम प्रकार आवडतो व तुम्ही तो किती वेळा करता त्यावरून तो व्यायाम प्रकार तुमच्या आवाक्यात आहे, ही भावना तुम्हाला सुखद वाटते.

आपण जसा व्यायाम करत असतो, तसे आपल्या शरीरात सुखद भावना निर्माण करणारी रसायने स्रवतात व आपल्या शरीरात रक्त जसे वेगाने संचार करू लागते, तसे रक्तातील ऑक्सिजनमुळे आपल्याला अधिक तल्लख व उत्साही वाटते.

घराबाहेर (मैदानावर इत्यादी) केलेला व्यायाम विशेषत्वाने फायदेशीर असतो, कारण त्यासाठी आपण सूर्यप्रकाशामध्ये जातो व तो आपल्यासाठी नैसर्गिकरीत्या चांगला असतो. पुष्कळदा डॉक्टर चालणे व पोहणे हे व्यायाम सुचवतात; कारण हे व्यायाम रक्ताभिसरणासाठी चांगले असतात. त्यामुळे आपल्या शरीराची खूप हानीही होत नाही. म्हणून ते सर्वाधिक व सर्वांगीणरीत्या उपयोगी असतात.

त्यासाठी तुम्हाला निरोगी राहण्याचे खूळ असायला हवे असेही नाही. कारण की तुम्ही त्याच्या आहारी न जाणे हे संतुलित राहण्याच्या दृष्टीने कदाचित सर्वोत्तम असते. याचे कारण असे की, तुम्ही जर व्यावसायिक खेळाडू व व्यायामपटू नसाल, तर कोणताही व्यायाम योग्य प्रमाणात केल्यासच तो सर्वोत्तम असतो.

तुम्ही अगदी संपूर्णत्वाने ज्याचा आनंद घ्याल, शारीरिक तसेच मानसिकदृष्ट्या व शक्य झाल्यास इंद्रियाच्या पातळीवरही अशी गोष्ट निवडा. तुम्हाला त्यामधून अधिक सकारात्मक शक्ती मिळेल. अशा प्रकारचा आत्यंतिक आनंदाचा अनुभव देणारा व्यायाम, हा तुमच्या व्यक्तिगत शक्तीला संपूर्ण दिवसभर ताजेतवाने टिकवून ठेवतो, जेव्हा व्यायामामधून मिळणारी रासायनिक स्वरूपाची जोषाची भावना मुळात कमी झालेली असते- अगदी त्या वेळीही तुम्हाला ताजेतवाने ठेवतो.

एकट्याने व इतरांच्या सोबतीने व्यायाम करण्याचे आपापले फायदे असतात. तुम्ही एकटे असता तेव्हा तुम्हाला ध्यान व विचार करण्याची संधी मिळते किंवा अगदी साध्या शब्दांत सांगायचे झाल्यास, तुम्ही जे काही करता त्याचा व तुमच्या सभोवतालच्या गोष्टींचा तुम्ही आनंद घेता. याउलट चारचौघांत मिसळणे ही आनंदाची व भावनिकदृष्ट्या समृद्ध करणारी बाब असते. अर्थातच इतरांसोबतचे संभाषण हे ताजेतवाने करणारेही असू शकते.

माझे समुपदेशन मिळवलेल्या एका महिलेच्या पोहण्याचा अनुभव मला चांगला वाटतो, ज्यावरून हे लक्षात येते की एखादा व्यायाम हा आपले मन, शरीर व आत्मा यांच्या सकारात्मकतेसाठी किती चांगला असू शकतो. त्याविषयी नियतकालिकामध्ये लिहिलेला उतारा त्या स्त्रीने मला दाखवला : "कधीकधी एकटीनेच तर कधी एखाद्या मैत्रिणीसोबत खडकाळ लहान आखातापासून डॉर्सेट किनाऱ्याकडे नियमितपणे पोहण्यास मी सुरुवात केली आहे. माझ्या अंगाला होणारा पाण्याचा स्पर्श व माझ्या संपूर्ण शरीराला मिळणारा आधार (जणू काही माझे शरीर वर उचलले जात आहे ही भावना) मला आवडते. खूपच सुरक्षितपणाची जाणीव मला होते. एखाद्या शांत दिवशी मी माझ्या पाठीवर पोहते तेव्हा माझ्या अडचणी माझ्यापासून निघून दूर समुद्रात गेल्यासारख्या मला वाटतात. काल एक व्यक्ती व त्याचा कुत्रा भूशिराला वळसा घालून खाडीत पोहत आले. आम्ही एकमेकांना 'हाय' म्हटले व दिवसाचा वेळ एकत्र घालवला. मी म्हणाले, "ही स्वर्गीय भावना आहे, नाही का?" व तो म्हणाला, "खरेच, ही भावना खरेच विस्मयकारक आहे." आनंदामध्ये कोणालातरी सहभागी केल्याची ती सुखद भावना तेव्हा मला जाणवत होती. एवढेच नव्हे, तर मी जेव्हा पहिल्यांदा पाण्यात शिरते, तेव्हा थंड पाण्याचा झटका मला जाणवतो. कोरडी होऊन मी जेव्हा कपडे बदलते, तेव्हा जणू काही मी पुन्हा एकदा मूल झाले आहे, असेच मला वाटते."

मी तिला म्हणाले, "तर पोहायला जाण्याने तुला एकूणच खूप मोठा फरक पडतो आहे, हो ना?"

"हो," ती म्हणाली, "तुम्हाला असे वाटते की, तुम्ही नेमके त्या क्षणात जगत आहात. मला सर्व काही स्पष्ट दिसू लागते. पोहण्यामुळे माझ्या सर्व अडचणी जरी दूर होत नसल्या तरीही मला त्या अडचणी नंतर तितक्याशा बिकट वाटत नाहीत. मला माहीत असते की, मी त्यामधून मार्ग काढू शकेन. गेल्या कित्येक वर्षांमध्ये मला त्यामुळे अधिक सचेतन व खूप चैतन्यमय वाटू लागले आहे. कदाचित तो एक अगदी साधा आनंद तर आहे – खरे तर केवळ पोहायला जाणे तर आहे! – मात्र मला वाटते की, त्यामुळे माझे संपूर्ण आयुष्यच उजळून निघालेले आहे व खिन्नपणामधून मी बाहेर पडले आहे. जर सकारात्मक राहण्याने इतके चांगले वाटत

असेल, तर त्या नकारात्मक बाजूकडे मी पुन्हा कधीही परतणार नाही.''

पोहणे हा एक छोटा आनंद आहे, असे मला वाटत नाही. मला उलट असे वाटते की, तो एक मोठा आनंद आहे व तिला केवळ खिन्नपणातून बरे करण्यातच नव्हे, तर तिचे आयुष्य तिच्याच हातात आहे व ती सातत्याने सकारात्मक राहू शकते हे दाखवून देण्यासाठी खूप प्रभावी व सकारात्मक प्रेरक शक्ती आहे.

आपल्याला जो व्यायामप्रकार आवडतो तो शोधणे, त्यामधून जे शारीरिक व मानसिक फायदे आपल्याला मिळतात ते ओळखणे व त्यांचे मोल जाणणे, यांचा अगदी आपल्या आयुष्यावरही सकारात्मक परिणाम होऊ शकतो.

तुमच्या शरीराकडे लक्ष द्या

आपल्या आवडीनिवडी व विविध बाबतींतील संवेदनशीलता यांत आपण सर्वच जण वेगळे असतो. या ठिकाणी चांगल्या आरोग्याचा शोध घेणे, या प्रक्रियेची तुलना मी एखाद्या गूढ गोष्टीशी करते. तुमच्या स्वतःचे शरीर ओळखणे हे अर्थपूर्ण आहे; कारण की, तुमच्या व्यतिरिक्त कोणीही- तो अगदी खूप शिकलेला व समजूतदार असला तरीही, तुम्हाला कसे वाटते ते तो खऱ्या अर्थाने समजू शकणार नाही. त्यासाठी तुम्ही स्वतःच स्वतःचे सर्वोत्तम साक्षीदार असता.

उदाहरणार्थ, अन्नामध्ये व त्याचा तुमच्यावर कोणता परिणाम होतो त्यामध्ये स्वारस्य दाखवा. आपल्याला ऊर्जा पुरवणारे साधन या नात्याने आपण जे अन्न खातो, त्याचा आपला आरोग्याशी खूप निकटचा संबंध असतो. त्या दृष्टीने दैनंदिनरीत्या करण्याची गोष्ट म्हणून व त्याविषयी फारसे आग्रही न बनता तुम्ही जे खात असता व काही विशिष्ट खाद्य पदार्थ किंवा काही विशिष्ट मिश्र खाद्य पदार्थ यांचे चांगले-वाईट परिणाम कोणते असतात, त्यावर लक्ष केंद्रित करा.

उदाहरणार्थ, कर्बोदके व प्रथिने एकत्रितरीत्या न खाणे हे सर्वोत्तम आहे, असा दावा पुष्कळसे लोक करतात व असे मिश्रण न करणे त्यांच्यासाठी अधिक योग्य असते, असे त्यांना वाटते. मात्र हे मिश्रण माझ्यासाठी उत्तम आहे. याउलट जेवणानंतर फळे खाल्ल्याने मला अपचनाचा त्रास होत होता, हे जाणवण्यासाठी मला काही आठवड्यांचा कालावधी लागला. खरे तर माझे पचन व्यवस्थित आहे; मात्र फळे व भाजीपाला योग्य प्रमाणात घेण्याच्या सल्ल्यानुसार न्याहरीच्या स्वरूपात फळे खाण्याऐवजी मी माझ्या जेवणासोबत फळे खाण्यास सुरुवात केली. तेव्हा मला याची जाणीव नव्हती की, फळांचे पचन इतर अन्नापेक्षा अधिक जलदरीत्या होत असल्यामुळे समस्या निर्माण होत होती.

तुम्ही जो आहार घेता तो तुमच्यासाठी योग्य आहे, हे कळण्यासाठी पचन हा

उत्तम निदर्शक आहे. त्यासोबत तुमची त्वचासुद्धा तुमच्या आरोग्याचा एक चांगला निदर्शक आहे. आपल्या आहारातील शर्करा व अपायकारक स्निग्ध पदार्थ यावर आपण नियंत्रण ठेवू शकतो. त्यासाठी बटाट्याचे चिप्स, क्रिस्प्स व अपायकारक स्निग्ध पदार्थांमध्ये तळलेले पदार्थ यांवर खूपच कडक बंधने आणा. सोबतच केक्स, बिस्किटे व दुःखाने सांगावेसे वाटते की, चॉकलेट व गोड पदार्थ यांचा आनंद केवळ प्रसंगी घ्या. मग तुम्हाला कदाचित जाणवेल की, तुमच्या त्वचेमध्ये यामुळे खरेच फरक पडला आहे व लवकरच ती नितळ होईल. शरीरातील संप्रेरकांमधील चढ-उतारांमुळेही तुमच्या रंगामध्ये फरक पडू शकतो. अर्थात या बाबतीत तुमचे डॉक्टर तुम्हाला मदत करू शकतील. त्यासोबत खूप कोशिंबिरी व हिरव्या पालेभाज्या खाणेही चांगलेच असते. शिवाय वर उल्लेखलेल्या शर्करा व स्निग्ध पदार्थ यांचे प्रमाण कमी करणेही सोईस्कर असते. वय वाढण्याच्या अनेक फायद्यांपैकी एक फायदा हा आहे की, वाढत्या वयासोबत आपल्या शरीरातील संप्रेरकांची पातळी स्थिरावते व आपल्या त्वचेचा पोत सुधारतो. मात्र मी जर आत्मसंतुष्ट झाले व जास्त शर्करायुक्त काहीतरी खाल्ले, तर त्याचा तत्काळ विपरीत परिणाम होतोच!

'आपण जे खातो तेच आपण असतो' या म्हणीवर विश्वास ठेवणे खूपच चांगले आहे. याचे कारण आपल्या शरीरासाठी चांगले असलेले अन्न आपण जेव्हा खातो तेव्हा आपल्याला शारीरिकदृष्ट्या खूपच चांगले वाटते. आपला मेंदू व संपूर्ण चेतासंस्था ही अशा पेशींनी बनलेली असते ज्यांचे पोषण सुस्थितीत ठेवले जाते ते केवळ अन्नामुळे. त्यामुळे अन्न त्यांच्यासाठी खूप महत्त्वाचे असते.

चांगले जेवण करणे हे प्रेमाने शुश्रूषा करण्यासारखेच असल्यामुळे ते आपल्यासाठी मानसिकरीत्याही खूपच सकारात्मक असते. चांगल्या झोपेमुळे आपल्याला जो आराम मिळतो, तोसुद्धा समग्ररीत्या विचार करता आपल्या शरीराच्या प्रत्येक भागाला पुनरुज्जीवित करण्यात आपली मदतच करतो.

जो व्यायाम प्रकार आपल्यासाठी शारीरिकदृष्ट्या, मानसिक व अगदी आध्यात्मिकदृष्ट्या योग्य असतो तो आपले कल्याण व आपली सकारात्मकता यांच्यामध्ये खूपच महत्त्वाची भूमिका पार पाडतो.

खरे तर या सर्वांचाच संबंध आपल्या आरोग्याची सकारात्मकरीत्या काळजी घेण्याशी आहे. जेव्हा कोठेतरी काहीतरी चुकते- मग ते भलेही शरीराशी किंवा मनाशी संबंधित असो- ते आपल्याला तोपर्यंत छळत राहते जोपर्यंत आपण त्याच्याकडे लक्ष पुरवत नाही व त्यामध्ये सुधारणा करून आपले आरोग्य सुधारत नाही. आपण जेव्हा निरोगी असतो, तेव्हा त्या निरामय अवस्थेच्या प्रत्येक सूक्ष्म घटकाकडे लक्ष देणे शारीरिक व मानसिकदृष्ट्या तर्कसंगत असते.

आपल्या शरीराचे म्हणणे ऐकणे व दररोज आपल्याला कशाची गरज आहे हे

जाणणे, ही सोपी गोष्ट आहे. हो, मला माहीत आहे की तुमचे शरीर म्हणत असेल- "मला चॉकलेट, केक, पेस्ट्री, चिप्स, शर्करायुक्त शीतपेये हवीत!" आपण केवळ प्रौढ आहोत याचा अर्थ असा नाही की, आपल्यासाठी जे चांगले आहे, त्यासाठीच केवळ आपण आसुसलेले असावे. मात्र स्निग्ध व शर्करायुक्त पदार्थांसाठीच्या तुमच्या शरीराच्या मागण्या तुम्ही कधीकधी पुरवल्यात व नंतर पुन्हा तुम्ही आरोग्यासाठी चांगल्या असलेल्या गोष्टीकडे लक्ष दिलेत, तर लवकरच तुम्हाला आढळेल की, तुम्ही निरोगी अन्नाच्या सवयींचा बहुतांश वेळा अंगीकार कराल व जास्त उष्मांक देणाऱ्या पोकळ पर्यायांची कमीत कमी मागणी कराल.

आपल्याला ज्याची खरेच गरज असते, त्याकडे लक्ष दिल्यास आपल्या पचनाशी संबंधित प्रश्नांचा आपण आपोआपच बंदोबस्त करतो. आपल्या कल्याणाकडे आपण जे लक्ष दिलेले असते, त्यामुळे सर्वांगीण निरामय राहण्यासाठी आपल्याला खूपच मदत होते.

बहुतांश गोष्टींसारखे- ज्यामध्ये इंजिनासारख्या निर्जीव वस्तूंचाही समावेश होतो- जेव्हा आपण स्वतःची योग्य काळजी घेत असतो तेव्हा आपणही चांगल्या रीतीने काम करतो व चांगले दिसतो. ते आपल्याला सक्षम करते म्हणून आपण सर्वच बाबतींत चांगली कामगिरी करत असतो. काळजी घेण्यासाठी फक्त काय करावे लागत, तर थोडा विचार व त्याप्रमाणे कृती करण्याचे लक्षात ठेवणे होय. खरे तर साध्या शब्दांत सांगायचे झाल्यास, आपण इतरांची काळजी घेणे व इतरांनी आपली काळजी घेणे, ही बाब खूप चांगली व सकारात्मक वाटते.

स्वतःचे यथायोग्य कल्याण करा

आरोग्याप्रती सकारात्मक दृष्टिकोन बाळगणे, अशी काही गोष्ट आहे का? खरे सांगायचे झाल्यास, तुमच्या कल्याणाचा तो मूळ पाया आहे. शक्य तेवढ्या पातळीपर्यंत तुम्ही स्वतःची सर्वोत्तमरीत्या काळजी घ्याल, हे तुमच्यातील आत्मविश्वासामध्ये समाविष्ट आहे. त्यासोबतच जर तुम्ही स्वतःची तशी काळजी नेहमीच घेऊ शकला नाहीत, तर तुम्ही स्वतःला क्षमा कराल, याचाही या आत्मविश्वासात अंतर्भाव आहे. स्वतःला ओळखणे व निरोगी बनणे किंवा निरोगी राहण्यासाठीचे सर्वोत्तम मार्ग जाणण्याशी याचा संबंध आहे. तुम्ही ज्या रीतीने आयुष्य जगता त्याविषयी प्रामाणिकपणा बाळगण्याशी व तुम्ही इतरांना शक्य तितक्या चांगल्या रीतीने समजून घ्याल याच्याशी त्याचा संबंध आहे. पण सोबतच जे तुम्हाला काळजीत टाकतात किंवा खाली खेचतात त्यांच्यासाठी तुम्ही हुतात्मा बनणार नाही या बाबीचाही यामध्ये अंतर्भाव आहे. तुम्ही ज्या पद्धतीने जगण्याचे ठरवले असेल त्याच्या सर्व बाबी

तुमच्यामध्ये असे संतुलन निर्माण करतात. त्यामुळे तुम्हाला केवळ चांगले वाटते असे नाही, तर तुमची स्वतःला बरे करण्याची क्षमतासुद्धा यामुळे अबाधित राहते. याविषयीचे इतर मार्ग जे या पुस्तकात समाविष्ट केलेले आहेत व ज्या सर्वांचा थेट संबंध तुमच्या आरोग्याशी आहे, ते पुढीलप्रमाणे आहेत :

- आयुष्यातील साध्या गोष्टींमधून मिळणारे समाधान.
- स्वतःला ओळखणे व स्वतःशी प्रामाणिक राहणे.
- ताणतणावाला कसे सामोरे जायचे व स्वेच्छेने शांतता कशी राखायची ते जाणणे.
- आरोग्याची अटळ समस्या असतानाही आयुष्याचा आनंद लुटणे.
- तुमच्यातील उपचारात्मक शक्ती ओळखणे.
- आपल्या संपूर्ण अस्तित्वाचे (शरीर, मन व आत्मा) मोल जाणणे.
- आयुष्यावर प्रेम करणे- भले आयुष्य आपल्यासमोर काहीही घेऊन येवो व आपण भले कोणत्याही मार्गावर चालो.
- इतरांवर प्रेम करणे व इतरांची, तसेच स्वतःची काळजी घेणे.

सुसंवादाची ती एक समग्र अवस्था होय, जिथे प्रत्येक गोष्ट विलक्षणरीत्या एकत्र येते. आपल्या कल्याणाची प्रत्येक बाब एकत्र आणताना नैसर्गिकरीत्या आपल्याला मिळालेल्या आरोग्यासाठी आपण आभार मानतो व त्याच रीतीने बहुविध रंगांनी रंगलेल्या आपल्या या वैविध्यपूर्ण ग्रहातील स्वयंचलित आत्म उपचारात्मक पर्यावरणामध्ये, जैविक प्रणालीमध्ये स्वतःचे स्थान आपण आनंदाने ग्रहण करतो.

चांगले आरोग्य, कल्याण व उत्साहरूपी जोश- जसे तुम्ही हे शब्द वाचता, लिहिता किंवा बोलता तसे ते उजळून निघते. अर्थातच अनुभवण्यासाठीही ते खूपच चांगले असतात. तथापि, जोपर्यंत एखादी समस्या येणार नाही, तोपर्यंत गोष्टी ज्या स्वरूपात आहेत त्यांच्याविषयी आपण बहुतांश वेळा विचारच करत नाही. आपल्या दैनंदिन व्यस्ततेमुळे आपण किती सुदैवी आहोत, याची जाणीव आपल्याला केवळ तेव्हाच होते, जेव्हा काहीतरी बिघाड होतो व आपण आजारी पडतो. आनंदी राहण्यासाठी आपल्याला किती मोठी संधी आहे व आपल्याला केवळ ठाकठीक वाटत आहे असे नाही, तर खरेच खूप चांगले वाटते आहे, यावर लक्ष केंद्रित करणे कसे वाटते, याचा फक्त विचार करा. त्याची जाण ठेवल्याने तुम्हाला ताजेतवाने तसेच आशादायी वाटते व त्या प्रक्रियेमध्ये तुमच्या सकारात्मक शक्तीची पातळी उंचावते.

जेव्हा एखादी व्यक्ती दुसऱ्याला विचारते, "तुम्ही कसे आहात?" व चांगले आरोग्य असतानाही उत्तर मिळते, "फारशी वाईट नाही" किंवा स्वतःवर टीका

केल्याच्या सुरात "ठीकठाक. तुम्हाला तर माहीतच आहे." असे उत्तर मिळणे किती खेदाचे असते! असा निराश सूर लावून स्वतःच्या नैसर्गिक आरोग्याला लोक स्वतःच दडपून टाकत असल्याचे तुम्ही पाहिलेही असेल व ऐकलेही असेल.

याउलट "मी छान आहे; आभारी आहे, तुम्ही कसे आहात?" अशा आनंदी व मनःपूर्वक प्रतिसादामुळे किती छान व वेगळे वाटते. सकारात्मक ऊर्जेच्या या देवघेवीमध्ये तुम्हा दोहोंचीही मनःस्थिती सुधारते.

जेव्हा आपण आजारी असतो ती बाब निराळी असते; मात्र असे असतानाही आपण सकारात्मक राहू शकतो. खरे तर आपल्यासमोर तीन सकारात्मक पर्याय असतात. समस्या काय आहे ते आपल्याला माहीत असल्यास आपण आनंदीपणे म्हणू शकतो की, 'आपण ठीक आहोत.' यामुळे समोरच्या व्यक्तीला आपण काळजीत टाकत नाही किंवा त्यांना आपली समस्या सांगणे आपल्याला योग्य वाटत नाही किंवा आपल्याला या ना त्या प्रकारे ठीक वाटत नसेल, मात्र त्यामागील कारण माहीत नसेल तेव्हा आपण "ठीक आहे" असे म्हणून नेमकी काय समस्या आहे, हे नक्की करून त्याबाबत काहीतरी करू शकतो. आवश्यक असल्यास प्रसंगी डॉक्टरकडे जाऊ शकतो किंवा आपण मनमोकळेपणे वागण्याचे ठरवून असे म्हणू शकतो की, "खरे तर मी फार ठीक नाही," आणि असे सांगून त्याबद्दल विस्ताराने किंवा कमी शब्दांत आपण ठरवू त्याप्रमाणे सांगू शकतो. ज्या रीतीने आपले सर्वसाधारण आरोग्य टिकून राहते, ती पद्धत टिकवून ठेवण्यात आपण आपल्या आरोग्यविषयक समस्यांवर लक्ष ठेवून, त्यांचा आढावा घेऊन व काहीतरी सकारात्मक करून आपण स्वतःला मदत करू शकतो. आपल्या आरोग्यविषयक समस्यांचा अस्वीकार करण्यापेक्षा, असे करणे श्रेयस्कर असते.

मात्र आरोग्याविषयीची जागरुकता व प्रामाणिकपणा यांचा अर्थ कुरकुरत राहणे व उदास वाटणे नव्हे- चांगल्या म्हणण्यासारख्या गोष्टी नेहमीच असतात व जेव्हा आपण आपल्याला मिळालेल्या चांगल्या गोष्टींची जाण ठेवतो, तेव्हा आपल्याला नेहमीच चांगले वाटते. सकारात्मकता ही सर्व प्रकारे उपचारात्मक असते. मानसिक, भावनिक व शारीरिकदृष्ट्या सकारात्मक राहण्यासाठी आपण जेव्हा प्रेरित होतो व स्वतः त्याचा संपूर्णत्वाने अनुभव घेण्यास सिद्ध होतो, तेव्हा आपल्या शक्तीला आपण प्रवाहित करतो. भलेही आपले आरोग्य सध्या खराब असले तरीही. मात्र याविषयी अधिक विस्ताराने पुढील भागामध्ये.

अनारोग्याचा सामना सकारात्मकरीत्या करा

भलेही आपले आरोग्य चांगले नसले तरीही आरोग्याबाबत आपल्यासमोर एक

पर्याय असतो, तो म्हणजे सकारात्मकरीत्या विचार करणे व जगणे होय. सकारात्मकतेमुळे आपली वेदना व शारीरिक असमर्थता यावरही आपल्याला मात करता येते. त्यामुळे आपली मनःस्थिती उंचावते व तणावमुक्त होण्यात, तसेच चिंतांचा सामना करण्यात सकारात्मकतेची आपल्याला मदत होते.

अगदी तीव्र स्वरूपाचा जुनाट आजार किंवा अपंगत्व असतानाही आपण आयुष्यात सातत्याने चमकू शकतो व आयुष्याचा आनंदही घेऊ शकतो. आपण जेव्हा असे वागतो, तेव्हा केवळ आपलेच नव्हे, तर आपल्या सभोवतालच्या लोकांचेही आयुष्य उजळून निघते. केवळ आपणच नव्हे, तर जेव्हा प्रत्येकालाच अधिक चांगले वाटते, तेव्हा आपल्या आसपासचे संपूर्ण वातावरणच बदलते. त्यामुळे आयुष्यात वेदना असूनही व काही अत्यंत वाईट परिस्थितींमध्ये सुधारणेची काहीही आशा नसतानाही आयुष्य चांगले वाटते.

एका क्षणासाठी प्राध्यापक स्टिफन हॉकिंग्ज यांच्याविषयी विचार करा. त्यांच्या अपंगत्वाचे प्रमाण पाहता, ते जसे चैतन्यपूर्ण रीतीने राहत आहेत, तसे जगण्याची कल्पना केवळ काही जणच करू शकतात. त्यांच्या सुंदर मनाचा वापर ते विज्ञानाचा प्रचार करण्यासाठी करतात. स्पष्ट व सुंदर गद्य घेऊन ते आपल्यापर्यंत पोहोचतात. सैन्यातील असे असंख्य कर्मचारी/अधिकारी असतात, जे हात-पाय गमावतात; मात्र तरीही ते लोक त्यांची आयुष्ये केवढ्या धैर्याने शेवटपर्यंत जगतात.

मी आता त्या किशोरवयीन मुलीचा विचार करत आहे, जिच्याशी माझी भेट ती तिच्या कुटुंबीयांसोबत रेल्वेमध्ये असताना झाली होती. त्याविषयी मी अगोदर उल्लेख केला आहे. तिच्यामध्ये खूपच तीव्र स्वरूपाच्या शैक्षणिक असमर्थता होत्या. ती खूप गोंधळ करणारी, दंगेखोर होती. मात्र सोबतच ती उत्साहाने ओतप्रोत भरलेली, आनंदी व समाधानी होती. तिचा तो नैसर्गिक जोम उपजतच होता. त्याला दडपण्याऐवजी तिची आई, काकू व तिच्या बहिणी तिच्यासोबत गात व हसत होत्या. त्यांचे प्रेम व उत्साह पाहून मीही तशीच वागले. त्यांच्याकडे अमर्याद सहनशीलता व सकारात्मकता होती, ज्यामुळे त्यांच्या तिच्यासोबतच्या जवळिकीत व समाधानामध्ये भरच पडली होती. जर असे नसते, तर त्या समाधानाला खेद, अधीरता व वैफल्य यामुळे सुरुंग लागला असता. ज्याचा परिणाम म्हणून ती किशोरवयीन मुलगी आणखी अस्वस्थ झाली असती व गोष्टी अधिक कठीण झाल्या असत्या.

ही सर्वच उदाहरणे दर्शवतात की, आपण जर सकारात्मक दृष्टिकोन स्वीकारला, आपल्याकडे जे आहे त्याचा यथायोग्य वापर केला, त्याच्यावर मेहनत घेतली व आपण निराश झालो नाही, तर आत्यंतिक टोकाच्या विषम परिस्थितींमध्ये आपले आयुष्य किती चांगले बनू शकते.

वेदनेबाबतही तेच खरे आहे.

माझ्या एका मैत्रिणीला- जॅकीला आरोग्याच्या बऱ्याच अडचणींशी सामना करावा लागला आहे; मात्र ती त्याविषयी कधी कुरकुर करत नाही. शक्य तितक्या लवकर आजारातून बरे होण्यासाठी ती स्वतःला एक तर प्रोत्साहित तरी करते किंवा एखाद्या जुनाट आजाराचा सामना ती सकारात्मक रीतीने करते व तिच्याजवळ असलेल्या चांगल्या गोष्टीबद्दल ती कृतज्ञ राहते. ती म्हणते, "आरोग्य हा आपला आयुष्याप्रतीचा बुद्धिमान दृष्टिकोन असतो." भलेही आपली वेदना नाहीशी होत नसली तरीही आपण आपल्या वर्तमानात व भविष्यकाळात कसे मार्गक्रमण करू याला तो दृष्टिकोन प्रभावित करतो.

प्रशिक्षित परिचारिका असलेल्या हेलनला तिची कारकीर्द मधूनच सोडून द्यावी लागली कारण ती अशा आजाराने ग्रस्त होती, ज्यामध्ये तिला सतत वेदना सहन कराव्या लागत. मात्र त्या दुर्दैवी गोष्टीचा मानसिक पातळीवर परिणाम होऊ देण्यास ती तयार नाही. तिला लोक आवडतात व तिचा सहवास हा आनंद देणारा आहे. तिचे स्मितहास्य खूपच आनंददायी आहे. 'त्रास होत असतानाही एवढे आनंदी राहायला तिला कसे जमते,' असे मी एकदा तिला विचारले होते. त्यावर ती उत्तरली, "तुम्ही दुःखी असाल तर तुम्हाला कोणीच ओळखू इच्छित नाही. काहीही असो, मी मात्र सहानुभूतीची अपेक्षा करत नाही."

तिचा पती बॉब मला म्हणाला, "हेलन नेहमीच आनंदी असल्याचे चित्र उभे करते; काही समस्या आहे, हेसुद्धा अर्ध्या लोकांना माहीत नसते. प्रत्येकाला तिच्या आसपास राहणे आवडते आणि तिच्यासाठी हे खूपच चांगले आहे; कारण तिलासुद्धा त्यांचा सहवास आवडतो."

तिचे संक्रामक प्रेम, विनोदबुद्धी, जीवनाचा उघडपणे आनंद घेण्याची तिची वृत्ती व तिचा दयाळूपणा यांना तिचे कुटुंबीय, मित्र-मैत्रिणी व तिच्या सहवासात येणारा कोणीही त्याच रीतीने प्रतिसाद देतो व त्यामुळे ती आनंदी होते. सकारात्मकतेची ती अशी शृंखला आहे, जिला वेदनासुद्धा थांबवू शकत नाही.

"ते ठीक आहे; मात्र औदासीन्य व चिंताग्रस्तता यांबाबत काय?" माझ्यासोबतच्या एका थेरपिस्टने मला विचारले, "जेव्हा तुम्ही वैद्यकीयदृष्ट्या खूपच भिन्न वा निराश मनःस्थितीत असता, तेव्हा तुम्ही बहुतांश वेळा तर नीटपणे विचारही करू शकत नाही- अशा वेळी सकारात्मक विचार करणे तर दूरच राहिले!" तीव्र व जुनाट स्वरूपाच्या आजारपणाला निश्चितच वैद्यकीय शुश्रूषेची आवश्यकता असते. काही लक्षणे व समस्या असतील तर त्याविषयी डॉक्टरांशी सल्लामसलत करण्याचा सल्ला मी नेहमीच देते. मात्र मला विश्वास वाटतो की, आपली अवस्था भले कितीही वाईट का असेना, मात्र एखाद्या रीतीने सकारात्मकतेची शक्ती आपण नक्कीच

वापरू शकतो. ती शक्ती नेहमीच आपल्या आसपास असते. त्याविषयी जागरूक राहणे व तिचा वापर करणे, हा पर्याय आपल्यासमोर नेहमीच उपलब्ध असतो.

एखादे सकारात्मक पाऊल भले कितीही छोटे वाटो, मात्र आपण ते उचलू शकतो. त्याने नेहमीच कोणत्या ना कोणत्या रीतीने काहीतरी फरक पडतो, भलेही ते आपल्याला सध्या माहीत नसेल. आपली सकारात्मक ऊर्जा आपल्याला मदत करू इच्छिते व आपण सकारात्मकतेचा वापर करावा, हेच अपेक्षित असते... त्यासाठी आपल्याला केवळ एवढेच करायचे असते की, आपण त्याप्रती आपले मन मोकळे ठेवावे व ती शक्ती आपल्या मदतीला घ्यावी. त्या मोबदल्यात आपली नैसर्गिक रोगप्रतिकारक्षमता व इतर उपचारात्मक शक्ती प्रवाहित होतात. आरोग्याच्या बाबतीत 'मी कधीही बरा होणार नाही' किंवा 'मी स्वतःला काहीही मदत करू शकत नाही,' असे कधीही म्हणू नका. अगदी जेव्हा शारीरिकदृष्ट्या फार काही करण्यासारखे नसेल, अशा वेळीसुद्धा भावनिकरीत्या स्वस्थचित्त होण्याची वा अधिक कणखर होण्याची व बरे वाटण्याची शक्यता नेहमीच असते. अशा वेळी आजार व वेदनेचा सामना आपण अधिक चांगल्या रीतीने करू शकतो. त्यासोबतच वैद्यकीय चमूला सहकार्य करताना त्याचा सामना कसा करायचा व वेदनेवर योग्य उपचार कसा करायचा, ते आपण शिकू शकतो.

औदासीन्य वा खिन्नतेबाबत कधीकधी पहिली पायरी ही पुढचे पाऊल उचलण्यामध्ये सक्षम व्यक्तीकडून मदत मिळवणे व स्वतःला सकारात्मक मार्गावर ठेवणे, ही असू शकते. आपण जेव्हा औदासीन्याने घेरलेले असतो, ती अवस्था म्हणजे चिखलाच्या एखाद्या डबक्यात अडकल्यासारखी असते. औदासीन्य म्हणजे काय, याविषयी आपल्याकडे कदाचित भरपूर माहिती असेल; मात्र त्यातून बाहेर कसे पडायचे किंवा बाहेर पडण्याचा सर्वोत्तम मार्ग कोणता, ते आपण ठरवू शकत नाही व असे करण्यात आपण पुढील मार्ग शोधण्याचा व सातत्याने पर्यायांचा आढावा घेण्याचाच पुनःपुन्हा प्रयत्न करू लागतो.

माझ्याकडे समुपदेशनासाठी आलेली एक व्यक्ती या अवस्थेत अडकली होती. खरे तर सामान्यतः सकारात्मक असूनही ती एकाच जागी अडकली होती. चिखलात अडकून पडल्यासारखी व त्यातून बाहेर निघण्यास असमर्थ असल्यासारखी तिची अवस्था झाली होती. तिच्याकडून वारंवार केवळ तिची हकिगत ऐकण्यामधून तिला कोणतीही मदत होत नव्हती, या गोष्टीची जाणीव तिच्या मैत्रिणीला झाली. ती म्हणाली, "लिन, यामागे निराळेच काहीतरी आहे व तुला त्याचा सामना करायचा आहे. एखादा समुपदेशक शोधून काढ- तेसुद्धा पुढच्या आठवड्यात किंवा उद्या, नाहीतर या क्षणी तू हा फोन ठेवशील तेव्हा."

लिनला मनापासून माहीत होते की, तिचे म्हणणे खरे होते व जेव्हा तिने

फोनवर माझ्याशी संपर्क साधला तेव्हा तिला जाणवले की, ती माझ्याशी बोलू शकेल व ती माझ्यासोबतीने या समस्येचे निराकरण करू शकेल. तिच्या मैत्रिणीचे म्हणणे बरोबर होते- तिच्याकडे व्यावहारिक ज्ञान व सकारात्मक दृष्टिकोन असूनसुद्धा तिच्या भूतकाळातील काही समस्या तिला तिच्या वर्तमानाशी सामना करू देत नव्हत्या व मुक्तपणे तिला तिचा योग्य मार्ग शोधू देत नव्हत्या. जसा वेळ गेला तशा तिने त्या समस्या ओळखल्या, त्यांचा सामना केला व त्या नकारात्मकता भूतकाळातच सोडून ती येऊ शकली. ती आता पुन्हा एकदा पूर्णत्वाने व सकारात्मकतेने वर्तमानकाळात जगत होती व त्या समस्या तिला आता मागे ओढू शकत नव्हत्या.

त्यासाठी तिला खूप धैर्याची आवश्यकता होती व त्यानेच तिच्या आत्मविश्वासाला उभारी दिली. त्या संपूर्ण प्रक्रियेने तिला व्यग्र केले व त्या-त्या क्षणाला जगण्याचा आनंद दिला. भविष्यात तिला भले कोणत्याही आव्हानांचा सामना का करावा लागेना, तिच्या सकारात्मक ऊर्जेचा मुक्तपणे संचार करण्याची साधने या प्रक्रियेने तिला दिली.

सकारात्मकता + बरे करणे = व्यक्तिगत शक्ती + समाधान. मात्र हे समीकरण पूर्ण करण्यासाठी सध्या प्रचलित असलेल्या विवेकनिष्ठ वर्तणुकीच्या उपचार पद्धती मात्र पुरेशा नाहीत. त्याचे कारण हे आहे की, व्यावहारिकदृष्ट्या औदासीन्यामधून बाहेर पडण्यासाठी आपल्याला पुष्कळदा एका समग्र दृष्टिकोनाची आवश्यकता असते. जसे लिनच्या मैत्रिणीला व स्वतः लिनला जाणवले होते.

जीवनाच्या आनंदाचा अनुभव घेण्यासाठी आपल्याला आपले आरोग्य, मन, शरीर व आत्माविषयक सर्व बाबींची जागरूकता असायला हवी. आपण त्यांच्या प्रती सजग असायला हवे. गरज पडेल तेव्हा या बाबींबाबत आपण मार्गदर्शन मिळवायला हवे.

आपण जेव्हा औदासीन्याला बळी पडतो व त्यामधून बरे होतो, तेव्हा पाठीमागे वळून आपण स्वतःविषयी व औदासीन्याविषयी खूप जाणून घेतले आहे व ते आपण पाहू शकतो. ती परिस्थिती का उद्‌भवली असावी, त्यावरही आपण विचार करू शकतो. आत्मभान व आपल्या भावनिक इतिहासाची उमज या बाबी कल्याणाचा सकारात्मक मार्ग शोधून काढण्यामध्ये व टिकवून ठेवण्यामध्ये आपल्याला खूप मदत करू शकतात. औदासीन्याला सुरुवात कशी झाली होती, ते आठवून जर त्यासारखे काही बदल आपल्याला आढळले, तर पुन्हा औदासीन्याच्या अवस्थेत पोहोचण्याऐवजी काय घडते आहे किंवा घडू शकते त्याची जाण ठेवा व तसे होण्यापासून रोखण्यासाठी सकारात्मक पावले उचला. या प्राथमिक अवस्थेत समुपदेशन खूपच उपचारात्मक ठरू शकते व त्यामुळे नैराश्याची तुमच्यावरील पकड मजबूत होण्याआधीच तुम्ही त्याला अटकाव करू शकता. तुमच्या आयुष्यातील

काही गोष्टींमध्ये बदल करून ताणतणावामुळे जे संभाव्य दडपण तुमच्यावर येऊ शकते, तेही तुम्ही दूर ठेवू शकता.

औदासीन्य टाळणे किंवा औदासीन्यातून बरे होण्यामध्ये रुग्णांना मदत करण्यामधील विशेषज्ञ असलेल्या टेरेन्स या मानसोपचारतज्ज्ञाने मला सांगितले, "जेव्हा लोक औदासीन्याची संभाव्य कारणे जाणून घेताना त्यांनी पूर्वी अनुभवलेला क्रम जाणून घेतात, तेव्हा त्यांनी प्रथमतः त्याला अटकाव करण्यात किंवा नंतरच्या अवस्थेत त्यावर मात करण्यात अर्धी मजल तर हमखास मारलेली असते."

सकारात्मक जीवनशैलीमध्ये स्वारस्य घेणे, हेसुद्धा खूपच उपयोगाचे ठरते. "जर प्रत्येकाने सकारात्मकरीत्या जगण्याच्या अनेकविध पद्धती जाणून घेतल्या व त्या पद्धतींना ते त्यांच्या आयुष्यामध्ये नियमितपणे सामील करू शकले, तर औदासीन्याचे पुष्कळसे प्रकार आपोआपच कमी होतील."

प्रत्येक जणच सकारात्मकरीत्या जगू शकतो यावर त्यांचा विश्वास आहे का, असे मी त्यांना विचारले. "हो तर, पूर्णपणे. खरे तर सकारात्मकता हा आयुष्याप्रती एक दृष्टिकोन आहे. आपण त्याची निवड करू शकतो का? पुष्कळ अंशी होय."

त्यामुळे प्रथम तुम्ही तुमच्या डॉक्टरांचा सल्ला घ्यायला हवा. डॉक्टर ठरवू शकतात की खिन्नतेवर मात करणारी औषधे योग्य राहतील की समुपदेशन. मात्र बहुतांश डॉक्टर्स हे मान्य करतात की तीव्र स्वरूपाच्या औदासीन्याचा अपवाद वगळता स्वतःला समजावून घेण्याला जर सकारात्मक विवेकनिष्ठ दृष्टिकोनाची जोड दिली गेली, तर नैसर्गिकरीत्या बरे होण्याच्या प्रक्रियेत बरीच मदत होते व पुष्कळ जण या गोष्टीला औदासीन्यावरील औषधाशिवाय एक महत्त्वाची अशी पूरक गोष्ट मानतात.

आपल्या क्षमतांविषयीची सर्व माहिती बाळगण्याची व त्या क्षमता ओळखून त्यांचा सुयोग्य वापर करण्याची क्षमता आपल्या मेंदूमध्ये असते. मेंदूची योग्य काळजी घेऊन आपण सर्वच जण आपले मानसिक आरोग्य राखू शकतो. तुमचा मेंदू हा अमूल्य ठेवा आहे व तुमच्यातील वैविध्यपूर्ण क्षमतांची काळजी घेत असताना तुम्ही तुमचा मेंदूसुद्धा तल्लख ठेवता. आपण आपल्या मनाची काळजी या रीतीने जेव्हा घेतो, तेव्हा आपण उंच भरारी मारतो. आपल्याला खूप सकारात्मक व चांगले वाटते व त्यामुळे आपली स्वतःची प्रतिमासुद्धा सुधारते.

विचार, संवाद व संवादाचे इतर प्रकार, विशिष्ट प्रकारचा मानसिक व्यायाम जसे की काम, विचार करण्यास व तर्कशक्तीचा वापर करण्यास प्रवृत्त करणाऱ्या गोष्टी- उदाहरणार्थ कोडी, खेळ, प्रश्न विचारणे, युक्तिवाद करणे– या अशा काही गोष्टी आहेत, ज्या आपल्या मनाला तल्लख व मेंदूला अगदी निरोगी ठेवतात. त्यासोबतच व्यायाम, चौरस आहार, आराम व तणावमुक्ती या गोष्टीसुद्धा आपल्या

मेंदूसाठी तेवढ्याच महत्त्वाच्या आहेत, जशा त्या शरीराच्या इतर अवयवांसाठीही असतात.

प्रोत्साहनाने आपल्या मेंदूलासुद्धा उपयोग होतो. जर आपण स्वतःवर 'मी खरेच खूप जाड आहे,' अशी टीका नेहमीच केली किंवा आपल्या प्रियजनांकडून नेहमीच 'तू तर किती मूर्ख आहेस,' अशा गोष्टी पुष्कळ वेळा ऐकल्या, तर आपला मेंदू खरेच स्वतःच्या नैसर्गिक क्षमतांबाबत शंका घ्यायला सुरुवात करतो व तो ढेपाळतो. म्हणून असे करण्याऐवजी आपल्यातील विविध बुद्धिमत्तांची, क्षमता व प्रतिभा यांचे मोल जाणण्याची स्वतःला व इतरांनाही प्रेरणा द्या. त्यामुळे आपला मेंदू उत्साह व सकारात्मकतेने भारला जातो व अधिक उत्तमरीत्या काम करतो. आपल्या मनाचा उत्साह वाढवणारी प्रशंसा व प्रोत्साहन ही अद्भुत खाद्ये होत.

अर्थात पुष्कळदा टीका ही योग्य व मोलाची असू शकते व बदल हा आवश्यक असतो. शिवाय आपण जर टीकेचे स्वरूप सकारात्मक ठेवले व आपल्याला जर काही चांगले शोधता आले तर ते शोधले, जेणेकरून आपण आपल्या मेंदूची अशी खातरी पटवू शकलो की आपण स्वतःच्या बुद्धिमत्तेला दोष देत नाही. सोबतच मनासाठी ते एक चांगले खाद्य आहे व आपली बुद्धिमत्ता तसेच आपले काम यांची ते काळजी घेते.

आपली मनःस्थिती उंचावणारी व आपली सोबत करणारी आपल्या भल्याची व संपूर्ण निरामय राहण्याची ती जीवनपद्धती या बाबींचे वरदान आपण स्वतःला मनःपूर्वक, जाणीवपूर्वक व आत्म्यासहित देऊ शकतो आणि असे करणे आश्चर्यकारकरीत्या सोपे आहे. त्यासाठी आपल्याला फक्त प्रयत्न करायचा आहे. आपण जेव्हा तसे वागण्याचा प्रयत्न करू, तेव्हा ते जरूर घडणारच. काही वेळा निष्क्रिय रीतीने, तर काही वेळा सक्रियपणे. मात्र नेहमीच सकारात्मकरीत्या- जेणेकरून तुम्हाला चांगले वाटेल. सोप्या शब्दांत सांगायचे तर, तुम्हाला खूप खूप छान वाटेल.

मनःस्थिती बदलण्याच्या तुमच्या स्वतःच्या क्षमतेबाबत समाधानी व्हा

तुमचा मेंदू जसा मौल्यवान आहे तेवढाच तो विस्मयकारकरीत्या जटिलही आहे. जर तुम्हाला त्याची तुलना करावीशी वाटली, तर तुमचा मेंदू संगणकासारखा आहे– व जे काही निर्माण करण्यात आपण यशस्वी झालो आहोत त्यापेक्षा तो खचितच खूप अधिक बुद्धिमान आहे. तुमचा मेंदू विविध प्रकारे खूप मजबूत असला तरीही तो तेवढाच नाजूक व उत्तमरीत्या संतुलितही असतो. तुमच्या सकारात्मक विचार करण्याच्या क्षमतेचा व त्यामुळे जी सकारात्मक शक्ती निर्माण होते त्याचा

मेंदू हा एक महत्त्वाचा स्रोत आहे.

त्यामुळे मादक द्रव्ये घेऊन मेंदूची हानी करण्याचा धोका पत्करू नका. क्रॅक, कोकेन व हेरॉइन यांसारखी मादक द्रव्ये संभाव्यकारकरीत्या हानिकारक ठरू शकतात. त्यांचा वापर पहिल्यापासून संपूर्णपणे टाळा. त्यासोबतच हशीश व एक्स्टसीसारखी– पुष्कळांना निरुपद्रवी वाटणारी मादक द्रव्ये संपूर्णरीत्या टाळा. कारण या द्रव्यांमुळे काही लोकांच्या मेंदूमध्ये बिघाड झाल्याचे खात्रीशीररीत्या कळलेले आहे.

खूप मद्यपान करणे, हे हल्लीचे खूळ बनलेले आहे; त्यावर प्रश्नचिन्ह लावा. अगदी स्वतःला विसरून जेव्हा तुम्ही स्वतःसोबत मनाने असता, केवळ तेव्हाच समाधान व सकारात्मक शक्ती तुमच्या अंतरंगामधून सातत्याने व खातरीने प्रवाहित होते. मादक द्रव्यामुळे येणारी उत्तेजित अवस्था ही खूप थोड्या काळासाठी असते व त्यामुळे तुमच्या मनाचे नैसर्गिक, निरोगी संतुलन पुन्हा मिळवण्यासाठी तुमच्या मनाला झगडावे लागू शकते.

मात्र तुम्ही तुम्हाला आवडेल त्या कोणत्याही वैविध्यपूर्ण रीतीने सकारात्मकतेचा वापर चांगले वाटण्यासाठी व कधीकधी आनंददायकरीत्या उल्हसित वाटण्यासाठी कराल, तेव्हा ती भावना केवळ सुखकारकच असते असे नाही, तर खूप काळ टिकणारीही असते. एखाद्या कृत्रिम मादक द्रव्यातून मिळणाऱ्या झिंगेसारखे या आनंदाचा पुन्हा अनुभव घेण्यासाठी संभाव्यतः अधिकाधिक हानिकारक पदार्थाचे सेवन करण्याची तुम्हाला गरज पडत नाही. जेव्हा आपण ठरवू त्या वेळी आपल्याला आपल्या सकारात्मकतेच्या माध्यमातून खूपच उल्हसित वाटेल. त्या कृतीचा जेवढा अधिकाधिक सराव आपण करू, तेवढी ती कृती सोपी होते.

बावीस वर्षीय कॅथीने मला सांगितले, ''मी पूर्वी मादक द्रव्ये घेत असे, तीही पुष्कळ प्रमाणात. मात्र मी चिंतित झाले, कारण की आमच्या मित्रांपैकी कित्येक जण नैराश्याला बळी पडले. त्यांच्यापैकी एक जण जेव्हा पूर्णपणे नैराश्यग्रस्त झाला, तेव्हा तर मी मादक द्रव्ये घेणे पूर्णपणे बंद केले.

''प्रामाणिकपणे सांगायचे तर मी पूर्णपणे नशेच्या आहारी गेले नव्हते त्याबद्दल स्वतःला मी सुदैवी समजते. सोबतच सुरुवातीला मला नशा करण्याने जेवढे चांगले, उल्हसित वाटत असे, तेवढे चांगले मला नंतर अमली पदार्थांचे प्रमाण वाढवूनही वाटेना. त्यामुळे अमली पदार्थांचा त्याग करणे मला खरे तर अवघड गेले नाही.

''मूर्खपणाची गोष्ट- खरे तर मोठी गोष्ट ही आहे की आता मी जेव्हा मित्र-मैत्रिणींसोबत बाहेर जाते किंवा घरीच खूप मौजमजा करते, तेव्हा माझा वेळ खूपच चांगला जातो. मादक द्रव्यांमधून मला जो आनंद कधी काळी मिळाला असेल, अगदी तसाच आनंद थट्टा-मस्करी, हास्य व छानशा संभाषणातूनही मिळतो.''

कॅथीचे म्हणणे खरे आहे. आजारपणातील औषधांचा अपवाद वगळता, मनःस्थिती सुधारणाऱ्या औषधांची आपल्याला गरज नसते. सर्वसाधारण जगण्याची एक पद्धत या रीतीने आपण सकारात्मक, चांगले वाटण्याचा अनुभव घेऊ शकतो व कधीकधी आपल्या स्वतःच्या इच्छाशक्तीने खऱ्या अर्थी आनंदी राहू शकतो.

सकारात्मकता ही एक जीवनपद्धती होय, जी मुळातच छान वाटते व ज्यामधून प्रबळ अशी शक्ती प्रवाहित होते, जी ताणतणाव व नकारात्मक मनःस्थिती यांना दूर पळवण्यात आपल्याला मदत करते. आयुष्याचा उपभोग घेण्यासाठी आवश्यक अशा सर्व गोष्टींची जाण ठेवणे सकारात्मकतेमुळे आपल्याला शक्य होते. आयुष्यातील चांगल्या गोष्टींचा मोकळ्या मनाने आनंद घेण्यास सकारात्मकता आपल्याला सक्षम करते.

उदाहरणार्थ हास्य, प्रेम व सर्जनशीलता या सर्वच गोष्टी आपल्याला उल्हसित करतात व त्या सुरक्षित, सोप्या तसेच अनुभव घेण्यासाठी आनंददायी आहेत.

नैसर्गिकरीत्या बरे होण्याची तुमची क्षमता वापरा

जेव्हा आपण सकारात्मक असतो, तेव्हा आपली प्रतिकारक्षमता सर्वोत्तमरीत्या काम करते. उत्साही दृष्टिकोन आपल्या नैसर्गिक रोगप्रतिकारक शक्तीला आपले स्वास्थ्य चांगले ठेवण्यात, रोग बरे करण्यात, विषाणू, रोगांचा संसर्ग व इतर रोगांपासून आपल्याला मुक्त ठेवण्यात आपल्याला मदत करतो.

रुग्णांवर शस्त्रक्रिया करताना शल्यचिकित्सकांना जाणवते की, त्यांच्या रुग्णांपैकी कित्येक रुग्ण ज्यांना संसर्ग झाला होता व पेशींचे गोळे (ट्यूमर्स) जमा झाले होते त्यांच्याशी त्यांच्या शरीरांनी नैसर्गिकरीत्या लढा दिला व त्यांच्यावर यशस्वीरीत्या मातही केली. आपल्या सर्वांचा विषाणू व रोगकारक जीवजंतूंशी दररोज सामना होत असतो. मात्र आपली रोगप्रतिकारशक्ती त्यांच्यापैकी बहुतांश जणांशी नैसर्गिकरीत्या लढा देऊन त्यांना नष्ट करते. आपले आरोग्य व त्यामध्ये उपजतच समाविष्ट असलेली प्रतिकारक्षमता उत्तमरीत्या कार्यरत राहण्यास व आपल्याला रोगापासून मुक्त ठेवण्यात आपल्याला मदत करते.

आपले आयुष्य निरामयपणे जगण्यात सकारात्मकतेचे सर्व घटक आपल्याला मदत करतात. जेव्हा आपल्याला सकारात्मक, शांत व समाधानी वाटते, तेव्हा शरीरातील सर्व प्रकारच्या रासायनिक जीवभौतिकी क्रियांमध्ये सुधारणा होते. उदाहरणार्थ, आपले रक्ताभिसरण सुधारते व त्यामुळे आपल्या हृदयाचे काम सुरळीतपणे चालते. सकारात्मक भावनेमुळे आपण स्वतःला (आपले शरीर व मन यांना) व्यवस्थितरीत्या व आरामदायकरीत्या कार्यरत राहण्याची प्रत्येक संधी देतो. सकारात्मक विचार

आपले ताणतणाव, चिंता व नैराश्य यांना आळा घालतात वा तत्परतेने व विधायकरीत्या त्यांच्याशी लढतात. जर आपण चिंता इत्यादी नकारात्मक गोष्टींना अधिक प्रबळ होऊ दिले किंवा त्यांना जुनाट रोगांचे रूप धारण करू दिले, तर त्याचा आपल्या शारीरिक व मानसिक आरोग्यावर विपरीत परिणाम होतो.

तुमच्या सामान्य आरोग्यावर तुमचा पुष्कळसा प्रभाव पडतो, हे जाणून तुम्हाला अधिक चांगले वाटते. त्याच वेळी स्वतःला सक्षम करण्याचा व स्वतःला नैसर्गिकरीत्या बरे होण्याच्या प्रक्रियेला गतिमान करण्याची एक पद्धत म्हणजे आरोग्याची माहिती अद्ययावत ठेवणे ही होय. आधुनिक माहिती तंत्रज्ञान व उत्कृष्ट रीतीने लिहिलेल्या पुस्तकांची उत्कृष्ट निवड केल्याने तुम्हाला आरोग्यविषयक बाबींविषयी अभ्यास करणे सोपे होते. सोबतच आपल्याकडे अद्ययावत माहिती असल्यामुळे स्वतःच्या आरोग्यविषयक निर्णयाची जबाबदारी आपण स्वतः घेऊ शकतो. आज आपल्याकडे जे निष्णात डॉक्टर्स व वैद्यकीय सोयी-सुविधा उपलब्ध आहेत व त्याला पूरक असे प्रशिक्षित व अनुभवी वैद्यकीय व्यावसायिक आहेत त्यामुळे आज उत्कृष्ट अशा तज्ज्ञ लोकांचा व्यक्तिगत सल्ला आपण मिळवू शकतो. तसेच हवे असल्यास सल्ल्याचा फेरविचारही करू शकतो. त्यामुळे आपल्या बाबतीत भले काही का होईना, आपल्याकडे असलेल्या पर्यायांचा व विविध उपचारांमधून मिळणाऱ्या फायद्यांचा आपण विचार करू शकतो. केवळ ही गोष्ट जाणून घेतल्याने, आपल्या सकारात्मकतेवर खूप सकारात्मक प्रभाव पडतो. ती सकारात्मकता आपल्याला शक्ती व ऊर्जा देते – थोडक्यात काय तर सर्व चांगले परिणाम होतात.

आपल्या आरोग्यावर ज्या गोष्टींनी विपरीत परिणाम घडतो, ज्या गोष्टी आपण करतो किंवा भूतकाळात केल्या आहेत, त्याविषयी स्वतःला क्षमा करण्याविषयी मी लिहावे, अशी विनंती मला एका डॉक्टरने केली. उदाहरणार्थ, खूप जास्त प्रमाणात धूम्रपान करत असल्याबाबत स्वतःच्या मनात अपराधीपणाची भावना बाळगणे, ही एक प्रकारची नकारात्मकता होय; कारण जर तुम्ही आता धूम्रपान करत नसाल तर त्या अपराधी भावनेचा काहीही उपयोग नसतो व जर तुम्ही अजून धूम्रपान करत असाल तर ती भावना तुमचे धूम्रपान सोडवण्यातही तुमच्या उपयोगाची नाही. त्याऐवजी अपराधीपणा व खेदाची भावना पुसून स्वच्छ मनाने पुन्हा नव्याने सुरुवात करणे, तुमच्या सध्याच्या आरोग्याच्या स्थितीकडे सकारात्मकरीत्या पाहणे व तुम्ही स्वतःच्या आरोग्याची प्रेमाने व नाजूकपणे काळजी घेऊ शकता याविषयी विचार करणे, अधिक श्रेयस्कर आहे. आपण काय करायला हवे होते किंवा काय करायला नको होते, त्याविषयी स्वतःला दूषण देत बसण्याऐवजी स्वतःप्रती दयाळूपणे वागण्याने आपल्याला अशा आनंदाचा अनुभव मिळू शकतो, जो आपल्या आरोग्याचा आनंद अधिक चांगल्या रीतीने घेण्यात व त्याकडे आता लक्ष देण्यात आपल्याला

समर्थ करू शकेल.

एखाद्या गोष्टीमध्ये अजिबातच न गुंतणे व त्याच्या आहारी जाणे चांगले नाही याची जाणीव करून देण्यात, या दृष्टिकोनाचा व्यक्तिगतरीत्या मला पुष्कळदा फायदा झालेला आहे. उदाहरणार्थ, खूप सुग्रास भोजनाचा मी जर पूर्णपणे आनंद घेतला असेल व दुसऱ्यांदा जेवण्याचा मोह जर मला झाला, तर काही क्षण थांबून माझ्या शरीराची त्यावर काय प्रतिक्रिया असेल, याचा विचार मी जरूर करते. पुष्कळदा त्यावर तत्काळ प्रतिसाद येतो, "ते अन्न खूपच रुचकर होते... पण मी भरपूर जेवले आहे, आभारी आहे!" जेव्हा मद्यपी व मादक द्रव्यांच्या आहारी गेलेले लोक या व्यसनातून मुक्त होत असतात; मात्र ते पुन्हा त्या व्यसनाला बळी पडू शकतात, अशा स्थितीमध्ये हे एक खूपच उपयोगी तंत्र आहे, याची मला जाणीव आहे. त्यांचे मन, शरीर व आत्मा यांना काय हवे आहे, हे स्वतःला विचारून किंवा त्यांच्या व्यसनातून काही कळते काय त्याची खातरजमा करून ते आत्मसन्मान व स्वतःच्या इच्छाशक्तीची ओळख पटवून देतात. असे करताना या मोहांना 'नाही' म्हणणे त्यांना खूप सोपे जाते व ते या व्यसनांना नकार देऊ शकतात.

आपल्या आरोग्याविषयी जे स्वातंत्र्य आपल्याकडे असते, त्याचा आदर करण्याचा व त्याचे मोल जाणण्याचा हा दृष्टिकोन मला खरेच खूप प्रेरणादायी वाटतो. आरोग्याची सुरुवात आज – नव्हे या क्षणापासून होते व आपण स्वतःची खऱ्या अर्थी चांगल्या रीतीने व शक्य तेवढ्या चांगल्या पद्धतीने तसेच खूप प्रेमाने काळजी घेऊ शकतो. स्वतःशी खऱ्या अर्थी चांगले वागण्याचा हा दृष्टिकोन आयुष्याला पुष्टी देणारा असतो व त्यामुळे खूप चांगले वाटते. खरेच!

वय वाढण्याच्या प्रक्रियेचा स्वीकार करा व त्याचा आनंद घ्या

तसे करणे खरेच शक्य असते काय? तर हो. पुष्कळ अंशी तसे करणे शक्य आहे. जसे तुमचे वय वाढते, तसे तुमच्या शरीराचा एखादा भाग जेव्हा व्यवस्थितरीत्या कार्य करत नाही, तेव्हा ती गोष्ट अर्थातच कष्टदायी असते. खरे तर वय वाढणे, हा सरळ सरळ एक त्रास किंवा अगदी वाईट म्हणजे वेदनादायी प्रक्रिया असू शकते. मात्र जन्म, आयुष्य व मृत्यूचे चक्र यामध्ये अशी झीज होणे स्वाभाविकच असते व त्या गोष्टीचा शांतपणे स्वीकार करण्यामुळे त्या प्रक्रियेशी जुळवून घेण्यात आपल्याला मदत होते. त्यासोबतच सकारात्मक दृष्टिकोन बाळगल्याने वय वाढत असतानाही आपण आयुष्याचा आनंद घेऊ शकतो व जीवनातील वरदानांचे मोल आपण जाणू शकतो. आश्चर्याची बाब म्हणजे, अशी वरदाने आपल्या आयुष्यात पुष्कळच असतात! यामुळे वय वाढण्याच्या या संपूर्ण अनुभवामध्ये खूप मोठा फरक पडतो. आपल्या

आरोग्याकडे लक्ष पुरवण्यासाठी व त्यासाठी इतर शक्य ते सर्व करण्यासाठी ते आपल्याला चांगल्या मनःस्थितीत ठेवते. या वरदानांमुळे होणारी गैरसोय आपल्याला किमान पातळीवर ठेवता येते व भलेही आपले वय व अवस्था कशी का असेना, आपण आपल्या आयुष्याचा मनमुराद आनंद सातत्याने घेऊ शकतो.

आयुष्याच्या प्रत्येक अवस्थेच्या काही समस्या व काही फायदे असतात. तरुण वयात आपल्याकडे अनुभव नसतो व काही प्रमाणात आत्मज्ञान व जाणीव नसते. मात्र तेव्हा आपल्यापाशी लवचिक, तसेच नैसर्गिकरीत्या निरोगी शरीर व नैसर्गिक शारीरिक सौंदर्य, तसेच तारुण्याचे तेज असते. मध्यम वयामध्ये- साधारणपणे पस्तीस ते पंचावन्न या काळात- परिपक्व मन व वाढत्या भावनिकतेचा आपल्याला फायदा मिळत असतो. जरी आपल्याला शरीरावर वाढत्या वयाच्या खुणा दिसत असल्या (जसे की पूर्वीएवढी कणखर नसलेली त्वचा इत्यादी) तरी आपण निरोगी असतो व जोमाने भरलेले असतो; पण त्याच वेळी आपल्यावर कित्येक जबाबदाऱ्या व दबावही असतात. त्यामुळे फायद्या-तोट्यांचे संतुलन होते. आपण जसे वृद्धावस्थेकडे झुकू लागतो, तशा वाढत्या वयाच्या खुणा प्रामुख्याने आपल्या शरीरावर जाणवण्यास सुरुवात होते, आरोग्याच्या काही समस्यांकडे आपल्याला लक्ष पुरवावे लागते. जसे की आपले केस पांढरे होतात व त्वचा ढिली पडू लागते वा त्वचेवर सुरकुत्या पडू लागतात, तसे आपल्याला चेहऱ्यावर कृत्रिमरीत्या काही उपचारही करून घ्यावे लागतात. मात्र आपली तयारी असेल तर स्वतःला समजून घेण्याची व स्वतःची काळजी घेण्याची ही आपल्या आयुष्यातील सर्वोत्तम वेळ असते. आपल्या आयुष्यातील कित्येक रम्य आठवणींमध्ये रमण्याची, काही गोष्टी स्पष्टपणे समजून घेण्याची, सोबतच आपल्या प्रेमाची ऊब देणाऱ्या नव्या अनुभवांचा आनंद घेण्याची, तसेच आपल्या मनाचा विकास करण्यासाठी नव्या अंतर्दृष्टीचा अनुभव घेण्याची ही वेळ असते.

आपल्या आयुष्यातील सर्व अवस्थांमध्ये आपल्याला आपल्या अनुभवांचा सर्वाधिक फायदा तेव्हा मिळू शकतो, जेव्हा आपण जीवनाच्या मार्गावर सकारात्मकतेची कास धरू. आपल्यापैकी कोणालाच माहीत नाही की, आपण या ग्रहावर आणखी किती काळ राहू. प्रत्येक दिवस नवा सूर्योदय व नवा सूर्यास्त यांचे वरदान आपल्यासाठी आणतो. आपल्या संपूर्ण आयुष्याचा या रीतीने विचार करणे, ही स्फूर्तिदायक गोष्ट आहे. जन्माची उत्तेजना व त्यातील सौंदर्याचा आपण अनुभव घेतो. आपण आपल्या आयुष्यात जसजसे पुढे जातो, तसा जीवनरूपी सूर्य दुःख व आनंदाच्या सातत्याने बदलणाऱ्या छटांचा अनुभव घेतो व सरतेशेवटी आपल्याला मृत्युरूपी चिरशांतीचा अनुभव येतो.

या जगापलीकडे जीवन आहे असा विश्वास असणाऱ्या लोकांच्या आत्म्यासाठी

पुढील आयुष्याची आपण आशा करू शकता किंवा बुद्ध परंपरेप्रमाणे त्यांचे आत्मे या वैश्विक जीवनामध्ये पुन्हा शोषून घेतले जातील; काय घडेल किंवा घडणार नाही ते आपल्याला माहीत नाही. मात्र वय वाढण्याच्या या उत्तेजित करणाऱ्या गोष्टींचा व जन्मरूपी चमत्कारासोबतच मृत्यू हेही एक मोठे धाडस आहे, असा विचार लहान मूल असल्यापासूनच मी करत आलेले आहे.

मृत्यू हा आपला, आपले शरीर, मन व आत्मा यांचा शेवट आहे, असे जर आपण मानत असू, तर मृत्युरूपी चिरशांतीची आपण वाट पाहू शकतो.

कोणत्याही दृष्टीने पाहा, ते सकारात्मकच आहे. म्हणून मृत्यूला न भीता त्याच्या अटळतेचा आपण समतोलरीत्या स्वीकार केला पाहिजे. त्या दरम्यान प्रत्येक दिवसाचे मोल जाणून त्याचा शक्य तेवढा आनंद घेण्याचा निर्धारही आपण केला पाहिजे.

खूपच वृद्ध असलेल्या लोकांसोबत मी कित्येक वर्षे काम केले आहे व त्यांचा सुज्ञपणा, उत्साह व हळुवारपणा यांवर मी प्रेम केले आहे. त्या प्रत्येक व्यक्तीचा आयुष्याप्रती दृष्टिकोन किती व्यक्तिगत स्वरूपाचा होता व त्यांच्या सकारात्मकतेचा किंवा सकारात्मकतेच्या अभावाचा त्यांच्या दैनंदिन समाधानावर किती खोलवर प्रभाव पडला होता, ते मला पुष्कळदा जाणवत असे.

समाधानाने उजळून निघालेले तीन लोक विशेषत्वाने माझ्या स्मृतीमध्ये आहेत. त्या सर्वांची विनोदबुद्धी खूपच चांगली होती. प्रत्येकाकडे स्वतःचा वैशिष्ट्यपूर्ण असा उत्साह होता व सोबतच आयुष्याचा आनंद घेण्याची सर्वसाधारण प्रवृत्तीही होती. नव्वदीत असलेल्या मार्गोट नावाच्या स्त्रीला आम्ही पहिल्या नावाने बोलवावे असे वाटे. तबिता या माझ्या मांजरीचा तिला विशेष लळा होता व त्या मांजरीलासुद्धा तिच्याविषयी प्रेम वाटत असे. त्या मांजरीने तिच्या बिछान्यावर वाटेल तेवढा वेळ झोपावे असा मार्गोटचा आग्रह असे. मार्गोटच्या प्रदीर्घ आजारपणामध्ये त्या लहान मांजरीने तिची साथ दिली. जेव्हा कर्करोगामुळे तिला खूप वेदना होत असत व ती मृत्युशय्येवर होती, त्या सर्व काळात त्या मांजरीमुळे मार्गोटची मनःस्थिती चांगली राहण्यास मदत झाली. त्यानंतर मला आठवतात त्या म्हणजे सौ. बॅगशॉ, ज्यांचे आयुष्य काहीसे एकटेपणामध्ये गेले होते; मात्र आमच्यासोबत त्यांच्या नंतरच्या आयुष्यात त्या बहरल्या. त्यांना बागेमध्ये बसणे किंवा इकडेतिकडे हिंडणे व स्वयंपाकघरातील टेबलाशी बसून दुपारच्या जेवणासाठी भाजीपाला निवडणे यांसारख्या कामांमध्ये मदत करणे आवडत असे. मला तर आजही त्यांचे हास्य ऐकू येते- जणू काही त्यांना आयुष्याच्या नंतरच्या टप्प्यात जे प्रेम व समाधान भरभरून मिळाले होते, त्याविषयी त्यांना स्वतःच्या नशिबाचा हेवा वाटल्यासारखे त्यांचे हास्य खरेखुरे आनंदाचे होते. अगदी सरळ स्वभावाच्या, करोडोच्या वारसदार असलेल्या श्रीमती

कॅसल यांच्याविषयीही मला खूपच प्रेम वाटत असे. भपकेबाजपणा व ऐट यांचा त्यांना तिटकारा होता. कर्मचारी वर्गासोबत, तसेच इतर लोक व मित्रांसोबत एखाद्या विनोदाची देवाणघेवाण करणे व नियमितपणे शॅम्पेनच्या मेजवान्या देणे, याच्याशिवाय त्यांना इतर काहीही आवडत नसे. त्यातील शेवटची मेजवानी ही त्यांच्या शंभराव्या वाढदिवसानिमित्त देण्यात आली होती.

अगदी खूप आजारी असताना किंवा त्यांना चालणे शक्य नव्हते व नेहमी शुश्रूषेची आवश्यकता असतानाही या तिन्ही स्त्रियांना तक्रार करणे मान्य नव्हते. या तिघींचाही जीवनाप्रती सकारात्मक दृष्टिकोन होता. या तिघीही जणी इतरांमध्ये बारकाईने स्वारस्य घेत असत, तेही अगदी शेवटपर्यंत. या तिघीही जणी प्रेमळपणाचे उघड उदाहरण होत्या व स्नेह मिळवण्यात त्यांना आनंद वाटत असे. जेव्हा त्यांची वेळ आली, तेव्हा त्या तिघीही जणी ज्या रीतीने आयुष्य जगल्या होत्या, त्याविषयी समाधानी होत्या व त्या शांतपणे मृत्यूला सामोऱ्या गेल्या.

या व्यक्ती व इतर अनेक चांगली व्यक्तिमत्त्वे जी त्यांच्या आयुष्याच्या शेवटच्या टप्प्यामध्ये चांगले आयुष्य जगली, त्या सर्वांनीच परिपक्व कसे व्हावे ते मला उत्तमरीत्या शिकवले आहे. त्यांनी मला दिलेली शिकवण पुढीलप्रमाणे आहे :

- एक प्रमुख तत्त्व म्हणून कधीही दुःखी राहू नका, आनंदी राहा.
- शारीरिकदृष्ट्या जरी गोष्टी खूपच गंभीर बनल्या तरीही वर्तमानकाळात आनंदी राहण्यासाठी काहीतरी सबब शोधा व चांगल्या स्मृतींमध्येही आनंद माना.
- हसा, स्मित करा, खिदळा. ते तर एक अद्भुत असे रामबाण औषध आहे.
- जेव्हा तुम्हाला शक्य असेल तेव्हा इतरांवर प्रेम करा. जेव्हा प्रेम करणे तुम्हाला शक्य होत नाही, तेव्हा त्यांच्यामध्ये काहीतरी चांगले शोधण्याचा प्रयत्न करा. ते सध्या कोणत्या परिस्थितीतून जात आहेत ते तुम्हाला माहीत नाही, हे लक्षात ठेवा.
- जर तुम्ही शारीरिकदृष्ट्या उत्तम स्थितीत असाल, तर सक्रियपणे काहीतरी करा.
- सूर्यकिरण तुमच्या चेहऱ्यावर पडण्यासाठी मोकळ्या हवेत बसा किंवा फिरा. फुलांकडे बघा, त्यांचा सुवास घेणे हा एक लहानसा स्वर्गीय अनुभव असतो.
- उदारपणे वागा. दयाळूपणाच्या अचानक केलेल्या कृती- भले त्या कितीही छोट्या वाटोत- त्या तुमची व सोबत इतरांचीही मनःस्थिती सुधारतात.
- वाढणाऱ्या वयाबाबत व आयुष्याच्या शेवटाबाबत व्यर्थ चिंता करून तुमचे मौल्यवान आयुष्य वाया घालवू नका. त्याऐवजी या गोष्टी आपल्या चक्राचा नैसर्गिक भाग आहेत, असे समजून त्यांचा स्वीकार करा.
- तुम्हाला मिळालेल्या प्रत्येक दिवसाबाबत आनंदी राहा व त्याचा पुरेपूर उपभोग

घ्या.

या सर्व गोष्टींचा एकत्रितरीत्या विचार करता, त्या गोष्टी या केवळ वृद्ध वयाचा नव्हे, तर आयुष्यातील प्रत्येक अवस्थेचा उपभोग घेण्याची पद्धती होत. भले आपले वय काही का असेना; सकारात्मकता, शांती व उत्कटता या गोष्टी आपल्याला उजळून टाकतात.

८

गोष्टी घडवून आणताना...

या प्रकरणामध्ये तुम्ही सकारात्मकतेचा तेव्हा अंगीकार कराल जेव्हा तुम्ही :

- *तुमचे आयुष्य कसे जगावे ते जाणाल.*
- *तुम्ही स्वप्न पाहाल!*
- *शक्यतांचा व खऱ्या क्षमतांचा विचार तुम्ही तार्किकतेने कराल.*
- *तुमच्या जीवनाचा निश्चित आराखडा तुम्ही बनवाल.*
- *तुम्ही नियोजन कराल व त्यावर लक्ष केंद्रित कराल.*
- *तुम्ही स्वतःच स्वतःचे प्रचारक बनाल.*
- *तुम्ही स्वतःचे मार्गदर्शक शोधाल व इतरांसाठी तुम्ही स्वतः मार्गदर्शक बनाल.*
- *या क्षणात जगण्यास शिकाल व त्या क्षणाचा पुरेपूर वापर कराल.*

जे आयुष्य जगण्याची आशा तुम्ही खोल पातळीवर करता व तुम्हाला मनापासून माहीत आहे की त्या प्रकारचे आयुष्य तुम्हाला केवळ शक्यच आहे असे नाही, तर ते तुमच्यासाठी योग्यही आहे. ते मिळवण्यासाठी विविध घटक एकत्रित येणे आवश्यक असते. त्यासाठी आवश्यक गोष्टी कोणत्या असतील ते पूर्णपणे तुमच्यावर अवलंबून असते; कारण तुम्ही व तुमचे जीवन ही अगदी वैशिष्ट्यपूर्ण बाब आहे. तुम्ही ज्या गोष्टींचा विचार करू शकाल, अशा आयुष्यातील प्रत्येक बाबीवर 'अमुक-अमुक गोष्ट कशी करावी' हे सांगणारी अगदी असंख्य अशी पुस्तके तुमच्यासाठी केवळ त्या वेळी उपयोगाची ठरतील, जेव्हा तुम्हाला या गोष्टीची खातरी असेल की तुम्ही कोणत्या मार्गावर चालणार आहात किंवा कोणत्या मार्गावर चालण्याची तुम्हाला इच्छा आहे. तुमच्या मनातील भावना, इच्छा, क्षमता, आशा व महत्त्वाकांक्षा यांना व तुमच्या आयुष्याला तुमच्या सकारात्मक ऊर्जेमुळे तुम्ही हवा

तसा अर्थ देऊ शकता व त्यामुळे तुमचा खरा मार्ग प्रकाशाने एवढा उजळून निघतो की, आता कुठे आहात ते तुम्ही पाहू शकता व तुमचा पुढील मार्ग कोणता आहे, ते पाहून त्यावर तुम्ही प्रेम करू शकता. जेव्हा तुम्ही स्वतःच्या मार्गावर सकारात्मकरीत्या वाटचाल करता, तेव्हा तुमचा आत्मविश्वास व व्यक्तिगत शक्ती तुमच्यासोबत संचारित होते आणि ती तुम्हाला दररोज प्रत्येक पायरीवर सक्षम करते.

प्रत्येक दिवस स्वतःची वरदाने घेऊन येतो. ती वरदाने पाहा तर खरे!

– ॲन शाबेकर

तुम्हाला जसे आयुष्य जगायचे आहे तसे जगा

तुम्हाला तुमचे आयुष्य कसे जगायचे आहे?

एका क्षणासाठी थांबा.

हा एक शक्तिशाली प्रश्न आहे. असा अत्यंत महत्त्वाचा प्रश्न जो तुम्ही स्वतःला विचाराल. 'कसे जगायचे' या प्रश्नाचे उत्तर तुमच्याकडे कदाचित अगोदरच असेल व तुम्ही तसे जगतही असाल. तसे असेल तर खूपच उत्तम! जर तुमच्याकडे या प्रश्नाचे उत्तर नसेल, तर त्यावर विचार करण्यास तुम्ही सुरुवात कराल व सर्व बाबींवर लक्ष केंद्रित कराल, तेव्हा एक अद्भुत प्रवास तुमच्यासमोर असेल. तुमची जीवनशैली आणि स्वतःच्या स्वभावाप्रमाणे जगणे/वागणे यांना विविध गोष्टींनी प्रभावित केले असेल, ज्यामुळे तुम्हाला ज्या इच्छित दिशेने जायचे आहे व तुम्हाला नेमके जिथे पोहोचायचे आहे, ती दिशा ओळखण्यासाठी तुम्हाला कदाचित काही वेळ लागेल. त्याविषयी विचार करण्यामध्ये आनंद मिळवा. तसे करणे ही खूप उत्कंठावर्धक व समाधान देणारी गोष्ट आहे, म्हणून त्या प्रक्रियेचा आनंद घ्या. मात्र त्यासाठी खूप विलंब करू नका; कारण की तुम्हाला जे आयुष्य हवे आहे, त्याचा केवळ विचार करण्यापेक्षा प्रत्यक्ष ते आयुष्य जगणे, हे खूपच समाधानकारक व आनंददायक आहे!

तुमच्या आयुष्याचे उद्दिष्ट समजून घेणे, याचा अर्थ स्वतःला ओळखणे व आत्ममग्न अवस्थेत शांततेने जगण्याची संधी घेणे होय. दररोजच्या आयुष्यात वर्षानुवर्षे अडखळत वाटचाल करण्याऐवजी तुम्ही जणू काही स्केटिंग करत असल्याप्रमाणे हळुवारपणे वाटचाल कराल. यामधून सातत्य, कल्याणाची भावना, तसेच उद्दिष्ट व समाधान या गोष्टींचा विलक्षण असा एकत्रित अनुभव तुम्हाला येईल.

तुमच्या भावी योग्य मार्गाचे चित्र जेव्हा तुम्ही तुमच्या मनात स्पष्टपणे निर्माण

कराल, तेव्हा तुम्ही थेट तशी वाटचाल करू शकता.

इतर लोक ज्या यशस्वी आयुष्याला आश्चर्यचकित करणारे यश म्हणतात, ते तसे नसते. भलेही आपल्याला प्रसिद्ध व्यक्तींचे आकर्षण असले तरीही आपण स्वतः त्यांच्यासारखे गर्दीमधून अलिप्त व्हावे किंवा आपण कोणत्या तरी बाबतीत इतरांपेक्षा वरचढ आहोत, असे आपल्याला खरेच वाटत नाही. आपल्याला जाणवते की, समाधान हे बहुतांश वेळा दररोजच्या आयुष्यातील साध्या-साध्या गोष्टींमध्येच मिळते व पुष्कळदा त्याचा संबंध आपण ज्याला व्यवसाय म्हणतो त्या व्यवसायाशीही नसतो. खरे सांगायचे तर ते अगदी उलट असते. तुम्ही आज प्रचलित असलेली कामाबाबतची नीतितत्त्वे बाजूला ठेवलीत व कुटुंबीयांची काळजी घेण्यासाठी तुम्ही घरी राहिलात किंवा फार आव्हानात्मक नसलेल्या एखाद्या नोकरी वा कामामध्ये तुम्ही व्यस्त असाल किंवा तुमच्या मनाची साद ऐकून तुम्ही सेवाभावी कार्य करत असाल तर तुम्हाला खूप आनंदी व अगदी समाधानी वाटते- अगदी खोलवर समाधानाचा अनुभव येतो. मात्र तुम्हाला जर खरेच आतून वाटत असले की समजा कला, विज्ञान किंवा उद्योजकता या क्षेत्रांमध्ये तुमची कारकीर्द आहे, तर तो मार्ग तुम्ही शोधून काढायचा आहे व त्यावर मार्गक्रमणा करायची आहे.

तुमच्या जीवनाचे नेमके उद्दिष्ट काय आहे, ते तुम्हाला या वेळेपर्यंत कळले असेल किंवा त्याचा शोध घेण्यासाठी काही आठवडे, महिने किंवा अगदी काही वर्षेही लागू शकतात व त्यानंतर ठरवलेल्या गोष्टींमध्ये कदाचित बदलही होऊ शकतो; मात्र ही संपूर्ण वाटचाल चित्ताकर्षक व खोलवर समाधान देणारी असते.

ती भावना खरे तर स्वगृही येण्यासारखी व नेहमीच तुमच्या स्वत्वाचा एक भाग राहिलेल्या, मात्र पुष्कळदा कोणत्यातरी रीतीने दुर्लक्षित राहिलेल्या व्यक्तिमत्त्वाशी एकरूप झाल्याची ती जाणीव होय. तुमच्या स्वत्वाच्या स्वरूपानुसार तुमचे या जगाशी व परिसराशी जे नाते आहे, तुमचे तुमच्या प्रियजनांसोबत जे नाते आहे, त्याविषयी हा बहुतांश भाग संबंधित आहे व म्हणूनच तो जटिलही आहे. तुम्हाला तुमचे आयुष्य कसे जगायचे आहे, ते तुम्ही कसे शोधता, ही खूपच व्यक्तिगत स्वरूपाची बाब आहे. मात्र तुम्हाला त्याचे उत्तर तुमच्या पद्धतीने व योग्य वेळ येताच कळेल. इथे मी केवळ एवढेच सुचवेन की, तुम्हाला तुमच्या आतील अहंभावाची जाणीव असावी व तुम्ही त्याच्याकडे दुर्लक्ष करावे. अहंकाराला ओळखणे सोपे आहे- नेहमी 'मला हे हवे, ते हवे' अशी मागणी करणाऱ्या व बहुतांश वेळा पैसे व भौतिक बाबींविषयी गोष्टी करणाऱ्या भावनेमध्ये अहंकाराची भावना दडलेली असते.

या पृथ्वीवर तुमची भूमिका नेमकी कोणती आहे, त्याविषयी तुम्हाला सखोल चिंतन करण्यास प्रवृत्त करणारे काही प्रश्न पुढे दिले आहेत :

- तुम्ही कोण आहात?
- तुम्ही कसे आहात?
- जगाच्या या हकिगतीमध्ये नेमक्या या वेळी तुम्ही इथे का अस्तित्वात आहात?
- जगणे, काम करणे, खेळणे व चिंतामुक्त राहणे यासाठी तुमचे योग्य क्षेत्र कोणते आहे?
- तुमचे इथे असण्याचे उद्दिष्ट काय आहे?
- वरील सर्व बाबींचा विचार करता तुम्ही तुमच्या उद्दिष्टाप्रत कसे पोहोचाल?

आता A-4 आकाराचा एक कागद घ्या व त्यावर वरील प्रत्येक प्रश्नातील उत्तराच्या स्वरूपात किमान वीस शब्द किंवा तुम्हाला हवे तेवढे शब्द लिहा- व लिहीत असताना तुमच्या मनातील विचार कागदावर व्यक्त होऊ द्या.

तुम्ही कागदावर जे लिहाल ते दुसरे-तिसरे काहीही नसून ती तुमची अमूर्त प्रतिमा आहे. ती प्रतिमा थोडीफार तुमच्यासारखी नसेल वा पूर्णपणे तुमच्यासारखी नसेलही; मात्र सरतेशेवटी तुम्ही स्वतःचा शोध घेण्यास सुरुवात केलेली आहे व तुम्ही जे लिहिले आहे ते पुष्कळसे तुमच्या अस्सल व्यक्तिमत्त्वाविषयी आहे. तुम्ही आतून, खोलवर व जसे वैशिष्ट्यपूर्ण आहात, ते वर्णन म्हणजे त्याचा एक अंश होय व या अद्‌भुत विश्वामधील तुमच्या आयुष्याचा अर्थ व उद्दिष्ट इथे स्पष्ट होते.

स्वप्ने पाहा!

स्वप्ने पाहणे खूपच आनंददायी असते व आपल्यासाठी ते खूपच चांगलेही असते.

दिवास्वप्नांमध्ये आपण आपल्याला हवे तेवढे चमकू शकतो व सर्व प्रकारच्या शक्यता आपण धुंडाळू शकतो. आपले आयुष्य कसे असावे, असे स्वप्न आपण जेव्हा बघतो, तेव्हा त्या क्षणी खूपच विलक्षण वाटते. स्वप्ने पाहण्यातील सकारात्मकता ही अन्य मार्गांनीसुद्धा काम करते. पुष्कळ जणांना असे वाटते की, स्वप्ने पाहिल्यामुळे आपण न जाणो कोणत्यातरी रीतीने सत्यात उतरण्याची संधी त्या स्वप्नांना देतो. जणूकाही स्वप्नातील तो प्रकाश व ती दृष्टी खऱ्या आयुष्यात उतरल्यावाचून राहत नाही. हे कसे घडते ते मला माहीत नाही व अर्थातच ते काही नेहमीच खरे होते, असेही नाही. कारण आपल्याला ती जुनी म्हण माहीतच आहे, 'इच्छा बाळगणे म्हणजे जर घोड्यांवर स्वार होण्यासारखे असते, तर अगदी भिकारीही त्यावर स्वार होऊ शकले असते.' मात्र मी स्वतः त्याचा अनेकदा अनुभव घेतला आहे व

इतरांच्या बाबतीतही तसे घडताना मी पाहिले आहे.

नशिबाची कल्पनासुद्धा पुष्कळशी तशीच आहे. आपण जेव्हा स्वतःला नशीबवान व भाग्यवान समजतो, तेव्हा आपल्या बाबतीत अधिकाधिक चांगल्या घटना घडण्याची शक्यता वाढते. आणखी एक म्हण आहे- 'आपण स्वतःच स्वतःचे नशीब घडवतो.' घटना घडवण्याबाबत आपण बरेच काही करू शकतो व त्या घटना कशा असाव्यात असे आपल्याला वाटते, त्या रीतीने आपण सकारात्मकरीत्या त्यामध्ये बदल घडवू शकतो.

आपण जेव्हा स्वतःला नशीबवान व भाग्यवान समजतो, तेव्हा आपल्याला स्वतःविषयी आपोआपच सकारात्मक व चांगले वाटू लागते. अशी सकारात्मकता वापरात आणून आपण नव्या संधी अधिक उत्तमरीत्या शोधू लागतो व त्यांचा पाठपुरावा करतो. एकूणच जे काही करू, त्यात आपण अधिक प्रभावी होत जातो. अशा वेळी एकीकडे आपण खूपच वास्तववादी व व्यावहारिक बनलेले असतो. त्यामुळे खऱ्याखुऱ्या प्रत्यक्षात आणण्याजोग्या शक्यतांचा आपण विचार करत असतो व त्याच वेळी स्वतःचे अस्तित्वही प्रखरतेने उजळू देत असतो. वास्तववादी राहून आपण वैयक्तिक क्षमता, प्रतिभा जाणू शकतो व त्याच वेळी आपल्या खऱ्याखुऱ्या व्यक्तिगत क्षमतांचा सर्वोत्तमरीत्या कसा वापर करू शकू, याचाही विचार करत असतो.

या घटनेला कित्येक स्पष्टीकरणे आहेत. कदाचित नैसर्गिक अशी सर्जनशीलता कार्यशील असते, ज्यामुळे आपल्या स्वप्नाला सत्यात उतरण्याची प्रेरणा मिळते. पुष्कळ जणांना वाटते की, सकारात्मक ऊर्जेचे असे स्रोत असतात, ज्यांच्या संपर्कात आपण येतो; किंवा सकारात्मक मनःस्थिती एखाद्या अज्ञात रीतीने सृष्टीतील अनपेक्षित सुदैवाला आपल्याकडे खेचून आणते. अधिक व्यावहारिक शब्दांत सांगायचे झाल्यास, आपण एखादे स्वप्न पाहिल्यानंतर आपल्या मनाला जागतेपणी किंवा खोल पातळीवर असे काहीतरी गवसते, ज्याच्या दिशेने ते मार्गक्रमण करू शकते व काम करू शकते. विशेषतः त्या वेळी, जेव्हा आपण या प्रकरणात व या संपूर्ण पुस्तकात सुचवलेल्या सकारात्मक पद्धतींपैकी कोणत्याही पद्धती वापरून आपल्या मनाला अधिक सक्षम करतो, तेव्हा अर्थातच संधीचा शोध घेऊन व त्या उपलब्ध करण्यास सिद्ध होऊन आपल्या भविष्यातील संधींमध्ये आपण भरच घालत असतो.

मात्र भले आपण कितीही स्वप्ने बघू, सकारात्मक विचार करू व स्वतःला सुदैवी समजू, तरीही कृतींसाठी प्रत्येकच वेळ योग्य असते असे नाही. आपल्याला नैसर्गिकरीत्या कदाचित अशा काही वेळेचा सामना करावा लागतो, जेव्हा आपण डळमळीत असतो किंवा एकाच परिस्थितीत अडकलेले असतो. अशा वेळी आपण चिंतामुक्त राहणे व घटना घडवण्याचा निष्फळ प्रयत्न न करणे, गरजेचे असते.

कधीकधी आपल्याकडे तत्काळ उत्तर उपलब्ध नसते, किंवा कोणत्याही रीतीने बदल संभव नसतो. उदाहरणार्थ- आपल्या आयुष्यातील काही ठराविक वेळी आपल्याला कुटुंबीयांप्रती काही आवश्यक कार्ये पार पाडायची असतात, ज्यामध्ये आपला वेळ व शक्ती अटळरीत्या खर्च होते.

काही वेळा निश्चित दिशा न मिळणे, हे कदाचित या गोष्टीचे सूचक चिन्ह असू शकते की, आपण काही वेळ आहे त्या स्थितीमध्येच राहायला हवे. फ्रीलान्स (हौशी) लेखक या नात्याने माझ्या कारकिर्दीच्या एका टप्पातील एक लांबलचक काळ मला आठवतो, जेव्हा माझ्याकडील काम कमी झाले होते व एका लहान घरामध्ये राहायला जाणे ही माझी इच्छा व गरजही बनली होती. तरीही मला योग्य असे घर सापडत नव्हते. त्याविषयी कुरकुर व आततायीपणा करून चिंताग्रस्ततेपोटी काहीतरी करण्याचा प्रयत्न मी करत होते. तेव्हा काही काळ निश्चल राहून वादळ शांत होण्याची संयमाने वाट पाहण्याचे मी ठरवले. त्या वेळेपुरते पैसे माझ्याकडे कसे खेळते राहतील त्याविषयी मी निश्चित काही तरी ठरवले. त्याच वेळी पुढे काय करता येईल याचे स्वप्न मी बघितले व पुढे माझ्यासाठी काय आहे, याची मी वाट पाहत राहिले. मी माझ्या आयुष्याच्या बाबतीत काहीतरी वेगळे करावे, माझ्या कामामध्ये अंशतः किंवा पूर्ण बदल घडवावा, याविषयी मला मार्गदर्शन मिळत होते- भलेही माझ्या इच्छेविरुद्ध- अशी जाणीव मला तेव्हा झाली. भविष्याला संपूर्णपणे खुल्या मनाने सामोरे जावे, असे मी ठरवले.

माझ्यासारख्या अशाच परिस्थितीत सापडलेल्या इतर लोकांना मी पुष्कळ वेळा तोच सल्ला दिलेला आहे. चिंतामुक्त राहा, काही काळ प्रश्नांसोबत राहा व स्वप्ने पाहा. तुम्ही संधी व शक्यतांचा शोध घेणे थांबवावे, असा याचा अर्थ नाही. याउलट तत्काळ एखादे परिपूर्ण उत्तर तुम्हाला गवसेल किंवा तुमच्या हातात सोपवले जाईल. या पछाडलेल्या अवस्थेतून तुम्ही बाहेर यावे, असा याचा अर्थ आहे. आता व नंतर आपल्या संपूर्ण आयुष्यात आपल्याला वादळ व शांतता, चढ व उतार यांच्यासोबतच सर्व योग्य रीतीने संतुलित चाललेले असते, अशा दीर्घ काळाचाही अनुभव येतो. जेव्हा कधी मी फारशा चांगल्या नसलेल्या अवस्थेतून जात असते, तेव्हा मी असा अनुभव घेतला आहे की, माझ्या मनाप्रमाणे जर काही घडत नसेल, तर त्याविषयी उद्विग्न व वैफल्यग्रस्त होण्याचे मी थांबवले व काही काळ थांबण्याची तयारी ठेवली. त्याच क्षणी माझ्या नव्या संयमी दृष्टिकोनामुळे शांततेचा एक इष्ट अनुभव आला व अशा श्रद्धेचा त्यामुळे पाया रचला गेला, ज्याद्वारा मला आश्वस्त केले गेले की सरतेशेवटी सर्व काही ठीक होईल. शेक्सपिअरने लिहिले आहे, "अगदी कठीण प्रसंगामधूनही वेळ पुढे सरकते." (मॅकबेथ, अंक पहिला, दृश्य तिसरे.)

एखाद्या गोष्टीवर मी काम करत राहीन कारण की, तो माझा स्वभाव आहे व

दरम्यानच्या काळात मी स्वप्ने पाहत राहीन. त्या दरम्यान अचानक गोष्टी घडण्यास सुरुवात होते. घटनांना स्वतःचा वेग येतो किंवा दरवाजे विनासायास उघडतात किंवा मी त्यांना हळूच ढकलते. त्या वेळी मी माझ्या एका मैत्रिणीला एका उपक्रमामध्ये मदत करत होते. तो उपक्रम नंतर एका मोठ्या उपक्रमामध्ये परिवर्तित झाला व त्यामुळे मी एका नव्या क्षेत्रात गेले- ज्याचे स्वप्न मी पूर्वी पाहिले होते, मात्र मी त्या क्षेत्रात खरेच कधी जाऊ शकेन असे मला वाटले नव्हते. तो एक अनपेक्षित आनंद होता, ज्याचा जन्म स्वप्न व आश्चर्यकारक योगायोगातून झाला होता.

या अनुभवाची मदत मला अशा एका व्यक्तीचे समुपदेशन करताना झाली जी उदास अवस्थेतून जात होती. तो ज्या प्रकारचे काम करत होता त्यावर त्याचे प्रेम होते, मात्र तो या गोष्टीने चिंतित होता की तो हल्ली त्याच्या कामाप्रती बेजबाबदार बनला होता व केवळ त्याची कमाई चालू राहावी या हेतूने त्याला देऊ केलेले काम तो करत होता. सुदैवाने त्याच्या कामाच्या ठिकाणची स्थिती पूर्वपदावर आणून त्याची कमाई पुन्हा चालू करण्यासाठी कमाल एक वर्षाचा अवधी त्याला मिळत होता व त्याच्या दृष्टीने कामावर पुन्हा लक्ष केंद्रित करणे तेव्हा महत्त्वाचे होते. त्याचे सध्या काय चालले आहे ते मला सांगण्यासाठी तो जेव्हा सहा महिन्यांनी माझ्याकडे आला तेव्हा त्याने मला सांगितले,

"माझ्या स्वप्नातील नोकरी मिळवण्यासाठी व ती टिकवण्यासाठी मी एवढे कठीण परिश्रम घेतले होते व कसेही करून मला तिथे परत जायचे होते. हे मी जे करतो आहे ते यथायोग्य आहे असे समजून, माझी तशी खातरी पटवण्यासाठी मला कोणाची तरी आवश्यकता होती, म्हणून मी तुमच्याकडे आलो. नोकरी शोधण्यासाठी मी कंपन्यांशी संपर्क साधावा यासाठी माझ्या मित्रांनी चांगल्या उद्देशाने प्रेरित होऊन मला प्रवृत्त करण्याचा प्रयत्न केला; पण मी त्याचा तिरस्कार केला, कारण मला माहीत होते की कंपन्यांकडे आधीच हजारो अर्ज येऊन पडले होते व मी त्यांच्यासाठी योग्यही नव्हतो. माझे मित्र मला सल्ला देत असत की मी स्थानिक सुपरमार्केटमध्ये काम करावे किंवा मी पुन्हा एकदा कामाला लागावे. याबाबत त्यांना जे काही सुचत असे ते मी करावे, असे ते मला सुचवत असत. मात्र मला मनापासून माहिती होते की माझी संपूर्ण बचत जोपर्यंत संपून जात नाही व जे काम माझे नाही ते करण्याची माझ्यावर जोपर्यंत सक्ती होत नाही, त्या वेळेपर्यंत मी रिकामेच राहाणे आवश्यक होते व ते योग्य आहे हे मला माहीत होते. माझ्याकडील सर्व शिल्लक संपली होती व मी निराश झालो होतो. घरी राहून दररोज जे समाधान मला मिळत होते, त्याला पकडून ठेवण्याची मला गरज होती."

"माझे मन मला खरे सांगत होते, ते नंतर स्पष्ट झाले. संभाव्य अशी एक संधी चालून आली. ती संधी केवळ माझ्यासाठीच होती ते मला माहीत होते. मी आता

तयार होतो व झेप घेण्यास सिद्ध झालो. दीर्घ काळ मी जो वेळ रिकामा घालवला होता त्यामुळे माझी आंतरिक शक्ती कशी कोण जाणे पुनरुज्जीवित झाली व त्यामुळे पुढे काय करायचे त्यासाठी मी तजवीज करू शकलो. ती नोकरी स्वीडनमध्ये होती व मला त्याच्याशी जुळवून घ्यायचे होते.''

जेव्हा आपला मार्ग रोखलेला असतो, तेव्हा आपल्याला आयुष्यात अडथळ्यांचा सामना करावा लागू शकतो. बदलाला सामोरे जाताना कधीकधी प्रवाहाला विरोध करणे योग्य नसते, त्याऐवजी त्या प्रवाहासोबत जाणे सर्वोत्तम असते. अशा वेळी निरर्थक प्रयत्न करण्याऐवजी अत्यंत सकारात्मकरीत्या, अतिशय प्रेमळपणे व खूप विश्वासाने स्वप्ने पाहायची असतात व पुन्हा योग्य वेळ येताच योग्य मार्ग शोधायचा असतो. जेव्हा आपल्यासमोर निश्चित उद्दिष्ट नसत, तेव्हा वाट पाहण्यासाठी व स्वप्ने पाहण्यासाठी आपल्याला एका सुरक्षित निवाऱ्याची आवश्यकता असते.

अशाही काही वेळा असतात, जेव्हा आपल्यापैकी सर्वांत नशीबवान लोकांनाही नुकसान व धक्के यांचा अनुभव घ्यावा लागतो. मात्र दुःख, आजारपण, आर्थिक अडचणी किंवा धक्का यामुळे भलेही आपल्याला त्या त्या वेळी धूळ चाटावी लागली असली तरीही, शक्य तेवढ्या सकारात्मकरीत्या व विधायकरीत्या विचार करण्याची क्षमता आपल्याकडे असते. असा केवळ विचार करणे ही बाबसुद्धा एकप्रकारे जीवनरक्षक पट्ट्यासारखे काम करते जिला आपण लटकू शकतो व जी आपल्या वाईट वेळेमध्ये आपली मदत करू शकते (पाचवे प्रकरण पाहा.)

कधीकधी आपला मार्ग घटनांमुळे अडवला जात नाही तर तो आपल्या स्वतःच्या कल्पनाशक्तीच्या किंवा आत्मविश्वासाच्या अभावामुळे अडवला जातो. त्यामुळे तुम्हाला जर ध्येयहीन, निष्क्रिय वाटत असेल किंवा साध्या शब्दांत सांगायचे झाल्यास एकाच जागी अडकून पडल्यासारखे वाटत असेल, तर स्वतःला विचारण्यासारखा एक चांगला प्रश्न हा आहे की, ''माझ्या मार्गात सध्या काही अडथळे आहेत का? माझ्या जीवनातील अर्थाला, जीवनातील खऱ्या आनंदाला मी स्वतः अडवतो आहे का?'' जर ते खरे असेल तर केवळ त्याची जाणीव झाल्याने तुम्ही सुटकेचा निःश्वास टाकाल व म्हणाल, ''अच्छा, मी ओळखले, आता मी त्याविषयी काहीतरी करू शकतो!''

कधीकधी असेही असू शकते की, तुमचे आयुष्य खूप ठीक चालू आहे व कोणत्याही मोठ्या समस्या तुमच्यासमोर नाहीत, तेव्हा प्रत्येक गोष्ट ठीकठाक असल्यासारखी वाटू शकते. मात्र पुष्कळशा लोकांमध्ये ती जाणीव सातत्याने असते की ते सध्या जे आयुष्य जगत आहेत, त्याहून अधिक काहीतरी त्यांच्या आयुष्यात असायला हवे होते. मात्र फक्त ते काय, त्याची त्यांना माहिती नसते. त्यांच्या महत्त्वाकांक्षासुद्धा खूप उच्च नसतात किंवा त्यांच्या इच्छा खूप वेगळ्याही नसतात.

ते नापसंतीने टिंगलटवाळी व स्मितहास्य करतात व मोठे झाल्यावर त्यांना काय बनायचे आहे, हे त्यांना माहीत नसते. ते स्वतःच स्वतःचे मार्गदर्शक बनून पुढे मार्गक्रमण करत असतात. त्यांचे आयुष्य काही अंशी समाधानी असते. मात्र त्यांना त्याची जाणीव असते की त्यांना असे काही हवे असते जे त्यांच्या अस्सल स्वभावानुसार आहे. स्वप्ने पाहणे ही कल्पना सुचण्यासाठी एक खूप विस्मयकारी गोष्ट आहे व तुम्ही सुदैवी असाल तर तुमच्या खऱ्या स्वभावाला अनुरूप स्वप्ने तुम्ही पाहाल. मात्र पुष्कळदा असे घडते की, या स्वप्नांपैकी दोन-तीन स्वप्ने खऱ्याखुऱ्या शक्यता बनतात. त्यांची अंमलबजावणी केली जाऊ शकते व प्रगती होऊ शकते; मात्र अनेकविध शक्यता असलेले स्वप्न प्रत्यक्षात जगणे तुम्हाला अशा रीतीने सक्षम करू शकते ज्यामुळे तुम्ही कोणत्या स्वप्नाला प्रत्यक्षात आणाल व त्यासोबत चमकाल ते तुम्ही स्वतःच ठरवू शकता.

अगदी तरुण स्त्री म्हणून मी एकदा इतर दोन स्त्रियांसोबत काम करत होते. स्वतःच्या बळावर उभे राहण्यासाठी आम्ही सर्वांनी आपापल्या नोकऱ्या सोडल्या होत्या व पहिल्या वर्षासाठी आम्ही पुरेशी बचत केली होती; मात्र त्यामुळे वेगाने गोष्टी घडवून आणण्यासाठी आमच्याकडे फार वेळ नव्हता. आमच्यापैकी प्रत्येकीकडे दोन-तीन कल्पना होत्या ज्यांचा विकास करण्यात आम्हाला आनंद मिळेल, अशी आमची कल्पना होती. मात्र त्या कल्पनांपैकी सर्वाधिक चांगली कल्पना कोणती असेल व आम्हाला सर्वाधिक काय आवडेल, त्याची मात्र आम्हाला कल्पना नव्हती. आम्हाला असे वाटते असे की, एकापेक्षा अधिक शक्यता आपल्याकडे असल्यामुळे आम्हाला अनुरूप असलेल्या स्वप्नांचा पाठपुरावा करण्याची आमच्याकडे चांगली संधी होती! त्या वर्षी आमच्यापैकी प्रत्येक जणीने स्वतःचे क्षेत्र कसे शोधले ते पाहणे उत्कंठावर्धक होते. पेनीला लवकरच असे जाणवले की, तिचा ओढा सातत्याने तिच्या व्यवसायाच्या व्यक्तिगत कर्मचारी सल्लामसलत कार्याकडे होता. तो व्यवसाय लवकरच चांगला चालू लागला व तिच्या आस्थापूर्ण वागणुकीने तो व्यवसाय बहरलासुद्धा! जॅकीचा अनुभव स्थावर मालमत्तेच्या क्षेत्रामध्ये खरेदी-विक्री करताना (रिअल इस्टेट) खरेच उपयोगी पडेल, असे जॅकीला लवकरच जाणवले व मालमत्तांची देखरेख करण्याची अगदी छोटेखानी स्वरूपात सुरू केलेली कंपनी वाढवण्याची तिला इच्छा होती व तो व्यवसाय लवकरच चांगला चालण्यास सुरुवात झाली होती. मी जनसंपर्क क्षेत्रामध्ये काम करत होते; मात्र नेमक्या कोणत्या गोष्टीचा पाठपुरावा करावा त्याची मला खातरी नव्हती. पण लवकरच मला जाणवले की माझे लिखाणावर सर्वाधिक प्रेम होते. संहिता लिखाणाचे मी जे काम करत असे त्यामुळे मी प्रथम पत्रकारितेकडे वळले. माझे मानसोपचाराचे व समुपदेशनाचे प्रशिक्षण तसेच कित्येक वर्षांचा अनुभव याच्यानंतर स्वयंसाहाय्य करणारी व

प्रेरणादायी पुस्तके लिहिण्यास मी सुरुवात केली व इतरांसाठी सल्लागार आणि स्तंभलेखिका बनले.

आमच्यापैकी सर्व जणींनी उद्योजक बनण्याचे स्वप्न पाहिले होते; मात्र त्या उद्दिष्टापर्यंत नेमके कसे पोहोचावे त्याची आम्हाला कल्पना नव्हती. मात्र विविध संभाव्य शक्यतांचे स्वप्न पाहून आम्ही त्या स्वप्नांना खतपाणी दिले, जेणेकरून त्या स्वप्नाने स्वतःला हव्या त्या रूपात प्रकट व्हावे. आमचे ज्या मार्गावर जाण्याचे स्वप्न होते, तोच मार्ग आम्हाला प्रत्येकीला सापडला. त्यामुळे ते स्वप्न आम्ही तिथे कधी पोहोचू व त्याला कधी ताब्यात घेऊ याचीच जणूकाही वाट पाहत होते, असे आम्हाला वाटले.

तुमचा मार्ग हा तुमच्यासाठी वैशिष्ट्यपूर्ण असणार आहे, कारण की तुम्ही व तुमच्या क्षमता, कलागुण व तुमच्या उत्साहाची पातळी हे खूप वैशिष्ट्यपूर्ण बाबींचे एक विलक्षण असे एकत्रीकरण असते. मात्र जर आपण एखादे स्वप्न पाहिले असेल आणि ते स्वप्न व आपण स्वतः यांच्यासाठी योग्य अशा दिशेने व योग्य रीतीने त्या स्वप्नाला बहरू दिले, तर आपणा सर्वांनाच आपापला मार्ग सापडू शकतो. संधी ओळखण्यात आणि संभाव्य शक्यता व दिशा शोधून काढण्यात सकारात्मकता तुम्हाला करते.

आपल्या शालेय जीवनामध्ये दिवास्वप्ने पाहण्याला उत्तेजन दिले जात नाही. घरी आल्यावरही मुलाने लक्ष द्यावे अशा कित्येक बाबी असल्यामुळे कदाचित स्वप्ने पाहण्याच्या सवयीचा विकास होत नसावा. मात्र काळजी करू नका – खूप मोठा आनंद आता तुमची वाट पाहतो आहे. ही बाब काहीशी ध्यानधारणेसारखीच आहे, कारण ध्यानधारणेसारखेच तुम्ही तुमच्या आयुष्यात चाललेल्या सगळ्या गोष्टींविषयीचे विचार प्रथमतः मनातून काढून टाकता. मात्र मन रिकामे ठेवण्याऐवजी तुम्ही स्वतःच्या कल्पनाशक्तीला स्वैर सोडता व स्वतःला केंद्रस्थानी ठेवून तुम्हाला ज्या गोष्टीची आवड आहे त्याविषयी तुम्ही गोष्टी, कविता किंवा चित्रे उभी करता. त्यामध्ये तुमचा वेळ खूप छान जातो. स्वप्ने कोणत्याही बाबतीत असू शकतात- अगदी कोणत्याही बाबतीत. तुमच्या मनात येऊ पाहणाऱ्या कोणत्याही नकारात्मक विचारांना घालवून देऊन केवळ सकारात्मक स्वप्नेच पाहा व खंबीर मनाने चांगल्या व सकारात्मक स्वप्नांकडेच वळा. लक्षात घ्या, ती स्वप्ने फक्त तुमच्यासाठी व तुमच्या आनंदासाठी असतात. स्वप्ने ही खरे तर शांतता व आनंदाचे विश्रांतिस्थान असतात.

कोणत्याही दिवास्वप्नात तुम्हाला स्वतःविषयी काही नवीन शिकण्यास मिळते. आयुष्यातील तुमचे उद्दिष्ट व मार्ग याविषयी काही नवे कळेल किंवा कळणारही नाही किंवा त्यापासून तुम्हाला काही सर्जनशील मिळेल किंवा कदाचित मिळणारसुद्धा नाही. मात्र नियमितपणे व वारंवार दिवास्वप्ने पाहून तुम्ही तुमचे अंतर्मन, सर्जनशीलता

व तुमचा आत्मा यांचा विकास करण्याचे आमिष दाखवता व तुमची सूक्ष्मदृष्टी व क्षमता यांची झलक तुम्ही दाखवता.

ध्यानधारणेप्रमाणेच स्वप्नरंजनामधूनही कधीकधी तुम्हाला चांगला आराम केल्याची भावना जाणवते, तर कधीकधी उत्तेजित व सकारात्मक मनःस्थितीत गेल्यासारखे वाटते. काही वेळा अंशतः तर कधीकधी पूर्ण विकसित स्वरूपातील एखादी थोर कल्पनासुद्धा तुम्हाला सुचू शकते किंवा तुमची एखादी नवी अंतर्दृष्टी विकसित होते किंवा सखोल पातळीवर एखाद्या गोष्टीची जाणीव होते- मात्र सर्वच प्रकारे ती गोष्ट मौल्यवान आहे- असे असतानाही स्वप्ने पाहण्याला शाळेच्या अभ्यासक्रमामध्ये का समाविष्ट केले जात नाही, कोण जाणे! मात्र आता तुम्ही स्वतः ऐन बहरात आहात व तुमचे मन व वेळ तुमचे स्वतःचे आहे. त्यामुळे स्वप्ने पाहण्याची केवळ मुभाच देऊ नका, तर स्वप्ने पाहण्याला सकारात्मकरीत्या उत्तेजनही द्या.

या प्रकरणाचा उर्वरित भाग हा आपण स्वप्नांना इच्छित स्थळी कोणकोणत्या पद्धतींनी नेऊ शकतो, त्याविषयी आहे. अर्थात स्वप्ने पाहण्यासाठी वास्तववाद व व्यावहारिक दृष्टिकोनाची आवश्यकता आहे. मात्र भले तुम्हाला कितीही वास्तववादी बनावे लागले तरीही- अर्थात तुम्ही तेवढे वास्तववादी बनाल, त्यामुळे तो काही प्रश्नच नाही- स्वप्ने पाहणे कधीही थांबवू नका. ती खूपच सकारात्मक बाब आहे व त्यामुळे तुमची व्यक्तिगत शक्ती बहरते.

तार्किकरीत्या विचार करा

तुम्ही स्वप्न पाहाल व तुमच्या सकारात्मकतेला जसा मुक्तपणे संचार करू द्याल, तसतशा कल्पना तुमच्या मनात गूढरीत्या येऊ लागतील. अशा वेळी दोन गोष्टी घडू शकतात. काही लोक एका स्वप्नातून दुसऱ्या स्वप्नामध्ये भ्रमण करतात, ते सातत्याने त्यांचे विचार व दृष्टिकोन बदलत राहतात व खऱ्या अर्थी ते एकाही स्वप्नाला दिशा देत नाहीत. घडी असलेल्या खुर्चीवर मागेपुढे सरकण्यासारखाच जर तुम्हाला या गोष्टीत आनंद मिळत असेल तर ठीकच आहे. कारण की, केवळ शक्यतेचा विचार करण्यात आयुष्य घालवणे व लहरीपणे जगणे, या गोष्टी काही जणांना शोभून दिसतात. मात्र तुम्हाला तुमच्या क्षमतांविषयी खरेच काहीतरी करायचे असेल व तुमच्या स्वप्नांच्या दिशेने मार्गक्रमण करायचे असेल, तर पुढील गोष्टी जाणून घेणे तुम्हाला आवडेल – (अ) ती शक्यता खरेच चांगली आहे; (ब) ती खरेच पाठपुरावा करण्यासारखी आहे व (क) ती शक्य आहे.

आपल्या आयुष्यातील लहानातल्या लहान शक्यतांपासून अगदी मोठ्या प्रकल्पांपर्यंत सर्वच गोष्टींना हे तीन मूलभूत प्रश्न लागू पडतात. विशेषतः सर्वाधिक प्रेरित व

हिंमतवान लोकांना- ज्यांमध्ये थोर उद्योजक, संशोधक व राजकीय नेते यांचा समावेश होतो त्यांनासुद्धा- हे प्रश्न स्वतःला विचारावेच लागतात.

पुष्कळ लोक मान्य करतात की, नकारात्मक दृष्टिकोन हा निकोप असतो. आयुष्यातील बऱ्याच क्षेत्रांमध्ये तो आवश्यकही असतो. मला ते मान्य आहे. मला या गोष्टीची जाणीव आहे की प्रस्तुत पुस्तक सकारात्मकतेविषयी आहे व मी अर्थात त्या मूळ विषयापासून दूर गेले नाही. याचे कारण असे की जेव्हा सावध असणे हे सुज्ञपणाचे असते, तेव्हा खरे तर नकारात्मक दृष्टिकोन हा शंभर टक्के सकारात्मक असतो.

आशावाद हा तोपर्यंत चांगला असतो, जोपर्यंत तो वास्तवावर आधारलेला असतो. जर तसे नसेल तर खरे तर निराशावाद हाच तर्कसंगत, सकारात्मक मार्ग असतो. इथे विचारायचा महत्त्वाचा प्रश्न हा आहे – "ही गोष्ट जर कोणत्याही प्रकारे चुकली किंवा अपयशी झाली तर काय होईल? त्याचे परिणाम काय होतील?"

खरे तर प्रघात म्हणून कोणतीही नवी गोष्ट किंवा कल्पना असो, मी त्याचा सर्व अंगांनी वेध घेते. तसेच वाईटात वाईट काय घडू शकेल व ते घडण्याची शक्यता यांचा मी आढावा घेते. मात्र काही वेळा लोक म्हणतील, "जेनी, तुम्ही आता नकारात्मक विचार करता आहात!" खरे तर मी तसा विचार करत नाही, कारण साध्या शब्दांत सांगायचे झाल्यास एखाद्या नव्या गोष्टीच्या सर्व बाबींना विचारात घेणे हे सुज्ञपणाचे असते- भले ते कोणत्याही रीतीने तुमच्या निर्णयांना प्रभावित करेल हे खरे असले तरीही धोक्यांचा तुम्ही सामना केला आहे, या भावनेने तुम्हाला चांगले वाटेल. एकदा तुम्ही ते धोके काळजीपूर्वकरीत्या जोखलेत, की मग त्या मार्गावर पुढे जावे किंवा कसे, हा निर्णय घेण्याबाबत अगदी चांगल्या, उत्तम स्थितीमध्ये तुम्ही असता.

एका सकारात्मक निर्णयामध्ये सर्वसामान्य व्यावहारिक ज्ञान व अंतःस्फूर्ती या दोहोंचा समावेश होतो. हे स्वतंत्र व परस्परपूरक घटक होत. जर तुम्ही या दोहोंच्या काठावर असाल व संतुलन राखण्याचा प्रयत्न करत असाल, तर यांपैकी एक किंवा दोन्ही घटक तुम्हाला धोक्याची सूचना देत असतात की, ती नवी कल्पना तुमच्यासाठी योग्य नाही.

मी अशा कल्पनेबाबत विचार करत होते, ज्याबाबत मी सुरुवातीला उत्साह दाखवला होता; मात्र ती कल्पना बासनात गुंडाळून ठेवण्याचा जो निर्णय मी घेतला होता, त्याविषयी मी चिंतेत पडले होते. तेव्हा एका अत्यंत यशस्वी व्यापाऱ्याने मला मार्गदर्शन केले होते. मला तो सल्ला मोलाचा ठरला होता व अजूनही ठरत आहे. ते म्हणाले, "चांगल्या करारांपैकी काही असेही करार असतात, जे तुम्ही बासनात गुंडाळून ठेवता." ही बाब सर्व प्रकारच्या गोष्टींना लागू पडते. आपण दिवसभर

लहान-लहान निवडी करतो, व्यवसायातील संधी व नातेसंबंधातील निर्णय यांचा यात समावेश होतो. बहुतांश वेळा करायच्या कृतीच्या एखाद्या पर्यायाबाबत पुष्कळ बोलण्यासारखे असले तरीही कधीकधी त्या पर्यायाविरुद्ध एवढ्या गोष्टी असतात की, त्या पर्यायाची निवड करणे धोक्याचे असते किंवा कदाचित आपल्याला आतून अशी जाणीव असते की, एखादा निर्णय आपल्यासाठी योग्य नाही, व त्यासाठी कोणतेही कारण नसते. कोणत्याही बाजूने विचार करा- माघार घेणे हे नकारात्मक पाऊल नसते, तर एखाद्या कृतीचा तो सकारात्मक व सुज्ञ निर्णय असतो.

पुष्कळ वेळा असेही होते की, आपण जर एखादा निर्णय घेतला असता तर काय झाले असते, ते आपल्याला कधीही कळू शकत नाही. क्वचित प्रसंगी अन्य कोणी एखादी कल्पना घेऊन तिला खूप नेत्रदीपकरीत्या यशस्वी करू शकतो. अशा वेळी तुम्ही कदाचित असा विचार कराल- ''मी त्याच्या जागी असू शकलो असतो- मी यशस्वी होऊ शकलो असतो!'' ठीक आहे. तो त्या व्यक्तीचा मार्ग होता, तुमचा नव्हे... तुमच्यासाठी योग्य असतील असे अन्य मार्ग तुम्हाला सापडतील. ही सकारात्मकता होय. जर योग्य वेळ असेल तर ती शक्ती तुमच्यासाठी आंतरिक पातळीवर उपलब्ध असेल.

दैनंदिन आयुष्यात पुढे जाण्यासाठी- मग भलेही परिचित अशी दैनंदिन स्वरूपाची कामे असोत वा नव्या प्रकल्पांचे समग्र चित्र असो- त्यासाठी तुम्हाला ताकदीची आवश्यकता असते. तुम्ही जेवढे अधिक सकारात्मक असाल, तेवढी ती ऊर्जा मिळवणे अधिक सोपे व आनंददायक बनते.

तुम्ही एखाद्या योजनेचा सर्वसाधारण पातळीवर विचार करत असाल किंवा त्याच्या विविध अंगांचा विचार करत असाल, त्या वेळी तार्किकदृष्ट्या व व्यावहारिकरीत्या त्याचा विचार करणे जेवढे महत्त्वाचे असते, तेवढेच महत्त्वाचे असते तुमच्या मनाला त्या कल्पनेसोबत खेळू देणे. प्रत्येक दृष्टिकोनाची स्वतःची अशी सकारात्मक ऊर्जा असते व भरपूर शक्ती शोषून घेणारे परिपूर्णत्व व प्रेरणा या गोष्टी एकत्रितरीत्या उत्तम पद्धतीने कार्य करतात- एक प्रकारे त्या परस्परांची गती वाढवतात व परस्परांना गती दिल्यामुळे त्या गोष्टी दुसऱ्या गोष्टीचे संतुलन बिघडू देत नाहीत, उलट त्या परस्परपूरक ठरतात.

ही बाब मॅरेथॉन स्पर्धेमध्ये धावल्यासारखी आहे. खरे तर सर्वच स्पर्धक ती स्पर्धा पार पाडण्यास सक्षम असतात. मात्र तेच स्पर्धक सर्वोत्तम कामगिरी बजावतात व त्या स्पर्धेचा सर्वाधिक आनंद घेतात, ज्यांना स्वतःच्या शक्तीचे नियमन कसे करायचे व मनोबल कसे टिकवून ठेवायचे असते, हे माहीत असते.

तुमच्या आयुष्याचा आराखडा बनवा

कला महाविद्यालयातील माझ्या एके काळी केलेल्या अनेक प्रकल्पांपैकी सर्वाधिक समाधान देणारा व माझे डोळे उघडवणारा प्रकल्प म्हणजे माझ्या आयुष्याचा एक मोठा आराखडा बनवणे, हा होता. एक आकृती, वेळेचा आराखडा व एक सौंदर्यदृष्ट्या आकर्षक चित्र यांचा समावेश असलेला तो एक आराखडा होता. तो कसा तयार करायचा ते ठरवणे खरेच खूप मोठे आव्हान होते, मात्र एकदा सुरुवात केल्यानंतर तो माझ्यासाठी सर्वाधिक आनंदाचा भाग बनला. काही वेळा तो एक खूपच भावनिक अनुभवही होता व त्या अनुभवाने मला पुष्कळच शिकवले. सर्व गोष्टी मी त्या समग्र चित्रामध्ये पाहू शके. सुस्पष्ट असणाऱ्या नकाशासारखेच त्या आराखड्याने मला स्पष्टपणे दाखवून दिले की, मी तेव्हा कुठे उभी होते व कुठे जात होते. त्या आराखड्याची मध्यवर्ती कल्पना ही माझ्या आयुष्याचा मार्ग होती. असा मार्ग जो कॅनव्हासवर कधीकधी वळणा-वळणाचा असणार होता व जो वळणे घेत टेकडीवरून व दरीतून जाणार होता. खेळायच्या पत्त्यांनी बनलेल्या एका चौकटीने मी त्या आराखड्याला वेढून टाकले. प्रत्येक पत्ता माझ्या आयुष्यातील महत्त्वाची घटना दर्शवत होता. जणू काही आमच्या हाती पत्त्याचा गठ्ठाच देण्यात आला होता.

असा आराखडा बनवण्याची आणखी एक पद्धत म्हणजे एक मोठे जुळणी कोडे, कोलाज किंवा तुकड्या-तुकड्यांनी बनवलेली रजई तयार करणे. यांपैकी प्रत्येक तुकडा तुमच्या आयुष्याची एखादी बाब दर्शवतो किंवा तुमच्या दृष्टीने जे विचार व घटना महत्त्वाच्या होत्या व आजही आहेत, त्या दर्शवणारा विविध पातळ्यांवर वेळेचा एक समग्र आराखडा होय.

कधी हे करून पाहा. कारण ही कृती खूपच मार्गदर्शक असते, त्याने सकारात्मक वाटते व ती तुमच्यासाठी एक मौल्यवान व खूप व्यक्तिगत स्वरूपाची कलाकृती बनते. कदाचित तो तुमच्या कुटुंबासाठी एक मौल्यवान ठेवा बनेल.

व्यक्तिगत आराखडा बनवण्याचा महत्त्वाचा फायदा हा आहे की, तुमचे आतापर्यंतचे जीवन कितपत परिपूर्ण गेले आहे व तुम्ही आतापर्यंत किती शिकलात, त्याची तुम्हाला यामुळे जाणीव होते. मुळात ही क्रियाच मुळापासून समाधान व आनंद देणारी आहे. जीवनशक्ती त्यामधून वाहत आहे, असे तुम्हाला जाणवेल व ते खूपच प्रेरकही आहे. याचे कारण ती शक्ती, तुमची सकारात्मक शक्ती ही तुमच्यासोबत अगदी आजही- या क्षणी तुमच्यासोबत आहे व तुमच्या भविष्यातही ती शक्ती तुमच्यासाठी नेहमीच राहील.

तुम्ही तयार केलेले चित्र हे तुमच्या भविष्याचे चित्र चितारण्यामध्येही तुमच्या खूपच उपयोगी पडेल- भलेही ते सध्या तुमच्यासाठी महत्त्वाच्या असणाऱ्या प्रकल्पाबाबत

असो वा तुमच्या संपूर्ण भावी आयुष्याबाबत असो.

तो आराखडा कसा तयार करावा याविषयी तुम्हाला आत्मविश्वास नसेल तर काही नकाशे व चित्रे पाहा. त्यांपैकी कोणते नकाशे/चित्र तुमचे लक्ष विशेषत्वाने वेधून घेतात? तुमचा स्वतःचा आराखडा कसा असावा असे तुम्हाला वाटते? जी शैली तुमच्या स्वभावाशी जुळते व तुम्हाला रोमांचित करते, अशीच शैली निवडा. ते रेखाचित्र चित्रांवर आधारित असू शकते किंवा साध्या शब्दांत सांगायचे झाल्यास मजकूर व एखादी आकृती किंवा या दोहोंचा त्यामध्ये समावेश असू शकतो. मी चित्रे वापरली- अगदी नवख्या चिकटवायच्या आकृत्या- कारण की चित्रे काढणे हा माझा प्रांत नाही. मात्र गडद रंगांमध्ये ती चित्रे खरेच चांगली दिसत होती व शब्दही चांगले वाटत होते. त्या कार्डांमध्ये प्रामुख्याने शब्दच होते, मात्र खूपच रंगीत. माझ्या एका मैत्रिणीने खूपच सुंदर रजई बनवली, ज्यातील प्रत्येक तुकडा तिच्या बाबतीत कोणत्या ना कोणत्या प्रकारे अर्थपूर्ण होता.

अशा रेखाटनांमुळे तुम्हाला कोणत्या ना कोणत्या प्रकारे स्वतःविषयी व त्या लोकांविषयी उत्कट भाव निर्माण होतात, ज्यांनी तुमच्या आयुष्यात योगदान दिलेले आहे. माझ्या व्यक्तिगत आराखड्याने मला जशी विविध घटनांची व माझ्या प्रियजनांची आठवण करून दिली, तशा कित्येक वेळी मी हसले, आनंदले किंवा अश्रूंनी माझे डोळेही भरून आले; मात्र हे अश्रू आनंदाचे होते.

असा आराखडा तयार करणे, हा एक आनंद आहे व ती क्रिया खूपच सकारात्मक व सोबतच अतिशय मोलाची भासते- केवळ तुमच्या भूतकाळाकडे योग्य दृष्टिकोनातून पाहाण्यासाठी नव्हे, तर तुम्ही तुमच्या प्रकल्पाला किंवा जीवनाला भविष्यात कसा आकार धारण करताना पाहाल, त्याची कल्पना रेखाटण्यासाठी.

नियोजन करा व लक्ष केंद्रित करा

जेव्हा आपले स्वप्न ही एक खूपच सकारात्मक कल्पना बनते- अशी कल्पना जिचा पुढे विस्तार व्हावा अशी तुमची इच्छा असते, त्यानंतरची पायरी म्हणजे तुम्ही स्वतःला विचारा,

''ही एक छान कल्पना आहे. मी तिला प्रत्यक्षात कसे उतरवू शकेन?''

ध्येयावर लक्ष केंद्रित करणे व निश्चित उद्दिष्ट असणे, या गोष्टी खरे तर उद्दिष्टप्राप्तीचा आधार होत. सकारात्मकता ही ती शक्ती होय, जी तुमच्या नियोजनातील मूलभूत गोष्टींना एकत्रित आणते. तुमची उद्दिष्टप्राप्ती कशी आकार घेते, ते तुम्ही तपशिलावर केंद्रित केलेले लक्ष, तुम्हाला या सर्व प्रक्रियेमध्ये मिळालेला आनंद व गोष्टी कशा आकार घेतील त्याविषयीची तुमची दृष्टी, यांवर अवलंबून असते.

स्वप्ने, इच्छा, मार्ग, आराखडे, नियोजने, या सर्वांमध्ये तुम्ही जेवढे अधिक तपशील भराल, तेवढे उत्तम. याचे कारण आपल्या अंतर्मनाला स्पष्टपणा आवडतो व तुमच्यासाठी योग्य भविष्याला आकार देण्याचा अंतर्मन शक्य तेवढा चांगला प्रयत्न करते. कदाचित वैश्विक थोर जाणीवसुद्धा आपल्यासोबत काम करते; मात्र ती शक्ती जी स्वप्नांना कार्यरत करते, ती खूपच तीव्र व परिपूर्ण असते. म्हणून तुम्हीही तपशिलांनी सज्ज असायला हवे; कारण तुम्ही जे मागाल ते कदाचित अस्तित्वात येऊ शकते. त्याविषयी एक जुनी म्हण आहे, "तुम्ही जी इच्छा कराल त्याविषयी खूपच काळजीपूर्वक असा." हा एक मौल्यवान असा सल्ला आहे. आपण सुज्ञ असायला हवे; आपण केवळ त्याच मार्गाने पुढे जायला हवे जो आपल्यासाठी केवळ नजीकच्या भविष्यात नव्हे, तर खूप पुढच्या भविष्यासाठी चांगला असायला हवा.

सकारात्मकतेचा अर्थ चांगुलपणा, सत्य व प्रेम होय. जोपर्यंत आपण सकारात्मकतेला चिकटून राहू आणि पैसा, भौतिक साधने व अव्यवहार्य प्रेम यामध्ये वाहवून जाणार नाही, तोपर्यंत आपण आपल्या भाग्याचे दरवाजे आपल्या इच्छित आशांच्या दिशेने उघडतो.

तिथे आपण उजळून निघू व सखोल पातळीवरील आंतरिक शांती व समाधानाचा आनंद आपण उपभोगू.

विशेषत: नियोजने विस्तृत असावी लागतात, कारण तुम्ही काय करायला हवे त्याचा तो आराखडा असतो. नियोजनामुळे तुम्हाला प्रत्येक गोष्टीला एका तार्किक व व्यवहार्य क्रमाने संघटित करता येते. या अवस्थेसाठी तुम्ही जेवढा अधिक वेळ खर्च कराल तेवढाच तुमचा भविष्यातील वेळ वाचेल व त्या आराखड्यावर मेहनत घेणे व त्याबाबत प्रगती करणे तुम्हाला अधिक सुलभ जाईल.

जर तुम्ही एखाद्या व्यवसायामध्ये असाल किंवा व्यवसाय चालू करण्याच्या बेतात असाल, तर व्यवसायाच्या प्रत्येक बाबीबद्दल अनुभवी लोकांची उत्कृष्ट पुस्तके उपलब्ध आहेत. तुम्हाला मदतीसाठी विस्तृत सल्ला व प्रेरणा देणारी, मदत करणारी व रणनीती सुचवणारी अनेक पुस्तके, ज्यामधे थेट व्यवसायाच्या योजनांपासून सुरुवातीच्या उपक्रमांपर्यंत व उत्पन्नाच्या आवक-जावकतेचा अंदाज, निधी उभा करणे, मिळालेल्या मागण्या पूर्ण करणे व विपणन (मार्केटिंग) या सर्वच बाबींचा ऊहापोह केलेला असतो.

सामान्यपणे आयुष्यात मी पुढे देत असलेली काही आवडती मार्गदर्शक तत्त्वे व प्रेरणेचे सातत्यपूर्ण स्रोत आहेत, जे मला अत्यंत सकारात्मकरीत्या मदत करतात, विशिष्ट उपयुक्त कल्पना सुचवतात व मला माझ्या दैनंदिन आयुष्यात उपयोगी पडतात.

- प्रत्येक दिवस हा एका कोऱ्या कागदासारखा असतो ज्यावर तुम्ही हवे ते लिहू शकता, तो दिवस हवा तसा वापरू शकता व त्याचा आनंद घेऊ शकता. दररोज तुम्ही ठरवाल त्याप्रमाणे स्वतःच्या शक्तीला दिशा देऊ शकता. तुम्ही जे काही सर्वोत्कृष्ट बनू शकता, त्या तुमच्या शोधामध्ये पूर्णपणे मग्न होणे, ही यामागील यशाची गुरुकिल्ली आहे. प्रत्येक दिवस हा उपाय शोधण्याचा व तुमचे नियोजन विकसित करण्यासाठी एक संमिश्र अनुभव असेल व सहानुभूतिपूर्वक व उत्कटपणे तुम्ही सातत्याने प्रगती करत राहाल.

. . . .

सूचना : तुम्ही तुमच्या दिवसाला तुमच्या हाताच्या मुठीमध्ये पकडले आहे, अशी कल्पना करा. त्यामध्ये तुम्हाला काय बघायला आवडेल? तो दिवस कसा आकार घेईल? हे लक्षात ठेवा की, भले तुम्ही कितीही तपशीलवार नियोजन केलेले असले, तरीही तुमचा दिवस हा जणू काही एक सजीव व परिवर्तनीय बाब असल्यामुळे नियोजनाबाबत लवचिक असा व तुमची शक्ती तसेच घटना यांच्या प्रवाहासोबत वाटचाल करा.

. . . .

- याचा संबंध पुष्कळ अंशी तुमचा वेळ इतरांच्या वेळेशी संतुलित करणे व तुमच्या गरजांचा इतरांच्या गरजांशी मेळ घालणे याच्याशी म्हणजे संतुलनाशी आहे. तुमच्याकडे भरपूर शक्ती असेल याविषयी आत्मविश्वास बाळगा. तुमच्यासाठी जे योग्य आहे ते करण्यासाठी जेव्हा तुम्ही वेळ काढता, तेव्हा तुमची शक्ती आपोआपच संचारित होते. एकदा का घटनांनी गती घेतली की, त्यामधून निर्माण झालेल्या ऊर्जेमुळे घटना दिवसभर योग्य रीतीने चालू राहतात.

. . . .

सूचना : काही वेळा एखादे काम करत असताना थोडे थांबा. हळूहळू व खोलवर श्वास घ्या. प्रत्येक वेळेस श्वास आत घेताना अशी कल्पना करा की तुम्ही शक्ती, आत्मविश्वास व उत्साह शोषून घेत आहात. जसा तुम्ही श्वास बाहेर टाकाल, तेव्हा तुमच्या मनातील नकारात्मक विचार कमी होत आहेत व ते निघून जात आहेत, अशी कल्पना करा.

. . . .

- भलेही तुमची उद्दिष्टे कोणतीही असोत, हे लक्षात घ्या की ती सर्व तुम्हाला एकाच वेळेला पूर्ण करायची नाहीत. एक पाऊल पुढे टाकल्याने- भलेही ते छोटे पाऊल असेल- प्रत्येक महान कार्याची सुरुवात होते. एक छोटी हालचाल लाटेचे असे स्वरूप धारण करते, जी तुम्हाला तोपर्यंत तरंगत नेते जोपर्यंत तुम्ही थांबायचे ठरवणार नाही.

सूचना : तुम्हाला जे काही करायचे आहे, त्याच्या एकूण आवाक्यामुळे तुमच्यावर जे दडपण येणार आहे, त्याचा सामना करण्यासाठी ती गोष्ट चालू ठेवण्याविषयी व त्या कार्याविषयी तुम्ही आता काय करू शकाल, केवळ त्याचा आत्ता विचार करा. 'एका वेळेला एक पाऊल' हा मंत्र असावा.

▶ ज्या गोष्टी करायच्या आहेत, त्यांची यादी बनवण्यामुळे सकारात्मकता ही गोष्ट अचानकच दृश्य स्वरूपात येते. पुष्कळसे लोक दोन याद्या बनवाव्यात असे सुचवतात – आज काय करायलाच हवे याचे प्राधान्य दाखवणारी आणि दुसरी पुढील कामांची. मला केवळ एक यादीच ठेवणे पुरेसे वाटते, ज्यामध्ये मी प्राधान्यक्रम दर्शवलेला असतो. पुष्कळदा एखादे दडपून टाकणारे काम हे खूपच आश्चर्यकारकरीत्या सोपे वाटते, जेव्हा तुम्ही त्यातील विविध घटक व पायऱ्या यांची स्पष्ट यादी केलेली असते. तुम्ही पार पाडलेल्या कामावर फुली मारणे हे खूप समाधानकारक असते.

सूचना : कामाला कुठून सुरुवात करावी हे जेव्हा तुम्हाला कळणार नाही, तेव्हा कामांची यादी बनवा. त्यानंतर त्यापैकी करायची एक गोष्ट निवडा; निवडताना अशी एक गोष्ट निवडा जी करताना तुम्हाला आनंद मिळेल किंवा ते काम पूर्ण केल्यानंतर तुम्हाला खूप आनंद होईल.

▶ तुम्ही जे काही करत आहात त्याची चर्चा तुम्हाला समजू शकणाऱ्या सकारात्मक प्रेरणादायी लोकांसोबत करा जे तुम्हाला व्यावहारिक सल्ला देऊ शकतील व ती घडवून आणण्यामध्ये सकारात्मक भूमिका बजावतील.

सूचना : तुम्हाला जेव्हा अत्यंत गरज असते तेव्हा तुम्ही ज्या व्यक्तीला फोन करू शकता किंवा जेव्हा तुम्हाला त्या व्यक्तीच्या सल्ल्याची किंवा मदतीची अत्यंत आवश्यकता असते, तेव्हा तिला भेटू शकता, अशा व्यक्तीचा विचार करा.

▶ काय करायला हवे आहे त्याविषयी स्पष्ट कल्पना मनात बाळगा व इतरांबाबत व स्वतःबाबत सीमा आखण्यासाठी तयार राहा. गोष्टींचे नेमके स्वरूप माहीत असल्याने व तुम्ही एखादी गोष्ट प्राप्त करण्यासाठी नेमके काय करू शकता ते माहीत असल्याने, तुम्ही व सोबतचे लोक असा दोहोंचाही फायदा होईल.

सूचना : तुम्ही आखलेले वेळापत्रक व उपक्रम यांच्या प्रगतीबाबत नेमकी काय परिस्थिती आहे, हे जाणण्यासाठी थोडा वेळ नियमितपणे काढत राहा.

▶ लवचिक असा, ही बाब वरील सल्ल्याशी विसंगत आहे, असे कदाचित तुम्हाला वाटू शकते. मात्र कोणतीही गोष्ट ही काळ्या दगडावरची रेष नसते, हे माहीत असल्यामुळे जेव्हा नियोजनात बदल करणे आवश्यक असते तेव्हा तो बदल करण्याचे स्वातंत्र्य तुम्हाला मिळते- किंवा अगदी तेव्हाही जेव्हा अचानकच एखादी अनपेक्षित संधी तुमच्यासमोर येते, जी संधी तुम्ही घ्यावी असे तुमचे मन तुम्हाला सांगते.

सूचना : स्वतःला हलवून जागे केल्याची कल्पना करा, जेणेकरून तुमच्या काही साचेबद्ध कल्पना, सवयी व मते यांविषयी तुम्ही नवा अस्सल दृष्टिकोन बाळगू शकाल.

▶ मदत मिळवण्याला नियोजनात समाविष्ट करणे योग्य आहे, हे लक्षात घ्या. पुष्कळदा एखादी गोष्ट आपल्यासाठी अशक्यप्राय आहे अशी कल्पना करून आपण चिंता व दडपण यांच्या ओझ्याखाली वावरतो, जेव्हा आपल्याला खरे तर मदत मिळू शकते. व्वा! जेव्हा आपल्याला मदतीचा स्रोत कळतो व आपण ती उत्साहाने व कृतज्ञतेने मिळवतो तेव्हा आपल्याला किती हायसे वाटते!

सूचना : मदत व साहाय्यासाठी तुम्ही एखादे जाळे तयार करून ठेवले आहे, अशी कल्पना करा व जेव्हा तुम्हाला मदत मिळेल तेव्हा ती घेण्यासाठी सज्ज राहा.

▶ तुमच्या दिवसभराच्या वेळेत मधूनमधून थोडे थांबून पुढाकार घ्या व चांगले काम करणाऱ्या व ज्या व्यक्तींसोबत असणे छान वाटते अशा कोणत्याही व्यक्तीची (व स्वतःचीही) प्रशंसा करा. प्रशंसेमुळे आपण अभिमानाने चमकतो व त्यामधून मिळणारी शक्ती आपल्या त्या दिवसाच्या शक्तीमध्ये अतिरिक्त शक्तीची भर घालते.

सूचना : एखाद्या व्यक्तीला प्रेमाने काही चांगले सांगण्याचा व त्यामुळे त्या व्यक्तीला होणाऱ्या आनंदाचाही उपभोग घ्या.

- प्रेरणा मिळवण्याच्या संधी शोधा. जेव्हा तुम्ही प्रेरित व्हाल तेव्हा ते दर्शवा व मग तुम्हीही इतरांसाठी प्रेरणेचा स्रोत बनाल – याचे कारण प्रेरणा संसर्गजन्य असते व त्यामुळे प्रत्येकाची मनःस्थिती व आसपासचे वातावरण उजळून निघते. प्रेरणेने ओतप्रोत भरलेले लोक व अशा जागा चांगल्या जाणिवेने सकारात्मकरीत्या सळसळत असतात.

. . . .

सूचना : प्रेरणा मिळण्याची केवळ वाट पाहू नका – त्याऐवजी प्रेरणेचा शोध घ्या व त्या भावनेमध्ये इतरांना उत्साहाने सामील करून घ्या.

. . . .

- केवळ गोल-गोल वर्तुळामध्ये हिंडणे, काळजी वा कुरकुर करणे, वारंवार निर्णय बदलणे वा भांबावून जाणे, या गोष्टी टाळा. तुमचा मार्ग भलेही सरळ असो वा वळणा-वळणाचा, त्यावर चालत राहा व मार्गक्रमण करताना आजूबाजूच्या सृष्टीसौंदर्याकडे पाहण्यास, इतरांशी संबंध जोडण्यात तसेच त्यांच्यावर व तुमच्या कामावर प्रेम करण्यासाठीसुद्धा वेळ काढा.

. . . .

सूचना : तुमचा पुढील मार्ग कसा असेल, पुढे चालताना तुम्हाला कोणत्या आनंदाची प्राप्ती होणार आहे व तुम्ही कोणता आनंद इतरांना देणार आहात, त्याची कल्पना करा.

. . . .

- विश्रांती घेण्यासाठी व तुमच्या उत्साहाला पुन्हा चालना देण्यासाठी स्वत:ला वेळ द्या. अगदी काही मिनिटांची ध्यानधारणा किंवा (दडपणे, ताणतणाव विरहित) दिवास्वप्न बघणे यामधूनही तुम्हाला पुढे काम करण्याची व व्यवस्थितपणे मार्गक्रमण करण्याची व तुम्ही जे काही करत आहात त्यासाठीची आवश्यक शक्ती मिळते. तुम्ही त्या प्रक्रियेचा व प्रवाहाचा आनंद घेऊ शकता.

. . . .

सूचना : केवळ काही क्षणांसाठी तुमचे डोळे बंद करा. (तुम्हाला एकांत मिळणे अवघड असल्यास न्हाणीघरात जाऊन एकांत मिळवा.) हळूहळू श्वास घ्या. काही स्नायू ताणलेले असल्यास त्यांना तणावमुक्त करा. ताण तुमच्या शरीरामधून निघून जात असल्याची जाणीव निर्माण करा. तुमची शक्ती व सकारात्मकता पुनश्च तुमच्या मनामधून प्रवाहित होत असल्याची जाणीव निर्माण करा.

. . . .

- तुमची दृष्टी सतर्क ठेवा. जर तुम्ही अडखळत असाल तर तुमची मूळ कल्पना

आठवा. त्या दृष्टीला पुन्हा जागवा व त्यामधून मिळणारी प्रेरणा, उत्तेजन व शक्ती यांचा अनुभव घ्या.

....

सूचना : डोळे बंद करा व तुमच्या दृष्टीला एका चैतन्यमय, रंगीत चित्राच्या स्वरूपात पाहा ज्यावर तुम्ही प्रेम करता किंवा अशी संगीतरचना समजा जी तुम्हाला खूप हेलावून टाकते. त्यामुळे तुमची सकारात्मकता जागी होत आहे व तुमची प्रेरणा पुन्हा जागृत होत असल्याची जाणीव निर्माण करा. त्यावर ठाम राहा.

....

स्वतःच स्वतःचे प्रचारक बना

सकारात्मकता अशी शक्ती होय, जी तुमच्या जनसंपर्कामध्ये प्राण फुंकते. जनसंपर्काचा आपल्या व्यक्तिगत संबंधांवरही महत्त्वाचा प्रभाव पडत असतो, कारण आपल्या कामाच्या ठिकाणी किंवा घरी आपण ज्या लोकांच्या सहवासात येतो, त्यांच्याशी जवळिकीचे संबंध बनवणे याच्याशी जनसंपर्काचा संबंध असतो. व्यवसायाच्या बाबतीत कर्मचारी, ग्राहक, गुंतवणूकदार, मतदाते व सर्वसामान्य लोक यांचा समावेश असतो. जनसंपर्काचा अर्थ बहुतांश वेळा प्रसिद्धी हासुद्धा होतो – नेहमीच सकारात्मक प्रतिमा प्रसृत करणे, नकारात्मकतेचा सामना सकारात्मकरीत्या करणे व शक्य झाल्यास एखादी नकारात्मक गोष्ट समोर आल्यास त्यावर उपाय शोधणे, हा अर्थही त्यामध्ये समाविष्ट आहे. जोपर्यंत जनसंपर्क स्वतःशी प्रामाणिक राहून सकारात्मकरीत्या केला जातो, त्याचा फायदा प्रत्येकालाच होतो.

जेव्हा आपण स्वतःच स्वतःचे प्रचारक बनून, स्वतःला शक्य तेवढे स्वतःचे प्रामाणिक चित्र सकारात्मकरीत्या व उत्साहाने निर्माण करतो, तेव्हा त्याचा फायदा आपल्यालाही होतो. तुमच्या व्यक्तिमत्त्वातील चांगल्या गोष्टी व ज्या रीतीने तुम्ही जगता त्या बाबतीत मन मोकळे ठेवण्याशी व प्रसंगी नकारात्मकतेशी उदाहरणार्थ, आपणा सर्वांना ज्या तक्रारखोरपणाचा सामना कधीकधी करावा लागतो त्याचा सामना करताना प्रामाणिक राहण्याशी जनसंपर्काचा संबंध आहे.

आपणा सर्वांमध्येच काही ना काही कमतरता व दोष असतात, हे तर खरेच आहे. कोणीही नेहमी सर्वार्थाने सकारात्मक नसतो. आपल्यापैकी प्रत्येकामध्ये एक नकारात्मक बाजू असते, जिच्याशी आपल्याला लढायचे असते. नैराश्य किंवा वर्तणुकीच्या समस्यांशी अनेकांना खूप कठोरपणे लढा द्यावा लागतो.

आपल्यातील चांगल्या गोष्टींना द्विगुणित करण्याच्या बाबतीत व आपल्यातील

प्रशंसनीय नसलेल्या गोष्टींना किमान पातळीवर ठेवण्यामध्ये व्यक्तिगत जनसंपर्क हे एक थोर वरदान आहे. चेहऱ्यावर खोटा मुखवटा चढवणे किंवा नकली प्रतिमेमागे दडून राहणे असा मात्र याचा अर्थ नव्हे. स्वतःची जबाबदारी घेणे व सामोरे येणे, लोकांसाठी खऱ्या रूपामध्ये वावरणे व पारदर्शक राहणे असा याचा अर्थ आहे. या रीतीने तो प्रकाश- आपला प्रकाश- लोकांमध्ये उजळू शकतो व लोक आपल्यामध्ये स्वतःला पाहू शकतात, आपण त्यांच्यामध्ये स्वतःला पाहू शकतो व तेही एका प्रामाणिक व खऱ्याखुऱ्या रीतीने.

आपण स्वतःच स्वतःचे प्रचारक बनण्याचा मोठा सकारात्मक परिणाम हा आहे की, या प्रक्रियेमध्ये स्वतःविषयीच्या प्रत्येक बारीकसारीक गोष्टी आपण जाणतो व आपण स्वतःमधील ज्या बाबींमध्ये सुधारणा करू शकतो, प्रशिक्षण प्राप्त करू शकतो, स्वतःला अधिक कुशल करू शकतो किंवा अगदी पूर्णपणे स्वतःला बदलून टाकू शकतो त्याविषयी आपण अतिशय स्पष्टपणे पाहू शकतो. जनसंपर्क वाढवणे म्हणजे केवळ स्वतःमधील चांगुलपणाचा प्रसार करणे नव्हे, तर स्वतःविषयी लोकांच्या असलेल्या मतांबाबतचा गोंधळ कमी करणे, आपल्यातील जे चांगले आहे ते अधिक व्यवस्थितरीत्या मांडणे व पूर्णत्वाने सकारात्मक प्रतिमा निर्माण करणे, हा होय.

पहिल्या प्रकरणामध्ये पाहिल्याप्रमाणे सकारात्मक दृष्टिकोन ही तुमची निवड असते. तुमच्या व्यक्तिगत प्रतिमेबाबतही तेच खरे आहे. लोकांना जर माहीत असेल की तुम्ही खरेपणाने वागता, तेव्हा तुम्ही त्यांना जे सांगाल व तुमचा दृष्टिकोन, तेज व वागणूक या गोष्टी जे सुचवतात ते लोक स्वीकारतील. समजा, तुम्ही स्वतःला नेहमी कमी लेखता व तुमच्यावर कुरघोडी करणे सहज शक्य आहे, अशी जर तुम्ही स्वतःची प्रतिमा केली असेल तर तुम्हाला अकार्यक्षम समजून तशी वागणूक तुम्हाला देण्याकडे लोकांचा कल असतो. उघडपणे किंवा अंतर्मनाच्या पातळीवर ते असे गृहित धरतील की, ते तुमच्यावर कुरघोडी करू शकतात व तसे करण्याचा ते प्रयत्नही करतील.

आपण अन्यायाला बळी पडतो आहोत अशी जर कोणाची भावना असेल तर, ती भावना तत्काळ थांबवण्याचा उपाय हा असे जाणून घेणे होय की, आपण स्वतः बळी पडलो आहोत असे न समजता, त्याऐवजी हे 'ओळखणे' की त्यांच्यामध्येही व्यक्तिगत आंतरिक शक्ती आहे व तेसुद्धा आश्चर्यकारक वाटतील इतपत कणखर, समर्थ व प्रभावी आहेत.

म्हणून स्वतःची नेहमी चांगली प्रतिमा उभी करा. स्वतःच्या अधिकारांबाबत केवळ आवाज उठवणेच नव्हे, तर आत्मविश्वासाने व आत्मगौरवाने वागण्यामधून आपण केवळ इतरांचा आदर मिळवतो असे नसून, आपल्याला स्वतःविषयीही खूप

आदर वाटतो. असे वागणे म्हणजे खरे तर सकारात्मकतेचे चैतन्यपूर्ण रूप होय व ती खूपच प्रभावी गोष्ट असते.

आंतरिक सामर्थ्य स्वतःभोवती जणू काही एक प्रकारचे तेज निर्माण करते, असेच यावरून वाटते. फक्त आपल्यालाच कणखर व अभेद्य वाटते असे नाही, तर इतरांनाही आपले व्यक्तिगत तेज जाणवते किंवा कदाचित त्यांना आपली आत्मविश्वासयुक्त देहबोली जाणवते व ते आपोआपच आपला अधिक आदर करू लागतात.

आत्मविश्वास आपल्याला उद्धटपणाकडे नेऊ शकतो, अशी पुष्कळ जणांना भीती वाटते. मात्र निरोगी दृष्टिकोन बाळगत असतानाच तुम्ही माणुसकीची भावनाही बाळगू शकता व इतरांपेक्षा तुम्ही कोणत्या ना कोणत्या तरी रीतीने वरचढ आहात या भावनेमध्ये तुम्ही वाहवून जाणार नाही.

चांगले अन्न हे शरीरासाठी आरोग्यदायी असते, तसेच तुम्ही जी चांगली स्वप्रतिमा इतरांसमोर उभी करता, ती तुमच्या मानसिक आरोग्यासाठी पूरक असते. चांगली स्वप्रतिमा ही पोषक, सकारात्मक व खूपच फायदेशीर असते.

तुमची काळजी घेणारे लोक व तुमचे मार्गदर्शक

तुमच्या आयुष्याच्या मार्गावर तुम्हाला असे काही मोजके लोक भेटले असतील जे तुमच्यासाठी खूपच विशेष असतील- असे लोक ज्यांनी एखाद्या प्रकारे स्वतःविषयी खूपच चांगले वाटण्यात तुम्हाला मदत केली आहे, त्यांना तुमचा खराखुरा स्वभाव आवडला व तुमच्या स्वभावाप्रमाणे तुम्ही वागावे अशी उत्तेजना त्यांनी तुम्हाला दिली, जे तुमचे विचार ऐकतात व ते विचार विकसित करण्यामध्ये तुम्हाला मदत करतात, जे तुम्हाला प्रेरित करतात व स्वतःही तुमच्या कल्पनांनी प्रेरित होतात. तुमच्यावर प्रेम करणारे व तुमच्या क्षमतेवर विश्वास ठेवणारे ते तुमचे नातेवाईक किंवा मित्रही असू शकतात किंवा सहकारीही असू शकतात, ज्यांनी तुम्हाला तुमचे काम शिकण्यात व तुमच्या नोकरीमध्ये प्रगती करण्यात तुम्हाला मदत केलेली आहे. किंवा ते असेही लोक असू शकतात, जे त्यांच्या क्षेत्रामध्ये उच्च पदावर पोहोचले आहेत व ज्यांच्याकडे पाहून तुम्ही खूप काही शिकावे, अशी प्रेरणा त्यांनी तुम्हाला दिली आहे.

त्यांचे मोल जाणा व त्यांची काळजी घ्या किंवा त्यांच्या स्मृती जतन करा; कारण तुमच्या संपूर्ण आयुष्यात तुमच्या विचारांमधून उजळणारे ते लोक म्हणजे सकारात्मकतेची मौल्यवान रत्ने, हिरे होत व व्यक्तिगत पातळीवर चमकण्यामध्येही ते लोक तुम्हाला मदत करू शकतात.

काळजी घेणारे लोक नेहमीच स्वतःहून पुढे येत नाहीत. पुष्कळदा आपल्याला स्वतःला त्यांना शोधावे लागते.

आतापर्यंतच्या माझ्या आयुष्यात मागे वळून पाहताना असे केवळ मोजकेच लोक असण्याची मला शक्यता वाटत होती; मात्र माझ्या स्मृतीच्या प्रकाशात कित्येक जण अचानकच माझ्या दृष्टीसमोर आले व त्यामुळे मी चकित झाले. माझे पालक, माझी बहीण, एक काकू, माझ्या पालकांचे सर्वोत्कृष्ट दोन मित्र, तीन शिक्षक, दोन कलाकार मित्र, दोन लेखक मित्र, दोन कर्मचारी, माझा एजंट व आणखी काही प्रिय मित्र यांचा यामध्ये समावेश होता. त्यासोबतच असे कित्येक लोक आहेत ज्यांना कल्पनासुद्धा नसेल की ते माझ्यासाठी किती महत्त्वाचे होते. याचे कारण असे की, आमचा संबंध काही काळापुरता आला होता. तथापि त्यांच्या प्रभावामुळे माझ्या मार्गावर चालताना मला प्रचंड मदत झालेली आहे.

हे देवा! – जेव्हा मी त्यांच्याविषयी विचार करण्यास सुरुवात करते तेव्हा मी किती सुदैवी होते व आहे, असा विचार माझ्या मनात येतो व मला वाटते तुम्ही तुमच्यासाठी विशेष असलेल्या लोकांची जशी आठवण कराल, तसे तुम्हालाही तुमचे आत्मबळ वाढल्यासारखे वाटेल. एक कागद घ्या व त्यावर पुढीलप्रमाणे व्यक्तींची नावे लिहा.

- अशी एखादी व्यक्ती ज्या व्यक्तीने तुम्हाला मूल असताना, तुम्हाला वाढवताना, शिकवताना व मार्गदर्शन करताना उत्तेजन दिले, तुमची प्रशंसा केली व तुम्ही सक्षम आहात, अशी जाणीव तुम्हाला करून दिली.
- तुमच्या संपूर्ण आयुष्यातील असे शिक्षक, ज्यांनी जाणले की, तुम्ही कोणत्या पद्धतीने सर्वोत्तमरीत्या शिकता व त्या पद्धतीने तुम्हाला शिकवण्यात त्यांना समाधान लाभले.
- अशी कोणीही व्यक्ती, जिने तुमच्या कोणत्याही कल्पनेचा विकास करण्यात तुम्हाला मदत केली आहे. कदाचित केवळ तुम्हाला उत्तेजन देऊन, तुमच्या क्षमतेवर विश्वास ठेवून किंवा कदाचित व्यावहारिक पातळीवर तुम्हाला थेट मदत करून.
- अशी एखादी व्यक्ती जिच्याशी तुम्ही बोलता- व्यक्तिशः, फोनवर किंवा मेलच्या माध्यमातून- जी तुमचे म्हणणे ऐकते व तुमचे म्हणणे समजून घेण्यासाठी शक्य ते सर्व प्रयत्न करते.
- तुमचे विचार व परिपक्वता यांचा विकास करण्यासाठी मदत करणारी कोणतीही व्यक्ती.
- अशी कोणतीही व्यक्ती जिने तुमच्या आयुष्यात तिच्या प्रेमाने भर घातली आहे.

ही यादी एखाद्या सुरक्षित जागी ठेवा व जेव्हा तुम्हाला स्नेह, प्रेम किंवा प्रेरणेची आवश्यकता वाटेल तेव्हा ती यादी पाहा.

काळजी घेणारे व तुमच्या आयुष्यातील विशेष लोक तुमच्या आयुष्यात भविष्यातही येतच राहतील. त्यांचा शोध घ्या व ते जी सकारात्मकता तुम्हाला देऊ करतात, ती खऱ्या अर्थाने शोषून घ्या. या क्षणासाठी व भावी वर्षांसाठी ती जपा, जेणेकरून तुम्ही मागे वळून पाहाल तेव्हा तुम्हाला जाणवेल की, ते तुमच्यासाठी किती मौल्यवान होते.

जेव्हा तुम्हाला संधी मिळेल तेव्हा तुम्ही स्वतःही इतरांसाठी विशेष व्यक्ती बना. आता तुम्ही त्या सर्व लोकांविषयी विचार केलेला आहे, ज्यांना तुमच्या हृदयात एक विशेष स्थान आहे; कारण त्यांनी तुम्हाला मदत केलेली आहे. तेव्हा तुम्हाला जाणवले असेल की दयाळूपणा, प्रेरणा व मदत करण्याच्या बिनमहत्त्वाच्या वाटलेल्या छोट्या-छोट्या कृतीसुद्धा तुम्हाला जाणवल्या त्यापेक्षा खरेच खूप मौल्यवान असतात.

समजुतीच्या व उत्तेजनाच्या काही शब्दांपासून ते लक्ष केंद्रित करून दीर्घकालीन घेतलेली काळजी या स्वरूपात तुम्ही त्यांच्यासाठी देवदूत बनू शकता.

तुम्ही जी मदत व प्रेरणा देऊ करणार आहात, ती मोकळेपणाने दिली जावी व त्याप्रमाणे परतफेडीची किंवा प्रशंसेची कोणतीही अपेक्षा नसावी. अर्थात तुम्हाला त्याची परतफेड चांगल्या रीतीने मिळेल, याचे कारण असे की, दयाळूपणे व समजूतदाररीत्या वागणे हे चांगले असते व सोबतच तुमच्याकडे असलेला वेळ, तुमचे प्रेम व इतरांची तुम्ही घेतलेली काळजी या बाबतीत तुम्ही उदार असणे, हेही खूप थोरपणाचे असते.

देवदूताच्या कल्पनेमुळे मला एका हकिगतीची आठवण होते, ज्यामुळे माझ्या चेहऱ्यावर नेहमीच स्मितहास्य येते व मला आशा वाटते की, ती हकिगत तुमचेही मनोरंजन करेल. एके दिवशी मी माझ्या मैत्रिणीच्या तीन लहान मुलांना दुपारी न्यू फॉरेस्ट या ठिकाणी असलेल्या एका ओढ्याजवळील सहलीच्या एका प्रसिद्ध ठिकाणी घेऊन गेले; कारण या मुलांना तिथे असलेल्या इतर मुलांसोबत खेळायला आवडेल, हे मला माहीत होते. त्या मुलांनी त्याचा तसा आनंदही घेतला. त्या ओढ्याजवळ भरपूर आरडाओरडा व पळापळी चालू होती. त्या मुलांपैकी एक मुलगी जोराने पळत माझ्याकडे परत आली व मला म्हणाली, "काही मुलांनी एका बेडकाला पकडले आहे व ते त्याला मारतील, अशी मला भीती वाटते." मी तिकडे लगबगीने तिच्यासोबत गेले. तो मरेल असा धोका अगदी स्पष्टपणे दिसत होता. त्या अविचारी लहान मुलांनी त्या बेडकाला माझ्याकडे द्यावे, असे मी त्यांना सांगितले व कोणत्याही प्राण्याला आपण जाणूनबुजून हानी पोहोचवू नये, असेही मी त्यांना

समजावले. मात्र तेवढ्यावरही ती मुले माझे म्हणणे ऐकतील का, त्यांच्यावर मी खरेच विश्वास ठेवू शकते का, याविषयी खातरी नसल्याने मी व माझ्यासोबतची मुलगी जंगलाच्या शांततेमध्ये ओढ्याच्या बाजूने सुमारे एक चतुर्थांश मैल एवढे अंतर आत गेलो, जेणेकरून तो बेडूक उड्या मारत-मारत सुरक्षितपणे निघून जावा. मी गाडी चालवत होते. दुपार संपता संपता माझी कार बिघडली. कोणाची तरी मदत मिळेल, याची आम्ही वाट पाहत होतो. त्या मुलांपैकी सर्वांत लहान मुलगी जी अगदी खोल विचारात गढलेली होती, ती मला हसून म्हणाली, ''जेनी, हे काही बरोबर नाही. तुम्ही त्या बेडकासाठी देवदूत होऊन आलात. तुम्ही त्याची सुटका केलीत व तो बेडूक सुरक्षित आहे, याची खातरी केलीत. देवाने खरे तर तुमची गाडी बिघडू द्यायला नको होती.''

मला तिच्याशी सहमत व्हावे लागले- अगदी मनापासून! मात्र असे बघा, तो बेडूक आणखी एखाद्या दिवसासाठी जिवंत राहिला याचा आनंद मला अजनूही, एवढी वर्षे गेल्यानंतरसुद्धा जाणवतो.

'आमेली' या चित्रपटातही, जिच्यावर या चित्रपटाचे कथानक बेतलेले आहे ती नायिका इतरांसाठी सर्व प्रकारच्या गोष्टी करते- तेसुद्धा हे त्यांना कळू न देता. त्यांचे आश्चर्य व समाधान यांमध्ये प्रत्यक्ष त्या लोकांना जो आनंद मिळत असे तेवढाच तिलासुद्धा या गोष्टींचा आनंद होत असे.

कोणत्या का रीतीने आपल्याला शक्य तेवढी इतरांना मदत करता येणे, ही खरे तर आयुष्यातील काही मोठ्या आनंददायक गोष्टींपैकी एक होय.

या क्षणामध्ये जगा व या क्षणाचा वापर करा!

वेळ ही किती गूढ गोष्ट आहे. ती एका क्षणात अदृश्य होऊ शकते वा भूतकाळाला वर्तमानात आणू शकते. आपण चांगली वेळ जतन करतो वा वाईट वेळेचा आपण द्वेषही करतो. आपल्याला हवा तसा आपण वेळेचा वापर करू शकतो वा वेळेचा अपव्ययही करू शकतो.

तुम्ही वेळेचे मूल्य जाणा, तुम्हाला शक्य असेल तेवढा वेळेचा सकारात्मकरीत्या वापर करा व तुमच्या आयुष्यातील प्रत्येक मौल्यवान क्षणाविषयी उत्कट राहा, अशी मी तुम्हाला कळकळीने विनंती करते.

भलेही तुम्ही काही काम करत असाल वा काही करत नसाल, स्वप्न पाहत असाल, योजना बनवत असाल किंवा त्यावर मेहनत घेत असाल, तरीही पूर्णपणे त्या क्षणात जगा. तुम्ही झोपेत असताना जेवढा वेळ बेशुद्धीत (अर्धवट बेशुद्धावस्थेत) घालवता ते पुरेसे आहे. तुम्ही जागे असता ती वेळ, ही खरे तर आयुष्याशी तादात्म्य

होण्याची चांगली संधी असते- मग भलेही तुमच्या आयुष्याचे उद्दिष्ट काही का असेना वा तुमचा रस्ता पुढे कोणत्या का मार्गावर मार्गक्रमण करेना.

व्यक्तिगतरीत्या तुमच्यासाठी योग्य अशा रीतीने तुमचा वेळ वापरा. त्या बाबतीत माझ्या काही सूचना तुम्हाला योग्य वाटतील; मात्र त्या खऱ्या अर्थी तुमच्या नसतील. त्यामुळे तुमच्या मनाचे व अंतःस्फूर्तीचे म्हणणे ऐका. उदाहरणार्थ, प्रत्येक गोष्ट तंतोतंतरीत्या नियोजनाप्रमाणे करणारी व्यक्ती तुम्ही नसाल- उलट येणारा क्षण जसा असेल तसे त्याला तोंड देणारी तुम्ही व्यक्ती असाल व तुमची मनःस्थिती असेल त्याप्रमाणे वागण्यात तुम्हाला आनंद व समाधान मिळत असेल तर? तेही ठीकच आहे. किंवा तुमच्या प्रत्येक क्षणाचे नियोजन करण्याचा तुमचा स्वभाव असेल तर? तेही ठीकच आहे. तुमचा वेळ, तुमचे आयुष्य हे सर्वस्वी तुमचे आहे, त्याचे मूल्य व मोल तुम्ही जाणता. तुम्ही मुक्त, स्वच्छंद व विलक्षण आहात.

आपल्यापाशी किती काळ शिल्लक राहिला आहे, हे आपल्याला माहीत नसते. आशादायी बाब ही आहे की, नव्वद वर्षे जगण्याची नवी उमेद आपण बाळगू शकतो- कदाचित कमी, कदाचित जास्त. आपले आयुष्य भलेही कितीही मोठे वाटो, मात्र आपल्याला वाटते त्यापेक्षा ते अधिक वेगाने पुढे सरकत असते व अचानकच आपण शेवटच्या वळणावर उभे असू, अशी धोक्याची सूचना माझ्या वडीलधाऱ्यांनी दिल्याचे मला आठवते. तुम्ही अगदी मरणाच्या दारात उभे आहात किंवा अगदी शेवटचा तास तुमच्याकडे शिल्लक आहे, तेव्हा मागे वळून पाहताना तुम्ही असा विचार करत असाल – "अरेरे! मी एखादी अमुक-अमुक गोष्ट केली असती तर..." तेव्हा तुम्हाला कसे वाटेल, त्याची कल्पना करा!

मागे वळून बघताना तुम्हाला जर असे वाटले की तुम्हाला जे हवे होते, त्यांपैकी तुम्ही बरेचसे मिळवलेले आहे व तुम्ही तुमचे आयुष्य पूर्णपणे सकारात्मकतेने जगला आहात, तर वय वाढण्याच्या प्रक्रियेला व जेव्हा तुमची वेळ येईल तेव्हा हे विलक्षण जीवन व जग सोडून जाताना तुम्हाला किती सकारात्मक व विलक्षण वाटेल, त्याचा विचार करा.

म्हणून अगदी या क्षणापासून व दररोज तुम्ही तुमच्या आयुष्याशी पूर्णपणे एकरूप होऊन जगा, जेणेकरून त्यामधून तुमची सकारात्मक शक्ती सातत्याने प्रवाहित होऊ शकते, व तसेच होणे अपेक्षितही आहे, त्यामुळे अशी ऊर्जा निर्माण होईल ज्यामधून हे जीवन उजळून निघेल. तुम्ही प्रेम व शांतीने चालाल व पुष्कळदा समाधानाने व आनंदाने नाचाल.

या क्षणामध्ये रममाण व्हा व त्यावर प्रेम करा.

१

दैनंदिन जीवनातील सकारात्मकता

या प्रकरणामध्ये तुम्ही सकारात्मकतेचा तेव्हा अंगीकार कराल जेव्हा तुम्ही :

- *तुम्हाला आनंद देणारे वातावरण जाणाल. स्वतःच्या दिसण्याची तुम्ही काळजी घ्याल.*
- *तुमचे सार्वजनिक जीवन तुम्ही जपाल.*
- *तुमच्या प्रियजनांची व अगदी जवळच्या लोकांची काळजी घ्याल.*
- *तुम्ही तुमच्या कामाचे मोल जाणाल.*
- *तुमचे छंद व तुमच्या आवडीनिवडीच्या गोष्टींचा तुम्ही आनंद घ्याल.*
- *तुम्ही अडचणींमधून मार्ग काढाल.*
- *तुम्ही सौंदर्य जाणून घ्याल व गौरवाने जगाल.*
- *तुमची नाळ इतरांशी जुळवून घ्याल व त्यांच्यामध्ये गुंतून जाल.*
- *स्वतःशी व स्वतःपलीकडच्या जगाशी तुम्ही एकरूप व्हाल.*

दैनंदिन आयुष्य आपल्या अस्तित्वाला हळुवारपणे आधार देते व सोबतच आपले संरक्षण अनेक रीतींनी करते. आपले दैनंदिन आयुष्य हे त्यामध्ये असलेले सर्व घटक व अडचणी यांमधून आपण कसे आहोत त्या स्वरूपाला व काही अंशी आपण कोण आहोत त्या बाबीलाही आकार देते. त्यामुळे आपण अशी एक पद्धत व प्रणाली अंगीकारणे महत्त्वाचे आहे, जी आपल्याला आवडेल व समृद्ध करेल. एखादे ठिकाण किंवा समुदाय ज्यामध्ये आपण वावरतो, तुमचे घर, तुम्ही कसे दिसता व कोणासोबत मिसळता, तुमच्या आवडीनिवडी व तुम्हाला स्वारस्य असलेल्या गोष्टी या सर्व बाबी तुमच्या कल्याणाला दैनंदिन पातळीवर सकारात्मकरीत्या प्रभावित करू शकतात.

जसा वेळ जातो तसा, काही बाबींमध्ये अगदी थोडा बदल होऊ शकतो. तो झाला तर तुम्हाला सर्व प्रकारचे बदल अनुभवायला मिळू शकतात. मात्र या सर्व गोष्टी तुमच्यासाठी अजूनही ठीक आहेत का, यावर लक्ष ठेवून काही उपयुक्त बदल तुम्ही त्यामध्ये घडवू शकता. जीवनाच्या सर्व अवस्था व घटना यांमध्ये तुमची जीवनशैली ठरवण्यात, त्यावर प्रभाव टाकण्यात किंवा त्यामध्ये बदल घडवण्यात सकारात्मक विचारसरणी तुम्हाला मदत करेल. ज्यामुळे तुम्ही तुमच्या मौल्यवान आयुष्याचा दर्जा केवळ सुखदच नव्हे, तर समृद्ध करणाऱ्या पातळीवर नेऊन ठेवू शकता.

तुम्ही आनंद घेता तो परिसर व ठिकाणे जपा

आपल्या सभोवतालच्या जागेत- भलेही ती जागा थोडी लहान का असेना- समाधानी राहण्यामुळे आपल्या कल्याणावर आश्चर्यकारक वाटेल एवढा प्रभाव पडतो. आपल्या सभोवतालचा परिसर आपल्यासाठी व आपल्या सकारात्मकतेसाठी महत्त्वाचा असतो व तो परिसर अधिक आकर्षक, तसेच सुखकर करणे खूपच सोपे असते.

कामाच्या ठिकाणी आपल्याला उपलब्ध असणाऱ्या जागेबाबत निवडीला आपल्याला फारसा वाव नसतो हे मान्य आहे; मात्र आपला त्यावर प्रभाव जरूर असतो. बहुतांश वेळा आपण त्या जागेला आपली स्वतःची वैशिष्ट्यूपर्ण अशी ओळख देऊ शकतो व काही फुले किंवा आपल्या एखाद्या प्रियजनाचे छायाचित्र तिथे ठेवून आपण त्या जागेला निश्चितच अधिक आशादायी व आनंददायकही बनवू शकतो. तुम्हाला तुमची जागा स्वच्छ व नीटनेटकी ठेवायला आवडते किंवा जेव्हा तुम्ही एका बाजूला न आवरलेले टेबल व तुमच्या आवडत्या पुस्तकांचे गठ्ठे ठेवाल व सोबतच तुम्हाला सुखावणाऱ्या काही वस्तू व रंगही तुम्ही तुमच्या आसपास ठेवाल तेव्हा तुम्हाला माझ्यासारखी तीच परिचित जाणीव होईल... आपण सर्व जण भिन्न आहोत. आपण सर्वच जण आपली छाप आपापल्या पद्धतीने सोडतो. मात्र पुष्कळदा त्याचे मोल जाणण्यासाठी आपण थांबत मात्र नाही. थांबा! तुम्हाला आवडणाऱ्या गोष्टी आतमध्ये शोषून घ्या व जर अशा कोणत्याही वस्तू वा गोष्टी नसतील- अशा काही गोष्टी वा वस्तू तयार करा. काही वेळा आपल्याला नेहमीपेक्षा थोडा वेगळा विचार करावा लागतो. उदाहरणार्थ, कामाच्या ठिकाणी कोणत्याही व्यक्तिगत स्वरूपाच्या गोष्टी नकोत, असा आग्रह धरणारे मालक लोक त्या संपूर्ण जागेचा चेहरामोहरा बदलण्याच्या सूचनांबाबत पुष्कळदा अनुकूल असूही शकतात.

एखाद्या गोष्टीची काळजी घेतली, तर त्याने किती फरक पडतो! हल्ली कला

सर्वांनाच सहजरीत्या उपलब्ध होणारी, तसेच परवडण्यासारखी झालेली आहे व त्यामुळे कोणाचीही मनःस्थिती सुधारू शकते. म्हणून व्यवहारी असलेले मालक काही प्रेरणादायी चित्रे किंवा अगदी शिल्पांमध्येही थोडीफार गुंतवणूक करण्याविषयी अनुकूलरीत्या विचार करू शकतात.

घरातील जागा ही मात्र पूर्णपणे तुमची स्वतःची असते. अगदी लहानात लहान असलेला स्टुडिओ हा आरामदायी, डोळ्यांना सुखावणारा असू शकतो व आपण जे काही करू त्यासाठी तो एक चांगला आधार व एक चांगली प्रेरणाही असू शकतो. तुम्हाला हवा तेवढा किंवा काही वेळ तुमच्या इच्छेप्रमाणे तुम्ही त्यासाठी देऊ शकता. हल्ली तर तुम्हाला नको असलेल्या गोष्टींचा पुनर्वापर करणाऱ्या- तेही मोफत- कित्येक मोठ्या संघटना कार्यरत आहेत. त्यामुळे जरी तुमची आर्थिक परिस्थिती तंग असली तरी तुम्हाला त्यासाठी काहीही खर्च करावा लागणार नाही.

तुम्हाला ज्या गोष्टी पाहायला आवडतात व तुमच्यासाठी जे फर्निचर आरामदायी व व्यावहारिकरीत्या योग्य आहे ते निवडणे, हे यामागील गमक होय. रंगांमुळे आपली आयुष्ये व मने उजळून निघतात. त्यामुळे तुम्हाला आवडणारे व परस्परांशी सुसंगत रंग निवडा. तुम्ही खूप फॅशनेबलच असावे, असा समज करून घेऊ नका. जर तुम्हाला फॅशन आवडत असेल तर ते ठीकच आहे. मात्र जरी तुम्ही सध्या प्रचलित असलेल्या फॅशनमध्ये बसत नसाल, तर तेही ठीकच आहे. फॅशनमधील बदल ही एक प्रकारे जुन्याच बदलांची पुनरावृत्ती असते. त्यामुळे तुम्हीसुद्धा कदाचित एखाद्या नव्या कल्पनेचे वा फॅशनचे जनक असू शकता!

तुम्ही ज्या क्षणी तुमच्या घरात प्रवेश करता व जेव्हा तुम्ही घराबाहेर पडता, त्या वेळी तुम्हाला आरामदायी व सुखद वाटेल हे उद्दिष्ट डोळ्यांसमोर ठेवा. तसेच तुम्ही बाहेर पडाल तेव्हा घरी परतण्याची आस तुम्हाला लागेल, अशी अंतर्गत सजावट असेल असे पाहा. खरे तर, ही आपल्या आयुष्याची किती साधी बाब असते! मात्र जेव्हा आपण तिचे मोल जाणण्यासाठी काही क्षण थबकतो, तेव्हा त्याचा आपल्या चांगल्या मनःस्थितीवर किती सकारात्मक व आनंददायक प्रभाव पडतो, ते पाहून तुम्ही चकितच व्हाल.

त्यामधून मिळणाऱ्या दृश्य प्रेरणेसोबत व तुम्हाला आरामदायी वाटते अशा जागी राहण्याच्या व्यावहारिक आनंदासोबतच तेथे आणखी एक आंतरिक बाब असते, ज्यामुळे तुम्हाला सकारात्मक वाटते व ती बाब तुमच्या स्वत्वाचा आविष्कार असते. उदाहरणार्थ तुम्हाला आवडणारे रंग निवडण्यातून मिळणाऱ्या आनंदाशिवाय तुम्ही या जाणिवेचा अनुभव घ्याल का, या गोष्टींच्या माध्यमातून स्वतःच्या व्यक्तिमत्त्वाचा व तुम्ही कोण आहात त्या जाणिवेचा तुम्ही स्वीकार करता.

म्हणून तुम्हाला जे रंग व वस्तू आवडतात, त्या तुमच्या आसपास असणे

महत्त्वाचे असते. कित्येक लोक फॅशनचे अंधानुकरण करतात व त्यामध्ये स्वतःची अशी व्यक्तिगत भर न घालता किंवा तसा आग्रह न धरता अंतर्गत सजावटीचे काम ते अन्य व्यक्तीकडे सोपवतात. तुमच्या परिसरावर तुम्ही प्रेम करता हे खातरीलायकरीत्या सांगण्यासाठी ती जागा तुमच्याशी संवाद साधते व तुमच्या व्यक्तिमत्त्वाला व्यक्त करते, याची खातरी करा. असे केल्यास ती वास्तू आनंदाने व सकारात्मकतेने उजळेल व सोबतच तुम्हीही उजळाल. भरपूर देखभाल करण्यात आलेल्या घरामध्ये खूप विस्मयकारी ऊर्जा भरलेली असते.

तुमच्या व्यक्तिमत्त्वाचा ठसा उमटवण्याचा आणखी एक मार्ग

स्वआविष्कार– उदाहरणार्थ तुमच्या स्वाक्षरीचा ठसा तयार करून घेणे, स्वतःच्या वेळेच्या नियोजनाचा आराखडा तयार करणे किंवा तुमच्या घरामध्ये कायमस्वरूपी सुधारणा करण, यांसारख्या गोष्टींमुळे आपण ज्या ठिकाणी राहतो त्याविषयी व्यक्तिगत स्वरूपाचा आविष्कार आपण करतो. चांगले वाटण्याची आंतरिक बाब त्यामध्ये समाविष्ट असते.

त्यामुळे तुम्हाला सातत्याचा व वेळेच्या महासागरातील एका क्षणामध्ये तुम्हाला तुमच्या अस्तित्वाचा अनुभव मिळतो- मग भलेही ते कितीही क्षणभंगुर का असेना. तुम्ही एखाद्या जागेवर जेव्हा प्रेम करत असता, तेव्हा तुमच्या व्यक्तिमत्त्वाचा एक अंश तुम्ही तिथे मागे सोडून जाता- काहीतरी सकारात्मक, काहीतरी चांगले. ती अशी एखादी कायमस्वरूपी सुधारणा असू शकते, जिचा आनंद तुमच्यानंतर तिथे राहणारे लोक पुढील कित्येक वर्षे घेतील. किंवा तुम्ही तुमच्या अस्तित्वाचे स्मरण करून देणारी एखादी गोष्ट- उदाहरणार्थ, एखाद्या अनपेक्षित जागी असलेली तुमची स्वाक्षरी तुम्ही मागे सोडू शकता- कुणास ठाऊक, येणाऱ्या काळात कदाचित कुणीतरी तुमची स्वाक्षरी बघेलसुद्धा व तुम्ही कोण होतात त्याविषयी ती व्यक्ती विचार करेल, तुमच्याविषयी प्रेमाचा एखादा शब्द उच्चारेल व एखाद्या निराळ्या पातळीवर कदाचित तुमच्याशी जोडलीसुद्धा जाईल! अनेक शतकांपासून चालत आलेली ही एक रीत आहे. प्राचीन चर्च किंवा जुने फर्निचर यामध्ये कोरलेली नावे बघण्यात मला कोण आनंद वाटतो! या जुन्या लोकांचे अस्तित्व अगदी जाणवण्यासारखे असते.

आणखी एक गुंगवून टाकणारी कल्पना म्हणजे वेळेचा व्यक्तिगत स्वरूपाचा आराखडा बनवणे, ही होय. सहजपणे नष्ट न होणाऱ्या एखाद्या छोट्याशा खोक्यामध्ये कागद टाका ज्यावर काही लिहिलेले असेल- कदाचित तुमचे वर्णन त्यामध्ये असेल किंवा तुम्हाला आवडेल अशी एखादी कविता किंवा जो कोणी ती चिठ्ठी वाचेल त्यासाठी सदिच्छा- जर तुम्हाला आवडत असेल तर सोबत एखादे चित्रही. जसे

तुम्ही या वस्तू आत ठेवाल उदाहरणार्थ, बागेमध्ये खोलवर दडवून किंवा ज्या भिंतीवर पुन्हा गिलावा केला जात आहे त्या भिंतीमध्ये, तेव्हा तुम्ही व्यक्त केलेल्या या अभिव्यक्तीचा आनंद व अनुभव घ्या, जो भविष्यामध्येही टिकून राहील.

अशा काही गोष्टी असतात ज्या अर्थपूर्ण असतात व ज्यामधून समाधान मिळते. तुमच्या सध्याच्या अस्तित्वाची नोंद ठेवणाऱ्या या साऱ्यांमधून तुम्ही इतरांनाही अशाच रोमांचाचा अनुभव द्याल- एका क्षणाचा संपर्क, कदाचित तुम्ही गेल्यानंतर दूरवर भविष्यात राहणारा.

स्थळाची जाणीव, तुमची जाणीव, या गोष्टी एकत्र येतात व सकारात्मक ऊर्जा व आनंद यांच्यासोबत नृत्य करतात.

तुमच्या दिसण्याची काळजी घ्या

आपली शरीरे व चेहरे आश्चर्यकारकरीत्या जटिल आहेत, होय ना? आणि आपण पुष्कळशा बाबतीत सारखे असलो तरीही आपण परस्परांपासून किती भिन्न आहोत! आपली शरीरे ही आपल्या जाणिवेचा व आनंदाचा एक समृद्ध स्रोत असू शकतात. अनेक कलाकारांना या गोष्टींची कित्येक शतकांपासून जाणीव आहे व त्यांनी त्यांच्या कलाकृतींमधून ही गोष्ट दाखवलेली आहे की आपल्यापैकी प्रत्येकामध्ये आयुष्याच्या सर्व अवस्थांमध्यें सौंदर्य दडलेले असते. मात्र ही गोष्ट पुष्कळदा आपल्या लक्षातच येत नाही. त्यामुळे आपण स्वतःकडे कदाचित एखाद्या निष्णात कलाकाराच्या दृष्टीमधून पाहायला हवे व आपल्या चेहऱ्याच्या प्रत्येक वैशिष्ट्याच्या व थक्क करणाऱ्या अगदी सुसंघटित अशा आपल्या शरीरांच्या आपण प्रेमात पडायला हवे.

स्वतःच स्वतःची काळजी घेतल्याने आपल्याला चांगले वाटते. शारीरिक पातळीवर सकारात्मकतेची दररोज जाणीव करण्यामधील महत्त्वाचा भाग म्हणजे आपल्या शरीराचा सर्वांत मोठा अवयव असलेल्या आपल्या विस्मयकारी त्वचेला आर्द्र व लवचीक ठेवणे, तसेच आपल्या शरीराच्या प्रत्येक भागाला शक्य तेवढे निरोगी ठेवणे, हा होय. व्यवस्थितरीत्या आहार घेणे, व्यायाम करणे व विश्रांती घेणे या माध्यमातून स्वतःला निरोगी ठेवणे आपल्याला शक्य होऊ शकते. त्याचा ऊहापोह आपण सातव्या प्रकरणात केलेला आहे.

भावनिकरीत्या व शारीरिकरीत्या आपल्याला ज्या रीतीने चांगले वाटते, ते करण्याची एक साधी पद्धत म्हणजे आपले हात स्वतःच्या अंगावरून व विविध अवयवांवरून फिरवणे होय, जेणेकरून आपल्या तळव्यांना आपली त्वचा, मांस व त्या खालील हाडांचा स्पर्श कसा वाटतो व जाणवतो, याची जाणीव करून घेणे

होय. खरे तर करावयास ही गोष्ट एवढी सोपी आहे; मात्र आपल्यापैकी पुष्कळ जण हे करतात असे मला वाटत नाही, म्हणून तसे करून बघा. तुम्ही सार्वजनिक ठिकाणीही ही गोष्ट करू शकता. उदाहरणार्थ, एका हातावर दुसरा हात ठेवा किंवा तुमचे हात एकमेकांमध्ये गुंतवा व त्या स्पर्शामधून तुमच्या मौल्यवान हातांसाठी व स्वतःसाठी जी प्रेमाची भावना तुम्हाला जाणवते, त्याचा अनुभव घ्या. कदाचित सार्वजनिक ठिकाणी नाही; मात्र जेव्हा तुम्ही एकटे असाल तेव्हा तुम्ही एखाद्या मांजराला जसे थोपटता तसे स्वतःला थोपटून बघा. त्यामुळे तुम्हाला किती शांत, चांगले वाटते व कसे उत्साही वाटते, त्याचा अनुभव घ्या! ती जाणीव सौम्य आनंदाच्या एखाद्या जाणिवेशी मिळतीजुळती असते; मात्र ती जाणीव लैंगिक सुखासारखी किंवा नेमके सांगायचे झाल्यास विषयसुखासारखी नसते, तर केवळ आश्वासक, सकारात्मक व खूपच उपचारात्मक स्वरूपाची असते, असे मला वाटते.

आत्मप्रतिमा व स्वतःच्या समाधानासाठी स्वतःच्या व्यक्तिगत पेहेरावाची काळजी घेणे, हीसुद्धा एक महत्त्वाची गोष्ट असते व त्यामधून इतरांनाही आनंद मिळतो. थोडक्यात सांगायचे झाल्यास, यामधून दुहेरी फायदा मिळतो. इथे हे लक्षात घ्या की, तुम्हाला त्यासाठी खूप पैसे खर्च करावे लागणार नाहीत किंवा खूप काही करावे लागणार नाही, तर नीटनेटके केस, चमकणारे डोळे, स्मितहास्य या अगदी साध्या गोष्टींची तुम्हाला काळजी घ्यावी लागेल. याचा अर्थ असा होतो की, नैसर्गिकरीत्या चांगले दिसल्यामुळे तुमचे व्यक्तित्व खुलते. शक्य तेवढे अधिक चांगले दिसल्यामुळे आपल्या सकारात्मक शक्तीला उत्तेजन मिळते व त्यामुळे आपल्या चालीमध्ये एक प्रकारची ऐट येते.

आकर्षकरीत्या व स्वतःच्या व्यक्तिमत्त्वानुसार पेहराव करणे, हे दोन प्रकारे आनंददायक असते. गमतीची बाब ही असते की, आपली इच्छा नसल्यास आपल्याला आपल्या कपड्यांवर खूप उधळपट्टी करण्याचीही आवश्यकता नसते. माझ्या माहितीप्रमाणे मला परिचित असलेल्या अतिधनाढ्य लोकांना जुन्यातले जुने कपडे वापरताना मी पाहिलेले आहे. हे लोक फॅशनविषयी अगदी बेफिकीर होते; मात्र ते मुळातच आकर्षक व्यक्तिमत्त्वाचे होते. चांगल्या पेहरावाचा जास्त खर्च करण्याशी अजिबातच संबंध नसतो, हे दाखवून देण्यासाठी मी या गोष्टीचा इथे उल्लेख केला आहे. साधी राहणी असलेल्या या लोकांना काही महत्त्वाच्या सवयी असतात, ज्यांचा त्यांच्या दिसण्यावर खूपच सकारात्मक प्रभाव पडतो. आपण सर्वच जण या सवयींचा अंगीकार करू शकतो. या सवयी पुढे दिल्या आहेत.

- ✓ आत्मविश्वासपूर्वक चाला.
- ✓ दिमाखाने चाला.

- ✓ खूप खूप दयाळूपणे वागा.
- ✓ इतरांवर प्रभाव पाडणाऱ्या विनोदबुद्धीचा विलक्षण आनंद घ्या.
- ✓ तुमचा वेष तुमच्या पद्धतीने परिधान करा.

तुमचे सामाजिक जीवन जपा

मित्र आपल्या आयुष्याला उजाळा देतात, कारण मैत्री, मदत, एकत्र केलेली गंमत व मजेदार संभाषण याचे ते माध्यम असतात. आपण आवडण्यासारखे आहोत व आपल्यालाही इतर लोक आवडतात, या गोष्टीची खातरी आपले मित्र आपल्याला देत असतात. मैत्रीमुळे खूप सकारात्मक व चांगले वाटते. आपल्या मित्रांची संख्या व ज्या प्रकारची आपली मैत्री आहे, त्या बाबतीत आपण सर्वच जण परस्परांहून वेगळे असतो. काही लोक अनेक मित्र जमवतात; याउलट काही जणांना थोडेच मित्र असतात, काहींना तर केवळ एक किंवा दोनच मित्र असतात. या गोष्टी पुष्कळ अंशी आपल्या व्यक्तिमत्त्वावर व जीवनशैलीवर अवलंबून असतात.

इतर कोणत्याही सजीव प्राण्याप्रमाणे मैत्रीमध्येसुद्धा काळजी घेणे व निगा राखणे महत्त्वाचे असते. जीवनाच्या निरनिराळ्या अवस्थांमध्ये आपली सामाजिक आयुष्ये खातरीशीररीत्या बदलतात व आपल्या मित्रांशी असलेल्या संपर्कातही खूप फरक पडतो. मात्र मित्रांकडे दुर्लक्ष करणे धोक्याचे असू शकते; कारण भलेही काही वेळा अशा परिस्थितीतही मैत्री टिकते. मात्र पुष्कळदा हे संबंध अगदी कमकुवत होतात व मग तुमच्या मित्रांशी असलेला तुमचा संपर्क संपूर्णपणे तुटतो वा जेव्हा तुम्ही तो बंध पुन्हा स्थापित करण्याचा प्रयत्न करता, तेव्हा तुम्ही दोघेही बदलला आहात व कधी काळी तुमच्यामध्ये जो सुसंवाद होता तो आता नाही, असे तुम्हाला जाणवते. म्हणून अशा वेळी जेव्हा तुमची मैत्री अगदी पुसट झाली आहे, तेव्हा त्या मित्राचा प्रेमाने विचार करा व आश्वासनाच्या खातरीपूर्वक भावनेने व त्याच्याविषयीच्या काळजीने किमान अधूनमधून त्या मित्राशी संपर्क साधण्याचा प्रयत्न करा.

मित्रांशी संपर्कात राहणे ही गोष्ट मुळात कठीण नाही- काही काळानंतर ती सवय तुमचा स्वभावच बनते व ते आनंददायीही असते. एवढेच नव्हे, तर घाईघाईत पाठवलेले वर्षभरातील एखादे पत्र, फोन, सोबत केलेले जेवण, ई-मेल, वाढदिवस, ख्रिसमस किंवा कोणत्याही प्रसंगासाठीचे शुभेच्छापत्र यामधून तुमच्या मैत्रीचे बंध टिकून राहतात. यासाठी खूप वेळ द्यावा लागत नाही, तर त्या कृतींमागील विचारांमुळे संबंधित व्यक्तीला खूप मोठा फरक पडतो.

क्वचितप्रसंगी जेव्हा यापुढे आपले विचार मित्रांसोबत जुळणे शक्य नसते, तेव्हा मैत्री संपवणे हीच सर्वोत्तम गोष्ट आहे, या वास्तवाला सामोरे जाणे आवश्यक

असते. अगदी खूप जवळच्या मित्रांमध्येसुद्धा आयुष्याच्या नव्या वळणावर भिन्न स्वरूपाच्या आवडीनिवडींच्या गोष्टींमुळे मैत्रीत फरक पडू शकतो. इतर कोणत्याही हानीसारखीच ही गोष्टही कठीण असते व त्यामधून बदल प्रतीत होतो. मात्र त्या बदलाचा सन्मानाने स्वीकार करून पुढे चालण्याची तयारी ठेवणे, हे पुढे मार्गक्रमण (प्रगती) करण्याचे एक सकारात्मक पाऊल असते व तुम्ही त्या मित्रासोबत एकत्र घालवलेला चांगला वेळ व त्याचा तुम्हाला मिळालेला स्नेह, हे लक्षात ठेवणे यामुळे शक्य होते.

मित्रांशी असलेल्या तुमच्या संपर्काच्या पद्धती किंवा संपर्काचे विषय भलेही बदलले असले तरीही, पुष्कळ अंशी मैत्री टिकवून ठेवणे नेहमीच योग्य असते. त्याचे कारण हे आहे की, जुने मित्र हे खूपच मौल्यवान असतात. तुम्ही परस्परांना खूप चांगले ओळखत असता व मुळात तुम्ही परस्परांना पसंतही करता. जोपर्यंत तुम्ही परस्परांच्या मतांचा आदर करता, परस्परांच्या तऱ्हेवाईक सवयींचा तुम्ही स्वीकार करता व परस्परांना मदत करण्यास तयार असता, अर्थातच जोपर्यंत तुम्ही एकत्र हसू शकता तोपर्यंत तुमची मैत्री तुम्हा दोघांच्याही आयुष्यात मोलाची भर घालू शकते- मग भलेही तुमच्यातील संवाद कितीही कमी किंवा जास्त असेना.

एखाद्या मित्राशी मैत्री खरेच कायमची संपली आहे असे जर तुम्हाला मनापासून वाटत असेल तर त्याचा अपवाद वगळता विस्मरणात गेलेल्या मैत्रीला पुन्हा उजाळा देणे हेसुद्धा ठीकच असते. मैत्रीचा पुन्हा आरंभ करण्यासाठी या विषयाला समर्पित अशी वेबसाइट व जुन्या मित्रांना पुन्हा शोधून काढणे शक्य होईल अशा सर्च इंजिन्समुळे तुम्हाला मित्रांशी पुन्हा संपर्क स्थापित करता येतो. त्यानंतर एखाददुसऱ्या मेलच्या माध्यमातून तुम्ही परस्परांशी अजूनही जुळवून घेऊ शकत आहात काय व पुन्हा एकदा मित्र बनू शकता काय, ही शक्यता तुम्ही तत्काळ पडताळून पाहू शकता.

मात्र ज्या मित्रांना तुमच्या मैत्रीची आवश्यकता नाही किंवा जे मित्र तुमच्या मैत्रीला प्रतिसाद देत नाहीत, त्यांच्यासाठी तुमची शक्ती व भावना व्यर्थ वाया घालवू नका– याउलट तुमच्या मैत्रीला प्रतिसाद देणाऱ्या व तुमच्यावर प्रेम करणाऱ्या मित्रांसाठी ही मैत्री शिल्लक ठेवा. मैत्री संपली आहे हे समजून परिस्थिती स्वीकारा व दुखावले गेल्याची किंवा कडवटपणाची कोणतीही भावना मनात बाळगू नका. अगदीच टोकाची उदाहरणे वगळता, जे लोक तुम्हाला आवडतात त्यांच्याविषयी खूप कठोर होऊ नका. तुमचा स्नेह किंवा मैत्रीरूपी आमंत्रण भलेही त्यांनी झिडकारले असेल, तरीही कदाचित एक दिवस असा येईल, जेव्हा आयुष्यात नंतरच्या एखाद्या वळणावर तुम्ही दोघेही सारखाच विचार करत असाल. त्या वेळी परस्परांच्या सहवासाचा आनंद तुम्ही दोघेही घेऊ शकाल.

संपर्कात राहण्यासाठी, संवाद साधण्यासाठी इंटरनेट हे एक खूपच विलक्षण माध्यम आहे. काही प्रकारची मैत्री तर केवळ याच माध्यमातून अस्तित्वात येते. मी पूर्वी स्वतःच्या हस्ताक्षरात किंवा टंकलेखन करून जेवढी पत्रे पाठवत असे, त्याहून खूप जास्त पत्रे मी आज ई-मेलच्या माध्यमातून पाठवते. मात्र शक्य तिथे फोन करून किंवा प्रत्यक्ष संपर्कातही राहत चला; कारण की मित्राचा आवाज प्रत्यक्ष ऐकणे किंवा त्याहून अधिक चांगली गोष्ट मित्र (किंवा मैत्रिणीला) आलिंगन देणे ही होय.

आपल्या मित्रांचे मोल स्वतः जाणून घेण्यासाठी एक चांगली पद्धत म्हणजे मित्रांची नावे व तुमचे त्यांच्याविषयीचे विचार लिहिणे, ही होय.

- ते तुमच्यासाठी का महत्त्वाचे आहेत?
- तुम्हाला त्यांच्याप्रती विशेष स्नेह का वाटतो?
- तुम्ही तो स्नेह कशा रीतीने दाखवता?
- तुमचे मित्र तुम्हाला कोणत्या प्रकारे चांगलेपणाचा अनुभव व प्रेरणा देतात?
- उल्लेखनीय अशा कोणत्या गमतीशीर किंवा हेलावून सोडणाऱ्या अनुभवांमध्ये ते तुमच्यासोबत होते?

आणि आता बाजू वळवून पाहा व तुमच्या त्या प्रत्येक मित्राच्या बाबतीत तुम्ही किती चांगले मित्र आहात ते नोंदवा :

- ते तुमच्यावर का प्रेम करतात?
- तुम्ही अधिक चांगले मित्र कसे बनू शकता?
- तुमच्या मित्रांबाबत तुम्ही निवाडा तर सुनावत नाहीत ना?
- त्यांना स्वतःविषयी चांगले वाटावे, यासाठी तुम्ही त्याना कशा प्रकारे मदत करता?
- ते तुम्हाला प्रेरित करतात का?
- त्यांच्याशी विचार जुळवून घेण्याचा तुम्ही प्रयत्न करता का?
- भले काहीही का झालेले असेना, तुम्ही त्यांचा विचार प्रेमाने करता का?

मैत्री म्हणजे आयुष्याच्या या रंगीबेरंगी वस्त्रातील व आपण इतर लोकांशी जे संबंध बनवतो त्यामधील चैतन्यमय व रंगीत धागे होत. आपण ज्या अनुभवांमध्ये इतरांसोबत असतो, ते अनुभव म्हणजे आपण इतक्या वर्षांमध्ये विणलेले सोन्याचे धागे होत व त्यामधून आपण सकारात्मकता व प्रेम यांचे एक अद्‌भुत वस्त्र विणतो. मात्र ते विशेष क्षण माणूस सहजपणे विसरून जातो. त्यामुळे तुमच्या वाट्याला

आलेले विशेष क्षण लिहून ठेवण्याचा प्रयत्न करा. माझ्या रोजनिशीमध्ये मागे वळून बघताना आम्हाला ज्या गोष्टींनी हसायला, रडायला आले किंवा गोंधळात टाकले, त्या गोष्टी बघणे मला आवडते. माझे पालक व असे मित्र जे हे जग सोडून गेले आहेत, त्यांनी त्यांच्या आठवणी लिहून ठेवल्या असत्या तर किती बरे झाले असते, हा विचार माझ्या मनात येतो. तुमच्या आठवणी तुम्ही तुमच्या रोजनिशीत लिहू शकता किंवा त्याहून चांगली कल्पना म्हणजे मित्रांचे एक पुस्तक बाळगा, जेणेकरून जेव्हा तुम्ही भेटाल तेव्हा तुमचे मित्र त्या गोष्टी बघू शकतील व तुम्ही त्या आठवणींना एकत्रितरीत्या उजाळा देऊ शकाल.

मैत्री ही मौल्यवान व काळजी घेण्यासारखी बाब आहे. मैत्रीची चांगली काळजी घेतल्याने तुमच्यामधील सुसंवाद तुम्हाला उजळवतो. मग भलेही तो संबंध क्वचितप्रसंगी येणारा साधासुधा संपर्क असो वा सक्रिय, जोमदार असा एकत्रितपणाचा अनुभव असो, तो सकारात्मक ऊर्जा व प्रेम यांनी खळाळतो.

तुमच्या अगदी निकटच्या प्रियजनांची काळजी घ्या

आपल्यापैकी पुष्कळ लोकांसाठी आपल्या मनात आपले कुटुंबीय (व प्रियजन) वा मित्र यांच्याविषयी असलेले प्रेम ही आयुष्यातील सर्वांत महत्त्वाची गोष्ट असते. आपण आपले प्रेम बहुविध रीतींनी दर्शवतो व ते प्रेम विविध रीतींनी आपले आयुष्य उजळून टाकते. आपण त्यांच्यावर प्रेम करतो व तेसुद्धा आपल्यावर प्रेम करतात याची केवळ पुसट कल्पना नव्हे, तर त्या गोष्टीची जाणीव सक्रियरीत्या होणे व आपल्या प्रियजनांकडे प्रेमपूर्वकरीत्या लक्ष देणे, किती महत्त्वाचे असते, नाही का?

त्यांच्याप्रती असलेले प्रेम दररोज व्यक्त करणे म्हणजे चांगुलपणाचे मूर्त रूप होय. तुम्ही त्यांच्यासाठी प्रेमाचे प्रतीक म्हणून काही करता व तेसुद्धा तुमच्यासाठी काहीतरी करतात. त्यामुळे तुम्हाला खूप चांगले वाटते व तुम्ही तसेच तुमच्या आसपासच्या सर्वांची मनःस्थिती उंचावते.

तुम्ही परस्परांसाठी ज्या असंख्य गोष्टी करता- भले त्या कितीही लहान असोत - ती प्रत्येकच गोष्ट मौल्यवान असते व त्या गोष्टीची जाण ठेवणे, हेही तेवढेच मोलाचे असते.

शब्द हे प्रेम व्यक्त करण्याचे उघड माध्यम होत व हे शब्द केवळ प्रेम व्यक्त करणारेच असतात असे नाही, तर आपण नेहमी इतरांशी ज्या रीतीने बोलतो व आपली जी देहबोली असते, त्यामधूनही ते प्रेम बोलताना व आसपास वावरताना व्यक्त होत असते.

मात्र परस्परांना कमी लेखण्याची सवयही आपल्याला किती सहजपणे लागते!

आपण जेव्हा इतरांची चेष्टामस्करी करत असतो, त्या वेळीही आपण आपल्या आवाजाच्या पातळीकडे लक्ष द्यायला हवे व आपण एखाद्याची थट्टा भले कितीही सौम्यपणे करत असलो तरीही त्या व्यक्तीलासुद्धा त्यामध्ये गंमत वाटते आहे ना, याची आपण खातरी केली पाहिजे. जेव्हा ती व्यक्ती थट्टा खेळकरपणे घेते व थट्टामस्करी खऱ्या प्रेमापोटी चालली असेल तोपर्यंत ठीक आहे; मात्र आपण त्यांना दुखवत तर नाही ना, याची काळजी तुम्ही घ्यायला हवी. खूप जास्त थट्टामस्करी केल्याने संबंधित व्यक्ती तुमच्याप्रती असंवेदनशील बनू शकते वा त्याहून वाईट म्हणजे त्यामुळे त्या व्यक्तीच्या मनात कायमची दुखरी जखम राहू शकते.

त्यामुळे एकूणच विचार करता हळुवारपणे, दयाळूपणे व सौम्य वागा. त्यांच्या आत्मविश्वासाला उत्तेजन द्या. त्यांच्याप्रती तुमचे प्रेम तुम्ही थट्टामस्करीमध्ये दडवून व्यक्त करायला हवे या गैरसमजुतीखाली न राहता, ते प्रेम उघड शब्दांत व्यक्त करा व तुम्हालाही त्यांनी प्रेमाने वागवावे, अशी अपेक्षा ठेवा. मी जेव्हा कधीही लोक बोलताना ऐकते किंवा बघते- माझ्या मित्रांना घरी किंवा अपरिचित लोकांना सुपरमार्केटमध्ये त्यांच्या सहकाऱ्यांसोबत कडवटपणे बोलताना बघत- तेव्हा माझे हृदय ठसठसते. ते काय करत आहेत व त्यामध्ये कोणत्या धोक्याला ते लोक आमंत्रण देत आहेत, हे त्यांना हलवून जागे करून सांगावे, असे मला वाटते. यामध्ये कोणता धोका आहे? धोका तर जरूर आहे; शत्रुत्वाचा किंवा द्वेषयुक्त दृष्टिक्षेप यामुळे प्रेमाचे नाते बिघडण्याचा धोका असतो. जसा वेळ जाईल तसे ते नाते दुरावत जाते. एवढेच नाही, तर त्या लोकांमध्ये जे प्रेम वा स्नेह आहे, तो अशा गोष्टींमुळे कमी होऊ शकते.

"ते मूर्ख आहेत असे तुम्ही त्यांना का बोललात? तुम्ही त्यांच्यावर प्रेम करत नाही का?" असे तुम्ही त्यांना वानगीदाखल विचारले तर ते कदाचित अधिक ठीक राहील. ते ही गोष्ट नाकारतील व म्हणतील की ते 'मूर्ख' आहेत, असे त्यांना खरेच म्हणायचे नव्हते. अर्थातच ते त्यांच्यावर प्रेम करतात, असे ते म्हणतील. ते खरेच प्रेम करतही असावेत. मात्र प्रेम व्यक्त करण्याची किंवा त्या प्रेमाला जपण्याची ही योग्य पद्धत नाही.

तुम्ही व तुमचे प्रियजन परस्परारीत्या जे प्रेम करता, त्याला सुरुंग न लावण्याची काळजी तुमच्या शरीरातील प्रत्येक पेशीने व तुमच्या आत्म्याने घ्यायला हवी; कारण प्रथमतः तुम्ही एकत्र असूनही तो वेळ वायाच जाईल. दुसरी गोष्ट ही की, त्या लोकांच्या सोबतीशिवाय तुम्हाला एकटेपणाचा सामना करावा लागेल. तुम्हाला तुमच्या वागणुकीचा नंतर किती खेद वाटेल, त्याचा विचार करा. त्यामुळे तुम्ही एकत्र असताना तो वेळ सकारात्मकरीत्या वापरणे, खरेच किती चांगले असते. त्यामुळे तुम्हाला स्वतःला, त्यांना व तुमच्याभोवतीच्या प्रत्येकाला किती छान वाटेल.

आपल्या दैनंदिन आयुष्यात व त्या विविध क्षणांमध्ये जेव्हा तुमचे प्रेम उचंबळून येते, तेव्हा उघडपणे प्रेमाची देवाणघेवाण करणे ही किती सुखद भावना असते! व्यक्त केलेले प्रेम तुमच्या संपूर्ण आयुष्याला शक्ती देते व तुमच्या आयुष्यात भर घालते, अगदी तेव्हासुद्धा जेव्हा तुम्ही दूर असता.

तक्रार करण्याबाबतीतही हे खरे आहे. रागारागाने खरेदी करणे किंवा घरातील कामे उरकणे किंवा तुमचा जोडीदार कोणी अन्य असता तर त्यामुळे तुमचे आयुष्य कसे चांगले झाले असते किंवा तुमची मुले चांगली वागत असती किंवा तुम्ही एखाद्या प्रकारे अधिक यशस्वी असता तर- खरेच संधीचा केवढा अपव्यय! अशा रीतीने तुम्ही त्यांना कमी लेखता हे त्यांना जाणवेल व ते त्यामुळे अधिकच आक्रसून जातील. तुमचीही अवस्था तीच होईल कारण कडवटपणा बाळगणे याचा अर्थ स्वतःवर सुप्त पद्धतीने आक्रमण करणे होय. म्हणून असे करण्याऐवजी ते जे काही सर्वोत्तमरीत्या करू शकतात, त्याबाबत तुम्ही त्यांच्यावर विश्वास ठेवता, असे दाखवून त्यांना प्रोत्साहन द्या व सर्वसाधारणपणे तुमची वेळ, मदत व प्रेम त्यांच्यावर उदारपणे खर्च करा. त्यामुळे तेसुद्धा अधिक परिपक्व, चांगले व प्रेमळ बनतील व तुम्हाला आपोआपच चांगला प्रतिसाद देतील.

खरे तर पुष्कळ वेळा सकारात्मकतेच्या दिशेने पहिले पाऊल उचलण्याचा प्रश्न असतो, तो म्हणजे सकारात्मक दृष्टिकोन. त्यामुळे तुम्ही आपोआपच व तत्काळ त्यांचे म्हणणे ऐकण्यासाठी व त्यांच्याशी बोलण्यासाठी योग्य मनःस्थितीत असाल, जेणेकरून तुम्ही परस्परांना अधिक चांगल्या रीतीने समजून घेऊ शकाल व जसे तुम्ही त्यांचे विचार, उपक्रम, भावना यांमध्ये स्वारस्य घेण्यास सकारात्मकरीत्या सुरुवात कराल, तसा तुम्हाला परस्परांविषयी वाटणारा जिव्हाळा पुन्हा निर्माण होईल.

प्रेमाच्या नात्याच्या केंद्रस्थानी सखोल सकारात्मक स्वरूपाचा आदर असतो. त्यांच्याकडून मिळणाऱ्या आदराचा आग्रह धरा. स्वतःचा व त्यांचाही आदर करा. मग तुम्हा सर्वांचाच यातून फायदा होईल.

तुम्ही कसे आहात याविषयी त्यांना मनमोकळेपणाने सांगा व तुम्हीसुद्धा त्यांच्या बाबतीत सातत्याने स्वारस्य घ्या. परस्परांच्या मूल्यांविषयी बोला व त्या मूल्यांचा आदरही करा. बालपणातील गोष्टी, स्वप्ने, महत्त्वाकांक्षा, दुःख, वाटणारी ओढ याविषयी परस्परांचे म्हणणे ऐकून घ्या- भलेही तुम्ही ते याआधी ऐकले असले तरीही- सर्वांत महत्त्वाचे म्हणजे प्रेमाचा विसर पडू देऊ नका. तुम्हाला परस्परांविषयी कोणत्या गोष्टी आवडतात व आवडण्यासारख्या कोणत्या नव्या गोष्टी असू शकतात, त्याविषयी विचार करा.

अर्थात आपण सर्वच जण किंवा किमान बहुतांश लोक कधी ना कधी चुकतोच.

अर्थातच प्रसंगी परस्परांना राग येईल असे आपण वागतो किंवा वैताग आणतो. शेवटी आपण माणसे आहोत! मात्र थोडा विचार करा, कल्पना करा, जाणवून घ्या- जर ते मरण पावले तर काय होईल? ती एक वेदनादायी पोकळी, एक खूप मोठे दुःख असेल. ही नुसती कल्पना केल्यानेही आपल्याला हृदय पिळवटून टाकणारा धक्का बसतो. मात्र तशी कल्पना केल्याने ते तुमच्यासाठी खरेच किती प्रिय आहेत, ही गोष्ट तुम्हाला प्रकर्षाने जाणवेल. त्यांच्याप्रती असलेल्या तुमच्या प्रेमाचा व त्यांचे तुमच्या दैनंदिन आयुष्यात कोणते स्थान आहे त्याचा विचार करा. चूक झाल्यास चूक सुधारण्यासाठी तत्पर राहा. क्षमा मागा व त्यांनाही क्षमा करा. आवश्यक तिथे तुमच्यातील समस्या चांगल्या रीतीने सोडवा.

प्रेम ही तुमच्या जवळ असलेली सर्वाधिक मौल्यवान गोष्ट- या संपूर्ण जगातील सर्वाधिक मोलाची गोष्ट होय. त्यामुळे प्रेमाला सर्व प्रकारे जपा, तुमच्या प्रियजनांना जपा. प्रेम हा तुमच्या व्यक्तिगत शक्तीचा सर्वांत महत्त्वाचा भाग होय. त्याला प्रेमपूर्वक काळजीने, प्रेमाने व खूप-खूप सकारात्मकरीत्या वापरा.

आनंदाने काम करा

जर कोणी त्यांच्या कामाविषयी चांगले बोलले तर चांगले वाटते, नाही का? याउलट कामाविषयी जर कोणी नकारात्मक दृष्टिकोन बाळगून बोलले, उदाहरणार्थ जर कोणी कामाला कमी लेखले किंवा 'ते काम माझ्या आवडीचे नाही,' किंवा 'मला खरेच हे काम करायचे नव्हते' किंवा स्वतःविषयी टीकेच्या वा निषेधाच्या सुरात कोणी म्हटले, 'मी तर खरेच नालायक आहे' तर तुम्हाला कसे वाटेल त्याची कल्पना करा.

मात्र जेव्हा लोक जे काही काम करत असतील त्याविषयी उदाहरणार्थ, त्यांची कारकीर्द असेल, घर चालवणे, आई असणे/बनणे, स्वयंसेवी कार्य करणे, घरी निरनिराळ्या कल्पनांवर विचार करणे इत्यादीविषयी कोणी उत्साहाने बोलले, तर तुमची- ऐकणाऱ्याची मनःस्थिती त्यामुळे उंचावते. जसे तुम्ही त्यांच्या सकारात्मकतेशी जोडले जाल, तसा त्यांचा जोम तुमच्यामध्येही येतो. तुम्हाला त्यांच्याविषयी समाधान वाटते व त्याचा परिणाम म्हणून तुमच्या कामातून अधिक आनंद मिळवण्याबाबत तुम्ही अधिक उत्साही बनता किंवा जर तुम्हाला कामामधून आधीच आनंद मिळत असेल तर तुम्ही त्यांच्या विचारांशी एकरूपही होता.

काम करणे ही चांगली गोष्ट असते. तसेच काम न करणे हेसुद्धा ठीकच असते. आपल्यापैकी कोणी ना कोणीतरी संतुलित असतो व इतरांमुळे त्याच्यातही वाढ होते. जेव्हा तुम्ही काही काम संपवलेले असते, तेव्हा तुम्हाला मिळालेला फुरसतीचा

वेळ हा आवडत्या बक्षिसासारखा वाटतो व समाधानाचा श्वास घेऊन तुम्ही त्या वेळेत तणावमुक्तही होऊ शकता. उदाहरणार्थ, जेव्हा तुम्ही एखाद्या आनंददायक सुट्टीवरून परतता, तेव्हा तुमची ऊर्जा पुनरुज्जीवित झालेली असते व त्या वेळी पुन्हा एकदा उत्साहाने कामाला लागून त्यामध्ये सर्वस्व ओतण्यास तुम्ही सिद्ध असता.

चला तर, आपण सर्वच जण असे लोक बनू या, जे कामामधून तत्काळ समाधान मिळवतात व जे काही करू त्याचा आनंद घेतात. काही जणांना वाटते की विनम्र असणे चांगले असते. त्यामुळे ते लोक स्वतःला व त्यांच्या कामाला कमी लेखतात. कारण त्यांना वाटते, असे केल्याने ते इतरांना खूश करतील. मात्र आपल्या कामामध्ये आपण जर चमक दाखवली नाही, तर आपण नकारात्मक भावनेचा प्रसार करतो. त्यामुळे इतरांना वाटते की, त्यांनी त्यांचा उत्साह कमी दाखवायला हवा वा आपल्यापासून लपवून ठेवायला हवा. याउलट आपण आपले काम करतो व त्याची किंमत करतो, त्यामुळे आपण चमक दाखवतो. इतर लोक काय करतात त्यामध्ये स्वारस्य दाखवण्याने, तुम्ही तुमच्या सकारात्मकतेमध्ये त्यांना सहभागी करून घेता. ते एक मोठे वरदान आहे.

अशा प्रकारच्या उत्साहाचा जो प्रभाव इतरांवर पडतो, त्या उत्साहाविषयी काहीतरी खूपच विस्मयकारक असा करिष्मा असतो, जो नकारात्मकतेच्या अगदी उलट असतो. अशा उत्साहामुळे लोक ज्या गोष्टी करतात, त्यांचा आनंद खुलेपणाने घेण्याची मुभा त्यांना मिळते- भलेही त्या गोष्टी कितीही साध्या वा सर्वसाधारण का असेनात. त्या बाबतीत तुम्ही पुढाकार घेऊन आनंदीपणाचे उदाहरण जर त्यांच्यासमोर ठेवले, तर त्यामुळे तेसुद्धा तुमच्यासमोर साहजिकच खुलतील.

आपण परस्परांना जी प्रेरणा देतो, ती केवळ क्षणिक नसते, तर ती आयुष्यभर टिकणारी असते. जीवनाच्या विविध क्षेत्रांमधील जे लोक माझ्यासाठी प्रेरणेचा स्त्रोत बनले, त्यांचे मी विशेष स्मरण करते. त्यांच्या उत्साहाचे उदाहरण मलासुद्धा माझ्या कामावर प्रेम करण्याची, ते दाखवण्यात आनंद मानण्याची व अशा वेळी सकारात्मकतेमध्ये इतरांना सहभागी करण्याची प्रेरणा देते. तुम्ही ओळखता त्यांपैकी कोण अशा प्रकारे तेजाने झळकते व त्यांच्या कामाप्रती असलेल्या उत्साहापोटी तुम्हाला स्मित करावयास लावते, भलेही ते काम कितीही छोट्या किंवा मोठ्या पातळीवर असो?

त्यांच्या क्षेत्रांची विविधता दर्शवणाऱ्या लोकांची यादी मी पुढे देत आहे.

▶ ग्वेन ही शिवणकाम करणारी शिंपीण होती. तिने तिचे संपूर्ण आयुष्य शिलाई करण्यात घालवले व तिने चांगले काम केल्याच्या समाधानात ती आनंदी होती.

- जोनने सर्व आयुष्यभर इतरांची शुश्रूषा केली. तिच्या सर्व रुग्णांवर ती कायमच स्नेह करत राहिली व त्यांची काळजीही घेत राहिली. त्याचा तिला अभिमान होता. खऱ्या अर्थी एक उपचार करणारी! तिच्यापाशी चांगली विनोदबुद्धीही होती.
- अँड्र्यू सर्व प्रकारची हौशी कामे करतो व त्याचा अथक उत्साह त्याच्या संपर्कात येणाऱ्या प्रत्येक व्यक्तीमध्ये संचारतो.
- ख्रिस व जॉन हे दोघेही वकील आहेत व त्यांना त्यांच्या कामाचा सार्थ अभिमान वाटतो. सर्वच बाबतींत नीतिमान राहण्याच्या व त्यांचे ज्ञान अद्ययावत ठेवण्याच्या त्यांच्या निश्चयामुळे अनेकांचा फायदा झालेला आहे.
- मेरी या आता निवृत्त झाल्या आहेत; मात्र त्या नेहमीच व्यस्त राहत आलेल्या आहेत. एक शिक्षिका या नात्याने त्यांच्या कारकिर्दीत त्या उत्साहाने झळकत राहिल्या व आता इतरांची अथकरीत्या शुश्रूषा करण्यात त्या मग्न असतात.
- माइक हा स्वतंत्रपणे काम करणारा बांधकाम व्यावसायिक आहे, ज्याला चांगले काम करण्यात व ग्राहकांना समाधानी ठेवण्यात आनंद मिळतो. शिवाय तो खरेच खूप गमतीशीर आहे. बांधकाम चालू असल्यामुळे प्रत्येकाचे घर अस्ताव्यस्त झालेले असले तरीही तो प्रत्येकाला हसण्यास भाग पाडतो.

अशी आणखी कितीतरी उदाहरणे मी देऊ शकते. कित्येक लोकांच्या कामातील सकारात्मकतेमुळे मी प्रोत्साहित झाले आहे व या लोकांमुळे मला माझ्या कामात मिळणारा आनंद दुणावला आहे, त्याबाबत मी सुदैवी आहे.

आता तुमची स्वतःची अशी एखादी यादी बनवा व तुमच्या उदाहरणांमुळे तुम्हाला आनंदाचा जो प्रकाश मिळेल, त्याचा अनुभव घ्या. आता स्वतःविषयी व तुमच्या कामाविषयी विचार करा. तुम्ही तुमच्या कामाबाबत जे बोलता व कामाप्रती तुमचा जो सर्वसाधारण दृष्टिकोन आहे, याचा इतरांवर कसा प्रभाव पडतो? जर तुम्ही तुमच्या कामाबाबत आनंदी असाल, तर ते खूपच चांगले आहे. याच रीतीने तुमच्या कामाचा आनंद घेत राहा व तुमच्या उत्साहाला तुमच्या रीतीने परावर्तित करत राहा. जर तुम्ही तुमच्या कामाबाबत पुष्कळ अंशी निरुत्साही वा नकारात्मक असाल, तर कामामधील सर्व सकारात्मक बाबींकडे नव्या दृष्टीने बघून या दृष्टिकोनात बदल घडवा व त्या चांगल्या गोष्टीचा सक्रियरीत्या आनंद घेण्यास सुरुवात करा.

खरे तर कामामधून मिळणाऱ्या आनंदाचा संबंध प्रत्यक्ष कामाशी असतोच असे नाही; काही वेळा तर असा संबंध अजिबातच नसतो. कोणत्याही कामाच्या बाबतीत - भलेही तुम्ही त्या कामात/नोकरीमध्ये तुमची कारकीर्द घडवणार नसाल किंवा अशी दैनंदिन कामे जी तुम्हाला तुमच्या आवडीनुसार नव्हे तर आवश्यकतेपोटी

करावी लागतात- ती सर्वच कामे शक्य तेवढ्या चांगल्या रीतीने पार पाडण्याचा जाणीवपूर्वकरीत्या प्रयत्न करा व यामधून मिळणाऱ्या अमर्याद समाधानाचा स्वतः अनुभव घ्या. तुम्हाला समाधान देणाऱ्या अशा काही गोष्टी दररोज करा व मग तुमच्या सकारात्मकतेचा चढता आलेख तुम्हाला जाणवेल.

तुमच्या नोकरीतील मालक व सहकारी किंवा तुमच्या आसपासची कोणतीही व्यक्ती त्याच्या कामावर प्रेम करत असेल वा तुमचे मित्र व कुटुंबीय तुमची काही कामे स्वेच्छेने व आनंदाने करत असतील, तर त्यामुळे तुम्ही कसे प्रेरित होता, त्याचा केवळ विचार करा. किंवा दुकानांमध्ये, केटरिंगच्या जागी व कार्यालयांमध्ये तुम्हाला सेवा पुरवणारे लोक त्यांच्या कामाबाबत साहजिकच समाधानी असतील व ते प्रेमाने तुमच्याशी वागत असतील, अशा वेळी तुम्हाला कसे वाटते? त्यांची सकारात्मकता तुमच्यावरही प्रभाव टाकते व म्हणून तुम्हीही त्या तेजाने अधिक झळकता. तुम्हीसुद्धा इतरांवर असाच प्रभाव टाकू शकता- अगदी दररोज एवढी सकारात्मक शक्ती- तीसुद्धा एवढ्या सहज व चांगल्या पद्धतीने, ज्यामुळे प्रत्येकाचा- अगदी तुमचासुद्धा दिवस आशादायी बनतो.

तुमचे छंद व इतर आवडीच्या गोष्टींची जोपासना करा

आपण आयुष्यात जे कुठले छंद निवडू, ते जोपासण्याचे स्वातंत्र्य आपल्याला मिळाल्याबाबत आपण सुदैवी आहोत व आयुष्यात एवढ्या संधी व शक्यता आहेत की त्यामुळे या गोष्टी आपल्या प्रत्येकासाठी विखरून ठेवलेल्या वैविध्यपूर्ण वरदानासारख्याच वाटतात. तुम्हाला कंटाळा आला आहे का? मला आश्चर्य वाटते की कोणाला कंटाळा कसा येऊ शकतो? कारण आपले जीवन म्हणजे अनेक शक्यता पुरवणारी एक जादूची चटईच होय, ज्यामधून तुमच्या आवडीच्या कोणत्याही किंवा सर्व गोष्टींमध्ये तुम्हाला आनंद मिळू शकतो किंवा तुम्ही त्यामध्ये मग्न होऊ शकता.

कदाचित तुमचे नेहमीचे छंद तुम्हाला सध्या आवडेनासे झाले असतील किंवा ते आनंद देत नसतील, याचे कारण तुम्हाला मनातल्या मनात माहीत आहे की हे छंद तुमच्यासाठी आता योग्य नाहीत. जर तसे असेल तर त्यावर अधिक वेळ वाया घालवू नका, पुढे चला व खऱ्या अर्थी तुम्हाला चित्तवेधक वाटणारे, तुमच्या स्वभावानुरूप असणारे छंद जोपासा. यामुळे या छंदांकडे तुमचे लक्ष आधीच कसे गेले नाही, याचे तुम्हाला आश्चर्य वाटेल.

किंवा कदाचित असेही असेल की तुम्ही यापूर्वीच्या छंदांकडे खूप जास्त प्रमाणात लक्ष दिले असेल किंवा तुम्ही स्पर्धेत एवढे गुंतून गेला असाल, ज्यामुळे

तुमचा उत्साह कमी झाला असेल किंवा तुम्ही त्यामुळे कंटाळला आहात, असे तर नाही ना? तसे असेल तर काही काळापुरती विश्रांती घ्या व स्वतःला थोडी फुरसत मिळवण्यासाठी एक पाऊल मागे घ्या; जेणेकरून तुमची उत्कट इच्छा पुन्हा मूळ धरेल व नव्या जोमाने वाढेल. लक्षात घ्या की, सकारात्मकता ही अशी गोष्ट आहे जिची निवड आपण स्वतः करू शकतो व तिला दिशा देऊ शकतो. आपण जेव्हा तिला नैसर्गिकरीत्या मोकळेपणाने श्वास घेऊ देतो, तेव्हा ती शक्ती तिच्या साहजिक व आनंददायक रीतीने तसेच स्वतःच्या वेगाने पुन्हा संचारू लागते.

मात्र तुम्हाला आनंद देणारे कोणतेही छंद किंवा आवडीनिवडी नसल्या तरीही आनंदाचा काही ठेवा तुमच्यासाठी जरूर राखून ठेवलेला आहे, हे निश्चित. संभाव्य शक्यता तुम्ही जशा शोधाल व त्यातील काही गोष्टी करून पाहाल, तसा तुम्हाला हा आनंदाचा ठेवा गवसेल.

तिसऱ्या प्रकरणात वेळ न मिळण्याच्या समस्येचा आपण विचार केला. मात्र 'माझ्याकडे वेळच नाही/नसतो' ही बाब खूप पटण्यासारखी वाटल्यामुळे तुम्ही तुमच्या आवडीनिवडींचा विचार करताना जर हाच प्रश्न पुन्हा उभा राहिला, तर आपण त्याकडे वळू या.

तुमच्याकडे वेळ नक्कीच असतो. तुमचे आयुष्य हे तुमच्या इच्छेवर व तुम्ही गोष्टींचे नियोजन कसे करता, त्यावर अवलंबून असते. हो, तुमच्या विविध जबाबदाऱ्या व कर्तव्ये असणारच आहेत; मात्र तुम्ही तुमचे मन व सकारात्मक शक्ती त्यासाठी पणाला लावली तर तुमच्या आवडीच्या गोष्टी व व्यक्तिगत उत्कट इच्छा यांचा पाठपुरावा करण्यासाठी प्रत्येक दिवस किंवा आठवड्यातील किमान एक किंवा दोन दिवस तुम्ही वेगळे राहू शकाल.

आपल्याला ज्या गोष्टी करायच्या नाहीत किंवा ज्या गोष्टी करण्याचे बंधन नाही किंवा आवश्यकता नाही, त्या गोष्टींवर आपण आपला वेळ किती सहजपणे वाया घालवतो! जर मी स्वतःवर बंधन घातले नाही, तर कामात नसताना बिनकामाच्या गोष्टी- जसे रोजनिशी चाळणे, निष्कारण इंटरनेटवर काहीतरी शोधणे, सुडोकू कोडी सोडवणे यावर माझा कितीही वेळ वाया जाऊ शकतो. पुष्कळसे लोक संगणकावरील असे खेळ खेळतात किंवा दूरदर्शन (टीव्ही) वरील असे कार्यक्रम बघतात जे त्यांना मनापासून आवडत नाहीत किंवा त्यामधून त्यांच्या पदरी फारसे काही पडत नाही. त्यानंतर क्रम येतो मोबाइलवर संदेशांची देवाणघेवाण करण्याचा- ज्यामध्ये कित्येक मौल्यवान मिनिटे व तास वाया जातात- मात्र याविषयी अधिक विस्ताराने पुढील प्रकरणात. तुम्ही वेळ वाया घालवता अशा काही गोष्टी आहेत का ते प्रामाणिकपणे तपासा व जर अशा काही गोष्टी असतील तर त्यावर वेळ अजिबात वाया न घालवण्याचा जाणीवपूर्वक व पुष्कळ अंशी सकारात्मक निर्णय घ्या. असे केल्यास

तुम्हाला जो फावला वेळ मिळेल, तो नजरेसमोर ठेवून त्यासाठी स्वतःला प्रोत्साहित करा.

असे करणे खूपच दडपून टाकणारे असू शकते, हे मी जाणते. त्याऐवजी ज्या गोष्टींसाठी प्रयत्न करावा लागत नाही, त्यावर वेळ वाया घालवणे खूपच सोपे असते. तुमच्या आवडीच्या गोष्टी शोधणे व त्यासोबत ताळमेळ जमवणे यासाठी निःसंशयरीत्या भावनिक व शारीरिक पातळीवर खूप शक्ती खर्च होते. मात्र हे लक्षात घ्यायला हवे की, या बाबतीत फक्त पहिले पाऊल उचलणे हेच सर्वांत कठीण असते. सुरुवातीच्या विरोधावर तुम्ही एकदा मात केलीत की तुम्ही पुढे-पुढे मार्गक्रमण कराल. ते काहीसे स्किइंग करण्यासारखेच आहे. स्किइंग करताना बूट घालणे व स्केट करण्यासाठी चांगल्या जागा शोधणे, हे कष्टांचे काम असते. मात्र एकदा ती पायरी ओलांडली की तुम्ही सुरळीतपणे पुढे सरकू लागता व पुढे जाण्याचा आनंदही मिळवता.

आवडीच्या गोष्टी आयुष्याच्या सर्व टप्प्यांमधून व कालखंडातून आपले जीवन उजळवून टाकतात. त्या गोष्टी नेहमीच तुमच्यासोबत राहू शकतात, त्यामध्ये किंचित बदल होऊ शकतो किंवा त्यांचे दुसऱ्या गोष्टींमध्ये संपूर्ण रूपांतर होऊ शकते. मात्र त्यामधून विचारांची जी समृद्धी व मनाचे जे समाधान तुम्हाला मिळते, ते मात्र नेहमीच तुमची सोबत करणार असते.

तारा एकदा स्किइंगविषयी बोलली होती. ''मी पंधरा वर्षांपासून स्किइंग केलेले नाही,'' ती म्हणाली, ''व पुढेही मी कधी स्किइंग करू शकेन की नाही, याबद्दल मला शंका आहे. मात्र मी कधी काळी स्किइंग केले आहे त्याचा मला आनंद वाटतो; बऱ्याचदा तर मी त्याविषयी दिवास्वप्नेही बघते. स्किइंग करताना कसे वाटते, त्याची कल्पना मी करत असते– जणू काही मी पुन्हा एकदा त्या स्किवरच आहे. त्याखाली असलेल्या बर्फाचा आवाज व ती जाणीव, आम्ही कधीकधी जात असू त्या जंगलामधील पाईन वृक्षाचा गंध व सर्वांत महत्त्वाचे म्हणजे त्यामध्ये जी मजा होती, त्याची जाणीव. कधीकधी स्किइंग करणे भीतिदायकही वाटत असे- विशेषतः त्या अवघड बार-लिफ्टमधून व खुर्च्यांमधून जाणे; मात्र त्यामुळे आम्हाला अधिकच हसायला येत असे! विचार करा- जर पहिल्यांदा मी तिथे गेले नसते तर मी त्या सर्वच अनुभवाला मुकले असते. तो खरेच एक खूप मोठा अनुभव होता.''

विचित्र असले तरीसुद्धा- आपल्या मनावर एखाद्या गोष्टीचा कायम ठसा उमटवण्यासाठी तो अनुभव एवढा (खूप) उत्तेजित करणारा असायलाच हवा, असेही नाही. मी माझ्या आयुष्यात सर्व प्रकारच्या गोष्टी करून पाहिल्या आहेत- काही उत्कंठावर्धक तर काही सरळ सरळ अगदी कंटाळवाण्या. उदाहरणार्थ, लोकर विणकामाच्या अनुभवाची मला आत्ता आठवण होते आहे व त्यामुळे माझ्या

चेहऱ्यावर मोठे स्मित झळकले आहे. विणकाम करणे हा काही माझा प्रांत नव्हता व मी या बाबतीत अजिबातच अतिशयोक्ती करत नाही! माझ्या एका मैत्रिणीने माझ्यासाठी तिसरा स्वेटर उसवून पुन्हा विणला होता. तेव्हापासून माझ्या पतीने खेदाने म्हटले होते की, मी एवढ्या प्रेमाने त्याच्यासाठी विणलेले पायमोजे तो घालू शकत नव्हता. माझ्या विणकामातील वाटचालीमुळे आजही माझ्या चेहऱ्यावर स्मित झळकते. एके दिवशी आम्ही बोलत होतो तेव्हा माझी मैत्रीण विणकाम करत होती आणि विणकामाच्या सुया व लोकर माझ्या बोटांमध्ये नाचत असल्याची व ते कौशल्य अंगी बाणवताना आलेल्या उत्तेजनाच्या अनुभवाची जाणीव मला झाली. मी त्या आव्हानाचा आनंद घेतला. एकूणच तो एक खरेच खूप चांगला अनुभव होता!

तुमच्या सर्व आवडीच्या गोष्टी- भलेही वर्तमानातील असोत वा भूतकाळातील- या सर्व तुमच्या आयुष्यरूपी वस्त्रातील धागे होत, म्हणून त्याला समृद्ध (वैविध्यपूर्ण) व सुंदर बनवा. त्यामुळे तुम्हाला केवळ आजच्यापुरता आनंद व समाधान मिळेल असे नाही, तर यातून तुम्ही अशा स्मृतींना जन्म द्याल, ज्या स्मृती नंतरच्या आयुष्यात त्या समाधानाला पुनःपुन्हा जन्म देतील.

या गोष्टी खरे तर तुमचा, तुमच्या आयुष्याचा एक भाग होत. आनंद व समाधान, परिपूर्ती, आव्हान यांसारख्या कित्येक सकारात्मक गोष्टींचे व कदाचित नवीन कौशल्ये मिळवण्याचे स्रोत होत. या सर्व गोष्टी एकत्रितरीत्या समाधानाच्या उबदार जाणिवेला जन्म देतात.

एवढ्या सगळ्या गोष्टींचा खजिना, तुमचे आयुष्य इतक्या विविध प्रकारे समृद्ध करणाऱ्या गोष्टी.

अडचणींमधून मार्ग काढा

एखादी व्यक्ती पुढील तीन गोष्टींशी कसा सामना करते, त्यावरून त्या व्यक्तीविषयी बरेच काही सांगता येते, हे माया अँजेलूचे मत मला खूप आवडते. त्या गोष्टी आहेत– पावसाळी दिवस, हरवलेले सामान व एकमेकात अडकलेले ख्रिसमस ट्रीवरील दिवे. आपण जर स्वतःला त्या गोष्टी लागू केल्या तर आपणही स्वतःविषयी बरेच काही जाणून घेऊ शकतो! बहुतांश वेळा मी वाईट हवामानाला अक्षरशः व रूढार्थाने माझ्या पद्धतीने सामोरी जाते. एकदा माझे सामान एअरलाइनने हरवले तेव्हा मी चिडले नाही; त्याउलट ग्राहक सेवा विभागातील त्या सहानुभूतीपूर्ण व मदत करणाऱ्या लोकांसोबत मी संवाद स्थापित केला, जे माझे सामान शोधून मला परत मिळवून देण्यासाठी खूप प्रयत्न करत होते! मात्र ख्रिसमस ट्रीवरील दिव्यांबाबत काय सांगावे!!! जेव्हा ख्रिसमस ट्रीचे दिवे एकमेकांत अडकलेले

असतात, तेव्हा ते काम तत्काळ हातात घेण्यासाठी सर्वांना– अगदी कुत्री व मांजरी यांनाही तिथून घालवणे चांगले असते, हे मी शिकले आहे. कारण तिथे जर माणसे असतील, तर त्या दिव्यांना ते पायदळी तुडवू शकतात किंवा कुत्री-मांजरे तर हा गुंता अधिकच वाढवू शकतात!

तुम्ही या परिस्थितींशी व इतर कठीण परिस्थितींशी कसा सामना करता? जेव्हा तुमच्या सोबतची व्यक्ती नाराजी/असमाधान किंवा अवघड परिस्थितीशी अजिबातच सामना करू शकत नाही, तेव्हा त्या परिस्थितीशी तुम्ही कसा सामना करता?

नेहमीप्रमाणे जर तुम्ही पुढील गोष्टींचे पालन केल, तर सकारात्मकतेमुळे तुमचा दिवस सुरळीत होऊ शकतो.

- ✓ थोडे थांबा.
- ✓ शक्य तेवढा अधिक सकारात्मक दृष्टिकोन बाळगण्याचा प्रयत्न करा.
- ✓ परिस्थिती थोडी सौम्य करण्यासाठी तुम्ही काही चांगले करू शकता किंवा अडचणीवर उपाय करू शकता का, त्याचा विचार करा.
- ✓ हळूहळू व खोलवर श्वास घ्या.
- ✓ तुमचे ताणलले स्नायू जाणीवपूर्वकरीत्या तणावमुक्त करा.
- ✓ तुमचा आत्मविश्वास तुमच्या सोलार प्लेक्ससवर केंद्रित करा.
- ✓ सरळ उभे राहा.
- ✓ तुमची सकारात्मक शक्ती पूर्णत्वाने कामी लावा.
- ✓ इतरांविषयी जागरूक राहा.

जर गोष्टी त्या थराला पोहोचल्या तर स्वतःची विनोदबुद्धी जागृत करून व या मोठ्या सृष्टिचक्रामध्ये सद्य परिस्थिती खरेच तेवढी गंभीर व महत्त्वाची आहे का, असा विचार करून मला खूपच मदत मिळते.

अगदी काही निवडक प्रसंगांमध्ये वरील सर्वच गोष्टी लागू पडतात. तुमची सर्व व्यक्तिगत शक्ती, तसेच व्यावहारिक ज्ञान एकवटणे व इतरांकडूनही मदत तसेच सहकार्य मिळवणे, हेसुद्धा खूपच महत्त्वाचे असते. शांत राहा, तुमचा व्यावहारिक सुज्ञपणा व क्षमता यांवर विश्वास ठेवा व जागरूक तरीही संयमित राहा व परिस्थितीवर संपूर्णपणे लक्ष केंद्रित करा. अशा प्रकारे तुम्ही परिस्थितीच्या सर्व बाजूंबाबत तुम्हाला शक्य तेवढ्या चांगल्या रीतीने जागरूक राहाल व योग्य दृष्टिकोन बाळगू शकाल.

सौंदर्य जाणा व आयुष्य सन्मानाने जगा

सौंदर्य तुमच्या आसपास सर्वत्र असते हे तुम्ही बघू शकता वा इतर विविध मार्गांनी जाणून घेऊ शकता. जेव्हा तुम्हाला सौंदर्याची जाणीव व त्याचा आनंद घेण्याची सवय असते, तेव्हा अगदी छोट्या-छोट्या गोष्टी किंवा पुष्कळदा लक्षातही येणार नाही, अशा गोष्टींमधून सकारात्मकतेच्या विलक्षण भावनेची व आनंदाच्या रोमांचाची तुम्हाला तत्काळ जाणीव होते.

उदाहरणार्थ, पारंपरिकरीत्या सुखावणाऱ्या गुलाबाच्या सुगंधामध्ये तुम्हाला इंद्रियांच्या माध्यमातून आनंद मिळत असेल किंवा एखादा नवा सुगंध तुम्हाला प्रिय असेल किंवा कोरड्या गवताच्या पात्यांवर पावसाचे थेंब पडल्यानंतर येणारा सुगंध तुम्हाला सुखावत असेल, किंवा तुम्ही ज्या व्यक्तीवर प्रेम करता त्या व्यक्तीची जाणीव किंवा स्पर्श असू शकतो, किंवा प्रेमळ हृदय असलेल्या व्यक्तीच्या आत्म्याचा आवाज, तुमच्या मनाला सुखावणारे संगीत, पक्ष्यांचा आवाज- अगदी काहीही जे तुमच्या डोळ्यांना सुंदर भासते किंवा ती कदाचित तुमच्या आवडत्या रुचकर खाद्य पदार्थाची चवही असू शकते किंवा सरतेशेवटी एखाद्या भौतिक सुखाची ती जाणीवही असू शकते. आध्यात्मिक पातळीवर इतर बाबींसोबत व त्यांच्यामार्फत होणारा संपर्कही सुंदर असू शकतो. सोबतच उदाहरणार्थ, एखाद्याच्या आत्म्याविषयीची आपली सौंदर्यविषयक मर्मदृष्टीसुद्धा सुंदर भासू शकते.

थॉमस ॲक्विनास यांनी सौंदर्याची व्याख्या अशी केली आहे : (सौंदर्य म्हणजे) 'ती गोष्ट जिच्याकडे पाहिल्यावर आनंद मिळतो.' मात्र खरी गोष्ट ही आहे की यामध्ये आणखी काहीतरी अभिप्रेत असते– 'ती गोष्ट जिचा अनुभव आपल्याला सुखावतो.' कारण की दृश्य सौंदर्याव्यतिरिक्त सौंदर्याचे विविध प्रकार असतात आणि कोणतेही सौंदर्य जे तुम्ही जाणतेपणाने अनुभवता व ज्याचा आनंद घेता, ते तुमची मनःस्थिती उंचावते व जर तुमची इच्छा असेल तर तुम्हाला ती सौंदर्याची जाणीव निखळतेने, आनंदाने व समाधानाने भरून टाकते.

पुष्कळदा लोक केवळ उघडपणे दिसणाऱ्या किंवा खूप आकर्षक व आधुनिक वस्तूंनाच सुंदर मानतात. मात्र नेहमी परिपूर्णतेचा हव्यास धरल्याने तुम्ही सौंदर्याप्रती तुमची दृष्टी संकुचित करू शकता, या गोष्टीची जाणीव ठेवा. खाद्य विषयावर लिखाण करणाऱ्या एका लेखकाच्या स्तंभामध्ये मी काही वाचले होते व मला ती बाब औत्सुक्याची वाटली होती. त्या लेखकाला असे जाणवले होते की, अगदी साधा, दररोजचा खाद्य पदार्थ जो त्याला प्रथमतः बेचव वाटला होता, तो खरे तर अधिक विचार करता, रुचकर होता. टी.व्ही.वरील खाद्यविषयक कार्यक्रम बघा व मग तुम्हाला जाणवेल की पुष्कळदा शेफ एखादा पदार्थ अधिकाधिक मसालेदार

कसा करता येईल त्याविषयी चर्चा करतात; मात्र त्या स्तंभलेखकाला जाणवले की, तुम्ही जर योग्य दृष्टिकोन ठेवला तर साधे अन्नपदार्थसुद्धा- उदाहरणार्थ पाव व पनीर, उकडलेली अंडी वा साध्या पद्धतीने भाजलेला बटाटा- अगदी आश्चर्य वाटेल इतपत रुचकर लागतात. जेव्हा तुम्ही अगदी साध्या-सोप्या गोष्टींमधील सौंदर्याचीही दखल घेता, तेव्हा तुमची सौंदर्यदृष्टा तुम्ही विकसित करू शकता व जोपासू शकता.

तुमचे आयुष्य सर्व सौंदर्ययुक्त अनुभवांनी उजळवण्यासाठी तुम्ही केवळ तुमची दृष्टी व तुमच्या सर्व संवेदनांचा वापर करणे गरजेचे असते. हे जग हे एक जितेजागते आश्चर्य आहे व हे जग सौंदर्याच्या अक्षरशः अब्जावधी चमत्कारांनी भरलेले आहे. तुम्ही त्यांची दखल घ्याल कारण की, त्या तुम्हाला सकारात्मकतेने उजळून काढतील. त्या गोष्टींची तुम्ही जेवढी नोंद कराल, तेवढी अधिक सकारात्मक शक्ती तुमच्या अंतरंगामध्ये व आयुष्यात संचारित होईल.

इतरांशी नाते जोडा व त्यांच्यासोबत रमून जा

आपण जेव्हा आपल्या दैनंदिन आयुष्यात जे काही चालू आहे त्यामध्ये रममाण असतो, तेव्हा आपल्याभोवती सगळीकडे असणाऱ्या व नेहमी आपल्या आजूबाजूला संचारित होणाऱ्या ऊर्जेशी आपण आपोआपच जोडले जातो. म्हणजे जागरूक तसेच सजग असणे व इतर वेळी आपण ज्या गोष्टींकडे कदाचित दुर्लक्ष करू त्यांची दखल घेणे, असा याचा अर्थ आहे.

तुमच्या आसपास जे काही चालले आहे, त्यासोबत तुम्ही जेव्हा पूर्णत्वाने रममाण होता, इतरांना कसे वाटते आहे व तुम्ही स्वतः कसे आहात ते तुम्ही जाणता, तेव्हा तुम्हाला खूप चैतन्यमय वाटते.

तुम्ही तुमचा दिवस यांत्रिकपणे तर व्यतीत करत नाही ना, याविषयी सकारात्मकरीत्या जागरूक राहा. ज्या गोष्टी आपल्या दृष्टीने खरेच खूप महत्त्वाच्या किंवा खूप आवडीच्या आहेत, त्यावर दैनंदिनरीत्या करावयाच्या गोष्टी, सवयी, ताणतणाव या गोष्टी आपले लक्ष सहजरीत्या विचलित करू शकतात किंवा आपल्या आवडीच्या गोष्टींमधील उत्साहाला या नकारात्मक गोष्टींमुळे सहजच ओहोटी लागू शकते. त्यासाठी आपण जागरूक राहणे आवश्यक असते.

आधुनिक तंत्रज्ञान आपल्याला खूप काही देते व त्यामुळे संवादसुद्धा अतिशय सोपा झालेला आहे. विवेकाने वापरल्यास ते एक वरदान व आनंद ठरते. मात्र जेव्हा तंत्रज्ञानाचा अतिवापर होतो व परिणामी व्यक्ती तिच्या अगदी निकटच्या जगापासून तुटते- व ही विलगीकरणाची सवय वाढत जाते- त्यासाठीही तंत्रज्ञान जबाबदार आहे. जर आपण आपले आयुष्य तंत्रज्ञानाच्या हाती सोपवले, तर ते आपल्यासाठी

डोकेदुखी ठरू शकते. म्हणून तुमच्या आयुष्यात भर घालण्यासाठी व तुमच्या मित्रांच्या संपर्कात राहण्यासाठी तंत्रज्ञानाचा वापर काळजीपूर्वकरीत्या करा. त्याच वेळी तुम्ही सकारात्मक शक्ती वापरून तंत्रज्ञानाला तुमच्यावर कुरघोडी करू देऊ नका व त्यामुळे तुमचा वेळ निष्कारण वाया घालवू नका.

वर उल्लेख केल्याप्रमाणे मजकूर स्वरूपातील संदेशांचा मी प्रामुख्याने विचार करत आहे. हो, हे खरे आहे की मजकूर हे संवाद साधण्याचे एक विलक्षण साधन आहे. मात्र त्यामध्ये दडलेला धोका हा आहे की, तुम्ही ज्या लोकांच्या सोबत प्रत्यक्ष वावरत असता, त्यांच्यापासून तुम्ही तुटाल इतपत त्याचे व्यसनामध्ये रूपांतर होते. तुम्हाला ज्याच्याशी बोलण्याची खरेच इच्छा आहे ती व्यक्ती मोबाइलवरून वा अन्य प्रकारे एखादा संदेश पाठवण्यासाठी वा घेण्यासाठी संभाषणामध्ये पुनःपुन्हा व्यत्यय आणत असेल, तर त्यामुळे तुम्हाला किती राग येईल, त्याची कल्पना करा. जेव्हा तुम्हीही असेच वागता तेव्हा तुमच्यासोबत असलेल्या लोकांच्या बाबतीतही असेच घडते. म्हणून तुम्हाला फोन करणाऱ्या व संदेश पाठवणाऱ्या व्यक्तींना तत्काळ उपलब्ध राहण्याचा मोह दूर सारा.

जेव्हा तुम्ही एखादी व्यक्ती किंवा लोक यांसोबत असता व त्यांच्याकडे तुम्ही संपूर्ण लक्ष देत, तेव्हा किती सकारात्मक वाटते, त्याची दखल घ्या. धीट बना– अशा रीतीने सकारात्मकतेने जोडले जाण्यासाठी तुमचा मोबाइल बंद करा व त्या क्षणामध्ये संपूणपणे त्यांच्यासोबतच राहा. प्रत्यक्ष संपर्क व बोलणे यांमध्ये स्वतःची अशी खास शक्ती असते व त्यामुळे सकारात्मक वाटते. देवाणघेवाण करण्यासाठी पूर्ण लक्ष देणे, ही एक प्रेमळ सदिच्छा असते. खरे तर आपल्यापाशी असणाऱ्या अनेक मौल्यवान गोष्टींपैकी ते एक वरदान असते.

आपले लक्ष विचलित करणाऱ्या गोष्टींमध्ये फक्त फोनचा समावेश होतो, असे नाही. टी.व्ही., रेडिओ व जेव्हा तुम्हाला कोणी भेटायला आलेले असते तेव्हा चालू असलेले संगीतही तुमच्यातील गप्पागोष्टींमध्ये अडसर आणते. एवढेच नाही, तर यामुळे संवाद पूर्णपणे थांबूही शकतो. त्यामुळे ही उपकरणे बंद करून ठेवा. ते पूर्णपणे सभ्यपणाचे लक्षण आहे, ते सकारात्मक आहे. उघडच आहे की, करायची ती एकमेव गोष्ट असते. त्याशिवाय असे केल्यामुळे तुम्हाला भेट देणाऱ्या किंवा फोन करणाऱ्या व्यक्तीला तुमचे संपूर्ण लक्ष, वेगळ्या शब्दांत तुमची सदिच्छा मिळते. या साधनांचा आवाज कमी करण्याऐवजी ती सरळ-सरळ बंद करून टाका. कारण की एखादा रेडिओ किंवा म्युझिक सिस्टीम भले कितीही धीम्या आवाजात चालू असेल किंवा टी.व्ही.वर केवळ मूक चित्रेच चालू असतील, तरीही तुम्ही ज्या व्यक्तीशी बोलत आहात त्या संभाषणामधून व तुमच्या मनातील विचारांपासून या साधनांमुळे तुमचे लक्ष अवश्य विचलित होते. जेव्हा तुम्ही एखादा कार्यक्रम बघत

किंवा ऐकत असता, तेव्हा कुणाचा फोन आल्यास अशा परिस्थितीत काय करावे, यावर माझ्या एका मैत्रिणीने एक चांगला तोडगा सांगितला आहे- तो म्हणजे डीव्हीडी रेकॉर्डर बनवून घेणे. जेणेकरून तुम्हाला तो कार्यक्रम रेकॉर्ड करण्यासाठी केवळ एक बटण दाबायचे असते. त्यामुळे जेव्हा तुम्ही तुमचे संपूर्ण लक्ष नंतर त्या कार्यक्रमावर केंद्रित करता, तेव्हा तुम्ही त्यामध्ये पूर्णपणे सहभागी होऊ शकता व त्याचा पूर्णपणे आनंद घेऊ शकता. नंतर एखाद्या व्यक्तीशी बोलताना तुम्ही तुमचे संपूर्ण लक्ष त्या व्यक्तीकडे देऊ शकता.

मी पुष्कळ कामे एकाच वेळेला करू शकते, असे मला वाटत असे. उदाहरणार्थ, इंटरनेटवर काही शोधत असताना मी फोनही घेत असे किंवा माझे लिहिणेही चालू ठेवत असे. मात्र मी हे शिकले की हे सर्व करत असताना फोनवरील व्यक्तीकडे आपण आपले संपूर्ण लक्ष देऊ शकत नाही. म्हणून मी आता संगणकाचा स्क्रीन बंद करण्याचे बटण दाबते किंवा मी संगणकापासून उठून दूर जाते, जेणेकरून फोनवरील व्यक्तीकडे मी पूर्ण लक्ष देऊ शकते. पुन्हा एकदा सांगायचे झाल्यास ही एक सदिच्छा व सौजन्यपूर्ण बाब आहे; कारण यामुळे तुम्ही समोरच्या व्यक्तीशी पूर्णपणे जोडले जाता. त्यामुळे त्या व्यक्तीला खूपच सकारात्मक व छान वाटते.

खूप छोट्या गोष्टींना फाजील महत्त्व दिले आहे, असे यातून कदाचित वाटू शकते. मात्र या छोट्या गोष्टी पाळल्यास तुम्ही ज्यांच्यासोबत आहात त्यांच्याकडे लक्ष देणे तुम्हाला शक्य होते व कोणत्याही संभाषणातील ती सर्वाधिक महत्त्वाची गोष्ट होय. जे लोक आपल्यासाठी खूप महत्त्वाचे असतात त्यांच्या बोलण्याकडेच आपण खूप कमी लक्ष देतो, हे खूपच विचित्र आहे. म्हणून त्यांच्यापासून दूर जात असल्याच्या लक्षणांवर लक्ष ठेवा. जे लोक परस्पर सहमतीने एखादे अर्थपूर्ण नाते व संबंध जुळवू इच्छितात, अशा लोकांसाठी सकारात्मकरीत्या लक्ष देणे अत्यंत आवश्यक असते- नव्हे, ते तर प्रेमाच्या केंद्रस्थानी असते.

त्याचप्रमाणे दिवसभर ज्या कृतींमध्ये आपण गुंतलेले असतो, त्यादरम्यान आपल्या सभोवताली व आपल्या अंतरंगात काय चालू आहे, त्याविषयीचे ज्ञान आपल्याला जागरुकतेमुळे मिळते. आपले शरीर, आत्मा व मन या सर्वांना समाविष्ट करणाऱ्या संपूर्ण लक्ष असणाऱ्या अवस्थेसाठी 'सजगता' हा खूप चांगला शब्द आहे.

तुम्ही या क्षणी वर्तमानात हजर आहात, लक्ष देत आहात, तुमच्या सर्व संवेदनांनी तुम्ही अनुभव घेत आहात व तुमच्या सर्व संवेदना सर्व पातळ्यांवर जागरूक आहेत, असा या क्षणातील सजगतेचा अर्थ होतो. आजही साध्या-सोप्या किंवा पुनःपुन्हा केल्या जाणाऱ्या कृतींमध्येही एक सखोल जाणीव निर्माण होते व उद्दिष्टाची नव्याने जाण होते आणि विलक्षण गोष्ट म्हणजे सोबतच आनंदाचीही जाणीव होते.

आपल्या अंतर्मनाशी व त्याहीपलीकडे जोडले जा

तुमच्या बुद्धिमत्तेचे अंतर्मनातून ऐका, पुनःपुन्हा ऐका. थोडा वेळ मनाचे ऐका. तुमच्या मनाचा शोध घ्या व तुमच्या सर्व संवेदना जागरूक ठेवा, जेणेकरून तुमचे मन उंच उंच भरारी घेऊ शकेल व पुन्हा तुमच्याकडे सुरक्षितपणे येऊ शकेल. त्या थोर (दैवी) जाणिवेच्या (ईश्वराच्या)- हे विश्व व त्यापलीकडे असणारे गूढ याविषयीच्या जाणिवेच्या- नेहमीच सान्निध्यात किंवा शक्य तेवढे निकट राहा.

असे केल्याने जिवंत असण्याची आपली जाणीव अधिक अर्थपूर्ण बनते व प्रत्येक क्षणी आपले जीवन किती मौल्यवान आहे, याची आपल्याला आठवण होते.

तुमच्या आयुष्याचा जो आराखडा किंवा नियोजन तुम्ही आखले आहे, ते लक्षात घेऊन तुम्ही या क्षणी, या दिवशी त्या आराखड्यात कुठे आहात ते पाहा. केवळ शारीरिकदृष्ट्याच नव्हे, तर मानसिक, भावनिक व आध्यात्मिकदृष्ट्या तुम्ही कसे आहात, ते स्वतःला सौम्यपणे विचारा. सकारात्मक शक्ती तुमच्यामधून संचारित होत आहे किंवा नाही, हे जाणून घ्या. जर ती शक्ती काहीशी मंद किंवा सुप्त अवस्थेत असेल, तर तुम्ही त्या शक्तीशी पुन्हा जोमाने कसे जोडले जाऊ शकाल व तिचा प्रवाह सुरळीतरीत्या कसा चालू करू शकाल, त्याचा स्वतःच्या मनाशी शोध घ्या.

तुम्हाला कदाचित काही लिहावेसे वाटत असेल, तुमच्या रोजनिशीमध्ये तुम्हाला काही नोंदवायचे असेल- एखादे पत्र किंवा कविता, किंवा सध्या तुम्ही जिथे आहात, त्या ठिकाणचे तुम्हाला अपेक्षित तसे चित्र तुम्ही अमूर्त, इंप्रेशनिस्ट, किंवा वर्णनात्मक शैलीमध्ये रंगवू शकता.

किंवा अगदीच काही नाही तर तुम्ही आत्ता, या क्षणी जिथे आहात तिथे असल्याची व तेथील सकारात्मकतेची जाणीव करून घ्या. होय, हे खरे आहे की, इतर सर्वांसारखेच आपणही कमकुवत असतो. मात्र आत्ता या क्षणी तुमच्या आंतरिक सामर्थ्याविषयी आत्मविश्वास बाळगा.

तुमच्या जीवनातील जो अर्थ तुम्ही शोधत आहात, त्या शोधाला गांभीर्याने घ्या. त्याच वेळी तुमच्या आध्यात्मिकतेच्या जाणिवेवरही प्रेम करा. हिऱ्यांनी बनवलेल्या ताऱ्यांसारखीच ही गोष्ट चमकते; मात्र ती खरेच खूप मौल्यवान आह- अमूल्य वाटण्याइतपत मोलाची व पाचू-हिऱ्यांच्या राशींपेक्षाही ती जाणीव मोलाची आहे.

आपल्या या जगात संचारणाऱ्या प्रेमाची जाणीव ठेवा व त्याच्या अगम्य स्रोतापर्यंत पोहोचण्याचा प्रयत्न करा. आपण भलेही नास्तिक, अश्रद्ध वा आस्तिक असू; मात्र त्या प्रेमाचा व शक्तीचा अनुभव आपण सर्वच जण घेऊ शकतो व अनंतत्वातील अमर्यादपणाची जाणीवही आपण सर्वच जण करू शकतो; मात्र

त्याच वेळी समांतर विश्वे, न शोधलेल्या शक्ती व इतर बाबींची आपण जाणीव करून घेऊ शकतो. सर्वच बाबतींतील चमत्कारांचा अनुभव आपण दररोज घेऊ शकतो, आपण आपल्या ज्ञानाचे मोल जाणू शकतो. त्या भीतियुक्त आदराच्या भावनेचा आपण अनुभव घेऊ शकतो व त्यापर्यंत पोहोचू शकतो. त्या रचनेशी जोडले जाऊन प्रेम व आनंदापोटी आपण त्या गोष्टीपर्यंत पोहोचू शकतो.

दररोज किमान एकदा एका क्षणासाठी –

- थोडे थांबा.
- तुमच्या सर्व संवेदना व जाणिवांसोबत (स्वतःच्या अस्तित्वाची) जाणीव करून घ्या.
- तुमच्या पूर्णत्वाचे मोल जाणा.
- त्या थोर (दैवी) जाणिवेच्या पूर्णत्वाचे मोल जाणा.
- त्या रचनेशी (प्रणालीशी) थोडा लपंडाव खेळा.
- आभार व्यक्त करा व आनंदी राहा.

आपल्या अस्तित्वाच्या सर्व अंगांनी दररोज सकारात्मकरीत्या जगण्यामधून आपण या जगाच्या आनंदाप्रती, जीवनाच्या या उपकाराप्रती व आपल्या आयुष्यातील आनंद व प्रेम यांच्याप्रतीसुद्धा आपले मन खुले होते. सकारात्मक ऊर्जा आपल्या व्यक्तित्वामधून व आपल्या आरपार संचारित होते व सकारात्मकतेमध्ये आयुष्यातील दुःखे व धक्के यांच्याकडे योग्य दृष्टिकोनातून बघणे आपल्याला शक्य होते. आपल्या आसपासच्या या जगासारखेच ती सातत्याने स्वतःमध्ये नवीन बदल, सुधारणा व उपचार करत असते.

सखोल जाणिवेच्या मार्गावर तुमच्या खऱ्या स्वभावाप्रमाणे वागण्याच्या व सकारात्मकरीत्या जगण्याच्या कणखर धाडसी निर्धाराने तुम्ही मार्गक्रमण करत आहात. तुम्ही केवळ आपल्या ग्रहाचे अस्तित्व टिकवून ठेवण्याच्या नव्हे, तर येथील व वर्तमानातील आपल्या स्वतःसाठी, तुमचे प्रियजन, पलीकडच्या विश्वातील जीव व सर्व प्राणी यांच्यासाठी आयुष्य अधिक उत्तम बनवण्याच्या उद्देशाने पुढे मार्गक्रमण करण्याची तुमची तयारी आहे.

एक समृद्ध आयुष्य जगा. सत्याने वागा, प्रामाणिक राहा, शूर, विचारी असा व तुमच्या मनातील विचार धीटपणाने बोलण्यास तयार राहा. चांगुलपणा, दयाळूपणा व न्यायासाठी आवाज उठवा आणि तुमच्या सकारात्मकतेमध्ये दडलेल्या शक्तीचा आनंद घ्या. तुमचे अस्तित्व, शक्तीचा एक सुप्त संचार यांचा दररोज अनुभव घ्या.

या जगातील शांतता टिकवून ठेवण्याचा निश्चय दररोज करा. या जगातील अस्सल (मूळ स्वरूपाचा), शक्तिमान, सौंदर्यपूर्ण व सकारात्मक जोश अनुभवा.

तुम्हीही त्याचा एक भाग आहात!

१०

प्रामाणिकपणा व सत्य यामधून मिळणारी मनःशांती

या प्रकरणात तुम्ही सकारात्मकतेचा तेव्हा अंगीकार कराल जेव्हा तुम्ही –

- *सत्याने व प्रामाणिकपणे जगाल.*
- *मूल्ये व सचोटी बाळगाल.*
- *शत्रुत्वाच्या भावनेशी उत्कटतेने लढाल.*
- *शक्य तेवढ्या नीतीने व मूल्यांनी वागाल.*
- *माणुसकीने वागाल.*
- *शौर्याने वागाल.*
- *गौरवाने व शांततेने जगाल.*

आपल्यामधील आंतरिक सत्य, न्याय व नीतीची जाणीव ठेवून त्याप्रमाणे वागणे किती योग्य, चांगले तसेच शांततामय वाटते! मात्र त्यासाठी किती धैर्य लागते व त्याचा मार्ग सोडून देणे किती सहजसोपे असते! या बाबतीत स्वतःला मदत करण्यासाठी आपल्या व्यक्तिगत सामर्थ्याच्या प्रत्येक अंगाची आपल्याला गरज भासते. यामध्ये चांगली गोष्ट ही आहे की, ती शक्ती आपल्यासोबत नेहमीच अस्तित्वात असते. आयुष्यात तुमच्या बाबतीत भले काहीही असो किंवा भले तुमचा मार्ग कोणत्या का दिशेने जावो, एवढे मात्र खरे की, तुमच्या सकारात्मक दृष्टिकोनाला तुमच्या तर्काची जोड मिळाल्याने, सन्मानाने व योग्य रीतीने जगणे तुम्हाला शक्य होईल. आपला आत्मविश्वास व कोणत्याही परिस्थितीमध्ये शांत राहण्याची मोठी शक्ती तिथे वसते.

सत्याने व प्रामाणिकपणे जगा

आपल्यापैकी बहुतांश लोकांसारखेच तुम्हालाही मोठे होताना सत्याचे पालन करण्याची शिकवण मिळाली असेल. लहान मूल म्हणून आपण हे तेव्हाच शिकतो की छोटी छोटी असत्ये बोलू नयेत. यमागील कारण हे होते की, खरे बोलण्यामुळे आपली प्रशंसा होते तर खोटे बोलण्याने आपण अडचणीत येतो. त्यानंतरच्या अवस्थेत आपण त्याचा पूर्ण विचार केला व स्वतःचे निर्णय स्वतःच घेण्यास सुरुवात केली. पुष्कळ वेळा आपण सत्याशी बांधील राहण्यास सुरुवात केली. यामागे इतरही कारणे होता; मात्र प्रमुख कारण म्हणजे आपल्या पालकांना आनंदी करणे हेच होते. खरे बोलण्याचे व्यावहारिक फायदे खूप आहेत- उदाहरणार्थ, जर तुम्ही नेहमी खरेच बोललात तर तुम्ही काय बोलला होतात ते तुम्हाला लक्षात ठेवावे लागत नाही कारण सत्य तर नेहमी सत्यच असते! त्याशिवाय इतर लोकही तुमच्यातील प्रामाणिकपणा ओळखतात व तुम्हाला चांगला प्रतिसाद देतात. तुमच्या प्रियजनांना हे माहीत असते की, ते तुमच्यावर विश्वास ठेवू शकतात व ते त्याप्रमाणे विश्वास ठेवतातही. प्रामाणिक राहण्याच्या या सर्व व्यावहारिक बाबींमुळे आयुष्याची चाके सुरळीतपणे चालतात. त्याचा अर्थ असा होतो की, विश्वासू व खातरीलायक असण्याच्या शांततामय मार्गाचा आपण आनंद घेतो.

सत्याचा आणखी एक प्रकार- जो निराळ्या रीतीने विस्मयकारकरीत्या खरेच खूप महत्त्वाचा आहे तो म्हणजे, तुमची आंतरिक सत्याची जाणीव. स्वतःच्या स्वभावामागे व स्वतःला ओळखण्याविषयी आपण दुसऱ्या प्रकरणात चर्चा केली व मला आता त्याविषयी अधिक विस्ताराने चर्चा करायची आहे. तुम्ही तुमच्या सत्यानुसार सातत्यपूर्ण रीतीने जगाल, तेव्हा तुम्हाला जी विलक्षण जाणीव होईल, त्याविषयी मला तुमची वाखाणणी करायची आहे. याचा अर्थ असा होतो की, तुम्ही कसे आहात ते तुम्हाला माहीत आहे व तुमच्या आंतरिक सत्याचा विचार करण्यात, ते बोलण्यास, जाणवण्यास व त्यावर प्रेम करण्यास तुम्ही तयार असता.

सत्य हे आपल्या सकारात्मक शक्तीचे एक अविभाज्य अंग असते. सत्य उत्कटतेने व साधेपणाने उजळून निघते. आपल्यासाठी योग्य असलेल्या टप्प्यावर ते आपल्यासोबत चालते. ते आपल्याला मार्ग दाखवते- नेहमीच. संशय व निराशेपासून ते आपले संरक्षण करते. सत्य हा आपल्या आयुष्याचा एक खूपच महत्त्वाचा भाग आहे. आपण माणसे सत्याकडे पाठ फिरवतो; इतर प्राणी आपोआपच सच्चेपणाने वागतात व हे नैसर्गिक जग सत्याशिवाय इतर कोणत्याही रीतीने वागत नाही. या पृथ्वीविषयी एक विलक्षण गोष्ट म्हणजे तिचा प्रामाणिकपणा. पृथ्वी तिच्या स्पष्टतेमध्ये आपल्याला जवळजवळ दिपवूनच टाकते. खरेच तिचा स्पष्टपणा

जाणवण्याइतपत स्पष्ट असतो.

आपण इतर प्राण्यांपेक्षा वेगळे आहोत- किमान तसे समजले जाते. याचे कारण आपल्यापाशी एक विशेष जाणीव व सदसद्विवेकबुद्धी असते. सत्याकडे पाहण्यात आपण मुक्त असतो किंवा आपण त्याकडे पाठही फिरवू शकतो. माझा एक तत्त्वज्ञानी मित्र मला म्हणाला, "खरे बोलणे सोपे आहे, हे त्यांना सांगू नकोस. खरेच ते सोपे नाही आहे." त्याला हे म्हणायचे होते की सत्याविषयी नीतीविषयक असंख्य पेच आहेत व तत्त्वज्ञानाचे खूप कठीण सिद्धान्त आहेत. हो, तो म्हणाला ते खरे आहे. मात्र मला वाटते की, आपण गोष्टी निष्कारणपणे अवघड बनवतो. आपण जर आपल्या आंतरिक अस्तित्वाचे (अस्मितेचे) म्हणणे ऐकले व आपल्याला जे सखोलरीत्या माहीत आहे व जे सत्य आहे त्यावर आपण चाललो, तर पायरीपायरीने आपल्याला प्रामाणिकपणाचा टप्पा गवसेल व त्या-त्या परिस्थितीत करावयाची ती योग्य गोष्ट असेल. कदाचित तो रस्ता सोपा नसेलही; मात्र तो पुष्कळदा सोपा असतोही. आपण माणूस आहोत, त्यामुळे आपण कदाचित भटकूही शकतो. मात्र आपण सत्याकडे पुन्हा परत फिरूही शकतो- तेसुद्धा अधिक निर्धाराने. आपल्याला खोलवर- मन, हृदय व आत्म्याच्या पातळीवर माहीत असते की, सत्यामुळे आपल्याला शांती मिळते.

सत्याने जगणे म्हणजे हेकेखोरपणे वागणे, चांगले वागण्याचे ढोंग करणे किंवा उद्धटपणे वागणे नव्हे. खरे तर खरेपणाने वागणे याच्या अगदी उलट असते- स्वतःचे व इतरांचे विचार सातत्याने तपासणे, जेव्हा सत्य हातातून निसटते तेव्हा त्याचा शोध घेणे व वास्तव स्पष्टपणे जाणून घेण्यासाठी अथकपणे प्रयत्न करणे होय. याचा अर्थ मनन करणे, मूल्यांची चाड असणे व त्यांच्याकडे साक्षेपी दृष्टिकोनातून पाहणे, अप्रमाणिकपणाची दिवास्वप्ने बघण्याविषयी व चुकीच्या जाणिवेविषयी जागरूक राहणे. आपण आपल्या मनाला चौकस व सजग ठेवले पाहिजे व याची जाणीव ठेवली पाहिजे की, परिस्थिती बदलते आणि आपली समज विकसित होत जाते.

आपल्या स्वभावाप्रमाणे वागण्याशी व स्वतःशी खोटे न बोलण्याशीही याचा संबंध आहे.

अशा प्रकारचा आंतरिक सच्चेपणा (सचोटी) मानसिक आरोग्य टिकवून ठेवण्यासाठी आवश्यक असतो व अशा रीतीने तो आपल्या कल्याणाला एक कणखर पाया देतो. 'सत्याचे परीक्षण' पुनःपुन्हा करत राहणे उपयोगी असते व जेव्हा स्वतःशी व इतरांशी सच्चे राहण्याचा तुम्ही सर्वोत्तम प्रयत्न करत आहात याची खातरी तुम्ही स्वतःशी पटवल्यानंतर या जगाशी व व्यक्तिगत पूर्णत्वाशी एकरूप झाल्याची एक विलक्षण जाणीव तुम्हाला होते.

शत्रुत्व या भावनेचा उत्कटतेने सामना करा

सत्याने जगण्याचा आणखी हासुद्धा अर्थ होतो की, ज्यांना तुम्ही आवडता, त्यांना तुमच्यातील सच्ची व्यक्ती आवडते व तुमच्यातील प्रामाणिकपणा, सचोटी व एकरूपता या गोष्टी त्यांना मनोमन जाणवतात. मात्र तुमचे सर्वांशी चांगले जमेलच, असा याचा अर्थ नाही. अर्थात ज्या लोकांना तुम्ही आवडता व जे तुमच्यावर प्रेम करतात त्यांना तुम्ही खरेच जे काही आहात त्याविषयी आनंद वाटतो व त्यांना तुम्ही स्वेच्छेने त्याची जाणीव करून देता, अशा लोकांशी तुमचे चांगले जमेल. मात्र असेही काही लोक असू शकतात, ज्यांना तुमचे सत्य अडचणीचे वाटू शकते; कारण ते सत्य त्यांच्या आंतरिक दुटप्पीपणाच्या आड येते व प्रतिक्रियेच्या रूपात ते तुमच्यापासून दूर वळू शकतात. एवढेच नव्हे, तर ते तुमचे शत्रुत्वही पत्करू शकतात. मात्र हे लक्षात घ्या की, ते काय करू शकतात ती त्यांची हकिगत व त्यांची स्वतःची वाटचाल आह; तुमची नव्हे. सत्य म्हणजे समजूतदारपणा व उत्कटता होय. मात्र सत्य स्वतःपासून दूर पळणार नाही वा स्वतःच्या सचोटीशी तडजोडसुद्धा करणार नाही. सत्याची असत्याशी सरमिसळ होण्यापासून सत्याचे उत्कटतेने संरक्षण करा व सत्याचे जतन करा. तुमची सकारात्मक शक्ती तुमच्यासाठी अगदी तेव्हाही कणखरपणे उभी असते, जेव्हा तुम्ही ती वापरत नाही. पुढील प्रयत्न तुमचे संरक्षण करण्यासाठी व तुम्हाला बळकट करण्यासाठी साहाय्यभूत आहेत–

- ✓ असहमतीची जाणीव ठेवा.
- ✓ तुमच्या अंतर्मनातून त्या थोर (दैवी) जाणिवेची मदत मागा.
- ✓ स्वतःच्या शक्तीची जाणीव ठेवा.
- ✓ खोलवर श्वास घ्या.
- ✓ स्वतःला केंद्रस्थानी ठेवून योग्य संतुलन साधा.
- ✓ तुमच्या संपूर्ण सचोटीने आणि निःपक्षपातीपणे, तसेच योग्य रीतीने वागा.

तुमच्यामध्येच स्वतःची (स्वत्वाची) जाणीव व बुद्धिमत्ता आहे. त्याला निर्धाराने, कठोरपणे व उत्कटतेने चिकटून राहा. तुमचे सत्य हे कोणत्याही परिमाणापलीकडचे व कणखर असते- तुमची सकारात्मकता व त्यामधून संचारित होणारी शक्ती सत्यावर अवलंबून असते. ते सत्य हे तुमच्या अस्तित्वाचे रहस्य असते.

सत्य हे खूप खूप सुंदर असते. ते या आत्म्याच्या स्वातंत्र्याचे रामबाण औषध - आयुष्याचे व तुमच्या अस्तित्वाचे ते सत्त्व होय. सत्याची शक्ती शुद्ध व सकारात्मक असते.

स्वतःची मूल्ये जाणा व सचोटीने वागा

आपणा सर्वांकडेच काही मूल्यांचा संच असतो, जो आपल्यासाठी महत्त्वाचा असतो. मात्र कधीकधी आपल्याला त्याची जाणीव नसते. तुमची मूल्ये कोणती आहेत, त्याचा तुम्ही कधी विचार केला आहे का? त्यविषयी विचार करणे व ती स्वतःच स्पष्ट करणे, ही मुळातच एक सकारात्मक गोष्ट असते ज्यामुळे तुम्ही स्वतःला अधिक चांगल्या रीतीने ओळखाल. त्यासोबतच ही मूल्ये तुम्हाला मौल्यवान अशी अंतर्दृष्टी देतील, जी तुम्हाला या क्षणी प्राधान्यक्रम ठरवण्यासाठी किंवा विकसित करण्यासाठी उपयोगी पडेल.

मूल्ये म्हणजे त्या विविध सकारात्मक श्रद्धा होत ज्यांच्याशी सुसंगत रीतीने तुम्ही वागता वा तसे वागण्याचा प्रयत्न करता. कोणताही गुण जो तुम्हाला वर्तणुकीसाठी चांगला वाटतो, तो गुण तुम्ही तुमचे व्यक्तिमत्त्व व आयुष्य यांच्यात बहुतांश वेळी समाविष्ट करता किंवा तशी इच्छा बाळगता. तो तुमच्या सर्वांत महत्त्वाच्या मूल्यांपैकी एक असू शकतो. उदाहरणार्थ तत्परता, मैत्रीपूर्ण वागणूक, दयाळूपणा, प्रेम, काळजी घेणे, उत्साह, सकारात्मकता, शांतता, वक्तशीरपणा– मात्र या बाबतीत पुष्कळ शक्यता आहेत. तुमची मूल्ये ओळखा. पुढील गोष्टी करून पाहा –

- सर्वोत्तमरीत्या आयुष्य जगण्यासाठी तुमची महत्त्वाची मूल्ये ओळखा.
- त्यांची यादी बनवा.
- नंतर त्या संपूर्ण यादीकडे बघा व या क्षणी तुमच्यासाठी महत्त्वाच्या असलेल्या मूल्यांप्रमाणे त्यांचा प्राधान्यक्रम लावा.
- यामध्ये तुम्ही आणखी काही भर घालू शकता का, त्यांचा विचार करा.
- या मूल्यांना तुमच्या आयुष्याचा मानदंड बनवणे कसे श्रेयस्कर असू शकते, त्याचा विचार करा.

पुष्कळशा श्रद्धा व आपल्यातील गुण असे असतात ज्यांचे पालन करण्याची इच्छा आपण खरेच बाळगू शकतो- तशी केवळ इच्छाच न बाळगता त्यांचे आपण पूर्णपणे पालनही करू शकतो. उदाहरणार्थ, निराशावादापेक्षा आशावादाची आपण जाणीवपूर्वकरीत्या निवड करू शकतो. अर्थातच हे पूर्ण पुस्तकच सकारात्मकतेचा चांगुलपणा व सामर्थ्याविषयी आहे, ज्याची निवड आपण करू शकतो, ज्याचा विकास व जतन आपण करू शकतो, तसेच त्यांचा आपण पूर्णत्वाने आनंदही घेऊ शकतो, जेणेकरून ती आपली जीवनपद्धती बनेल.

तुमची मूल्ये जी तुम्ही ओळखलेली असतात व ज्यांवर तुम्ही प्रेम करता, ते

तुम्हाला वागणुकीची अशी भाषा देतात, जिचे पालन करणे सोपे असते व ज्याच्या आधारावर तुम्ही दैनंदिन जीवनात प्रामाणिकपणाने व पूर्णत्वाने जगू शकता, ज्यामुळे तुम्हाला संतुलित व संपूर्ण वाटते.

मूल्ये व सचोटी आणि जी सत्ये या गोष्टी नैसर्गिकरीत्या समाविष्ट करतात, ती मूल्ये आपल्या कल्याणाचे एक अविभाज्य अंग असते व समाधान, प्रेरणा या दोहोंचा तो स्रोत असतो. त्यांना ओळखा, त्यांचे मनन करा, त्याविषयी आभार माना व त्यांची काळजी घ्या. सर्वांत महत्त्वाचे म्हणजे ती मूल्ये आचरणात आणून व त्यांच्याप्रती जागरूक राहून त्यांचा आनंद घ्या. ती मूल्ये म्हणजे तुम्हाला मिळालेली व तुम्ही दुसऱ्यांना देता ती वरदाने होत!

नीतीने व तत्त्वाने जगा

प्रामाणिकपणा, सत्य व तुमच्या इतर सकारात्मक मूलभूत तत्त्वांवर आधारित मूल्ये (नीतितत्त्वे) असणे व त्यांना बुद्धिमानरीत्या जागणे, हा सुज्ञपणाचा व समाधानाचा आधार होय. मात्र "नीतीने जगणे हे अजिबातच सोपे नाही; तर उलट ते अवघड आहे," माझ्या मानसोपचारतज्ज्ञ मित्राने पुन्हा एकदा जोर देऊन सांगितले.

हे खरे आहे की, इतर व्यक्तींशी चांगले वागणे, या व्यापक जगामध्ये योग्य कृती करणे- तुमचे शब्द व कृती यांनी इतरांना नुकसान न पोहोचवणे व सोबतच स्वतःशी व स्वतःच्या मूल्यांशी नेहमीच प्रामाणिक राहणे हे खूपच आव्हानात्मक असू शकते. त्या गोष्टी सोडून देणे, हे खूपच सोपे आहे. मात्र जेव्हा कोणती योग्य गोष्ट करायला हवी याविषयी तुम्हाला खातरी नसेल किंवा तुम्ही गोंधळलेले असाल, तेव्हा कृपया वास्तवावर, परिस्थितीवर लक्ष केंद्रित करा व त्याविषयीचे विविधांगी दृष्टिकोन विचारात घ्या. अशा रीतीने तुम्ही सकारात्मक राहाल व तुम्हाला योग्य मार्ग सापडेल.

कधीकधी सर्व प्रश्न योग्य रीतीने सोडवण्याचा व सर्वांना खूश करण्याचा एकही आदर्श उपाय नसतो; मात्र अशा वेळी आपल्याला जे शक्य आहे, तेच आपण करावे. कधीकधी आपण सर्व जोमाने केलेले प्रयत्न वा कामे ही उत्तमरीत्या तर सोडाच, अगदी जेमतेमही यशस्वी होत नाहीत. मात्र आपण आपल्याला शक्य तेवढा चांगला प्रयत्न करून आपली स्वतःची उद्दिष्टे, नीतिमत्ता, प्रामाणिकपणा यांना तर्क, सत्य व अनुभवाच्या कसोटीवर पुनःपुन्हा घासून बघून स्वतःची खातरी पटवू शकतो की, तोच एकमेव सर्वोत्तम मार्ग आहे. यामुळे आपल्याला आपले आंतरिक ज्ञान व प्रामाणिकपणा असा आत्मविश्वास देतात, ज्यामुळे आपल्याला खूप सकारात्मक वाटते.

चांगल्या माणसांनी काहीही न करणे ही दुष्टपणाच्या विजयासाठी आवश्यक असलेली एकमेव गोष्ट होय.

– एडमंड बर्क

नीतिमत्ता ही सक्रियतेने करण्याची एक गोष्ट आहे– चैतन्याने ओथंबलेली एक गोष्ट. नीतिमत्तेने जगणे हा निष्क्रियपणे जगण्याचा मार्ग खचितच नाही. प्रामाणिकपणाप्रती आपली वचनबद्धता व प्रयत्न या बाबींची आवश्यकता असते. प्रामाणिकपणा हा गुण सकारात्मकतेने भारलेला असतो, ज्यामधून आपल्याला शक्तीचा अविरतपणे पुरवठा होतो. जेव्हा तुम्ही नीतीने वागता व तुमचे सर्वस्व एखाद्या गोष्टीमध्ये ओतता, तेव्हा तुमची स्वतःची शक्तीही संचारित होते, जेणेकरून तसे नीतीने वागणे तुम्हाला नेहमीच शक्य होईल व तुम्हाला त्यामध्ये काही कठीणही वाटणार नाही. वागण्याचा तो योग्य व चांगला मार्ग आहे; ते आणखी एक वरदान आहे. जेव्हा तुम्ही नीतीने जगण्याचा तुमचा स्वतःचा मार्ग बनवता, तेव्हा तुमची सदसद्विवेकबुद्धी स्वच्छ असते व तुमच्यापाशी आंतरिक शक्ती असते.

गौरव वा सन्मान हा एक विलक्षण शब्द आहे. मात्र सध्या हा शब्द काहीसा अडगळीला पडल्यासारखा वाटतो. मात्र त्या संकल्पनेला आजही आपल्या हृदयामध्ये व कोणत्याही सुसंस्कृत, संवेदनशीलतेने जगणाऱ्या संस्कृतीमध्ये एक विशेष स्थान आहे. सन्मानाने जगताना आपण इतरांच्याही भल्याचा विचार करतो व परस्परांप्रती आदर ठेवून जगण्याचा आपण सर्वोत्तम प्रयत्न करतो. सदसद्विवेकबुद्धी किंवा विवेक बाळगण्याविषयी आपण आज बोललो- अर्थात हीसुद्धा उत्कृष्ट तत्त्वे आहेत; मात्र ती अगदी सन्मानासारखी नाहीत. सन्मानास पात्र असणे यामधून असा अर्थ ध्वनित होतो की, आपण इतरांप्रती गौरव, उत्कटपणा व आदराची चांगली भावना बाळगतो व त्याच वेळी आपल्या प्रखर सदसद्विवेकबुद्धीचीही आपण जाणीव ठेवतो व काळजी घेतो. त्या शब्दात व त्याच्या अर्थामध्ये असे काहीतरी आहे, ज्यामुळे आपण जेव्हा तो शब्द स्वतःसाठी वापरतो, तेव्हा तो शब्द आपल्याला स्वतःच्या हक्कांसाठी ताठपणे उभे राहण्याची प्रेरणा देतो. त्यामुळे आपण लोकांच्या नजरेला नजर भिडवू शकतो, त्यांच्या व सोबतच स्वतःच्या भल्याचीही आपण जाण ठेवतो. त्याच वेळी आपण त्यांच्याकडून चांगल्या वागणुकीची अपेक्षा ठेवतो व आपल्या सत्याचाही आदर करतो. ती बाब खरेच खूप प्रेरक व आव्हानात्मक असते व इतर सर्वच सकारात्मक गोष्टींसारखे त्यामुळेही चांगले- प्रसन्न वाटते.

माणुसकीने वागा

एका लोकशाही व्यवस्थेमध्ये वावरत असल्यामुळे आपण सुदैवी आहोत, जिथे प्रत्येक व्यक्तीचा आदर केला जातो, त्याच्या मतांची कदर केली जाते व देशाच्या शांततेचे रक्षण केले जाते. या गोष्टीचे मूल्य जाणून व माणुसकीच्या तत्त्वांचे पालन करून आपण खूप सुदैवी आहोत, ही जाण आपल्याला होते. आपल्यापैकी बहुतांश लोक ज्या मूल्यांवर जगतात, ती जेव्हा एखाद्या चुकीच्या पद्धतीने जातात; उदाहरणार्थ, कोणत्याही प्रकारचा अन्याय किंवा अनावश्यक नोकरशाहीशी जेव्हा आपला सामना होतो, तेव्हा आपण त्याचा निषेध करतो व ही बाब खूपच सकारात्मक असते; कारण त्यामुळे भ्रष्टाचार व इतर समस्या पडताळून पाहण्यासाठी आपल्याला एक संदर्भ मिळतो. काही दुर्दैवी देशांची लोकशाही व्यवस्था प्राप्त करण्याची सांप्रत जी चळवळ चालू आहे ती तशीच चालू राहील, या थोर आशेत, तसेच योग्य वेळ येताच काळ सर्वच देशांप्रती न्याय व चांगली वागणूक घेऊन येईल या आशावादामध्ये आपण सध्या जगत आहोत.

दरम्यानच्या काळात आपण सातत्याने सकारात्मकरीत्या व प्रेमाने जगू शकतो. आता 'योग्य त्या रीतीने' म्हणजे नेमके काय? मानवी जीवनासाठी मार्गदर्शक तत्त्वे असणे तेवढेच उपयोगी आहे, जेवढे आपल्या स्वतःच्या आयुष्यासाठी स्वतःच्या मूल्यांचा संच असणे होय. तुम्हाला असे आढळेल की, त्यामधील पुष्कळशा गोष्टी सारख्याच आहेत.

मानवी जीवन व कल्याण यासाठी जी मूल्ये सर्वांसाठी उद्‌धृत करण्यात आलेली आहेत, ती म्हणजे दयाळूपणा, उत्कटपणा, सहानुभूती, समजूतदारपणा, कोमलता व सर्व लोक व प्राणिमात्रांप्रती भूतदयेची भावना बाळगणे, ही होत. देवाणघेवाण करताना ही सर्वच मूल्ये थोर वाटतात, या गोष्टीचे नवल वाटल्यावाचून राहत नाही की आपण सर्वच जण या मूल्यांचे का बरे पालन करत नसू? पण शेवटी आपण माणूस आहोत व आपल्या मनात कित्येक नकारात्मक भावना, गुण वा दोष असतात, ज्या एका क्षणात सक्रिय होतात. यासाठीचा उपाय म्हणजे त्या भावनांप्रती सजग राहणे व त्या कशा हाताळाव्यात त्याविषयी विचार करणे, हा होय. कधीकधी तर या भावना मुळात सकारात्मक स्वरूपाच्या असतात व त्या खूपच उपयोगी पडतात- उदाहरणार्थ, राग हा पुष्कळदा एखादी चुकीची गोष्ट घडत आहे व त्याच्याकडे सकारात्मकरीत्या लक्ष देण्याची गरज आहे, या गोष्टीचा उपयुक्त निदर्शक असतो. मात्र त्याकडे दुर्लक्ष केल्यास व तो अनियंत्रित होऊ दिल्यास राग खूपच धोकादायक व विनाशक स्वरूपाचा ठरू शकतो. माणुसकीने वागणे ही वागण्याची सकारात्मक पद्धती होय. तत्त्वांच्या आड येणाऱ्या एखाद्या भावनात्मक

नकारात्मकतेबाबत जागरूक राहणे व त्याचा सामना कसा करायचा ते ठरवणे, याचा संबंध जागरूक राहणे, त्या भावनेची दखल घेणे व आपल्याला जो मार्ग मनापासून योग्य वाटतो त्यासाठी त्या अनुषंगाने आपली तर्कशक्ती व विचारशक्ती वापरणे, हा होय. रागातील ऊर्जेचा सकारात्मकरीत्या वापर करून इतरांप्रती चांगले वागण्याचा आपण निर्धार करू शकतो किंवा कदाचित त्यामधील शक्तीचा वापर करून आपण एखादी नवी योजना बनवू शकतो, ज्यामुळे हे जग एखाद्या बाबतीत तरी विकसित होईल.

माणुसकीने, अधिक चांगुलपणे, सुज्ञपणे व दयाळूपणे जगण्यासाठी आपल्याला मदत करण्यासाठी कित्येक मार्गदर्शक तत्त्वे आपल्याकडे असतात. त्या दृष्टीने वैद्यकशास्त्राचे नीतिशास्त्र वानगीदाखल घेऊन आपण एक चांगली सुरुवात करू शकतो.

- **प्रत्येक जण एक स्वतंत्र व्यक्ती आहे हे लक्षात घ्या :** इतरांमधील चांगुलपणा- भले तो कितीही सुप्त पातळीवर का असेना, त्याचा शोध घेण्याचा हा एक प्रेमपूर्वक व चांगला मार्ग आहे. यामुळे त्यांच्या मनाला- ते कधी काळी बालक होते त्या जाणिवेला- एक अभिव्यक्ती मिळते. त्याशिवाय ही पद्धती तेव्हासुद्धा आपल्या खूपच उपयोगी पडते, जेव्हा इतरांना आपले विचार किंवा अन्य मार्गांनी साचेबद्ध करण्याचा आपण प्रयत्न करत असतो. तुम्ही, 'तुम्ही' आहात व ते लोक, 'ते' आहेत. तुमच्यासारखे अन्य कोणीही नाही किंवा नसावे. केवळ या जाणिवेचे मनन केल्याने आपल्या मनात जर इतरांवर नियंत्रण ठेवण्याची किंवा वैफल्याची भावना येत असेल, तर त्या भावनेचे आदराच्या व कदाचित स्वीकृतीच्या व समजुतीच्या भावनेमध्ये परिवर्तन करता येऊ शकते. यामुळे परिस्थितीतील नकारात्मकतेची जागा सकारात्मकतेच्या सुखद भावनेने घेतली जाते.
- **प्रत्येकाला माणुसकीने व न्यायाने वागवा :** आपण जेव्हा माणुसकीने व न्यायाने वागतो, तेव्हा आपल्याला स्नेहपूर्ण व यथायोग्य वाटते. जेव्हा आपण आपला अभिमान मनाबाहेर ठेवतो- तेसुद्धा नैसर्गिकरीत्या करतो- तेव्हा आपण स्वतःपलीकडे डोकावून बघतो. तेव्हाच आपल्याला समोरच्या व्यक्तीवर लक्ष केंद्रित करणे सोपे व आनंदाचे होते.
- **प्रतिष्ठेचा अधिकार ओळखा :** एखाद्याला चुका करावयाला भाग पाडणे किंवा कोणत्या तरी रीतीने ते मूर्ख आहेत अशी भावना लोकांच्या मनात निर्माण न करण, यामधून तुमची चांगली प्रतिमा निर्माण होते. त्यामुळे तुम्ही सन्मानाने, अभिमानाने पुढे चालू शकता. प्रत्येकाची प्रतिष्ठा मौल्यवान असते;

त्यामुळे इतरांच्या व स्वतःच्याही प्रतिष्ठेचे मोल जाणल्याने, तसेच स्वतःला व इतरांना जपल्याने व त्यांची काळजी घेण्याने आपल्याला खूपच सकारात्मक वाटते.

- **कोणतेही नुकसान करू नका :** आपल्या या जटिल, नाजूक व दडपणाखाली वावरणाऱ्या जगामध्ये ही खरेच एक खूप अवघड मागणी आहे. नातेसंबंधांमध्येसुद्धा ही मागणी मोठी वाटते. मात्र आपल्या प्रियजनांची काळजी घेण्याच्या, इतरांचे मोल जाणण्याच्या व आपल्या या जगाचे संरक्षण तसेच संवर्धन करण्याच्या आवश्यकतेची आपणा सर्वांनाच आता अधिकाधिक प्रमाणात जाणीव होत आहे. सकारात्मकरीत्या विचार करण्याने आपली आशा जागवली जाते व आशावाद जागृत होतो. सोबतच इतर, हे जग व आपण स्वतः योग्य रीतीने वागू, हा निर्धार व शक्ती यामधून मिळते. विचार करणे ही त्यासाठी पहिली पायरी असते. सकारात्मकता एका विचाराने सुरू होते म्हणून त्याचा विचार करा! एका सकारात्मक दृष्टिकोनाने आपण स्वतःमध्ये अधिक चांगला बदल घडवून आणू शकतो व हे जग व त्याहीपलीकडच्या जगासाठी अधिक व्यावहारिक, खऱ्या अर्थी चांगला बदल आपण घडवून आणू शकतो.
- **सत्याला धरूनच प्रामाणिक राहा :** हे प्रत्येकासाठी खूपच महत्त्वाचे आहे. मी यावर अधिक जोर देऊ शकत नाही. आपण याविषयी पूर्वीच चर्चा केलेली आहे. सर्व महत्त्वाच्या तत्त्वचिंतकांनी या गोष्टीला त्यांच्या श्रद्धेच्या केंद्रस्थानी ठेवलेले आहे. त्या तत्त्वाला जागा, त्याचा विचार करा. झोपताना, उठताना नेहमीच हे तत्त्व पाळा व त्यामधून मिळणारी सकारात्मकता व आनंद यांचा अनुभव घ्या.
- **तुम्हाला इतरांनी जसे आदराने, प्रेमाने व प्रामाणिकपणे वागवावे असे वाटते तसेच इतरांना वागवा :** हे खरे तर इतके उघड आहे; मात्र आपल्याला ती गोष्ट वारंवार स्मरणात ठेवावी लागते. तुमच्या आयुष्याचे तापमापक जेव्हा योग्य जागी येईल, तेव्हा तुम्ही असे वागाल व इतर लोक तुमचे अनुकरण करतील.
- **तुमच्या स्वतःच्या व इतरांच्या वाईट वागणुकीकडे लक्ष ठेवा व क्षमाशील बना :** आपण भले कितीही सकारात्मकरीत्या व चांगले जगलो तरीही आपल्यामध्ये व इतरांमध्ये काहीतरी नकारात्मक जरूर असते. त्यामुळे नकारात्मकतेप्रती आपण जागरूक व्हायला हवे, व स्वतःचे संरक्षण त्यापासून करायला हवे. सकारात्मकता ही एक मजबूत ढाल आहे, जी एकीकडे आपले संरक्षण तर करतेच; पण त्यासोबत न्याय्य, क्षमाशील रीतीने वागण्यात आपल्याला समर्थ बनवते व आपण तसेच इतरांनी चांगले कसे वागावे

याबाबतीत मार्ग शोधण्यात आपल्याला मदत करते. चांगल्या गोष्टींसाठी त्यामध्ये खूप शक्ती असते.

- **आनंद व चमत्काराच्या भावनेने आनंदून जा :** या जटिल व विलक्षण जगामध्ये आपण जगत आहोत म्हणून आपण किती सुदैवी आहोत! तुम्ही जेव्हा एखादी सुज्ञ किंवा विस्मयकारक गोष्ट बघता, तेव्हा तुम्हाला आश्चर्याची जी जाणीव होते, त्या जाणिवेविषयी जागरूक राहा व लहान मुलासारखी ती औत्सुक्याची जाणीव वाढीला लावण्यास स्वतःला उत्तेजन द्या. त्यामुळे छोट्या-छोट्या तक्रारी तुम्ही योग्य दृष्टिकोनातून पाहू शकता व आयुष्यातील दुःखे व धक्के पचवण्यामध्ये तुम्हाला याची मदत होते. याशिवाय आश्चर्य व चमत्काराच्या भावनेने प्रेरित होऊन उभे राहणे, हीच मुळात किती मोठी गोष्ट असते! शक्य होईल तेव्हा अधिक वेळ आनंदी राहण्याचा सराव करा– जर तुम्हाला अशी सवय नसेल तर, तुम्ही ती सवय स्वतःला लावून घेऊ शकता. तुम्ही त्याचा जेवढा अधिक अनुभव घ्याल व पूर्णत्वाने त्याचे जतन कराल, तेवढ्या अधिक वेळा ती जाणीव तुम्हाला होईल. समाधानाची ती तीव्र भावना- जी तुमच्यावर स्वार होते ती- उपचारात्मक स्वरूपाची व शक्तिदायक असते आणि सुखदरीत्या संसर्गजन्य असल्याने, ती भावना तुमच्या आसपासच्या सर्वांमध्ये समाधान पसरवते. जेव्हा ती जाणीव उत्स्फूर्त असते, तेव्हा तर छानच वाटते; मात्र जेव्हा त्या जाणिवेला तुम्ही उत्तेजन देता, तेव्हासुद्धा ती तेवढीच आनंददायक वाटते. उदाहरणार्थ, संगीत व नृत्य या गोष्टी तुमचे मन, हृदय, आत्मा व शरीर यांमधून आनंदाची लहर पसरवण्यासाठी एक खूप छान असे मिश्रण असते व हास्य- विशेषतः इतरांसमवेत केलेले हास्य हे आनंदासाठीचे रामबाण औषध असते. आनंद व आश्चर्य ही थोर वरदाने होत, त्याविषयी कृतज्ञता बाळगू या व ती मनापासून आपलीशी करू यात.
- **शिकत राहा :** माझे वडील प्रतिभावंत शिक्षक होते व त्यांच्या तरुण विद्यार्थ्यांना त्यांचा अभिमान वाटत असे. ते म्हणत असत, "दररोज किमान एक तरी नवीन गोष्ट शिका." मी आजही नवे काहीतरी शिकण्याचा प्रयत्न करते. तुम्ही ज्या गोष्टी शिकला आहात, त्या कदाचित दुर्लक्ष केल्यामुळे लवकरच विसरल्या जाऊ शकतात. तुम्ही जे काही शिकला आहात– आणि असे काहीतरी असतेच- त्याकडे लक्ष केंद्रित केल्याने या जगातील गोष्टींबाबत तुम्ही उत्साही बनता व तुम्ही स्वतःसुद्धा इतरांचे लक्ष वेधून घेऊ शकता. त्यामुळे आपल्याला दररोज या गोष्टींची आठवण होते की, आपल्यासमोर येणाऱ्या नव्या गोष्टी तर आपण अवश्य शिकायला हव्यात व सोबतच शिकण्यासाठीच्या संधी तुम्ही निःसंदिग्धपणे हाती घ्यायल्या हव्यात. आपले

हे जग जटिल व उत्कंठावर्धक असताना आपण अधिकाधिक व नित्य नवे शिकणार नाही, असे कसे होईल बरे!

- **स्वतःची मतं बाळगण्याच्या इतरांच्या अधिकाराचा आदर करा :** जेव्हा तुम्ही खूप विचार करता व मते बनवता, तेव्हा तुमच्याहून भिन्न विचार करणाऱ्या व्यक्तीचे विचार चुकीचे असतीलच, या निष्कर्षाप्रत तुम्ही सहजच पोहोचू शकता; मात्र असे करण्याचा मोह टाळा. हे लक्षात घ्या की, मते तसेच परिस्थिती या गोष्टी बदलू शकतात. एखाद्या बाबतीत तुमची विचारशक्ती दोषपूर्ण असू शकते, याचीही जाणीव ठेवा. वेगळ्या शब्दांत तुमचे विचार, मते व श्रद्धा यांची समीक्षा करणे, त्यांचा पुनर्विचार करत राहणे, इतरांच्या कल्पनांचा आदर करणे व त्या कल्पना बाळगण्याचा त्यांचा अधिकार मान्य करणे, हे योग्य व सकारात्मक आहे.
- **समस्यांविषयी बोला :** कोणत्याही परिस्थितीत कोणत्याही प्रकारचा संघर्ष– भलेही तो घरचा, कामाच्या ठिकाणचा किंवा या जगातील कोणताही संघर्ष असो- तो बोलण्यातून, चर्चा करण्यातून व समेट करण्याच्या मार्गामधून उत्कृष्टरीत्या सुटू शकतो. एखाद्या परिस्थितीचा सर्वसमावेशक दृष्टिकोनातून आढावा घेण्यामुळे दृष्टिकोन स्पष्ट होण्यासाठी व समस्या सोडवण्याच्या अधिक उपायांकडे बघण्यासाठी खूपच फायदा होतो. लक्षात घ्या की, सुसंवाद साधणे किंवा एकमताप्रत पोहोचणे कधीही अशक्य नसते- विविध बाजूंच्या गरजा भले कितीही निरनिराळ्या असोत, जिथे शक्यता आहे तिथे तो शोधण्याचा मार्गही अवश्य सापडतो. समस्या सोडवण्यातील आनंद घ्या व सहानुभूती, समजूतदारपणा व कायम असणारा आदर या भावना पेरत वातावरण शांत करून सुसंवाद साधण्याचा प्रयत्न करा. जेव्हा ही मूल्ये लक्षात ठेवून आपण परस्परांविषयी प्रतिष्ठेची व सन्मानाची भावना बाळगतो, तेव्हा शत्रुत्वाचे वातावरण हे पुढे चांगले मार्ग शोधण्यासाठी स्वेच्छेने एकत्र येण्याच्या मैत्रीपूर्ण वातावरणामध्ये कसे बदलते, ती बाब मला नेहमीच आश्चर्यचकित करते.
- **इतर सर्व लोक, प्राणिमात्र व आपले जग यांच्यासाठी एकत्र येऊन काम करा :** प्रत्येकाचे पोषण करणे व त्यांचे जीवनमान चांगले असेल अशी खातरी करणे, आपल्या सोबतच्या इतर प्राण्यांचे संरक्षण करणे, पर्यावरणाची आपण जी हानी करतो, तिला मर्यादेत ठेवणे व त्याऐवजी पर्यावरणाची काळजी उत्साहाने व प्रेमाने घेणे यासाठीची साधने व बुद्धिमत्ता आपल्यापाशी आहे. आपल्यापैकी प्रत्येकाने जर आपापली भूमिका उत्कृष्टरीत्या पार पाडली, तर आपण परस्परांवर प्रभाव टाकू व त्यामधून निर्माण झालेली सदिच्छा सर्वांचे कल्याण करण्याच्या प्रक्रियेला गती देईल व तो अधिकार सर्व जगभर देईल.

ती गोष्ट करण्याजोगी व प्रेरक आहे. तुम्ही व आपण सर्वच जग त्यामध्ये आपापली भूमिका पार पाडू शकू.

- **पूर्वग्रह व भेदभाव ओळखा व त्यांच्यापासून दूर राहा :** पूर्वग्रह व काही गटाच्या लोकांप्रती भेदभाव करण्याची ऊर्मी ही भीतीच्या भावनेपोटी जन्माला येते. पुष्कळदा ती भीती लोकांना या ना त्या रीतीने व्यापून टाकते. ते लोक आपल्याला कदाचित नुकसान पोहोचवतील किंवा ते आपल्यापेक्षा या ना त्या रीतीने ते सरस आहेत किंवा आपल्यापाशी आहे त्यापेक्षा त्यांच्याकडे अधिक काहीतरी आहे, ही भीती या भावनेच्या मुळाशी असते. अशा प्रकारच्या सर्व भयांचा सामना व विचार आपण तर्काच्या आधारावर, बुद्धीचा वापर करून व माणुसकीने करायला हवा. एखादा समुदाय किंवा संस्कृती यांना आपण घाबरतो तेव्हा त्या गटातील प्रत्येक माणूस ही जितीजागती व्यक्ती आहे, त्याच्यापाशी चांगले-वाईट गुण आहेत तसेच कदाचित त्या व्यक्तीपाशी असे कुटुंबीय व मित्र असतील जे त्या व्यक्तीवर प्रेम करत असतील, असा विचार करणेही खूप उपयोगी बाब ठरू शकते. शत्रुत्व, वैरभाव एवढेच नव्हे; तर राग या भावना पूर्वग्रहापोटी जन्माला येतात. पूर्वग्रह ही एक अत्यंत नकारात्मक व विघातक भावना आहे आणि पुष्कळदा या ना त्या रीतीने ती सक्रिय पातळीवरील विनाशकारी भावना असते. अनियंत्रित विषाणूसारखी ती भावना सर्वत्र पसरते. भूतकाळाने ज्या रीतीने आपल्याला शिकवले आहे व वर्तमानही आपल्याला तेच दाखवत आहे, त्याप्रमाणे ती भावना भयंकर व विध्वंसक स्वरूपाची असते. सकारात्मकतेची शक्ती व्यक्तिगत आदर व सन्मान यासाठी लढते. आपण जेव्हा ही गोष्ट लक्षात ठेवतो व सहिष्णुता पसरवण्याच्या मोहिमेमध्ये सहभागी होतो, तेव्हा आपल्यापाशी आंतरिक शक्ती असते. सोबतच इतरांसोबत शांतता व सुसंवाद यांची स्थापना करण्यास आपण सिद्ध होतो.
- **तुमच्या कृतींची जबाबदारी घ्या :** भलेही तुमचा भूतकाळ काही का असेना तुम्ही तुमच्या आयुष्याचा उपभोग घेऊ शकता व तुमच्या मूल्यांशी सुसंगत आयुष्य तुम्ही जगू शकता. आजपासून पुढे तुम्ही ज्या रीतीने वागाल, त्यासाठी तुम्हीच संपूर्णपणे जबाबदार आहात. खरेच हा एक खूपच प्रेरक विचार आहे, नाही का? आपण जेव्हा इतरांना व भूतकाळातील अनुभवांना दोष देतो, तेव्हा आपल्या वर्तमानासाठी त्याचा काहीच उपयोग होत नाही. आपले कल्याण व समाधान तेव्हा निश्चितच जोपासले जाईल जेव्हा आपण जाणू की, आपण आपल्या सध्याच्या स्थानापर्यंत कसे पोहोचलो. कदाचित समुपदेशनाच्या माध्यमातून आपल्या वाईट स्मृतींना मागे टाकून आपण पुढे जाऊ शकू. चांगल्या रीतीने जगण्याचे व्यक्तिगत सामर्थ्य, प्रामाणिकपणा व आयुष्याचा

पूर्णत्वाने उपभोग घेण्याची क्षमता तुमच्यापाशी आहे. तुमचे कल्याण व स्वातंत्र्य यांची संपूर्ण जबाबदारी घ्या. त्याबाबत आनंदी राहा व तुमच्या अंतरंगामधून सकारात्मकतेचा जसा संचार होईल, त्याची प्रचिती घ्या.

भलेही आपण कोणत्या का श्रद्धा बाळगत असू वा भलेही आपण एखादी धार्मिक श्रद्धा मानत असू वा नसू, 'तुम्हाला स्वतःला जशी वागणूक मिळावी असे तुम्हाला वाटते, तसेच इतरांना वागवा' हा सुवर्णनियम सर्वव्यापक आहे व वरील सर्व गोष्टींचे स्मरण करून देणारा तो उपयुक्त असा आहे. तुम्ही जर त्याविषयी विचार केला तर तो शुद्ध सुज्ञपणा आहे, असे तुम्हाला जाणवेल, नाही का? त्याचा स्वतःशी जोराने उच्चार करून पाहा व त्यातील सर्व चांगुलपणा व प्रेम यांची प्रचिती घ्या.

धैर्याने जगा

ज्या क्षणी तुम्ही सकारात्मकतेने जगण्याचे ठरवता, त्याच क्षणापासून तुम्ही धैर्य अंगीकारता व त्याचे तेज तुमच्यामधून झळाळते. तुम्ही एकाएकी चिंतित होता, ती वेळ कोणती असते, ते तुम्हाला माहीत आहे का? जेव्हा तुम्ही मध्यरात्री किंवा भल्या पहाटे उठता, तेव्हा असे पुष्कळदा घडते. अगदी खुशालचेंडू वा चिंतामुक्त स्वभावाच्या व्यक्तींनाही त्याचा अनुभव कधीतरी अवश्य आलेला असतो. नव्या चिंता तुमच्यासमोर अचानक आगंतुकपणे प्रकट होतात; मग जुन्या चिंता गहिऱ्या होतात व भीती आपल्याला ग्रासून टाकते. मात्र या बाबतीत आश्चर्यजनक बाब ही आहे की, ज्या क्षणी तुम्ही विचार करण्यासाठी थांबता व या गोष्टींकडे सकारात्मकतेच्या प्रकाशामध्ये जाणीवपूर्वक पाहता तेव्हा भय, चिंता या बाबी तुम्ही योग्य दृष्टिकोनातून पाहू शकता. असेही असू शकते की, काळजी करण्यासारखे काहीच नसते किंवा काळजी करण्यासारखे काही असले तरीही त्याचा विधायकरीत्या कसा सामना करायचा, ते तुम्ही पाहू शकता. आवश्यक असल्यास तुम्ही योग्य ती मदतही मिळवू शकता. तुमच्या जागृतावस्थेचा ताबा भयाने घेण्याऐवजी कणखरपणे व तुमच्या पाठीशी खंबीरपणे तुमची साथ देत तुमचे धैर्य तुमच्यापाशी असते व त्याला साहाय्य करण्यासाठी, तसेच व्यावहारिक बनवण्यासाठी व्यावहारिक ज्ञान सर्वार्थाने आपल्या सोबतीला असते.

ज्या अडचणी व समस्या तातडीने सोडवणे आवश्यक आहे, त्यावर आपण भलेही तात्काळ उपाय शोधू शकू वा न शोधू शकू; मात्र त्यांचा त्रयस्थपणे आढावा घेण्यासाठी आपल्यातील राखीव शक्तीच्या साठ्यांकडे आपण नेहमीच वळू शकतो.

गोष्टी कशा आकार घेतील, त्यांच्या शक्यतांचा अंदाज घेणे- ज्यामध्ये वाइटात वाईट काय घडू शकेल, त्या परिस्थितीची अटकळ बांधणे- जेणेकरून काही आपत्कालीन योजना बनवता येईल- हा काही लोकांसाठी एक सकारात्मक मार्ग असतो. याउलट काही लोक केवळ सद्य परिस्थितीबाबतच सकारात्मकरीत्या विचार करतात. त्यांना माहीत असते की, भविष्यात जे काही सामोरे येईल/घडेल, त्याचा सामना ते त्या-त्या वेळी करतील व ते ज्या कुठल्या परिस्थितीत सापडतील, त्याचा सामना ते करतील. भलेही तुमच्या आवडीचा दृष्टिकोन कोणता का असेना, त्या परिस्थितीचा सामना करण्याची व त्यातून स्वतःचा बचाव करण्याच्या सकारात्मक शक्तीची जाणीव तुमच्यापाशी अवश्य असते. ही जाणीव तुमच्यासाठी मदत व शक्तीचा एक स्रोत असते.

आपले म्हणणे ऐकण्यासाठी व सहानुभूतीसाठी मित्र हा विलक्षण आधार असतो. ते कदाचित काही अंशी आपल्याला व्यावहारिक सल्ला किंवा मदतही करू शकतात. तुम्हाला अगदी निराश/उदास वाटत असेल तेव्हाही त्यांच्या सोबतीला जपा. तुम्हाला वाटणाऱ्या भीतीपासून ते तुम्हाला किमान काही बहुमूल्य क्षणांसाठी दूर नेऊ शकतात, जेणेकरून तुम्हाला उसंत मिळू शकते. त्यांच्या सहवासात तुम्ही स्मितहास्य करू शकत असाल तर आणखीनच उत्तम.

संकेतांच्या माध्यमामधूनही तुमचे धैर्य प्रकट होऊ शकते. काही वर्षांपूर्वी शर्यतीमध्ये धावणाऱ्या एका घोडीच्या आक्रमकपणामुळे मी कशी बचावले होते, ते मला आठवते. त्या घोडीवर बसले असताना मी आयुष्यात पहिल्यांदाच स्वतःवरील नियंत्रण हरवून बसले होते. ती घोडी जशी अधिक बिथरत होती तशी ती अधिकच पिसाळल्यासारखी वागत होती. मी तिच्या पाठीवर आरूढ झालेली असताना खेड्यातील एका गल्लीमध्ये ती ज्या रीतीने नाचत होती व मला घाबरवून टाकत होती, ते पाहून मी अधिकच घाबरून गेले होते. मी एवढी घाबरले होते की तिच्यावरील नियंत्रण मी पूर्णतः गमावले. एकाएकी मी माझ्या डोळ्यांसमोर जोन ऑफ आर्क असल्याचे भासवून माझा लगाम ढिला सोडला व डाव्या हातामध्ये पकडला. मी माझा उजवा हात हवेत अगदी सरळ उभा केला. मी जणूकाही हातामध्ये मानक व झेंडाच पकडला होता. माझ्याकडे धैर्य व निर्धार ओतप्रोत भरला असल्याची मी कल्पना केली. त्यामुळे ती बिथरलेली घोडी एकदम शांत झाली. ती दिमाखात चालू लागली व नंतर तिने मला कोणत्याच प्रकारे चिंतेत टाकले नाही. त्या गल्लीमध्ये पुढे साधारण शंभर यार्डांवर एक कार रस्त्याच्या मधोमध वाट बघत थांबली होती. माझ्याकडे प्रश्नार्थकरीत्या बघत त्या चालकाने मला विचारले, "तुम्ही मला थांबण्यास का फर्मावले?" माझा हात व माझ्या एकूणच आविर्भावाला तो आज्ञा समजला होता, ज्याचे पालन त्याने आपसूकच केले होते! जर जेन ऑफ

आर्कने तिच्या धैर्याचा माझ्यावर झालेला, खूप अवखळ अशा शुद्ध वंशाच्या घोडीवरील व एका कार चालकावरील प्रभाव अशा रीतीने तिच्या मृत्यूनंतर कित्येक शतकांनंतर पाहिला असता तर ती त्यामुळे नक्कीच सुखावली असती, याची मला खातरी आहे! माझ्या दृष्टिकोनात जो बदल झाला होता, त्याचा परिणाम माझ्यावर व त्या घोडीवर सकारात्मकरीत्या झाला होता. त्यामुळे त्या घोडीसोबत असलेल्या माझ्या नात्याचा मला पुन्हा आढावा घ्यावा लागला व तिला थोडे प्रशिक्षण पुन्हा द्यावे लागले. लवकरच आमचा परस्परांवर संपूर्ण विश्वास निर्माण झाला व उर्वरित आयुष्यात आम्ही परस्परांचे खूप चांगले मित्र बनलो.

आता तुम्हाला कोणत्या व्यक्तीच्या धैर्याने प्रेरित केले आहे, त्याचा विचार करा :

- ✓ अशा एखाद्या परिस्थितीचे चित्र डोळ्यांसमोर आणा, जिथे या व्यक्ती त्यांच्या धैर्याने तळपत आहेत.
- ✓ तुमच्यापाशीही त्यांच्याइतके धैर्य आहे, अशी जाणीव मनात निर्माण करा.
- ✓ त्यांच्या देहबोलीचा कित्ता गिरवा.
- ✓ तुमच्याभोवती आत्मविश्वासाचे वलय आहे, अशी कल्पना करा.
- ✓ या प्रसंगातून बाहेर पडण्याची क्षमता व धैर्य तुमच्यापाशी आहे, हे जाणा.
- ✓ हे दृश्य व ही जाणीव तुमच्या स्मृतीमध्ये साठवा व तुम्हाला जेव्हा-जेव्हा धैर्याची खूप आवश्यकता भासेल तेव्हा त्याचा वापर करा.
- ✓ व्यावहारिक रीतींनी तुमचा आत्मविश्वास वाढवण्याच्या शक्यता शोधा व तुमच्या सकारात्मक दृष्टिकोनाला त्यांची जोड द्या.

गौरव व शांततेने जगा

आयुष्य! आपण भले कितीही सकारात्मकतेने व प्रसन्नतेने आयुष्य जगण्याचे, आयुष्याचा उपभोग घेण्याचे व प्रत्येकाशी प्रेमाने वागण्याचे ठरवू, मात्र पृथ्वीवरील अगदी संतासारखी व्यक्तीही त्याची मन:स्थिती नेहमीच सकारात्मक ठेवू शकत नाही, हे मी पैजेवर सांगते. आपली नेहमीच कसोटी पाहिली जाते. आपण सातत्याने नव्या रस्त्यांवर चालतो – ज्यावर अधिकाधिक क्रूर प्रश्न व अडथळे असतात आणि आपली गाठ अशा लोकांशी पडते जे आपल्याला सर्वोत्तम संकल्पांमध्ये अडथळे आणण्याबाबत निश्चयी असतात असे वाटते.

मात्र आपला दृष्टिकोन साधारणपणे जेवढा अधिक सकारात्मक असेल तेवढ्याच उत्तम रीतीने वादळांचा सामना करत, अडथळे व दऱ्यांना आपण सामोरे जातो –

या दरम्यान भावनिक पातळीवर आपण शिकत असतो व त्यानंतर आपले व्यक्तिमत्त्व अधिक सखोल होते. सातत्याने येणारी परिपक्वता सकारात्मकतेसोबत येते व त्यामुळे निखळ समाधानाच्या व प्रसंगी आनंद व अत्यानंदाच्या दीर्घ काळाचा आपल्याला अनुभव घेता येतो. या सर्व वेळेदरम्यान आयुष्यातील मूलभूत आनंद व ती पवित्र (थोर) जाणीव यांच्या सान्निध्यात आपण असतो व त्या भावनांची आपल्याला अधिकाधिक जाणीव होते.

आयुष्याच्या खाचखळग्यांमधून गौरव व शांतीरूपी प्रकाशाकडे वाढणाऱ्या वनस्पतींसारखे आपणही लढत जातो. या गोष्टी आपण शोषून आत घेतो, त्या वेळी आपल्याला जाणीव असते की, आत्म्याचे खाद्य असलेल्या गोष्टीसारखे हेही जीवनदायी, प्रेममय, शुद्ध व चांगल्या स्वरूपाचे आहे.

आपण जसजसे पुढे पुढे जातो, तसतसे आपण शिकतो व मन, शरीर व आत्म्याने आपला विकास होतो. आणि हो, ती प्रक्रिया कधीकधी कठीणही असते. आयुष्य पुष्कळदा या ना त्या रीतीने अडचणींचे असते; मात्र हे देवा, आयुष्य विलक्षण आहे. आपण जेव्हा सकारात्मकरीत्या जगतो, तेव्हा आपण ही गोष्ट किती चटकन जाणतो व आपण त्याचा अनुभवही घेतो.

गौरव हा आणखी असा शब्द आहे, जो आपण हल्ली फारसा वापरत नाही; मात्र मला वाटते की त्याचे आपल्या आयुष्यात एक विशेष स्थान आहे. कारण की गौरवाचा संबंध ज्ञान व आध्यात्मिक समाधानाशी असतो. गौरव व ज्ञान या कल्पनांची सांगड विविध धर्मांनी घातलेली आहे. याचा अर्थ असा होतो की कित्येक दशकांच्या आध्यात्मिक साधनेनंतरच आपण ते मिळवण्याची आशा करू शकतो. आपण जेव्हा एखाद्या विशिष्ट रीतीने ध्यानधारणा करतो, केवळ तेव्हाच आपण धारणा 'योग्य रीतीने' करू शकू असा दावा करण्यासारखीच पुष्कळ अंशी ही बाब आहे. एक विलक्षण सकारात्मक साक्षात्कार/अनुभूती पुढे दिलेली आहे. अगदी एका नवख्या उपासकालाही सखोल व उच्च पातळीवरील ध्यानधारणा करून त्यामध्ये गती मिळवता येऊ शकते व पुन्हा एकदा गौरव- ज्यामध्ये ज्ञान व आध्यात्मिक समाधनाचा समावेश आहे- ही अस्तित्वाची एक पद्धत होय जिचा अनुभव आयुष्याच्या कोणत्याही वेळी आपण घेऊ शकतो.

आपल्या खोल अंतर्मनामध्ये वसलेल्या व आपल्या सभोवताली सर्वत्र भ्रमण करणाऱ्या शांततेची जोपासना करण्याच्या क्षमतेशी व आध्यात्मिकरीत्या जाणिवेच्या अवस्थेत व पूर्ण प्रेममय अवस्थेत राहाण्याशी- एक प्रकारे खऱ्या अर्थी प्रेमाच्या प्रकाशात राहण्याशी याचा पूर्णार्थाने संबंध आहे. त्यासाठी कित्येक वर्षांच्या साधनेची आवश्यकता आहे, असे पुष्कळदा समजले किंवा सुचवले जाते. त्यामागील कारण हे आहे की केवळ काही लोकांनाच गौरवाचा पूर्णत्वाने अनुभव येतो- तेही केवळ

तेव्हा जेव्हा ते बरेच वृद्ध होतात. मात्र त्यामागील कारण हे आहे की, आपण कार्यरत असतो त्या वर्षांमध्ये कदाचित आपल्या कुटुंबाकडे लक्ष देताना किंवा कदाचित आपल्या वृद्ध नातेवाइकांची काळजी घेताना आपण एवढे व्यग्र व तणावग्रस्त झाल्यासारखे वाटतो की- आपल्याकडे आध्यात्मिक पातळीवर जाणिवेसाठी व आपल्या अस्सल व्यक्तिमत्त्वाच्या संपर्कात राहण्यासाठी वेळच नसतो.

वास्तविक आपल्यापाशी नेहमीच वेळ असतो. संधी आपल्यासाठी नेहमीच उपलब्ध असते. याचे कारण असे आहे की, आंतरिक व आध्यात्मिक जाणीव व जोडण्याची अवस्था एकत्रितरीत्या अस्तित्वाच्या एका अवस्थेला जन्म देतात जी आपल्या दैनंदिन आयुष्यासोबत समाधानाने व सुसंगती राखत अस्तित्वात असते व ती दैनंदिन आयुष्याला पूरकही असते.

या पुस्तकामध्ये सर्व जागी दिलेला सराव तुम्ही करून पाहिला असेल जिथे तुम्ही तुमच्या अस्तित्वाची दखल घेण्यासाठी काही काळ थांबता आणि तुमच्या आसपास सर्वत्र व तुमच्यामध्ये जाणवणारी सकारात्मकता व प्रेम या जाणिवेचा तुम्ही अनुभव घेता. आता हे करून पाहू व गौरवाच्या चमत्काराचा व शांततेचा अनुभव घेऊ :

- ✓ काही मिनिटांसाठी किंवा केवळ काही क्षणांसाठी थांबा.
- ✓ तुमच्या संपूर्ण शरीराची जाणीव असू द्या.
- ✓ तुमच्या अंतरंगामधून वाहणारी ऊर्जा जाणवून घ्या.
- ✓ खोलवर श्वास घ्या व सुस्कारा सोडा.
- ✓ तुम्हाला सुरक्षित ठेवणाऱ्या प्रेमाच्या शक्तीचा अनुभव घ्या.
- ✓ काही ताण असल्यास तो घालवणाऱ्या सकारात्मकतेच्या शांततेची दखल घ्या.
- ✓ त्या थेट जाणिवेप्रती बाह्य पातळीवर किंवा मनातल्या मनात हसा.
- ✓ तुमचे प्रेम घेऊन तिथे पोहोचा.
- ✓ तुमच्यामध्ये वसणाऱ्या शांततेचा अनुभव घ्या.

निश्चितच जेवढ्या वेळा आपण थांबू व जाणीव ठेवू, तेव्हा एका अर्थी प्रेम, सकारात्मकता व शांततेच्या अन्य पातळ्यांसोबत आपण जोडले जातो; तेवढ्या अधिक प्रमाणात आपल्याला ज्ञानाचा अनुभव येईल. मात्र ते खरे तर कोणत्याही वेळी शक्य असते. प्रकाशाच्या दिशेने वळण्याची, जोडले जाण्याची व तादात्म्य पावण्याची ती गोष्ट आहे.

प्रकाशाकडे वळणे, यातूनच सर्व उघड होते. ज्या रीतीने आपण आपल्या

प्रियजनांकडे जाणीवपूर्वकरीत्या वळतो- त्यांच्याकडे पाहण्यासाठी, त्यांच्याशी बोलण्यासाठी, त्यांच्या सहवासाचा आनंद घेण्यासाठी आपल्या आयुष्यातील त्यांच्या अस्तित्वाविषयी आपण आनंद मानतो, अगदी त्याचप्रमाणे आपले जीवन, या विलक्षण जगाचे प्रेम व प्रकाश यांच्याकडे आपण वळू शकतो.

सकारात्मकतेने जगा व चांगुलपणा, शांतता तसेच आनंद या गोष्टींचा वरदहस्त प्राप्त करून घ्या.

तुमचे आयुष्य उजळून टाका व तुम्हीही तेजाने झळका!

■

✆ +91 020-24476924 / 24460313 / Mob. No. 9545000513
Email : production@mehtapublishinghouse.com
Website : www.mehtapublishinghouse.com